शांततेनं काम करा!

लेखक
पॉल विल्सन

अनुवाद
सुनंदा अमरापूरकर

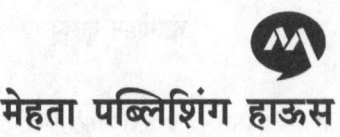

मेहता पब्लिशिंग हाऊस

All rights reserved along with e-books & layout. No part of this publication may be reproduced, stored in a retrieval system or transmitted, in any form or by any means, without the prior written consent of the Publisher and the licence holder. Please contact us at **Mehta Publishing House,** Pune.
✆ +91 020-24476924 / 24460313
Email : production@mehtapublishinghouse.com
Website : www.mehtapublishinghouse.com

◆ या पुस्तकातील लेखकाची मते, घटना, वर्णने ही त्या लेखकाची असून त्याच्याशी प्रकाशक सहमत असतीलच असे नाही.

CALM AT WORK by PAUL WILSON
© Copyright 1998 by Paul Wilson
Published by Arrangement with Writers House LLC.
Translated into Marathi Language by Sunanda Amrapurkar

शांततेनं काम करा! / मार्गदर्शनपर

अनुवाद : सुनंदा अमरापूरकर

Email : author@mehtapublishinghouse.com

मराठी अनुवादाचे व प्रकाशनाचे हक्क, मेहता पब्लिशिंग हाऊस, पुणे.

प्रकाशक : सुनील अनिल मेहता, मेहता पब्लिशिंग हाऊस,
१९४१, सदाशिव पेठ, माडीवाले कॉलनी, पुणे - ४११०३०.

अक्षरजुळणी : पीसी-नेट, नारायण पेठ, पुणे - ४११०३०.

प्रकाशनकाल : जानेवारी, २००६ / सप्टेंबर, २००९ /
पुनर्मुद्रण : फेब्रुवारी, २०१३

मुखपृष्ठ : चंद्रमोहन कुलकर्णी

P Book ISBN 9788177666595

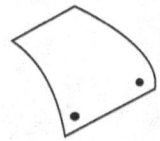

अनुवादिकेचे चार शब्द

'शांततेनं काम करा' हे पॉल विल्सन यांचं पुस्तक मी जेव्हा वाचायला सुरुवात केली तेव्हा लक्षात येत गेलं, की नोकरी करणं किंवा व्यवसाय करणं या गोष्टीचे, 'पैसे कमावणे' या व्यतिरिक्त कितीतरी भले-बुरे परिणाम माणसाच्या जीवनावर आणि त्याहून जास्त त्याच्या मनावर होत असतात. अनेकदा वैयक्तिक जीवनातले ताण कामाच्या ठिकाणी त्रास देतात किंवा याच्या उलटही होत राहते. या सर्व गोष्टींचा आपण तटस्थपणे आणि साकल्याने विचार कधी केलेलाच नसतो. मग त्यावर उपाय शोधण्याचे तर दूरच.

पॉल विल्सन यांनी ट्रक ड्रायव्हर, लेथ मशीन ऑपरेटरपासून बँकेत कारकून, कॉपी-रायटर, मॅनेजर ते थेट मुख्य कार्यकारी अधिकाऱ्यापर्यंत विविध पदांवर काम केलेले आहे. अनेक कंपन्यांचे सल्लागार संचालक आणि मालक म्हणून ही काम पाहताना, त्यांनी डोळसपणे घेतलेल्या अनुभवातून हे पुस्तक साकारले आहे.

त्याचा अनुवाद करण्याचा प्रामाणिक प्रयत्न मी केला आहे. पुस्तकात सुचवलेले तोडगे आणि युक्त्या वापरून जर वाचकांना फायदा झाला तर प्रयत्नांचे सार्थक झाल्यासारखे वाटेल.

मेहता पब्लिशिंग हाऊसचे श्री सुनील मेहता आणि मला सर्वतोपतरी सहकार्य करणारे माझे कुटुंबीय यांच्या बद्दलच्या ऋणनिर्देशाशिवाय हे चार शब्द पुरे होऊ शकणार नाहीत.

– सुनंदा अमरापूरकर

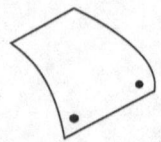

शांततेच्या दिशेने पहिले पाऊल

१. हे पुस्तक कसे वापराल? / २
२. काय घडलंय हे कृपया कुणी सांगेल का? / ४
३. तुम्ही कितपत संवेदनाक्षम आहात...? / ९
४. गमतीला थोडं, मदतीला घ्या! / २३
५. पहिले पाऊल टाका / ३१
६. स्वतःच्या आवडीनिवडी, सवयी / ३२
७. मालकाची निवड करा / ३८
८. मनाचे आरोग्य सांभाळणारी चतुःसूत्री / ४४
९. आयुष्य समृद्ध करणारी पंचतत्त्वे / ४९
१०. सुधारणेचे सहा प्रांत / ५३
११. कामाच्या ठिकाणी ताण देणारे सप्तरंग / ५७

तुमची शांतता उपायांची फाइल

१२. निर्णय घ्या - आजच निर्णय घ्या / ८५
१३. शांतपणे श्वास घ्या / ८९
१४. तुमच्या अर्धजागृत मनाला कामाला लावा / ९९
१५. अर्धजागृत मनाची चार साधनं / १०९
१६. जेव्हा वेळेचा प्रश्न असतो. / १२४
१७. जेव्हा प्रश्न नियंत्रणाचा असतो / १५१
१८. जेव्हा तुमच्यामुळेच ताण निर्माण होतो / १६३
१९. जेव्हा समाजाचा प्रश्न असतो / २१५
२०. जेव्हा बदल होतात / २५२
२१. ताणामागची शारीरिक कारणं / २६१
२२. जेव्हा आपली जीवनपद्धतीच ताणाला आमंत्रण देते / २९५

दीर्घकालीन शांततेसाठी

२३. दीर्घकालीन शांततेसाठी / ३०२
२४. मदतऽऽ! / ३११

शांततेच्या दिशेने पहिले पाऊल

१. हे पुस्तक कसे वापराल?

> आपला दैनंदिन कामाचा प्रत्येक दिवस शांत, सकारात्मक समाधान देणारा व्हावा, असं तुम्हाला वाटतं ना? शांततेनं काम करा पुस्तक त्यासाठी लागणारी सर्व साधने तुम्हाला पुरवील.

'शांततेनं काम करा!' पुस्तक लिहिण्याचा उद्देशच मुळी असा होता की काम करताना, केव्हाही आवश्यकता वाटली, तर लगेच हे पुस्तक उघडून पाहता आलं पाहिजे की आपली सध्याची समस्या आहे, तिच्यावर मात कशी करायची आणि समस्येत गुंतून मनःस्वास्थ्य न गमावता शांत कसं राहायचं?

हे क्रमिक पुस्तक नव्हे. कामावर असताना नेमका कशाकशामुळे मनावर ताण येतो, त्या प्रश्नांचा सविस्तर ऊहापोह करून त्यावरचे उपाय सुचवण्याचाही इथे उद्देश नाही. ते काम मानसोपचार तज्ज्ञांचं आहे. त्यांचा व्यवसायच माणसांच्या मानसिक समस्या सोडवण्याचा असतो. हे फक्त शांतता उपायांचं पुस्तक आहे.

'शांततेनं काम करा!' पुस्तकात तुम्हाला शांत, समाधानी सकारात्मक राहून काम करण्यासाठी लागणारी सर्व साधने मिळतील.

शांतता केंद्रात (Calm Centre) या उपायांचा सर्वांगीण अभ्यास करून, संशोधन करून, चाचण्या घेण्यात आलेल्या आहेत आणि मगच ते या पुस्तकाद्वारे तुमच्यापर्यंत पोहोचवले गेले आहे.

योग्य पद्धतीने वापरलेत, तर या पुस्तकातल्या प्रत्येक किंवा कोणत्याही उपायांचा तुम्हाला चांगला उपयोग होऊ शकतो. वाचता वाचता तुमचे तुम्हालाच समजून येईल की स्वत:साठी यातला कोणता उपाय लागू पडेल ते. कधीकधी त्यामागचं मानसशास्त्रीय किंवा शरीरशास्त्रीय कारण चट्कन उमजणार नाही, पण त्यामुळे बिचकायचं कारण नाही. आपल्याला फक्त गुण येणे महत्त्वाचे आहे.

थोडक्यात काय, 'कसं काय बुवा यामुळे मला लगेच शांत-स्वस्थ वाटायला लागलं?' या प्रश्नातही गुंतायचं नाही. शांत होण्याचा आनंद अनुभवायचा. प्रत्येक शांतता उपाय आणि तंत्राची सविस्तर माहिती दिल्यानंतर शेवटी एक चौकट दिलेली आहे. या चौकटीत ते तंत्र कसे वापरायचे याची थोडक्यात मुद्देवार माहिती आहे.

एकदा पूर्ण पुस्तक वाचून झाल्यानंतर पुन्हा केंव्हाही तयार संदर्भाकरता (Ready Reference) या चौकटींचा फार चांगला उपयोग होतो.

पण फक्त चौकटीतलाच मजकूर वाचून, उपाय अमलात आणायचा विचार मात्र करू नका. कारण आपले ताणतणाव, चिंता या समस्या काही सरळ नसतात. त्यांच्याभोवती अनेक प्रकारच्या गुंतागुंती असू शकतात. नेमकं कशामुळे काय झालंय हे आपल्याला समजत नसतं. कधीकधी आपण समजतो त्या कारणामुळे खरोखर ताण आलेलाच नसतो.

> हे पहा शांततेचे उपाय.
> शांत श्वसन .....   पृष्ठ ९७
> जीवनातल्या प्राथमिकतांचा तक्ता .....   पृष्ठ ८५
> आपलं म्हणणं ऐकायला लावण्याची
> कला .....   पृष्ठ २४६

म्हणून वाचकांना विनंती आहे की त्यांनी सुरुवातीपासून शेवटपर्यंत पुस्तक वाचून आपल्याला कोणत्या मुद्द्यावर काम करायला पाहिजे, हे निश्चित करून घेऊन मगच 'शांतता उपायांची फाइल' उघडून त्यातले स्वतःला आवश्यक असणारे उपाय अमलात आणावेत.

◆

२. काय घडलंय हे कृपया कुणी सांगेल का?

> शांततेत काम करा पुस्तकाचा उद्देश तुमच्या प्रश्नांचा नुसता ऊहापोह करणे हा नसून, त्यांची उत्तरे शोधणे हा आहे. लेखकाला तुमच्या कामाच्या ठिकाणावर टीका करायची नाही, तर पोटापाण्याचा व्यवसाय करणं तुम्हाला आनंददायक कसं करता येईल, हे सांगायचं आहे.

हे तंत्रज्ञानाचं युग आलं आहे, तेव्हा आता आपल्याकडे 'फावला वेळ' खूपच असेल, "त्या वेळाचं काय करायचं?" हाही एक प्रश्न होऊन बसेल असं वाटलं होतं. तंत्रज्ञानामुळे कामातले काबाडकष्ट कमी होतील; कामाचे दिवस कमी होतील, सुट्टीचे दिवस वाढतील. मग हा हातात उरणारा वेळ आपण काहीतरी शिकण्यात घालवू. अधिक विश्रांती घेऊ. अधिकाधिक आणि उत्तम काम करू शकू. आपली वैयक्तिक उन्नती करून घेऊ. त्यातून सांस्कृतिक उन्नती होईल.

काही वर्षांपूर्वी आपण असे हवेत इमले बांधत होतो. पण प्रत्यक्षात या आदर्श कल्पनेच्या कुठे जवळपासही आपण पोहोचू शकलेलो नाही, असं आता लक्षात येतंय्.

अलीकडच्या काही वर्षांमध्ये तुलना आणि आत्मपरीक्षण यांचं खूप स्तोम माजलं आहे. व्यावसायिक संस्था स्वत:ला कार्यक्षमतेच्या कसोटीवर तोलू पाहत आहेत. आपण काय मिळवलं आहे, हे मोजताना व्यवसायाचा विस्तार किती करू शकलो, यापेक्षा आपण किती खर्च वाचवू शकलो याला जास्त महत्त्व आले आहे. धंद्यामध्ये माणसांची संख्या कमी केली म्हणजे आदर्श निर्मिती केली अशा चुकीच्या कल्पना रूढ होऊन बसलेल्या आहेत. औद्योगिक संस्था-संघटनांच्या रचनेत बदल केल्यामुळे अनेकजणांच्या कारकिर्दी (Careers) आणि त्यामुळे जीवनही विस्कटून गेलेले आहे; आणि बऱ्याचशा उद्योगातला आत्माच

काढून घेतला गेला आहे. निर्मितीक्षमतेपेक्षा हिशेब ठेवण्याचे कसब मोलाचे ठरत आहे. मूल्य वाढवण्यापेक्षा दर कमी करणे महत्त्वाचे समजले जाऊ लागले आहे. स्पर्धात्मकता ही परस्पर सलोखा किंवा परंपरा यांच्यापेक्षा वरचढ ठरत चालली आहे.

हा झाला संस्थेच्या पातळीवरचा बदल. व्यक्तिगत पातळीवरही याच वेळी काही बदल घडत गेले. एका बाजूला स्पेशलायझेशनची आमच्यावर सक्ती होत होती. दुसरीकडून अकुशलता (de-skilling) आणि (Multi-skilling) बहुकुशलता यांची गरज असल्याचं कानावर पडत होतं. आम्हाला जेव्हा वाटायला लागलं की आता आपली नोकरी सुरक्षित आहे तेव्हाच Outsourcing च्या आर्थिक फायद्यांबद्दल समजलं. अखेर आम्ही, 'आता आपल्याला कुणी काढू शकत नाही' अशा नोकरीच्या निर्धास्त टप्प्यावर पोहोचलो. मग 'जबाबदारी' आणि 'स्वत:च्या मेहनतीचे मोजमाप' करण्याच्या एका नव्या पर्वात प्रवेश करावा लागला.

त्यानंतर जेव्हा आम्हाला वाटायला लागलं, की 'चला. आयुष्याची बरीच वर्षे आपण या नोकरीत खर्ची घातली आहेत; आता त्या कष्टाची फळे चाखायला सुरुवात करावी.' त्याचवेळी नेमकं आम्हाला समजलं, की ४५ वर्षे वयाच्या वरच्या सर्वांचे आता नोकरीचे फार थोडेच दिवस उरलेत.

प्रकरण इथेच संपलं नाही. 'असेंब्ली लाइन'ची डोकेदुखी संपतासंपताच डोकं बधिर करून टाकणारा 'डाटाएन्ट्री' हा प्रकार समोर ठाकला.

नव्या तंत्रज्ञानामुळे वाढलेल्या कार्यक्षमतेचं कौतुक करण्याच्या नादात, आमच्या कामाच्या ठिकाणी, अनेक दिशांनी फोफावत चाललेल्या अमानवीकरणाकडे आमचं लक्षच गेलं नाही. नव्या जगाने आम्हाला देऊ केलेल्या नवश्रीमंतीच्या स्वागताची योजना आखताना आमच्या लक्षात यायला लागलं, की 'आहे रे' आणि 'नाही रे' यांच्यामधील दरी रुंदावत चालली आहे. जेव्हा भराभर माहितीचे साठे खुले होऊन त्या प्रकाशात आम्ही स्वत:कडे पाहू लागलो तेव्हा लक्षात आलं की, आत्तापर्यंत आपण जे ज्ञान मिळवलं होतं, ते फारच तुटपुंज आहे! असं कां झालं बरं? कुणी मला सांगेल का नक्की काय झालंय ते?

थोडक्यात सांगायचं, तर बरेच कारखाने किंवा उद्योग हे तांत्रिकदृष्ट्या तरी, पूर्वीपेक्षा कार्यक्षम झालेत. म्हणजे तेच उत्पादन ते पूर्वीपेक्षा कमी खर्चात करतात तसं न केल्यास त्यांना धंद्यात मागे पडावं लागतं. (अनेक उद्योग बंद पडण्याचं हे एक कारण आहे.) त्याशिवाय काही माणसंही, वैयक्तिकरीत्या जास्त निर्मितीक्षम झाली आहेत. म्हणजे पूर्वी करत होते, त्यापेक्षा जास्त काम ते त्याच पगारात करून देत आहेत.

परंतु याची जी चांगली फळं मिळायला हवी होती, ती मात्र प्रत्यक्षात मिळालेली दिसत नाहीत. भरपूर रिकामा वेळ मिळण्याऐवजी कामाचं ओझं वाढलेलं आहे. आपली बरीचशी कामं निरस आणि कंटाळवाणी होत चालली आहेत. आता आपण इतरांची फार थोडी मदत घेतो. पूर्वीपेक्षा कमी संसाधने वापरून जास्त काम उरकतो. तंत्रज्ञानावर जबाबदारी सोपवण्याऐवजी आपल्यालाच यंत्रांची जबाबदारी घ्यावी लागते आहे. नव्या नव्या गोष्टी शिकण्याऐवजी पूर्वी शिकलेल्या गोष्टी आपण विसरत चाललो आहोत. आज आपल्यापैकी बहुतेक जण पूर्वीपेक्षा खूप जास्त काम, अधिक वेळ, अधिक वेगाने करत आहेत. पहिल्यापेक्षा अतिशय लक्षपूर्वक, पूर्ण जबाबदारीने. आणि नोकरीची शाश्वती मात्र अगदी कमी झालेली आहे.

याहून भयानक म्हणजे आपल्याला सारखं सांगितलं जातंय की ''यापेक्षा खूप जास्त मेहनत करावी लागणार आहे; आपली उत्पादनक्षमता वाढवत राहावी लागणार आहे. जास्त जबाबदारीने काम करावं लागेल, नाहीतर आंतरराष्ट्रीय स्पर्धेच्या रेट्यामुळे आपण बंद उद्योगाच्या ढिगात जाऊन पडू. आणि आत्ताशी कुठे या सगळ्याची सुरुवात आहे.''

...आणि मग येते भीती!

समाजाच्या वेगवेगळ्या घटकांवर याचे काय परिणाम होतील हे समजून न घेताच काही महामंडळे आणि त्यांचे अधिकारी ठरावीक आदर्शांचा पाठपुरावा करतात. हे अगदी चुकीचे आहे. त्यामुळे ते सतत एक प्रकारच्या भीतीच्या सावटाखाली काम करतात की याच्या प्रतिक्रिया कशा उमटतील? मोठमोठ्या समाजसेवी संस्था, राजकीय संघटना, आरोग्यसंस्था, धार्मिक संघटना यांच्यातही हाच प्रकार चालतो.

''काय सांगता? भीतीखाली?'' तुम्ही ओरडून विचाराल. ''अहो एवढे भत्ते, बोनस, गाड्या, प्रथम वर्गाचा प्रवास अशी सगळी चैन करणारी ही माणसं भीतीखाली वावरतात म्हणता?''

होय! आज ही वस्तुस्थिती आहे, की मोठमोठ्या उद्योगांच्या उच्चपदस्थ अधिकाऱ्यांना कार्यप्रवण करणारी, 'भीती' ही सर्वांत प्रभावी प्रेरणा असते. अधिक कमावण्याची हाव, परोपकारी वृत्ती, धाडस इतकंच काय पण वैयक्तिक महत्त्वाकांक्षेपेक्षासुद्धा भीतीमुळे माणसं अधिक काम करतात.

खरं तर अभ्यासकांच्या निरीक्षणाप्रमाणे, अधिक कमाईची इच्छा, महत्त्वाकांक्षा (ambition) आणि जनकल्याणाची भावना या अधिक सोप्या आणि फलदायी प्रेरणा आहेत. व्यवस्थापकांच्या दृष्टीने त्या सकारात्मक आणि काम पुढे नेणाऱ्या

आहेत. माणूस कुठून आला आहे आणि त्याला कुठे पोहोचायचंय हे नक्की माहीत असतं. याच्या उलट भीती ही निश्चितपणे नकारात्मक प्रेरणा आहे. ती विध्वंसक ठरू शकते. ती एखाद्याच्या मनात अगदी सहजपणे निर्माण करता येते. त्याचबरोबर यश मिळवून देण्याची ताकद तिच्यात सर्वांत कमी असते.

आता असं पहा. एखाद्या सार्वजनिक क्षेत्रातल्या कंपनीत मुख्य कार्यकारी अधिकारी (CEO) म्हणून एखादा माणूस जास्तीत जास्त किती वर्षे राहतो? ३ ते ५ वर्षे. तिथून पुढे काय? म्हणजे आलीच नोकरीच्या असुरक्षिततेची (Job Insecurity) भीती.

याहून खालच्या अधिकारी वर्गात याहून जास्त भीती! कधी परीक्षेत नापास होण्याची भीती, कधी पदावनतीची (Demotion), कधी कायद्याची, कधी युनियनची, कधी अंतर्गत गटबाजीची. कधी आपण कशात अडकवले जाऊ याची तर कधी आपसातील स्पर्धेची. कधीकधी तर नुसतीच अनामिक भीती वाटत राहते.

मोठमोठ्या संस्थांमध्ये, उद्योगधंद्यांमध्ये ही भीतीची भावना धुमसत असते. कधी तिला उकळ्या फुटतात, कधी ती चिघळून बाहेर येते. यामुळे तिथले वातावरण पूर्ण बदलून जाते. या भीती नावाच्या नकारात्मक ऊर्जेचा असा परिणाम होतो की त्या कंपनीपुरती मर्यादित न राहता संपूर्ण उद्योगावरच परिणाम होऊन तिथेही प्रश्न निर्माण होतात.

अर्थात, सगळे काही अशा मोठ्या उद्योगांमध्ये किंवा कारखान्यात काम करत नाहीत. त्या बाबतीत लघुउद्योगवाले भाग्यवान! कारण तिथे तुलनेने भयमुक्त आनंदी वातावरण असतं. पण तिथेही जर का भीती शिरली, तर तिचा मोठा पगडा प्रत्येक कर्मचाऱ्यावर बसतो. ती प्रत्येकाच्या थेट हृदयापर्यंत जाऊन पोहोचते.

सर्वसामान्य माणसाच्या भाषेत बोलायचं तर या दशकातले हे बदल फार महागात पडलेत. फक्त कामाचा ताण वाढणे, अनुपस्थिती, एवढंच नाही, तर कायम टिकणारे आजार म्हणजे रक्तदाबाचे विकार, प्रतिकारशक्ती कमी होणे, तीव्र नैराश्य यांचंही प्रमाण वाढतं आहे. त्याशिवाय Burnout नावाचा नवाच प्रकार पाहण्यात येतो आहे. तो म्हणजे काम करूच नये, इथून निघून जावं, सगळं सोडून द्यावं, फेकून द्यावं असं वाटू लागणं.

यातला विरोधाभास असा की, हे सगळे बदल, उद्योगांची कार्यक्षमता वाढावी, उत्पादकता वाढावी या हेतूने केले गेले होते. पण परिणाम उलटा झाला. कार्यक्षमताही घटली आणि उत्पादनही वाढलं नाही.

निरीक्षकांचं आणि संशोधकांचं आता असं म्हणणं आहे की, सध्याच्या तंत्रज्ञानाधिष्ठित आणि यंत्राधारित कार्यपद्धतीपेक्षा पूर्वीच्या लोकशक्तीवर आधारलेल्या

कार्यपद्धती अधिक सक्षम होत्या. आता असंही लक्षात यायला लागलंय की सध्या कालबाह्य ठरलेल्या लोकसहभागाच्या काही कृतींमुळे कामाच्या ठिकाणी वातावरण जास्त समाधानी आणि कार्यतत्पर राहत होतं.

मग आता काय करायचं? पुन्हा पहिल्यापासून सुरुवात...?

छे, छे! फक्त वाचत राहायचं.

सुदैवाने तुम्ही अगदी वेळेवर हे पुस्तक उघडलंय!

जगातल्या सगळ्या गडबड गोंधळाचा तुमच्या फायद्यासाठी उपयोग करण्याची हीच योग्य वेळ आहे.

व्यवसायाच्या ठिकाणी शांत, अविचलित राहण्याची जी कल्पना आहे, त्याबद्दल व्यवसायजन्य मनोरोगांचे उपचारतज्ज्ञ (Occupational Therapist) बरेच सिद्धान्त सांगत असतात. आणि खरोखर तणावाखाली काम करणारे बरेच कर्मचारी त्यांची टिंगल करत असतात.

परंतु आज प्रत्येकाने कामाच्या ठिकाणी शांत, अविचलित राहण्याची ही किमया शिकून घेण्याची खरंच गरज आहे. तुमचं काम कोणतंही असो, त्याचं रूपांतर अत्यंत आवडीच्या परिपूर्ण वाटणाऱ्या गोष्टीत करता येईल.

आत्ताचा हा क्षण, हाच सुरुवात करायला योग्य आहे. हे पुस्तक वाचून संपवल्यावर तुम्ही ते अगदी सहज करू शकाल. या बदलांमुळे जे अवांछित परिणाम झाले आहेत ना, ते दूर करून याच्या फायद्यावर लक्ष केंद्रित करण्यासाठीचे सगळे ऊर्जास्रोत तुम्हाला सापडलेले असतील.

आपला रोजचा कामाचा दिवस शांत, सकारात्मक, परिपूर्ण होऊन वाऱ्याच्या झुळकेसारखा निघून जावा. याची युक्ती हे पुस्तक वाचल्यावर तुमच्या हातात येईल. अगदी डोळे विस्फारून, काही तरी साहस करून दाखवण्याच्या उत्साहात तुम्ही रोजच्या दिवशी कामावर जायला लागाल.

आपल्यापैकी खूपजणांनी लहानपणानंतर अशी भावना अनुभवलीच नाही; खरं ना?

◆

३. तुम्ही कितपत संवेदनाक्षम आहात...?

> स्पर्धात्मकता, कर्मचारी कमी करणे किंवा उत्पादन वाढ अशा मुद्द्यांवर तुमच्या कंपनीत किंवा कारखान्यात कितीही भर दिला जात असला, तरी तुम्ही स्वत: जे काम करता, त्याबद्दल तुम्ही संपूर्ण समाधानी आणि आनंदी राहू शकता.

आत्ता तुम्ही वाचत असलेल्या पुस्तकाचा उद्देश तुमच्या प्रश्नांची चर्चा करण्याचा, उहापोह करण्याचा नसून, त्या प्रश्नांची उत्तरे, समस्यांवरचे उपाय शोधण्याचा आहे. एकेक करून हे उपाय जमा करायला लागण्याअगोदर आपला प्रश्न नेमका काय आहे, हे नक्की करून घेतलं तर ते अधिक लाभदायक ठरेल.

तुम्हाला वाटेल, त्यात काय निश्चित करायचं आहे? ज्याला त्रास होतोय त्याला तो कशामुळे होतो हे माहितीच असणार. पण नेहमीच असं असत नाही. ज्या वेळेला समस्या जुनी असते किंवा खूप जास्त त्रास होत असतो तेव्हा तो माणूस प्रश्नांचं नक्की स्वरूप सांगू शकत नाही.

एखाद्याच्या मनावर अगदी टोकाचा ताण असेल तर त्याच्या मनाची चौकट ही सुघटित राहत नाही. त्यामुळे आपल्याला नेमका कोणत्या गोष्टींचा त्रास होतो आहे, हे न ओळखता तो त्याची नोकरी, त्याचा बॉस, सरकार, स्वत:ची पत्नी, वाढती रहदारी, तो राहत असलेली सोसायटी अशा अनेकांना दोष देत राहतो, पण स्वत:चा दृष्टिकोन आणि वागणूक मात्र त्यादृष्टीने तपासत नाही. त्याकरता तुम्हाला त्रास होण्याची नेमकी कारणं कोणती, हे शोधून काढण्यासाठी थोड्या प्रमाणात स्वत:च्या वागणुकीचं पृथक्करण (Self Analysis) करायला पाहिजे.

खूप खोलात जायची गरज नाही, त्यासाठी प्रत्येक व्यक्तीचे वेगळे विश्लेषण

करता येईल. पण व्यक्तिमत्त्वाचे वेगवेगळे प्रकार, कोणकोणत्या व्यवसायामध्ये आणि कोणकोणत्या परिस्थितीमध्ये तणावाची शक्यता जास्त असते, अशा प्रकारच्या भावना केव्हा अधिक निर्माण होतात हे थोडक्यात पाहू.

तक्रार कुणी करावी?

या बाबतीत साधारणपणे दोन प्रश्न मुख्य, महत्त्वाचे वाटतात. पहिला, कोणते व्यवसाय सर्वांत जास्त तणावपूर्ण असतात? आणि दुसरा, कुणाकुणावर याचा जास्त ताण येतो? पहिल्या प्रश्नाचं उत्तर प्रत्येक देशाप्रमाणे किंवा शहराप्रमाणे वेगळं येईल. सगळ्या निरीक्षणांचा सर्वसाधारण आढावा घेऊन, त्यातल्या सारखेपणावरून असे व्यवसाय आपण शोधू शकतो.

सर्व देशांमधल्या निरीक्षणांमध्ये एक गोष्ट सारखी आहे. की काही व्यवसाय, इतर व्यवसायांपेक्षा अधिक ताण देणारे असतात. पण अगदी नाव घेऊन सांगणं अवघड आहे. 'तणावपूर्ण व्यवसाय' याची व्याख्याच तशी निश्चित करता येत नाही. कशी करणार? व्यर्थ घालवलेल्या कामाच्या दिवसांवरून, कर्मचाऱ्यांच्या बदलत्या संख्येवरून, त्यांना येणाऱ्या निष्क्रियतेवरून की कर्मचाऱ्यांच्या बिघडलेल्या वागणुकीवरून? (उदा- व्यसन लागणे) का मग हा तणाव, कर्मचाऱ्यांना कसं वाटतं, कामाच्या ठिकाणी काय जाणवतं, यावरून ठरवायचा? बरोबर. हा शेवटचा पर्याय सर्वांत उपयुक्त ठरतो. जर कर्मचाऱ्यांची अशी खात्री असेल, की या ताणतणावामुळे त्यांना काही त्रास जाणवतो आहे, काही प्रश्न उभे राहिलेत तर नक्कीच तिथे तो ताण असतो, तेव्हा असा शोध घ्यायचा, की जिथल्या कर्मचारीवर्गाला आपण तणावाखाली काम करतो असं वाटतं, असे व्यवसाय कोणते?

बहुतेक वेळा असं दिसून येतं की, मोठ्या संस्थांमधून तणावाचे प्रश्न सर्रास आढळतात. त्या ठिकाणचं व्यवस्थापन ज्याप्रमाणात कर्मचाऱ्यांवर दडपण आणत असतात, त्या प्रमाणात हे प्रश्न कमी, किंवा जास्त होत असतात.

अशा तक्रारींच्या बाबतीत सर्वांत अधिक संवेदनाक्षम क्षेत्र म्हणजे शिक्षणक्षेत्र, आरोग्यक्षेत्र, वाहतूक आणि दळणवळण, (पब्लिक सेक्टर) सार्वजनिक क्षेत्र हे असतात. त्यांच्या खालोखाल, लघुउद्योग, किरकोळ धंदे आणि बांधकामाचे क्षेत्र येते.

परंतु, तणावजन्य तक्रारींचे प्रमाण मात्र सगळीकडेच वाढत चाललेले आहे. मग तो एखादा कारखाना असो की व्यवसाय असो; एखादी संस्था निकालात निघण्याच्या बेतात असो की उत्कर्षाकडे चालली असो; व्यवसाय यशस्वी असो की अयशस्वी असो; ताणतणाव आणि त्यातून निर्माण होणाऱ्या समस्या

या प्रत्येक ठिकाणी असतातच.

पण आता तुम्हाला त्या त्रासाचे किंवा अस्वस्थतेचे भागीदार व्हायची गरज नाही. हे पुस्तक वाचून, अगदी थोड्या प्रयत्नाने तुम्ही ते ताणतणाव टाळू शकाल.

तणावाखाली असणं म्हणजे काय?

तणाव सहन करीत काम करणं हे अनिष्ट आहे, तणावमुक्त राहून काम करणं हेच इष्ट आणि योग्य आहे. असा विश्वास तुमच्या मनात निर्माण व्हावा. हा तणावनियोजन किंवा stress मॅनेजमेंटचा उद्देश असतो. या स्ट्रेस मॅनेजमेंटच्या व्यवसायात आज कोट्यवधी रुपयांची उलाढाल होते आहे. पण त्यांचे उद्दिष्ट साध्य झाले आहे असे म्हणता येईल का?

निदान आजमितीस तरी याचे उत्तर 'नाही' असेच द्यावे लागेल. प्रत्येक कर्मचाऱ्याला काम करताना केव्हा केव्हा ताण आल्याचं जाणवतंच. कधीकधी तर दिवसातून किती तरी वेळा ताण येतो. तिथलं वातावरणच तसं असतं.

पण ही आदर्श स्थिती नाही. ही गोष्ट उत्पादनाला पूरक नाही. आणि याची गरज तर अजिबात नाही. परंतु सर्वसाधारणपणे सगळ्यांना ताण येत असतो, ही वस्तुस्थिती मान्य करायला पाहिजे. कारण हे मान्य करणं म्हणजे त्या तथाकथित तणावामुळे आपली कार्यक्षमता बिघडू न देण्याची पहिली पायरी आहे. त्याचप्रमाणे हा ताण घेण्याची सवय लागू नये म्हणूनही ते मान्य करणं उपयुक्त ठरतं.

काय मग? या सगळ्यामध्ये तुम्ही कुठल्या अवस्थेत आहात? तुम्हाला तणावाची काही लक्षणे जाणवतात? कधी तरी की नेहमीच? तुम्ही सतत ताणाखाली वावरणाऱ्यांपैकी आहात का? (Stressful Type). काय कारणं आहेत तुमच्या टेन्शनची? आलंय का तुमच्या लक्षात?

मानसशास्त्रज्ञ काही वेळा स्वआकलन सिद्धान्त (self Perception Theory) चा आधार घेतात. या सिद्धान्तानुसार, आपण ज्या चुका इतरांच्या वागणुकीचं मूल्यमापन करताना करतो त्याच चुका स्वतःच्या वागणुकीतलं बरंवाईट ठरवताना करत असतो. म्हणजेच आपल्या वागणुकीवर कशाचा काय परिणाम होतो, कशामुळे आपल्यापुढे प्रश्न उभे राहतात हे आपण नीटपणे ठरवू शकत नाही. असं जरी असलं तरी तुम्हाला तणाव येण्याची शक्यता केव्हा जास्त असते, हे तुम्हाला स्वतःच ठरवायला हवं. आणि त्यापासून दूर राहण्याकरता प्रयत्नही तुमचे तुम्हीच करायला पाहिजेत. सुदैवाने त्यासाठी अभ्यासाने निश्चित केलेल्या खुणा किंवा लक्षणे आहेत आणि त्या ओळखायला अगदी सोप्या आहेत. ही

लक्षणे ओळखण्याच्या काही पद्धती खाली दिल्या आहेत. त्या वापरून पहा बरं, तुम्हाला स्वत:विषयी काय शोध लागतात ते.
त्याकरता असं करायचं. – –

१. तक्ता १ आणि २ मध्ये, ज्या भावना आणि प्रतिक्रिया दिलेल्या आहेत त्यापैकी तुम्हाला लागू असणाऱ्या वर्णनासमोर ✓ ही खूण करा.
२. प्रत्येक रकान्यातील तुमच्या गुणांची बेरीज करा.
३. तिसऱ्या तक्त्यामध्ये उजवीकडच्या रकान्यात तुम्हाला लागू पडणाऱ्या वर्णनासमोर ✓ ही खूण करून गुणांची बेरीज करा.
४. तक्ता १, २, ३, यांतील गुणांची बेरीज करा.
५. आता तक्ता ४ मधील तुम्हाला लागू पडणाऱ्या प्रत्येक वर्णनासाठी वरील बेरजेतून ७ गुण वजा करा.

कृपया यासाठी गंभीरपणे काथ्याकूट करण्याची गरज नाही हे लक्षात ठेवा. तुमची टेन्शन घेण्याची, दडपण घेण्याची प्रवृत्ती किती आहे, हे ओळखण्याचा एक खेळ आहे हा. तो खेळून थोडी मजा करा.

तक्ता १ : तुम्हाला ही लक्षणे जाणवतात का?

लक्षणे	दररोज ३ गुण	आठवड्यातून एकदा-२ गुण	कधीकधी १ गुण	क्वचित ० गुण
श्वसनाला त्रास. पोटात फुलपाखरे उडल्यासारखे वाटणे. छातीत दुखणे. मुठी गच्च मिटणे. हात-बोटे गार पडणे. थंड घाम येणे. बद्धकोष्ठ होणे. जुलाब होणे. तोंडाला कोरड पडणे. अशक्तपणा वाटणे. अस्वस्थ हालचाली करणे. दात खाणे. डोके दुखणे. नपुंसकत्व येणे. अजीर्ण होणे. झोप न येणे. भूक न लागणे. कंबरदुखी. वारंवार लघवी लागणे. अतिझोप असणे. छातीत धडधडणे. नाडीचे ठोके वाढणे. पोट बिघडणे. त्वचेवर चट्टे उठणे. घाईघाईने बोलणे. मान किंवा खांदे आखडणे. नेहमी गंभीर राहणे. पोट किंवा छाती ताठून जाणे. थकवा. हात थरथर कापणे.				
एकूण				

तक्ता २ : तुम्हाला ही लक्षणे जाणवतात का?

लक्षणे	दररोज ३ गुण	आठवड्यातून एकदा-२ गुण	कधीकधी १ गुण	क्वचित ० गुण
राग येणे. गोंधळ होणे. अमली पदार्थ किंवा दारू घ्यावीशी वाटणे. लवकर कंटाळणे. भीती वाटणे. मोकळ्या, उघड्या जागांची भीती वाटणे. काहीतरी वाईट होणार असे वाटणे. वैफल्य येणे. भावनेचा उद्रेक होणे. अधीरपणा असणे. लक्ष केंद्रित न होणे. लोकांना सहन करता न येणे. अविवेकी, अविचारी वागणूक चिडचिड करणे. आवाज सहन न होणे. नकारात्मक दृष्टिकोन. जास्त खावेसे वाटणे. घटनांच्या तीव्र प्रतिक्रिया उमटणे. निराशावादी विचार. जास्त झोप येणे. समागमाची इच्छा कमी होणे. लक्षात न राहणे. पट्कन चिडणे. झोप नीट न लागणे. सतत धूम्रपान करावेसे वाटणे. संशयीपणा असणे. वेळच नाही असं वाटणे. मला असं काही होऊच शकत नाही असा अनाठायी विश्वास. भावनावश होणे. भविष्याची चिंता वाटणे.				
एकूण				

तक्ता ३ : यांपैकी कोणत्या घटना घडून गेल्यात किंवा लवकरच घडण्याची शक्यता आहे?

घटना	गुण	खूण करण्यासाठी
कुटुंबातल्या व्यक्तीचा मृत्यू.	३०	
स्वतःला एखादा जीवघेणा आजार होणे.	२९	
घटस्फोट.	२८	
ताटातूट.	२७	
खूप काटकसर करावी लागणे (आर्थिक फटका).	२६	
नोकरी सुटणे (नोकरी गमावणे).	२६	
गंभीर आजारपण (कुटुंबीयाचे वा स्वतःचे).	२६	
स्वतःच्या अपत्याला काही समस्या असणे.	२३	
नोकरीतला बदल.	२२	
कामाचे स्वरूप बदलणे.	२१	
कामावरून काढण्याची धमकी.	२०	
गर्भारपण.	१९	
नातेसंबंधात अडचणी.	१८	
कामाच्या ठिकाणी सहकाऱ्यांशी मतभेद.	१८	
नोकरीचे स्वरूप बदलणे.	१५	
स्वतःची कंपनी दुसऱ्या कंपनीत विलीन होणे.	१५	
आर्थिक स्तर बदलणे.	१४	
आर्थिक अडचणी येणे.	१४	
जीवनसाथीने काम सोडणे किंवा नोकरी धरणे.	१०	
विशेष गुणवत्ता प्राप्त होणे.	१०	
राहण्याची व्यवस्था बदलणे.	१०	
धूम्रपान सोडणे.	९	
कायदेशीर कारवाईची धमकी.	७	
इच्छा नसताना रोज जास्त वेळ काम करावे लागणे.	७	
आपल्याला पगार देणारा आर्थिक अडचणीत.	६	
सणाचा दिवस (दिवाळी वगैरे).	५	
बॉस/ संचालक मंडळ/ भागधारकांकडून धमक्या.	४	
घाबरवणारे वरिष्ठ भेटणे.	४	
सहकार्य न करणारा कर्मचारी वर्ग.	४	
उद्योगधंद्यांचे स्वरूप बदलणे.	३	
एकूण		

तक्ता ४ : यातले कोणते गुणधर्म तुम्हाला लागू पडतात?

गुणधर्म	७ गुण वजा करा
मी माझ्या आहाराची काळजी घेतो/घेते.	
मी नियमित व्यायाम करतो/करते.	
मी दररोज अर्धा तास तरी काही न करता घालवतो.	
मी नेहमी ध्यान करतो.	
मी दिवसाला ३ कपाहून कमी चहा/कॉफी पितो.	
मला शांतता आवडते.	
दोन भेटींच्या मध्ये मी थोडा वेळ ठेवतो.	
मी दिवसाचे वेळापत्रक आखतो.	
मी इतरांच्या यशाचे कौतुक करतो.	
शक्य असेल तिथे मी इतरांना मदत करतो.	
माझे कौटुंबिक जीवन सुखाचे आहे.	
मी माझ्या आवडीचे काम करतो.	
माझ्या वरिष्ठांना माझ्या कष्टांची जाणीव आहे.	
माझे माझ्या सहाकाऱ्यांशी चांगले जमते.	
मला खूप थोडे कर्ज आहे.	
माझी नोकरी माझ्या फायद्याकरता आहे.	
इतरांच्या फायद्याकरता नाही असे मला वाटते.	
मला कामाचे समाधान मिळते.	
मी नियमित सुट्या घेतो.	
मी कामाच्या ठिकाणच्या काळज्या तिथेच ठेवून घरी जातो.	
मला कामात आणि आयुष्यात बदल हवा आहे.	
शांत राहणे ही माझी जबाबदारी आहे.	
मी क्वचितच कंटाळलेला असतो.	
मी इतरांचे म्हणणे ऐकून घेतो.	
मला माझ्या आयुष्यात काही सकारात्मक ताण आहेत.	
मी कामावर आणि घरी, माझेच म्हणणे खरे करतो.	
मी स्वत:साठी रोज अर्धा तास तरी ठेवतो.	
मी एक प्राणी पाळला आहे.	
मी सामाजिक जीवनात सक्रिय आहे.	
मी वेगवेगळ्या स्वरूपाचे काम करतो.	
एखाद्या बदलाची चांगली बाजू मी बघू शकतो.	
एकूण	

आता यामध्ये तुमची गुणसंख्या जितकी कमी येईल तेवढे चांगले. समजा तुमची संख्या (० ते ३५) मध्ये आली तर तुम्ही अत्यंत सुदैवी कर्मचारी आहात आणि हे पुस्तक बहुतेक तुम्ही केवळ उत्सुकतेपोटी वाचत असाल.

या उलट एकूण गुणसंख्या खूप जास्त आली असेल, तर मात्र या पुस्तकाच्या अगदी पानापानाची तुम्हाला गरज आहे असा त्याचा अर्थ आहे.

३५ पेक्षा थोडेच जास्त गुण असतील, तर तुम्ही चांगल्या ठिकाणी काम करताहात असं समजा. बरेच लोक याच वर्गात येतात. तुमच्या कामाच्या ठिकाणी सर्वसाधारण (Normal) वातावरण आहे, असा याचा अर्थ होतो. पण सर्वसाधारण म्हणजे नैसर्गिक आनंदाचे नव्हे. या दोन्हीत फार अंतर आहे. परंतु अगदी थोड्या प्रयत्नाने या भावनेत चांगली सुधारणा होऊ शकते.

खालीलपैकी कोणत्या गटात तुमचे वागणे– बोलणे बसते?

अ	ब	क
सामंजस्य.	भांडण.	माघार.
आवाज, शांत, धिमा.	आवाज मोठा.	गप्प बसणे (आवाज बंद).
भावना सरळ व्यक्त करणे.	नुसती आव्हान देणारी नजर.	नजर जमिनीकडे.
सहज साधी बैठक.	हाताची घडी.	एकमेकांत गुंतलेली बोटे.
संवाद साधण्यासारखे हावभाव.	बजावल्यासारखा भाव.	हाताच्या मुठी घट्ट मिटलेल्या.
"मी काय म्हणतो..."	"तुम्हाला समजायला पाहिजे..."	"हां. कदाचित असेलही..."
"मला असं करून पाहिजे."	"ते करा."	"तुम्हाला वाटतं का ते करावं...?"
"मी असं केलेलं आहे..."	"तुम्ही करायला पाहिजे होतं..."	"खरं म्हणजे मी करायला हवं होतं..."
"मला असं वाटतं की..."	"हे असंच आहे."	"क्षमा करा पण ते जरा असं..."
"चला आपण करू या."	"चल, लवकर कर."	"आपण...जर...मिळून केलं...तर... तुम्हाला चालेल ना...?"

अ	ब	क
"मला समजतंय तुम्ही काय म्हणता ते..." "आता आपण हे काम कसं करायचं...?"	"तुमचं म्हणणं चुकीचं आहे..." "पण तुम्ही हे का नाही करू शकलात...?"	"कोण जाणे. मला माहित नाही." "मला असं म्हणायचं नाही... म्हणजे तरीपण..."

जर 'अ' गटाशी तुमचे बोलणे–वागणे अधिक जुळत असेल तर तुम्ही आग्रही स्वभावाचे आहात. कामाच्या ठिकाणी आपल्याला हवं तसं काम करून घेण्यासाठी हा आदर्श स्वभाव असतो. परिणामस्वरूप, तुम्ही शांत राहून काम करून घेता. जर तुमचे वागणे बोलणे 'ब' गटाशी जुळत असेल तर तुम्ही 'आक्रमक व्यक्ती' आहात. अशा व्यक्ती बऱ्याच वेळा हेकटपणाला आग्रहीपणा समजण्याची चूक करतात आणि मग हवं तसं काम झालं नाही की वैफल्यग्रस्त होतात.

असा एक लोकप्रिय समज आहे की आरडाओरडा केला की मनावरचा ताण हलका होतो; पण प्रत्यक्षात तसं नाही. आक्रमकपणामुळे मनावरचा ताण कमी होण्याऐवजी वाढतो. त्याच बरोबर आणखी आक्रमकपणे वागण्याची वृत्तीही वाढत जाते.

आणि तुम्ही जर 'क' गटाशी मिळतेजुळते असाल तर मग तुम्ही माघार घेणारे आणि निष्क्रिय प्रवृत्तीचे थोडक्यात म्हणजे भिडस्त आहात. याने लगेच प्रत्यक्ष ताण वाढत नाही पण हळूहळू निश्चितच ताण वाढत जातो.

अ	ब	क
समाधानी चेहरा हां! मला हेच पाहिजे होतं!	त्रासिक चेहरा मला पाहिजे ते तुम्ही कधीच का देत नाही?	पडेल चेहरा माफ करा, मला जे हवं होतं ते सांगायचा कदाचित मी विचार करायला हवा होता.

यांची गंमत अशी की, आक्रमक लोकांना आणि भिडस्त लोकांना एकच तंत्र वापरून फायदा होतो आणि त्या तंत्राने दोघेही 'आग्रही' बनू शकतात.

दुसरा एक फार गमतीदार खेळ आहे. यात सर्व माणसांचे ढोबळमानाने दोन गटात विभाजन केलेले आहे. 'अ' वर्ग आणि 'ब' वर्ग. दोन रकान्यात दोन्ही गटांचे स्वभावविशेष वर्णन केले आहेत. दोन्हींच्या मध्ये ५, ४, ३, २, १ असे गुणांचे रकाने आहेत. ते स्वभाववैशिष्ट्य आपल्यात किती प्रमाणात असेल तेवढे गुण त्यापुढे लिहून, नंतर बेरीज करायची. गुणांप्रमाणे तुमचा सर्वसाधारण स्वभाव ठरवला जातो. पहा बरं खेळून!

यातले कोणते स्वभावविशेष तुमचे अचूक वर्णन करतात?

'अ' वर्ग	५	४	३	२	१	'ब' वर्ग
स्वत:च स्वत:साठी ताण निर्माण करता. (टेन्शन घेता.)						तुमच्यावर दुसऱ्यांमुळे ताण येतो. दुसरे तुम्हाला ताण देतात.
तुम्हाला काही मिळवायचे आहे काही करून दाखवायचे आहे.						काही मिळवण्यापेक्षा आनंदाने जगण्यात रस आहे.
तुम्हाला स्पर्धेत उतरायला आवडते.						महत्त्वाकांक्षा आहे पण स्पर्धा नको जशी परिस्थिती असेल त्यात सामावून जाता.
तुम्हाला पाहिजे तशीच प्रत्येक गोष्ट व्हायला हवी असते.						जे मिळण्यासारखे असेल त्याचाच पाठपुरावा करता.
स्वत:साठी अवघड ध्येय ठरवता.						शक्यतेच्या टप्प्यातील मुदत घेता किंवा अंतिम मुदत ठरवतच नाही.
स्वत:साठी अशक्यप्राय वाटणारी काम संपवण्याची मुदत ठरवून घेता.						तंतोतंत वेळ पाळण्याची गरज वाटत नाही. थोडे मागे-पुढे चालते.
भेटीच्या वेळा तंतोतंत पाळता. कधीच उशीर करत नाही.						पद्धतशीरपणे एक-एक काम संपवता.
अनेक गोष्टी एकाच वेळी करता.						स्वत:च्या मर्यादा जाणून काम करता.
स्वत:च्या मर्यादेबाहेर जाऊन काम करता.						एखाद्या गोष्टीने खूप झपाटणे, किंवा एकाच गोष्टीच्या घाईने मागे लागणे नाही.

अ वर्ग	५	४	३	२	१	ब वर्ग
नेहमीच घाईत असता, घाई करता.						न कंटाळता सर्व गोष्टीत रस घेता.
फार अस्थिर आहात, लगेच कंटाळता.						शांतपणे दुसऱ्याशी बोलून संवाद साधता.
तडाखेबाज, आक्रमक बोलता.						दुसऱ्याचे बोलणे लक्षपूर्वक ऐकता.
दुसरा बोलताना स्वत:च त्याची वाक्ये पूर्ण करता.						दीर्घ आणि खोल श्वास घेता.
जलद आणि उथळ श्वासोच्छ्वास तणावपूर्ण शरीरभाषा.						स्थिर शरीर भाषा.
जलद खाणे, जलद बोलणे, जलद हालचाली.						शांततेने खाणे, बोलणे, संथ हालचाली.
आत्मकेंद्रित, अंतर्मुख.						सर्वांशी संवाद, बहिर्मुख व्यक्तित्व.
भावना लपवून ठेवता.						भावना प्रकट करता.
सतत जबाबदारीची जाणीव.						स्वत:ची जबाबदारी वाटून देण्याचा प्रयत्न.
नाइलाजाने प्रतिनिधित्व दुसऱ्याला देता.						आनंदाने, स्वेच्छेने, प्रतिनिधित्व देता.
परिपूर्णतेचा ध्यास, वेडच. तरीही समाधान नाही.						ध्यास न घेताही, समाधानाने पूर्ण काम तडीस नेता.
तपशील विसरता, चुका करता.						सुविहित वागणे, चुका कमी.
फार जास्त चहा कॉफी पिता.						प्रमाणात चहा कॉफीचे सेवन.
विश्रांती घेताना अपराधीपणा वाटतो.						वेळ मिळेल तेव्हा श्रमपरिहार करता.
स्वत:चे प्रयत्न, मेहनत इतरांकडून वाखाणली जाण्यासाठी प्रयत्न करता.						इतरांना समाधान देण्यात तुम्हाला आनंद मिळतो.
एकदा सुरू केलेले काम पूर्ण केल्याशिवाय चैन पडत नाही.						सुरू केलेले काम तात्पुरते बाजूला ठेवू शकता.

२० । शांततेनं काम करा!

अ वर्ग	५ ४ ३ २ १	ब वर्ग
घरीदारी, सुट्टीच्या दिवशी सतत कामात असणे आवडते.		काम करणे हा आयुष्याचा फक्त एक भाग आहे असे मानता.
कामापेक्षा इतर गोष्टीत रस कमी.		अनेक आनंददायी गोष्टीत कामाचाही समावेश.
सगळ्या गोष्टींचे मोजमाप करण्याची जास्त आवड.		किती वस्तू, किती वेळा, किती वर्षे याबद्दल जास्त जागरूक नाही.

जर वरील तक्त्यातल्या 'अ' वर्गाशी तुमचे स्वभावविशेष जास्त जुळत असतील तर तुम्ही 'ए टाईप' लोकांचे उत्कृष्ट उदाहरण आहात. जर 'ब' वर्गातली वैशिष्ट्ये तुमच्यात जास्त असतील तर तुम्ही 'बी टाइप' चे प्रतिनिधी ठरता.

'ए टाइप' लोक स्वत:च स्वत:साठी ताण निर्माण करून त्रास भोगतात कारण ते स्वत:ला इतरांपेक्षा जास्त समर्थ, परिस्थितीवर नियंत्रण असणारे समजतात. त्यामुळे इतरांकडे फार कमी वेळा मदत मागतात.

या दोन वर्गात सांगितलेली स्वभाववैशिष्ट्ये संमिश्रपणे अनेक जणांच्या स्वभावात असतात. कुठे 'अ' जास्त, कुठे 'ब' जास्त तर कुठे दोन्ही निम्मे-निम्मे. या सगळ्यात गुणानुक्रमे आपण कुठे येता, ते बघायचं आहे...? बघा तर.

१२० ते १५० तुम्ही संपूर्णपणे 'टाइप ए१' मध्ये येता. तुम्हाला त्वरित या पुस्तकातले उपाय अमलात आणायला पाहिजेत.

९० ते १२० हा आहे 'टाइप ए२' तुमच्या वागणुकीची पद्धत तितकी गंभीर नसली – तरी शांत-स्थिर राहण्याच्या सवयी लावून घेण्यासाठी तुम्ही भरपूर प्रयत्न करायला हवेत.

६० ते ९० हा आहे 'टाइप एबी'. ए आणि बी चा समन्वय. या लोकांच्या वागणुकीत बदल होऊन 'ए'कडे जाण्याची बरीच शक्यता असते.

३० ते ६० संख्याशास्त्राप्रमाणे तुम्ही बऱ्यापैकी शांत स्वभावाचे असून तणावाची परिस्थिती व्यवस्थित हाताळू शकता. पण जीवनात चढउतार, हेलकावे नेहमीचेच असल्यामुळे तुम्हालाही कधी ना कधी तणावजन्य त्रास होऊ शकतो.

० ते ३० हे अस्सल 'बी टाइप'चे लोक. तुम्ही फार कमी वेळा तणावाखाली असल्याप्रमाणे वागता. दडपण आलेच तर इतरांकडून येते. तुम्ही आपणहून ताण घेत नाही.

वर वर्णन केलेले वर्गीकरण अगदी ढोबळमानाने केले आहे. ए टाइपच्या सगळ्याच लोकांना तणावजन्य त्रास होतीलच असे नाही. बी टाइपचे सर्व जण या त्रासापासून मुक्त असतील असेही नाही.

माणसे म्हणजे जिवंत व्यक्तिमत्त्वे असतात. परिस्थितीनुसार, काळानुसार, अनुभवानुसार त्यांच्या वागण्यात बदल होतच राहतात. त्यामुळे या तक्त्याकडे केवळ एक मार्गदर्शक म्हणून पाहायचं आहे. त्यात वर्णन केलेली कोणती वैशिष्ट्ये आपल्यात आहेत, आणि जर त्यात बदल करावासा वाटला तर तो जमेल तेवढा करायचा इतकंच.

समजा, यात सांगितलेल्या लक्षणानुसार तुम्ही 'अस्वस्थ' आहात असं ठरलं आणि प्रत्यक्षात तुम्हाला आपण 'स्वस्थ' आहोत असं वाटत असेल, तर तुम्ही स्वस्थ असण्याचीच शक्यता अधिक आहे. आणि तक्त्याप्रमाणे शांत ठरूनही, तुम्ही मनातून अस्वस्थ असाल तर तुम्हाला हे पुस्तक लगेच वाचायची गरज आहे.

तुम्हाला माहिती असेल; हल्ली माणसांचं असं ठरावीक गटात विभाजन करणं गैर समजलं जातं. मग ते मानसशास्त्रीय दृष्टीने असो, व्यवसायाच्या दृष्टीने असो, नाहीतर वंशशास्त्राच्या दृष्टीने असो. त्यामुळे कुणाला तसं वाईट वाटू नये म्हणून आपण इथून पुढे 'ए टाइप' व्यक्तींना 'चळवळ्या व्यक्ती' आणि 'बी टाइप' व्यक्तींना 'आरामशीर व्यक्ती' म्हणून या. लक्षात ठेवा हं!

ए टाइप = चळवळ्या व्यक्ती

बी टाइप = आरामशीर व्यक्ती

चळवळ्या

माझ्याकडे गप्पांसाठी 'फावला वेळ' नाही. आधीच दिवसाचा वेळ अपुरा पडतो.

आरामशीर

ठीक आहे. करू. काम होईल आता. त्यात काय एवढं...?

४. गमतीला थोडं, मदतीला घ्या!

तणाव नियोजनाच्या क्षेत्रात काम करणाऱ्यांपेक्षा आपलं धोरण थोडं वेगळं आहे. या तणावाच्या विषयातली चिंता आणि भीती काढून टाकून त्यात आपण किंचित गंमत मिसळणार आहोत.

तणाव नियोजकांपेक्षा आपलं धोरण थोडं वेगळं आहे. या तणावाच्या विषयातली भीती आणि चिंता काढून टाकून त्यात आपण किंचित गंमत मिसळणार आहोत.

'कामगारांच्या तणावमुक्तीसाठी लाखो रुपयांची तरतूद!'

'टेन्शनची साथ फैलावते आहे' '१९९० नंतरचा प्लेग'

'सर्वांत मोठा खुनी - मानसिक ताणतणाव'

'कर्मचाऱ्यांवर मानसिक दडपण - लाखो कामाचे दिवस वाया गेले'

'पोलीस कर्मचाऱ्यांसाठी तणावमुक्ती केंद्र' 'पुढील दशकात सर्वांत जास्त बळी तणावजन्य रोगांचे'

अशा प्रकारचे वर्तमानपत्रातले, मासिकातले मथळे आपण नेहमीच वाचतो. तुम्ही जर पेपरवाल्यांवर विश्वास ठेवणारे असलात तर एव्हाना तुमची खात्रीच पटलेली असेल की आता हे टेन्शन प्रकरण हाताबाहेर गेलेलं आहे! खरं तर प्रसार माध्यमांचा सनसनाटी भडक बातम्या देण्याचा सोस आणि ताणतणावाच्या त्याच त्या चावून चोथा झालेल्या कल्पना या गोष्टीच हाताबाहेर गेल्या आहेत.

अहो, अशा हताश करणाऱ्या बातम्या आणि अतिशयोक्ती असलेला मजकूर वाचून ताण आल्याशिवाय कसा राहील? ताणतणावाबद्दलची समग्र चर्चा समजावून घेताना कळत नकळत त्याची थोडी फार लक्षणे तुमच्यावर प्रभाव पाडणारच की! प्रसारमाध्यमं जेव्हा एखाद्या आत्महत्येची भडक वर्णनं, सविस्तर हकिगती प्रसिद्ध करतात, तेव्हा समाजातलं आत्महत्येचं प्रमाण थोडं वाढतं हे कटू

सत्य आहे. त्याचप्रमाणे कर्मचाऱ्यांच्या ताणतणावाबद्दल लेख छापून आले किंवा टी.व्ही.वर कार्यक्रम झाला, की त्यानंतर तणावाचं प्रमाण वाढतं.

एखाद्या प्रश्नाविषयी, समस्येविषयी आपण सारखं बोलत राहिलो म्हणजे आपण त्यात तेवढेच जास्त गुंतत राहतो; त्याचं महत्त्व वाढवतो. काही लक्षणांविषयी अधिकाधिक चर्चा केली की ती जास्तच आपला ताबा घेतात. त्यामुळे इथे आपण फक्त उत्तरे शोधण्यापुरता त्या समस्यांचा उल्लेख करणार आहोत.

कामाशी गमतीचा काय संबंध?

आपण एखाद्या गोष्टीचा आनंद लुटत असताना, आपल्या काळज्या आपोआप बाजूला पडतात. त्यांची आठवण करणंसुद्धा त्यावेळेला अवघड जातं. हे तुम्ही कधी अनुभवून पाहिलंय? नसेल तर जरूर पाहा.

'मौजमजा' आणि 'चिंता' या दोन परस्परविरुद्ध भावना आहेत. त्यामुळे त्या एकमेकींना नष्ट करतात. या तत्त्वाचा सातत्याने वापर करून, दीर्घकालीन चिंतेचा शरीर मनावर झालेला अनिष्ट परिणामसुद्धा आपण शून्यवत करू शकतो.

ही कल्पना जुनीच असली तरी, फार पटण्यासारखी आहे; की दैनंदिन काम केल्यामुळे आपल्याला समाधान तर मिळाले पाहिजेच पण ते काम करताना, आनंद वाटला पाहिजे. अगदी मजासुद्धा आली पाहिजे.

आपलं काम शिक्षिकेचं असो, नाटकात अभिनय करणं असो, ऑफिसमध्ये अकौंटंटचं असो, ॲम्ब्युलन्स चालवण्याचं असो ते करताना तुम्हाला आनंद वाटायला हवा. मजाही आली पाहिजे.

मला माहिती आहे, हे वाचून तुम्ही टिंगल कराल. हसत सुटाल. पण तुम्हाला ठाऊक आहे, आपण जेव्हा आपलं रोजच ठरलेलं काम करत असतो, तेव्हा आपला मनोरंजनाचा, करमणुकीचा हक्क सर्वांत जास्त डावलला जात असतो. तो पणाला लावूनच आपण करत राहतो. असं वाटतं, की ते आठ-दहा तास मौजमजेचं अस्तित्व हद्दपार करून ती जागा दडपणं, काळज्या यांनी आपण इतकी भरून टाकतो, की दुसऱ्या दिवशीच्या ओझ्याचीही सोय होते!

पण हे असं आता फार दिवस चालू राहणार नाही. कारण या पुस्तकात सांगितलेल्या युक्त्या तुमच्या 'कार्य जीवनात' (म्हणजे तुमच्या कामाच्या ठिकाणी तुम्ही असता त्या काळात) गंमत, आनंद आणि शांततेचे रंग मिसळायला मदत करतील. तुम्ही फॅक्टरीत असलात, ऑफिसमध्ये, शाळेत कुठेही काम करत असाल तरी.

तुम्ही मोकळ्या मनाने या तंत्राकडे, युक्त्यांकडे पाहिलंत तर यातल्या

काही युक्त्यांमुळे तुम्हाला अक्षरश: चकित करणारे अनुभव येतील. कुठली युक्ती तुम्हाला योग्य ठरेल ते फक्त तुम्हीच ठरवायचं आहे. तुमच्या अंतर्मनाला विचारा. ते तुम्हाला नक्कीच सांगेल कुठली युक्ती तुम्हाला लागू पडेल ते. कारण कामाच्या ठिकाणी तुम्हाला कसं वाटतं, काय अनुभव येतो ते त्या अंतर्मनालाच सगळ्यात चांगलं माहीत आहे.

'शांततेत गुंतवणूक करा'

ज्यांनी व्यवसायात प्रतिष्ठा मिळवलेली आहे, ज्यांना तुम्ही मानता, अशा लोकांच्या वागण्याकडे पहा. कामाच्या ठिकाणी त्यांच्यापैकी बहुतेक जण स्थिर, शांत, अविचलित असतात असं आढळून येईल. कदाचित हाताखालच्या लोकांचं मत आपल्याबद्दल चांगलं रहावं, त्याचा त्यांच्या कामावरही चांगला परिणाम व्हावा म्हणून त्यांनी स्वतःला तसं ठेवण्याची सवय लावून घेतलेली असेल.

अशा लोकांची 'शांत, अविचलित राहणे' ही एक गुंतवणूक असते. आणि त्यातून त्यांना चांगले लाभांश मिळतात. अशी गुंतवणूक प्रत्येक उद्योगधंद्यातला प्रत्येक कर्मचारी करू शकतो.

वैयक्तिक गुंतवणूक

तुम्ही कामाच्या ठिकाणी का बरं शांत राहू शकत नाही?
तुम्हाला बरीच कामे करावी लागतात का?
ऑफिसमध्ये जास्त वेळ राहावे लागल्याने घरच्यांना वेळ देऊ शकत नाही; त्यामुळे तुम्हाला अपराधीपणाची भावना येते का?
फॅक्टरीत तुम्ही केलेल्या कामाचं श्रेय कुणी दुसराच घेतो का?
तुमच्या कामाच्या ठिकाणी फार गडबड, गोंगाट असतो का?
तुमचे वरिष्ठ तुमचा अपमान करतात का?
केलेल्या कामाबद्दल वाखाणणी होत नाही का?
तुम्हाला आपल्या कामाचं चीज होत नाही असं वाटतं का?
तुम्ही असमाधानी राहता का?

यापैकी एखादे कारण तुमच्या मनावर येणाऱ्या ताणामागे असेल किंवा दोन-तीन कारणे एकत्र झाली असतील. असे असेल तर तुमच्या कामावर याचा वाईट परिणाम होईलच पण तब्येतही बिघडेल. त्यामुळे शांतता आणि स्थैर्य मिळवणे ही तुमची वैयक्तिक गरज ठरते.

काही हरकत नाही. *स्वेच्छेने, शांत कसं राहायचं हे शिकून घ्या.* मग बघा. कामाचा प्रत्येक दिवस तुम्हाला उपयुक्त आणि स्वतःच्या नियंत्रणात

आल्यासारखा वाटेल. तुमची कर्तव्ये तुम्ही अधिक चांगल्या रीतीने पार पाडाल आणि त्यातून तुम्हाला अधिक समाधान मिळेल.

सहकाऱ्यांनी तुम्हाला कितीही वैताग दिला, पेपरवाल्यांनी कितीही बोभाटा केला, तुमच्या पगारात चढउतार झाले तरी तुम्हाला तुमचं काम आवडत राहील. तुम्ही समरसून काम कराल. तणावाखाली असणाऱ्या माणसांना जी स्वप्नासारखी वाटते, आयुष्य जगण्यातली ती गोडी तुम्ही प्रत्यक्ष चाखू लागाल आणि एखाद्या लहान मुलाच्या उत्साहाने रोज ऑफिसला जाण्याची वाट पहाल.

यालाच आम्ही म्हणतो, वैयक्तिक गुंतवणूक!

व्यावसायिक गुंतवणूक

वेड्यासारख्या बदलणाऱ्या बाजाराशी स्पर्धा करण्याकरता कंपन्यांचा तुफान संघर्ष चालू असतो. तो चालूच राहणार असतो. पण त्यामुळे कर्मचाऱ्यांवरचा कामाचा ताण वाढतो. अशा वेळी स्थिर मनाने काम करणारा कर्मचारी वर्ग ही व्यवस्थापनाच्या दृष्टीने एक चांगली गुंतवणूकच आहे. त्यामुळे उद्योगात कमी समस्या निर्माण होतात. थोड्या वेळात जास्त काम पूर्ण होतं आणि सारखा कर्मचारी काढणे, नवीन घेणे हा त्रास नाही.

कटकटींशिवाय काम पूर्ण झाल्यामुळे कंपनीला स्थैर्य प्राप्त होते. काम करण्याची प्रेरणा तर वाढतेच परंतु यातून जो एकोपा तयार होतो, त्यामुळे जबरदस्त चैतन्य निर्माण होते. अशा वातावरणाची येणाऱ्या काळात अधिकाधिक गरज भासणार आहे.

उत्पादनाच्या क्षेत्रात शांत, स्थिरचित्त राहून काम करण्याचा फायदा बोनससारखा मिळतो. शांतपणे, उत्साहाने काम करणारे कर्मचारी जास्त उत्पादन करू शकतात. त्यांच्या कामात कमी चुका होतात, ते एकूणच जास्त कार्यक्षम असतात.

या वाढलेल्या कार्यक्षमतेचा आणि आनंदी वातावरणाचा फायदा कंपनीच्या मालकालाच होतो असं नाही. तुम्हालासुद्धा तो होतोच; फक्त तो शोधून काढून त्याचा पाठपुरावा करायला पाहिजे.

खुळचट सबबींना फाटा द्या

कामाच्या ठिकाणी शांत, स्वस्थचित्त होण्याकरता पहिली पायरी अशी आहे. जे कर्मचारी ताणाखाली काम करत असतात ते स्वत:चा त्रास चुकवण्यासाठी नेहमी काही ना काही सबबी शोधून काढत असतात. तेव्हा प्रथम या लंगड्या सबबींना पार पिटाळून लावायला शिका.

कसं ते पाहू या.

मी त्यात काही करू शकत नाही - काय हा वेडेपणा! अरे तू शोध

घेतलास, तर मग म्हणशील, "मी त्यात इतकं करू शकतो हे समजायला मला इतके दिवस लागले?"

ते फार कठीण आहे - फार कठीण असं काहीच नसतं हे करायला लागल्यावर तुमच्या लक्षात येईल.

अहो, या तणावावरच आम्ही वाढलो आहोत, लहानाचे मोठे झालोत - स्वत:शी प्रामाणिकपणे विचार केलात ना, तर 'मला धूम्रपान आवडतं' या वाक्याइतकंच हे वाक्य धोकादायक आहे. दारुडे, व्यसनी लोक असं बोलतात. इतरांबद्दल असं विधान करणं वेगळं; पण स्वत:बद्दल असे शब्द, जाणीवपूर्वक वापरायला हवेत. कारण कुणीच असं ताणावर मोठं होत नसतं. त्यापेक्षा शांत रहा आणि मोठे व्हा. खूप काही मिळवाल.

काम वेळेवर पूर्ण करायचं म्हणजे टेन्शन घ्यावंच लागतं. - बऱ्याच जणांना वेळेवर काम पूर्ण करण्यासाठी, भीती, गोंधळ निर्माण करावा लागतो आणि त्यासाठी तणावाची गरज भासते. याचं प्रमाण कलाकार आणि माध्यमांच्या असुरक्षित दुनियेत जास्त असतं. पण ही अगदी चुकीची सवय आहे. त्यामुळे तुमच्या प्रगतीला बाधा येते. पुढे पुढे तर त्याचा परिणामही होईनासा होतो. तुम्ही जसजसे वयस्कर होता तसतशी ही सवय अधिकाधिक धोक्याची आणि तुमचे करिअर संपवणारी ठरू शकते. टेन्शन घेऊन काम करण्याच्या सवयीमुळे लोक आयुष्यामध्ये लवकर थकतात आणि मग उत्तेजना येण्यासाठी दारूसारख्या घातक पेयाच्या आहारी जातात. त्या ऐवजी तुम्ही शांत आणि स्थिर राहिलात, तर उच्च दर्जाचे यश मिळवून ते आयुष्यभर टिकवू शकता.

टेन्शन घेऊन काम करणारेच भरपूर काम करतात - हे उलट्या अर्थाने खरे असू शकेल. तणावाखाली काम करणारे लोक स्वत:वर जास्त काम लादून घेत असतात त्यामुळे त्यांची कार्यक्षमता कमी झालेली असते. म्हणून ते लोक भरपूर काम करणारे असले तरी उत्तम काम करणारे असतीलच असे नाही.

खूप वेळ काम करत बसणारे उत्तम कामगार असतात - आठ तास स्वत:ची पूर्ण क्षमता वापरून काम केले, तर तेच काम बारा तासात करणाऱ्यांपेक्षा उत्तम होते. याचा अर्थ जास्त वेळ काम करण्यापेक्षा उत्तम काम करणे महत्त्वाचे. याचा प्रयोग करा आणि बघा. उरलेल्या वेळात तुम्ही स्वत:साठी खूप चांगल्या, सकारात्मक गोष्टी करू शकता.

मला बदल करायला वेळ नाही - असं म्हणणं म्हणजे स्वत:ची कीव

करण्यासारखं आहे. सकारात्मक बदल हा दृष्टिकोनाचा प्रश्न आहे. वेळेचा नाही.

आयुष्यात प्रगती करायची, म्हणजे कामाची चिंता करायलाच पाहिजे - प्रगती करण्यासाठी तुम्हाला तुमची क्षमता पूर्णपणे वापरून काम करणं आवश्यक आहे. चिंतेत असणारा माणूस स्वत:ची क्षमता पूर्णपणे वापरू शकत नाही. तुम्ही शांत राहिल्याने तुमची क्षमता वाढते.

मी खूप लहान माणूस आहे. मी काय करू शकणार?

तुमचं स्थान कोणतंही असो. तुमच्या मनातली भावना कशी असावी हे ठरवणारे तुम्हीच आहात. ते तुमच्याच हातात आहे. तेव्हा हाच हक्क वापरून, स्वत:ला अधिक शांत आणि स्थिर वाटावं, म्हणून मदत करा.

सगळा व्यवस्थापनाचा दोष आहे, इथल्या पद्धती चुकीच्या आहेत. - हे वापरून वापरून झिजलेले शब्द आहेत. व्यवस्थेला दोष देणं सोपं असतं कारण बऱ्याच जणांना व्यवस्था म्हणजे काय हेच नक्की माहीत नसतं. त्यामुळे एखाद्या गोष्टीचा कुठे काही संबंध जोडता आला नाही. काही समजत नसलं की मॅनेजमेंटवर, सिस्टिमवर दोषारोप करून बरेच जण मोकळे होतात. तुमच्यावर ताण पडतो, तुम्हाला त्रास होतो. याचा दोष तुम्ही व्यवस्थापनावर खुशाल टाका पण एक गोष्ट लक्षात असू द्या, की हा तुम्हाला होणारा त्रास कमी करण्यासाठी मात्र एकच व्यक्ती जबाबदार आहे, ती व्यक्ती म्हणजे तुम्ही स्वत:.

जीवनात काही ताणतणाव नसेल तर कसली मजा? आपण बोअर होऊन जाऊ -

आपण कायम तणावाखाली राहतो याचं समर्थन करण्यासाठी बरेच जण ही सबब नेहमी वापरतात.

जाहिरातीमधून, प्रसारमाध्यमातून आपल्या मनावर सारखं बिंबवलं जातं की, उत्साहित आणि उत्तेजित झाल्याशिवाय तुम्ही आनंद लुटू शकत नाही. (विशेषत: पेयाच्या जाहिराती) परंतु हे फारच उथळ विधान आहे.

कुठल्याही कृत्रिम उत्साहवर्धकाशिवाय आणि पेयाने उत्तेजित झाल्याशिवाय, तुम्ही करत असलेल्या कामातून तुम्ही आनंदाची प्राप्ती करून घेऊ शकता.

शांत होऊन बघा. आयुष्यातल्या किती तरी आनंददायी गोष्टी तुम्हाला दिसू लागतील.

हे काम करणं म्हणजे आपली सगळ्यात नावडती गोष्ट बुवा!

अरे, कोण म्हणतं असं? आणि समजा असलं तसं, तरी तुमचं काम

आनंददायक करण्याचा तुम्ही प्रयत्न का नाही करत? अगदी सोपं आहे ते ! पुढची पानं नुसती वाचून तर पहा!

मी प्रयत्न केला, पण जमलं नाही बदलायला - आयुष्यात काही सुधारणा करायच्या म्हणजे झगडावं हे लागणारच. पण काळजी करू नका. तुम्ही आधी प्रयत्न केले असतील ना, त्यापेक्षा या पुस्तकात सांगितलेली तंत्रे, युक्त्या करून पाहायला फार सोप्या आहेत.

त्यात काय मोठं? एक दोन सुट्ट्या घेतल्या, की ताणतणाव गायब - खरंच आहे. सुट्ट्यांमुळे चुटकीसरशी मनावरचा ताण बराच हलका होतो. पण ते तात्पुरतं असतं. कामाच्या ठिकाणी निर्माण होणारा ताण घालवायला वर्षातून एक दोन सुट्ट्या पुरेशा नाहीत. कारण हा प्रकार 'इन्फ्लुएन्झा' किंवा 'गालावरच्या पुटकुळ्या' सारखा 'पी औषध की हो बरा' असा सरळ नसतो. त्याला अक्षरश: शेकडो पदर असू शकतात. सहकाऱ्याशी उडणाऱ्या साध्या खटक्यांपासून वैफल्याने ग्रासल्यामुळे आपण काय करतो आहोत, यावरही ताबा नसण्याच्या अवस्थेपर्यंत. या गोष्टी तुम्ही रजेवरून परत आल्यानंतर मागील पानावरून तशाच पुढे चालू राहतात.

पूर्वी कधीच नव्हता इतका हल्ली ताण जाणवू लागला आहे - आजकाल सगळे असंच बोलताना ऐकू येतं. गोष्ट खरी आहे. पूर्वी मलेरिया, प्लेग, देवी यांनी लोक पटापट मरायचे. दिवसाचे बारा-बारा तास आठवड्याचे सातही दिवस लोक काम करीत. तरीसुद्धा तेव्हा अशाप्रकारचा ताणबिण असल्याचं कधी ऐकिवात नाही.

याचं कारण असं आहे, की ताण का जाणवतो, कसा निर्माण होतो, याला जबाबदार कोण, याचं नियोजन कसं करायचं, परिणाम कसे होतात, लक्षणं कोणती या सगळ्यांबद्दल आज आपल्याला खूप ऐकायला वाचायला आणि बघायला मिळतं. याला कारण पूर्वी नसलेली पण आता आपली आवडती झालेली प्रसारमाध्यमे!

आम्ही काम करून घाम गाळायचा आणि मालकांनी नुसता माल कमवायचा - या तक्रारीचा फक्त एकच परिणाम होतो. तो कर्मचारी अधिकाधिक असमाधानी होत राहतो. कारण त्याच्या या म्हणण्याचा किंवा तक्रारीचा मालकावर सुतराम परिणाम होत नसतो.

पण आम्ही तणावग्रस्त झालोय हे ओळखायचं कसं? - बहुतेक पत्रकार हा प्रश्न सर्वांत आधी वापरतात. तुम्ही जर एक मिनिट काम थांबवून डोळे

मिटून विचार केलात, किंवा मला कसं वाटतंय, तर याचं उत्तर मिळू शकेल. पण नक्की उत्तर नाही मिळालं, तर या पुस्तकातले तक्ते पाहिलेत की तुम्हाला लगेच समजेल. आणि त्यांचा वापर केलात तर तुम्ही पूर्वीपेक्षा शांत होऊ शकाल.

स्वतःचं डोकं शांत ठेवायचं म्हणजे काही सोपं काम नाही - काय सांगता? अहो, अगदी सोपं काम आहे ते. हे पुस्तक वाचून झाल्यावर तुम्ही देखील असंच म्हणू लागाल.

ताण कोणताही असला तरी वाईटच - बऱ्याच जणांना तसं वाटतं. पण तसं नाही. ताण दोन प्रकारचे असतात. सकारात्मक आणि नकारात्मक. सकारात्मक ताण तुम्हाला आनंद देतो. जीवन समृद्ध करतो. तुमचा पगार वाढला, प्रमोशन मिळालं, तुम्ही स्वकर्तृत्वाने एखादं बक्षीस जिकलं तर असा सकारात्मक ताण जाणवतो. कधी तरी एके दिवशी रोजच्यासारखं लिफ्टचं दार उघडलं आणि समोर साक्षात 'माधुरी दीक्षित' दिसली तर तुमचं काय होईल? त्या वेळेला एक सुंदर सकारात्मक ताण तुमच्या मनावर येईल. त्या अनुभवाने तुमचं जीवन समृद्ध होऊन जाईल. तुम्ही स्वतःला पुन्हा तरुण तरतरीत समजायला लागाल.

आणि नकारात्मक ताणाबद्दल उदाहरण देण्याची गरज नाही. नको असलेली कोणतीही गोष्ट करताना तुम्हाला हा ताण येतो आणि तो नाहीसा झाल्यावर तुम्हाला सुटल्यासारखं वाटतं, बरं वाटायला लागतं.

तर आयुष्यामध्ये या दोन्ही ताणांचा योग्य प्रमाणात मिलाफ व्हायला हवा. सकारात्मक ताणाविना आपलं आयुष्य अळणी, कंटाळवाणं होईल. तेव्हा तो थोडा पाहिजेच आणि त्याच्याबरोबर तुम्ही जेवढा कमी घ्याल तेवढा नकारात्मक ताण.

पण आता या सबबी, तक्रारी, समजुती याबद्दलची चर्चा पुरे. आता आपण तुम्हाला कामाच्या ठिकाणी स्थिरचित्त, शांत कसं राहायचं, यासाठी मदत करण्याच्या कामालाच लागू या.

◆

५. पहिले पाऊल टाका

अतिशय महत्त्वपूर्ण अशी पहिली पायरी चढायला सोपी आहे. काही झालं तरी आपण अविचलित राहायचं असं मनाशी पक्क ठरवा म्हणजे आपोआप तुमची शांततेकडे वाटचाल सुरू होईल.

> अतिशय महत्त्वपूर्ण असणारी पहिली पायरी चढायला सोपी आहे. 'काहीही झालं, तरी आपण अविचलित राहायचं' असं मनाशी पक्कं ठरवा. म्हणजे आपोआप तुमची शांततेकडे वाटचाल सुरू होईल.

शांततेच्या दिशेने पहिले पाऊल टाकण्यासाठी कुठलाही अभ्यास किंवा विशेष प्रयत्न करावे लागत नाहीत. फक्त ६० सेकंद अगदी निश्चल बसायचं, आणि मनाशी निश्चय करायचा की या पुस्तकातल्या कमीत कमी चार ते पाच सूचना तरी, मी नक्कीच अमलात आणीन. आणि या निश्चयावर ठाम राहायचं.

शांत होण्याची पहिली पायरी म्हणजे 'मी शांत राहीन' असं ठरवायचं. बस्, इतकंच करायचं.

◆

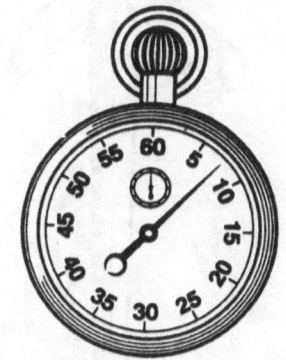

६. स्वत:च्या आवडीनिवडी, सवयी

आपल्याला स्वत:च्या काही आवडीनिवडी आहेत हे कळताक्षणीच आपण आपोआप जास्त आनंदात राहू लागतो. ते कसं काय? हे जाणून घेणंसुद्धा महत्त्वाचं आहे.

> अस्पष्ट किंवा धूसर असणाऱ्या आणि कधी तर काल्पनिक असणाऱ्या धन्यावर (उदा. - महामंडळ) गुलामासारखी निष्ठा ठेवणे, तसे आदर्श मानणे हे तुमच्या स्वत:साठी कधीच कल्याणकारी होत नाही.

तुम्ही स्वत:ला एकदम कामाच्या रहाटगाडग्यात गुंतवून घेतलेलं असलं, तर हे समजायला थोडं जडच जाईल. पण प्रत्येकाला स्वत:च्या खास आवडीनिवडी असतातच. कामाच्या ठिकाणी शांत-समाधानी राहायचं असेल तर आवडीनिवडींचा विचार करायलाच पाहिजे.

आपण आपल्या कामाकडे आणि आयुष्याकडे कसं बघावं आणि आपले दृष्टिकोन बदलून समाधान मिळवावं यासाठी दोन मार्ग आहेत.

आयुष्यातल्या प्राधान्याच्या गोष्टी -

विचार करू शकणाऱ्या बहुतेक लोकांना असं वाटत असतं, की 'काम करणं' म्हणजे पोटापाण्याचा उद्योग हा माणसाचा मूलभूत हक्क आहे. फक्त व्यावहारिक गरजा भागवण्यासाठीच नाही तर त्यांची स्वत:ची

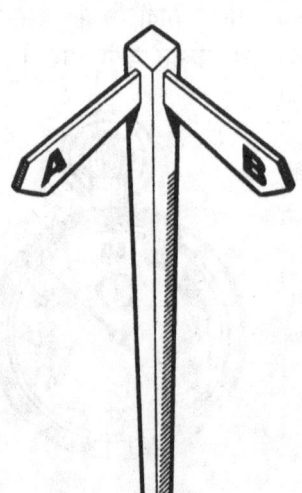

अस्मिता शाबूत राहण्यासाठी सुद्धा काम करणं गरजेचं असतं.

मग हलके हलके या समीकरणात तत्त्वज्ञान शिरतं. हिंदू तत्त्वज्ञानाप्रमाणे आपले कर्तव्य कर्म करीत राहणं हा देवाची भक्ती करण्याचा सर्वांत शुद्ध मार्ग आहे. कमी अधिक फरकाने अनेक धर्मांमध्ये हाच विचार आलेला आहे.

त्याच्यापुढे मग सर्वांना परिचित असणारं 'व्यावसायिक नीतीशास्त्र' येतं. अगदी सोपं करून सांगायचं झालं, तर या नीतीशास्त्राच्या मुळाशी दोन समज आहेत.

पहिला समज असा, की काम करणं ही श्रेष्ठ गोष्ट आहे. आणि दुसरा समज म्हणजे जितकं जास्त काम कराल तितकी त्याची थोरवी वाढत जाते.

हे जे काही समज आणि त्यावर आधारलेलं तत्त्वज्ञान आहे, ते बऱ्याच लोकांना अमलात आणायला चांगलं आणि सयुक्तिक वाटत असतं. आणि आयुष्यभर ते त्यांच्या पद्धतीने काम करत राहतात.

पण दुर्दैवाने या तत्त्वज्ञानाला इतर काही गोष्टी अगदी घट्ट चिकटून असतात. याला 'व्यावसायिक नीतिमत्ते'वरील सूज म्हणायला हरकत नाही.

उदा:- जितके त्या कामात कष्ट जास्त, तितके ते काम थोर. फुरसतीचा वेळ असणं ही एक कमीपणाची किंवा कवडीमोलाची गोष्ट आहे.

मालक किंवा वरिष्ठ आपल्याला पगार देतो म्हणून तो आदरास पात्र असतो.

या समजुती, म्हणजे मूळ तत्त्वज्ञानात सरळ सरळ केलेली भेसळ आहे हे तर स्पष्टच आहे. पगार देणाऱ्यांच्या फायद्याची असणारी, खूप काम खूप जास्त वेळ करण्याची ही पद्धत म्हणजे गुलामगिरीच्या प्रवृत्तीला खतपाणी घालून वाढीस लावणारी पद्धत आहे.

ज्यांना चांगले कामगार किंवा आदर्श कामगार म्हणतात, त्यांच्यामध्ये तर असं अतिरिक्त काम खूप वेळ करत बसणं हे फार सार्वत्रिक आणि लोकप्रिय असतं.

या (प्रदूषित) वाढीव व्यावसायिक नीतिमत्तेला आपण कितपत बळी पडलेले आहात?

सांगा खरं की खोटं?	खरं	खोटं
मी किती जास्त काम करतो ते इतरांना समजावं असं मला वाटतं.	☐	☐
जास्त वेळ काम करत बसणारे, इतरांपेक्षा चांगले कामगार असतात.	☐	☐
बॉससमोर काम करायला मला संकोच वाटतो.	☐	☐
जरी ऑफिसमध्ये काम नसलं, तरी मी लवकर घरी जात नाही.	☐	☐
मला बेकारांबद्दल सहानुभूती वाटत नाही.	☐	☐
मला कामाच्या ठिकाणी वेळ फुकट घालवायला आवडत नाही.	☐	☐
मित्राचं पत्र येण्यापेक्षा ऑफिसच्या न्यूजलेटरमध्ये नाव येणं मला आवडतं.	☐	☐
रविवारी आराम कसा करायचा तेच मला जमत नाही.	☐	☐
जे खूप रजा घेतात त्या सहकाऱ्यांबद्दल मला विश्वास वाटत नाही.	☐	☐
मला बरं नसलं, तरी मी Sick Leave घेत नाही.	☐	☐
मी काम करून सुट्ट्या 'कमावतो.'	☐	☐
वरिष्ठांनी काम सांगितलं तर माझ्या मुलाच्या शाळेतला कार्यक्रम बुडवेन.	☐	☐
लवकर उठलो, तर घरी काही वाचत बसण्यापेक्षा मी लवकर कामावर जाईन.	☐	☐
जे लोक कामाच्या नावाने वेळकाढूपणा करतात, त्यांचं मी कधीच समर्थन करणार नाही.	☐	☐
पगाराची चर्चा करायला मला फार अवघड वाटतं.	☐	☐
दिवसाच्या अखेरीस वैतागलेपणा येणं आणि घाण वाटणं यातही एक प्रकारचं समाधान आहे.	☐	☐

या सगळ्या सोळा प्रश्नांची उत्तर तुम्ही देऊ शकलात, तर 'बरोबर-चूक'चा फार विचार करू नका. पण तुम्ही जितक्या जास्त वेळा 'बरोबर' असं लिहिलं असेल तितक्या जास्त प्रमाणात तुम्ही 'वाढीव व्यावसायिक नीतिमत्तेचे' पालन करता असा अर्थ होतो. आपल्यापैकी पुष्कळ जण या नीतीनियमांचं नकळत

पालन करत असतात. आपल्या मनात कधी असा विचारही आलेला नसतो, की हे नियम कशातून आले, याचा हेतू काय, त्याने काय नुकसान होऊ शकतं! परंतु कामाच्या ठिकाणी वर सांगितलेल्या वाढीव आणि भ्रष्ट नीतिमत्तेचे पालन जितक्या जास्त प्रमाणात होतं, तितकं तिथल्या असंतोषाचं आणि तणावाचं प्रमाण वाढतं!

तुम्हाला वाटेल याची चांगली बाजूही असेल. कामगारांचे काही फायदेही होत असतील. पण तसं होत नाही. त्याच्या अगदी उलट घडतं.

या वाढीव व्यावसायिक नीतिमत्तेमुळे एकनिष्ठ सेवक तयार होतात. धंदा चांगला होतो आणि कामे पूर्ण होतात. पण हे सगळे फायदे त्या व्यवसायाच्या मालकाचे होतात. कामगारांचे नाहीत.

जेव्हा आपण एखाद्या महामंडळाचे कर्मचारी असतो त्या वेळी आपला मालक नेमका कोण हे काहीच स्पष्ट नसतं. कुणी एकच व्यक्ती अशी आपला मालक म्हणून सांगता येत नाही. तेव्हा अशा ठिकाणी आपली ही गुलामासारखी निष्ठा आणि हे आदर्श काय कामाचे? त्यातून आपल्याला कामाची चिंता करण्याची आणि फारच गंभीर होऊन काम करायची सवय असेल तर संपलंच.

अशा वेळेला आपल्या निष्ठा तपासून पाहणं गरजेचं ठरतं. प्रथम तुमचा विश्वास कशावर आहे हे निश्चित करा. तुम्हाला तुमच्या कामातून काय मिळवायचं आहे हे नक्की ठरवा. आणि मग त्याला अनुसरून तुमच्या निष्ठा पक्क्या होऊ देत. नोकरीच्या ठिकाणी स्वत: ठरवलेल्या ध्येयाकडे तुम्ही वाटचाल कराल, तेव्हाच शांतपणे, विचलित न होता काम करू शकाल.

आता या ठिकाणी तुमच्या आवडीनिवडींचा प्रश्न पुढे येतो. जर तुम्हाला शांतपणे समाधानाने काम करायचं असेल तर जीवनात आपण कोणत्या गोष्टींना प्राधान्य देणार आहोत हे पहिल्यांदा ठरवायला पाहिजे.

स्वत:पेक्षाही तुम्हाला काम महत्त्वाचं वाटतं का?

तुमचे नातेसंबंध कामापेक्षा महत्त्वाचे वाटतात का?

व्यवसायात तुम्हाला सर्वोच्च पदाला पोहोचायचं आहे का? तुम्हाला लोकांच्या भेटीगाठी घेण्यात स्वारस्य आहे का? तुम्हाला प्रवासाला, जग पाहायला जाण्याकरता पैसे जमवून ठेवायचेत का?

बरेच लोक अशी स्वत:ची प्राधान्ये साध्य करण्याकरता आयुष्याचा बराच काळ खर्ची घालतात.

तेव्हा यातली प्रमुख प्राधान्य कोणती? बरेच जण पैसा, प्रतिष्ठा, यश यांना अग्रक्रम देतात. असं जर असेल, तर कसंही करून तुम्ही तुमच्या कामात यशस्वी झालंच पाहिजे. पण त्याचबरोबर यश नाही मिळालं, तर मनावर ताण

येतो हेही लक्षात ठेवा.

या उलट जर कुटुंब आणि नातेसंबंध सर्वांत महत्त्वाचे वाटत असतील तर ऑफिसमधल्या फालतू घटनांनी स्वत:ची झोप उडवून घ्यायचं तुम्हाला काही कारण नाही.

परिस्थिती - परिस्थिती जेव्हा अत्यंत तणावपूर्ण होते, तेव्हा त्यातून बाहेर येण्याचे दोन मार्ग असतात. एक तर तणाव वाढवणाऱ्या गोष्टी किंवा कारणे दूर करायची; नाहीतर तुमचा त्याकडे पाहण्याचा दृष्टिकोन बदलायचा. 'तणाव नियोजन' उद्योगात काम करणारे तज्ज्ञ असे काही उपाय सुचवत असतात-

(अ) तुमचे कामाचे ठिकाण बदला.

(ब) व्यवस्थापनाचा कर्मचाऱ्यांकडे बघण्याचा दृष्टिकोन बदला.

(क) कामाच्या जबाबदाऱ्या नव्याने निश्चित करा.

(ड) कर्मचाऱ्यांचे हक्क वाढवून घ्या.

या सगळ्या कल्पना चांगल्या असल्या तरी त्या आदर्श कल्पना आहेत आणि आदर्शपणा हीच त्यांची मर्यादा आहे. कारण आदर्श कल्पना प्रत्यक्षात आणायला फार अवघड असतात. वर सुचवलेले सगळे बदल रचनात्मक स्वरुपाचे आहेत. असे बदल अमलात आणणे बहुधा अशक्य असते. नाहीतर खूपच सावकाश असे ते बदल घडत जातात.

स्वत:वर ताण आणणारी परिस्थिती बदलणं सोपं थोडंच असतं?

तुम्ही तुमचा बॉस बदलू शकता?

सहजासहजी दुसऱ्या गावी बदलून जाणे तुम्हाला आवडेल?

टायपिस्ट म्हणून तुम्ही नोकरीला लागलात. आता लगेच कॉम्प्युटर प्रोग्रॅमर बनायंच म्हणजे तसं अवघडच जाणार नाही का? समजा तुमच्या बॉसला तुम्ही आवडत नाही; म्हणून इतकी चांगल्या पगाराची नोकरी सोडणं कसं शक्य आहे?

हे उपाय पहा.
दीर्घ मुदतीच्या सृजनशील योजनांची आखणी..... पृष्ठ १६४
आपोआप होणारी योजना..... पृष्ठ१७०
यशाच्या लोकप्रिय कल्पना धुडकावून द्या. ..... पृष्ठ २०३

हे सगळं असं असतं मंडळी! म्हणून परिस्थिती बदलायचा नाद सोडून, तुमचा त्याकडे पाहण्याचा दृष्टिकोन बदलणं हाच खरा व्यवहार्य मार्ग आहे.

आता इतक्या वर्षांच्या सवयी, दृष्टिकोन एकदम बदलणं हे काही इतकं सोपं वगैरे अजिबात नाही. हे मान्य. पण 'ताणतणावाचा बळी' म्हणून जगण्यापेक्षा 'शांत समंजस मनुष्य' होणं कुणाला आवडणार नाही?

मग त्याकरता, कामाच्या ठिकाणी तुम्हाला त्रासदायक ठरणाऱ्या गोष्टींत बदल घडवायचा प्रयत्न करण्यापेक्षा आपण त्यांच्याकडे कसं पाहायचं, ही पद्धत बदलली तर, ते जास्त परिणामकारक ठरेल.

◆

७. मालकाची निवड करा

आतापर्यंत आपल्याला नेहमी असं शिकवलं गेलं असेल, की मालक किंवा नोकरी देणारा माणूस हा तुमची अमुक एका कामासाठी म्हणून निवड करतो. तुम्ही तुमचा मालक किंवा कंपनी निवडू शकत नाही.

> कंपनीमध्ये तुम्ही कोणत्याही पदावर काम करत असलात तरी तुम्ही एक सक्षम व्यक्ती आहात. आपलं काम जर तुम्ही उत्तम रीतीने करत असाल, तर कंपनीच्या दृष्टीने तुम्ही अतिशय मोलाचे आहात.

आपण असा विचार करतो, हे मालक लोकांना अतिशय आवडत असतं. त्यातूनच धनी-गुलाम, मालक-नोकर हा नातेसंबंध कायम होत असतो.

पण तुम्ही असाच विचार करण्याची काही गरज नाही. तुम्ही एक सक्षम व्यक्ती आहात. कंपनी कोणतीही असो, त्यातलं तुमचं पद कोणतंही असो; आपल्या मालकाची संपत्ती, शक्ती, आर्थिक दर्जा आणि कारकीर्द यात वृद्धी व्हावी, त्याची उन्नती व्हावी यासाठी तुम्ही हातभार लावीत आहात. आपलं काम जर उत्तम रीतीने करत असाल तर निश्चितच त्यांच्या दृष्टीने तुम्ही फार महत्त्वाची भूमिका बजावत आहात.

खरोखर तुमची भूमिका फार महत्त्वाची आहे. 'प्रत्यक्ष कृती आणि अनुभव' यांच्या नियमाप्रमाणे (A Rule of Thumb) एखादा उद्योगधंदा जर चांगला चाललेला असेल, तर तुमच्याप्रीत्यर्थ जेवढा खर्च होतो, त्याच्या अनेकपट नफा तुम्ही त्या मालकाला मिळवून देत असता. तुमच्या लक्षात येतंय ना? तुमच्या पगाराच्या अनेकपट नफा! त्यामुळे कोणत्याही उपलब्ध परिमाणाने मोजलं तरी मालकाच्या दृष्टीने तुम्ही जास्तच महत्त्वाचे आहात. मालक तुमच्या दृष्टीने जितका महत्त्वाचा आहे, त्याहून अधिक

तुम्ही त्याच्या दृष्टीने महत्त्वाचे आहात. निदान दैनंदिन कामाच्या दृष्टीने तरी असंच आहे.

हे सगळं तत्त्वाच्या पातळीवर झालं. पण इथून पुढे प्रत्यक्षातसुद्धा तुम्ही असंच धरून चालायचं आहे, की तुम्ही स्वत: तुमच्या नोकरीची निवड केलेली आहे. जरी, जी नोकरी मिळाली, तीच तुम्ही स्विकारलेली असली, तरी त्याकडे बघताना 'मी निवडलेली नोकरी' असंच बघायचं. माझी कुणीतरी निवड केली असं समजायचं नाही. तुमच्या या भूमिकेवरच कामाच्या ठिकाणी तुम्ही स्थिरचित्त राहू शकता का नाही ही गोष्ट अवलंबून आहे.

निवड कशी कराल?

ढोबळमानाने पाहिलं तर सर्व उद्योगांचे मालक म्हणा, किंवा नोकऱ्या देणारे म्हणा, एकूण तीन प्रकारचे असतात.

खासगी उद्योग, सार्वजनिक उपक्रम, उत्पादक, दुरुस्तीकेंद्र, विक्रेते, सल्ला कार्यालय, विक्रीनंतरचे सेवाकेंद्र यांपैकी कोणताही उद्योग या तीन प्रकारातच येतो. थोडक्यात, हे तीन प्रकार सर्व उद्योगांना लागू पडतात.

निर्माते (Creators) -

या प्रकारचे मालक अशा विचाराचे असतात की, माझे कर्मचारी, माझ्यासाठी काम करणारे लोक ही माझी सर्वांत मोठी जमेची बाजू आहे. मी त्यांना जपेन, त्यांचा विकास घडवीन म्हणजे त्यांना आणि मला, दोघांनाही त्याचा लाभ होईल.

ते नेहमी "आपल्याला यात आणखी काय सुधारणा करता येईल?" या भूमिकेत असतात. बहिर्मुख आणि विकासाभिमुख कृती करून ते स्वत:च्या आणि पर्यायाने तुमच्याही जीवनात सुधारणा घडवून आणण्याच्या प्रयत्नात असतात.

म्हणजे नेमकं काय, तर फक्त धंद्याचा विस्तार वाढवायचा, नफा वाढवायचा इतकंच नाही तर एकूणच कंपनीत सुधारणा घडवून आणावी, पत वाढवावी, लौकिक वाढवावा असा प्रयत्न ते करतात. उत्पादनक्षमतेत वाढ करणं, कर्मचारी वर्गाला प्रशिक्षण देणं, वैयक्तिक विकासाला वाव देणं अशा विधायक गोष्टी ते करत असतात.

हा आदर्शवाद नव्हे. नव्या युगाचा चमत्कारही नव्हे. आपल्या कामाचा वेगळा ठसा उमटवू इच्छिणाऱ्या प्रत्येक मालकाचे किंवा व्यवस्थापकाचे ते

व्यवच्छेदक लक्षणच आहे. आज ज्या काही जगातल्या अग्रगण्य व्यावसायिक संस्था आहेत, ज्यांची सर्व जगावर छाप पडते आहे त्या सर्वांच्या धोरणात हीच शुद्धतेची खूण (Hall mark) दिसून येते.

माझे कर्मचारी, माझ्यासाठी काम करणारे लोक ही माझी सर्वांत मोठी जमेची बाजू आहे. मी त्यांना जपेन, त्यांचा विकास घडवीन म्हणजे त्यांना आणि मला दोघांनाही त्याचा लाभ होईल.

हे 'निर्माते' म्हणजे उद्योगधंदे, सार्वजनिक सेवा, शिक्षण, आरोग्य धार्मिक आणि राजकारण या सर्व क्षेत्रात सकारात्मक काम करणारी मंडळी असतात. त्यांच्याकडे लोक आदराने पाहतात. समाज आणि आपणही अशांना पाठिंबा देत असतो. हे लोक काय काम करतात हे महत्त्वाचं नाही. त्यांचा दृष्टिकोन कसा आहे हे महत्त्वाचं. ते ज्यांच्यासाठी काम करतात त्यांच्याबद्दल आणि त्यांच्यासाठी जे काम करतात त्यांच्याबद्दल अशा दोघांबद्दलही ते एक प्रकारची बांधिलकी मानत असतात. त्यामुळे आपण स्वत: असे 'निर्माते' बनणं किंवा अशा निर्मात्यांसाठी काम करणं या दोन्ही गोष्टी चांगल्याच असतात.

कपातकर्ते (Cutters) -

या मालक लोकांना वाटतं की कामगार म्हणजे यांच्या डोक्यावरचं मोठं ओझं. त्यामुळे हे ओझं कमी करण्यासाठी ते 'कामगार कपात' तरी करत असतात नाहीतर कामगारांच्या पगारात तरी कपात करत असतात. 'सध्या पुरतं' हा त्यांचा आवडता शब्दप्रयोग असतो. सध्यापुरती कामगार कपात, सध्यापुरती पगारात कपात अशा प्रकारे ते बोलत असतात.

हे कपातकर्ते ओळखायला सोपे असतात. ते स्वत:ला व्यवहारी म्हणवून घेतात आणि कायम, न थकता, कार्यक्षमता, उत्पादकता याबद्दल बोलत असतात.

त्यांच्या MBA च्या

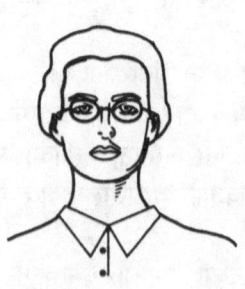

कामगारसंख्या म्हणजे माझ्या डोक्यावरचं सगळ्यात मोठं ओझं. हे ओझं कमी करण्यासाठी कामगार कपात तरी करायला पाहिजे किंवा त्यांच्या वेतनात तरी कपात करायला पाहिजे. सध्यापुरतं तरी हेच भरतवाक्य आहे.

प्राध्यापकांनी त्यांना स्वत:चा दृष्टिकोन व्यापक करण्याबद्दल कितीही शिकवलेलं असलं; तरी त्यांना सगळ्यात जास्त रस असतो, तो हिशेब, अंतर्गत व्यवस्थापन अशा अनुत्पादक कामांमध्येच.

१९९० नंतरच्या दशकात जो आर्थिक बुद्धिप्रामाण्यवादी विचार सुरू झाला, तो यांच्यातल्या बहुतेकांवर प्रभाव गाजवून असतो. काही काळापुरता का होईना, निर्मिती करण्यापेक्षा, कपात करण्यामुळे पायाभूत बदल करता येतो हा शोध लागल्यामुळे ते काहीतरी विशेष गवसल्याच्या आनंदात असतात. एखाद्या गुलामाची त्याच्या धन्यावर बसावी तशी त्यांची निष्ठा या 'काटकसरीवर' किंवा 'कपातीवर' बसते.

ते येता जाता तुम्हाला ऐकवतात की 'एक रुपया वाचवणं, हे तीन रुपये मिळवण्यासारखं आहे.' हे त्यांचं वेड हलक्या प्रतीचं, कमी दर्जाचं आणि लवकर फैलावणारं असतं. 'काही काळासाठी', 'सध्यापुरत्या' वापरलेल्या क्लृप्त्या, पुढे त्यांची कायमची धोरणं होऊन बसतात.

हे कपातकर्ते नकारात्मक काम करणारे असतात. ते कूपमंडूक वृत्तीच्या, अशांत संस्था चालवतात. त्यांना कधीही दीर्घकाळ टिकणारं यश मिळत नाही.

तुम्ही म्हणाल ही कपातकर्त्या मालकांची सरळ सरळ बदनामी आहे. पण निरीक्षण केलंत तर तुमच्याही लक्षात येईल की अशा नकारात्मक धोरणामुळे किती वाईट परिणाम होतात. कामगार आणि मालक यांच्यामध्ये असणारे व्यवस्थापक मोठ्या संख्येने कमी होतात. जुन्या अनुभवी कर्मचाऱ्यांना डच्चू दिला जातो; नोकरीतल्या सुविधा सवलती कमी केल्या जातात. सगळ्यात भयानक परिणाम म्हणजे एक प्रकारची अनिश्चितता आणि भीती प्रत्येक कामगाराच्या मनात घर करून राहते. आणि हे सगळं कार्यक्षमतेच्या नावाखाली करण्यात येतं!

सुदैवाने अशी नकारात्मक धोरणं वापरणाऱ्या या मालकांची अपयशी फलितं आता समोर येऊ लागली आहेत. नकारात्मक धोरण स्वीकारलेल्या ७०० अमेरिकन कंपन्यांचा ५ वर्षांचा कारभार तपासला असता असं लक्षात आलं की त्यांच्या समभागांच्या किमती झपाट्याने, घसरत गेल्या. (त्या किंमती वधाराव्यात यासाठी कंपनीने फार मोठ्या संख्येने कर्मचारी वर्ग कमी केला.)

कर्मचाऱ्यांवर येणाऱ्या तणावासंबंधीच्या दुसऱ्या एका अभ्यासाचा निष्कर्ष असा निघाला की ज्यांना आपण 'निर्माते' असं नाव दिलंय त्या मालकांच्या कंपन्यांमध्ये या 'कपातकर्त्या' मालकांच्या कंपन्यांपेक्षा कर्मचाऱ्यांवरचा ताणतणाव कितीतरी कमी आढळून आला.

ही सगळी घाबरवणारी वस्तुस्थिती असूनही, कपातकर्ते, अजून अस्तित्वात आहेत.

दिशाहीन -

या प्रकारचे मालक लोक नावाप्रमाणेच असतात. अगदी उदासीन, तटस्थ त्यांना कोणतीही ध्येयं नसतात. आपण निर्माते व्हायचं की कपातकर्ते व्हायचं, काय धोरणं ठरवायची हे सुद्धा ठरवायची त्यांची इच्छा नसते.

त्यांच्या धोरणात नकारात्मक असं काहीच नसतं, पण सकारात्मक असंही काही नसतं. नेतृत्व किंवा व्यवस्थापन म्हणून त्यांची छाप कमीच पडत असली, तरी मालक म्हणून हे लोक चांगले असतात.

तुम्ही कुणाची निवड कराल?

सर्वसामान्यपणे 'निर्माते' मालक सकारात्मक, संवादी असं वातावरण कामाच्या ठिकाणी ठेवतात. त्याउलट आणणाऱ्या कपातकर्त्या मालकांच्या कामाच्या ठिकाणी नकारात्मक वातावरण असतं. जर तुम्हाला निवडीला वाव असेल (आणि पुढे-मागे उद्योग विकत घ्यायची इच्छा नसेल) तर 'निर्माता' मालकाकडे तुम्हाला कमी ताण आणि जास्त समाधान मिळेल.

या उलट 'कपातकर्त्याची' नोकरी पत्करलीत तर तुम्ही जास्तीत जास्त ताण अनुभवाल आणि खूप कमी समाधान मिळेल. कठीण परिस्थिती उद्‌भवते, तेव्हादेखील निर्मात्याकडेच काम करणं बरं असतं.

मागच्या जागतिक मंदीच्या वेळी असंच झालं. सगळ्या उद्योगांनी कामगार कमी करण्याचं धोरण स्वीकारलं. उत्पन्नाच्या संधी कमी कमीच होत चालल्या होत्या. पण काही कारखान्यांनी एक 'उत्पादक युक्ती' केली. त्यांनी त्यांच्या कामगारांना प्रत्येकी ५% कामाची वेळ वाढवून देण्याची विनंती केली. त्याचा परिणाम असा झाला की, प्रत्येक कामगाराला आपण उपयुक्त आहोत आपली इथे गरज आहे अशी सकारात्मक भावना निर्माण झाली. आपला आता काही उपयोग नाही, आपल्याला काढून टाकतील ही भीती पळाली आणि सर्वजण समान ध्येयाने प्रेरित होऊन उत्साहाने कामाला लागले. त्या कठीण परिस्थितीतही त्यांना कामाचं समाधान मिळालं आणि कारखान्याची प्रगती झाली. आहेत त्या कामगारांना न काढता, आणखी कामगार नेमावे लागले.

अर्थात सर्वच उद्योगांना असं करणं शक्य होतं असं नाही. कधीकधी फार मोठ्या उद्योगांनाही पडता काळ पाहावा लागतो. त्या वेळी तातडीने नोकर कपातीचा निर्णय घ्यावाच लागतो. परवडतच नाही. तेवढे नोकर काढले नाहीत तर धंदाच बुडण्याची वेळ येऊ शकते. अशा वेळेला भावनांना आवाहन करायलाही वेळ नसतो. पण त्यातही जे 'निर्माते' मालक असतात ते कठोर निर्णयानंतर लगेच सकारात्मक धोरणाने वागणे सुरू करतात. पण कपातकर्ते मात्र आणखी

आणखी कपात करतच राहतात.

परंतु प्रत्यक्ष आयुष्यात अशी वर्गीकरण करून लेबलं लावल्यासारखी माणसं थोडीच भेटतात? या प्रकारांव्यतिरिक्तही काही मालक असतात. ते या दोन टोकांच्या मध्येच कुठेतरी असतात. थोडे निर्माता, थोडे कपातकर्ता.

एकंदरीने विचार करताना, ज्या ठिकाणचं वातावरण जास्त सकारात्मक आहे असं वाटेल, त्याची निवड करणं सर्वांत श्रेयस्कर.

◆

८. मनाचे आरोग्य सांभाळणारी चतुःसूत्री

प्रत्येक उद्योगधंदा किंवा व्यापारव्यवसायात काही मूलभूत मूल्यांना मान्यता असते. पण बारकाईने पाहिलं तर असं लक्षात येतं की या मूल्यांबद्दल किंवा मूलभूत तत्त्वांबद्दल, समजुतींबद्दल लोकांना फारच कमी माहिती असते.

> पूर्णपणे भौतिक समजल्या जाणाऱ्या व्यवसायांचीसुद्धा स्वत:ची अशी मूल्ये असतात. आपण शोध घेतला तर ती सापडू शकतात. एकदा ती गवसली की मग त्या कामातलं समाधानही गवसतं. आणि एकदा समाधान मिळालं की मग शांतता आणि स्थिरता दूर राहत नाही.

अगदी पूर्णपणे ऐहिक किंवा भौतिक समजल्या जाणाऱ्या व्यवसायांचीसुद्धा आपली अशी मूल्ये असतात. आपण शोध घेतला तर ती सापडू शकतात. एकदा ती गवसली, की मग त्या कामातलं समाधानही गवसतं. आणि एकदा समाधान मिळालं की मग शांतता आणि स्थिरता दूर राहत नाही.

कामाचं विभागलेलं स्वरूप -

तत्त्वत: प्रत्येक काम किवा व्यवसाय हा मालक (भागधारक) व्यवस्थापक, आणि कर्मचारी या सर्वांची संयुक्त जबाबदारी असते. यातला एक घटक जरी बेजबाबदार ठरला तरी पूर्ण व्यवसाय एखादे दिवशी कोसळू शकतो. या उलट सर्वजण आपापली जबाबदारी चांगली पेलू शकले तर तो व्यवसाय यशस्वी होतो, प्रगती करतो. म्हणजेच पर्यायाने हे सगळे भागधारक, व्यवस्थापक आणि कर्मचारीही यशस्वी होतात, प्रगती करतात.

ज्या ठिकाणी ही जबाबदारी सर्वांची असल्याची भावना असते. मालक, व्यवस्थापक आणि कर्मचारी यांच्यामध्ये परस्पर सामाजिक बांधिलकीची जाणीव

असते त्याच व्यवसायात शांतता नांदू शकते.

याच्या उलट जिथे 'ते आणि आम्ही' ही भावना वास करत असते, तिथे कामगारांना वाटतं, हे आमचं व्यवस्थापन म्हणजे मुळातच अत्यंत लोभी आहे. त्यांच्या आमच्याकडून फार अवास्तव अपेक्षा आहेत. आणि तिकडे व्यवस्थापनाला वाटत असतं, हे इथले कामगार अत्यंत आळशी आणि कामचुकार आहेत. त्यांना काम नीट करायला नको. पगार मात्र सारखा वाढवून पाहिजे.

जिथे या भावना प्रवेश करतात तिथे परस्परांबद्दल अविश्वास निर्माण होतो आणि ताण वाढतो. शिवाय मोठमोठ्या बहुराष्ट्रीय कंपन्यांमध्ये जागतिकीकरण आणि अत्याधुनिक तंत्रज्ञानामुळे जे बदल झालेत त्याचा एक मोठाच ताण आलेला आहे. त्यामुळे सुद्धा मालक आणि नोकर यांच्यामधलं अंतर खूप वाढलं आहे. आणि ते कमी करणं खूप कठीण आहे. या बदललेल्या परिस्थितीत मालक म्हणजे काहीतरी काल्पनिक, सामुदायिक अशी समजूत मनात तयार होते. त्यामुळे 'आमची दोघांची संयुक्त जबाबदारी' असा विचारच तिथे रुजु शकत नाही.

याकरता असं करायचं, की आपण ज्यांच्या हाताखाली काम करतो ते दोघं-तिघंजणच आपले मालक आहेत असं समजायचं म्हणजे मग 'आपण करत असलेलं काम' ही ते दोघंतिघं आणि स्वत: यांची संयुक्त जबाबदारी आहे असं समजायला सोपं जातं.

असं समजून काम करायला लागलं ना की सहजपणे आपण शांततेने काम करून समाधान मिळवू शकतो.

प्रत्यक्ष कामाचे स्वरूप -

आपण रोज जे काम करतो, त्याचं महत्त्व काय आहे, मी ते स्वीकारलंय, या मोठ्या कार्यात माझ्याकडून नेमका कोणता हातभार लागतो आहे हे जर नीट समजून घेतलं ना, तर कामातून मिळणाऱ्या समाधानात वाढ होते.

समजा, तुम्ही एखाद्या सेवाभावी संस्थेत, हॉस्पिटलध्ये किंवा चर्चसाठी काम करत असाल, तर आपण समाजासाठी काहीतरी चांगलं काम करत आहोत. याची स्पष्ट जाणीव तुमच्या मनात असते. पण आपल्यापैकी पुष्कळजण सेवाभावी संस्थेत, हॉस्पिटलमध्ये किंवा चर्चमध्ये काम करत नसतात. कुठल्या तरी कारखान्यात किंवा कंपनीत असतात. मग त्यांनी काय समजायचं?

त्यासाठी, एक व्यावहारिक तत्त्व समजून घ्यायला पाहिजे. उद्योगधंदा मुळात

सुरू कशासाठी केला जातो? माणसांना नोकऱ्या देण्यासाठी? संचालकांच्या करमणुकीसाठी की कर वाचविण्यासाठी? मुळीच नाही.

काहीतरी बनवायचं, उत्पादन करायचं आणि मग नफा घेऊन त्याची विक्री करायची किंवा लोकांना कोणती तरी सेवा पुरवायची आणि त्यातून पैसे कमवायचे हा व्यवसायाचा मूळ उद्देश असतो. 'अखेर तो नफा कुणाला मिळतो' वगैरे विचार बाजूला ठेवून पाहिलं, तर सर्व व्यवसायांमध्ये मुख्य उद्देश हा वर सांगितलेल्या तत्त्वाप्रमाणे असतो.

तुम्ही तयार कपड्याचे किरकोळ विक्रेते असा, बटाटा वेफर्स बनवून विकत असा, श्रवणयंत्राची विक्री करत असा किंवा फरशांचे व्यापारी असा, मूळ तत्त्व नफा कमावणे हेच असते.

आता कुणाला हे साहजिक वाटेल, कुणाला फारसे आदर्श वाटणार नाही तर कुणाला रोज उठून अशा कामाला जायला वैतागच येत असेल. पण ही एक व्यावहारिक वस्तुस्थिती आहे. त्यामुळे अशा व्यवसायासाठी काम करायचे असेल तर स्वत:ला स्वस्थ आणि समाधानी वाटावे यासाठी ही वस्तुस्थिती समजून घेऊन मान्य करणे यातच शहाणपण आहे.

नोकरीचा उद्देश -

बऱ्याच जणांना असं वाटत असतं, की आपण केवळ पैसे कमावण्यासाठी कामावर जातो. त्यापलीकडे त्यांनी विचारच केलेला नसतो. त्यांना सांगावसं वाटतं. 'तुम्ही नोकरी करता, ते तुमच्या स्वत:च्या फायद्यासाठी. तुमच्या वरिष्ठांच्या, कंपनीच्या किंवा सरकारच्या फायद्यासाठी नव्हे.'

तुमचा बॉस किंवा मॅनेजर ही गोष्ट उघडपणे लवकर मान्य करणार नाही, पण तुम्ही स्वत: जर या गोष्टीवर विचार केलात तर लक्षात येईल की, बाकी कुठल्याही गोष्टीपेक्षा 'आत्मसन्मान' हे आपण काम करण्याचं सर्वात महत्त्वाचं कारण असतं.

हे सगळं अगदी साहजिक आहे. यात विशेष काय? असं तुम्हाला वाटेल. पण हा साधा विचार जेव्हा माणसं विसरतात ना, तेव्हा ती कामामध्ये दु:खीकष्टी होऊन जातात. स्वत:ला खूप त्रास करून घेतात. हे नेहमी घडतं. त्यासाठी हे मूळ तत्व, नोकरीचा हा मूळ उद्देश नेहमी ध्यानात ठेवला पाहिजे. हे सगळं आपण स्वत:च्या फायद्यासाठी करतो आहोत या जाणिवेमुळे शांतपणे, स्थिरचित्ताने आपण काम करायला लागतो. कारण जेवढे उत्तम काम करू तेवढा स्वत:चाच फायदा होणार असतो.

व्यक्तीची शक्ती -

तुम्ही जे काही करत आहात, त्यात जर तुम्हाला शांतता आणि समाधान मिळवायचं असेल, तर काम करणारी व्यक्ती म्हणून तुमचे काय हक्क आहेत, ते समजून घेणं फार महत्त्वाचं आहे.

त्यानंतर तुमची कर्तव्येही तितकीच महत्त्वाची ठरतात.

कधी कधी भीतीमुळे म्हणा असुरक्षिततेमुळे म्हणा अथवा जास्त कृतज्ञता बाळगल्याने किंवा कर्तव्याची अतिरिक्त जाणीव असल्यामुळे असेल; पण आपल्या मूलभूत हक्कांकडे आपले दुर्लक्ष होते. उदाहरणार्थ-

१) आपल्याला पाहिजे असेल ते मागण्याचा हक्क.
२) आपल्या कार्यकक्षेत बसणारे निर्णय आपण स्वत: घेण्याचा हक्क.
३) आपल्या परिश्रमांचा यथायोग्य मोबदला मिळवण्याचा हक्क.
४) आपला व्यक्तिगत खासगीपणाचा हक्क.
५) नाही म्हणण्याचा किंवा ठरावीक कामांना नकार देण्याचा हक्क.

हे फक्त कायद्याने दिलेले अधिकार नाहीत. मूलभूत मानवतेचे हक्क आहेत.

लोकशाही असलेल्या देशामध्ये कुणीही ते रद्द करू शकत नाही, डावलू शकत नाही किंवा नाकारू शकत नाही. कुणालाही तसा हक्क पोचत नाही.

याबरोबरच स्वत:च्या तसेच इतरांच्या हक्कांचे पालन आणि रक्षण नीट होईल असे बघणे हीसुद्धा आपली प्रत्येकाची जबाबदारी असते. तीही आपण ओळखून वागलं पाहिजे.

आपल्या जबाबदाऱ्या -

तुमच्या कामाच्या ठिकाणी त्रासाचा अनुभव घ्यायचा की समाधानाचा? याला इतरांपेक्षा तुमचं वागणंच जास्त कारणीभूत असतं. दुसऱ्यांच्या डोक्यावर खापर फोडून स्वत: मोकळं होणं हे सोपं असतं. सुखावहसुद्धा असतं. परंतु स्वत: केलेल्या कामाबद्दल स्वत:ला समाधान वाटणं, स्वत:बद्दल अभिमान वाटणं हा विचार केला जातो त्या वेळी तिथे इतर कुणाचा संबंधच येत नाही. ती जबाबदारी फक्त तुमची एकट्याचीच आहे.

प्रत्येक वेळेला, प्रत्येक कृती, प्रत्येक काम हे अर्थपूर्ण आणि मनाला आनंद देण्याइतकं परिपूर्ण केव्हा होऊ शकतं? तुम्ही ते तसं होऊ द्याल तेव्हा. तुम्ही केव्हा होऊ देता? मनात तशी जाणीव असेल तेव्हा.

म्हणून प्रत्येक काम, हे प्रत्येक वेळी परिपूर्ण करण्याची भावना मनामध्ये बाळगणं ही सर्व कर्मचाऱ्यांची नैतिक जबाबदारी आहे.

तुमच्या आवडीप्रमाणे कोणतंही काम तुम्ही स्वीकारलं असेल आणि आपल्या कामाचं अधिकात अधिक चांगलं फळ जर मिळवायचं असेल, तर आपले १०० टक्के श्रम त्यात असले पाहिजेत.

शांततेचे हे उपाय पहा.	
जे हवं ते कसं मिळवाल?.....	पृष्ठ २२०
तुमच्या मनातलं बोला.	पृष्ठ २२२
वाटाघाटीची कला	पृष्ठ २३४
नकाराची ताकद	पृष्ठ १३७
१००% प्रयत्नांसाठी	पृष्ठ १५५

हे तत्त्व तुम्ही अमलात आणा आणि बघा. तुम्हाला भरपूर समाधान तर मिळेलच पण ते कामच तुम्हाला शांत, स्थिर आणि मुक्त व्हायला मदत करेल.

◆

९. आयुष्य समृद्ध करणारी पंचतत्त्वे

तुमच्या नोकरीमुळे, तुमच्या बॉसमुळे तुम्हाला दडपण आल्यासाखं वाटत असेल हे बरोबर आहे. पण तुम्हाला शांत-संतुष्ट वाटलं पाहिजे. ही जबाबदारी त्यांची नाही. लक्षात ठेवा. तसं वाटून घेण्याची जबाबदारी फक्त तुमची एकट्याची आहे.

> तुमच्या नोकरीमुळे, तुमच्या 'बॉस'मुळे तुम्हाला दडपण आल्यासारखं वाटत असेल. पण तुम्हाला शांत – संतुष्ट वाटायला हवं, ही जबाबदारी त्यांची नाही. ती जबाबदारी तुमची स्वत:ची आहे.

१) तत्त्व पहिले - नेहमी उजळ बाजूकडे लक्ष द्या.

शांत, समाधानी राहण्याकडे तुमची वाटचाल आता सुरू झालेलीच आहे. अत्यंत अवघड आणि तितकीच महत्त्वाची पहिली पायरी तुम्ही चढून आला आहात. शांत, स्थिर राहण्याचा निश्चय तुम्ही केलेलाच आहे. आता सकारात्मक विचार करत राहा म्हणजे तुम्ही पुढे पुढे जाल. नेहमी दुसऱ्याची उजळ, चांगली बाजू विचारात घ्या. त्यांच्यातल्या दोषांवर, दुर्गुणांवर लक्ष केंद्रित करू नका.

२) तत्त्व दुसरे - स्वत:ची जबाबदारी ओळखा.

ही वरिष्ठांची जबाबदारी आहे 'हे व्यवस्थापनाचं काम आहे.' अशी वाक्यं समाजात वावरताना आपल्याला सर्रास ऐकू येतात. 'आम्हाला आनंद वाटला पाहिजे' हीसुद्धा शासनाची जबाबदारी आहे, असा विचार करण्यापर्यंतही लोकांची मजल गेलेली आढळते.

जेव्हा कुणी अशाप्रकारचे. विचार बोलून दाखवतं, तेव्हा ऐकताना ते बरोबर असल्यासारखं वाटतं, पण जेव्हा आपण ते अशा प्रकारे लिहून मग वाचायला लागतो तेव्हा ते उद्वेगजनक असल्याचं लक्षात येतं.

अहो, तुम्हाला काय वाटावं, ही तुमची वैयक्तिक जबाबदारी आहे, शासनाची कशी काय?

तरीसुद्धा अशीच चुकीची कल्पना बहुतेक सर्व कामाच्या ठिकाणी असल्याचं आढळून आलेलं आहे. आणि म्हणूनच अशा ठिकाणी ताणतणाव आणि चिंतेचं प्रमाणही जास्त वाढलेलं असतं.

एक युक्तिवाद असा केला जातो, की चांगले व्यवस्थापक हे समस्येतला ताणतणाव कमी करतात आणि वाईट व्यवस्थापक तो ताण वाढवतात. हे तसं खरंच आहे. पण म्हणून काय झालं? व्यवस्थापक (मॅनेजर) बदलणं तुमच्या हातात असतं का? आणि जरी समजा बदलला, तरी नवा आलेला जुन्यापेक्षा चांगलाच कशावरून असेल? नसण्याचीच शक्यता जास्त. म्हणून हे लक्षात ठेवायचं की तुमचा ताण वाढवण्यासाठी 'बॉस' किंवा जास्त काम कारणीभूत असलं, तरी तुम्हाला बरं वाटावं, तुम्ही स्वस्थचित्त राहावं ही जबाबदारी त्यांची नाही. तुमच्या मनात स्वत:बद्दल चांगली भावना यावी हीसुद्धा त्यांची जबाबदारी नाही.

त्याला सर्वस्वी तुम्हीच जबाबदार आहात. ती तुमची वैयक्तिक बाब आहे.

जेव्हा तुम्ही खरोखरच असा विचार करू लागाल की 'मी माझ्या फायद्यासाठी काम करतो. बॉसच्या, शासनाच्या किंवा कंपनीच्या फायद्यासाठी नाही' तेव्हा बघा, तुम्हाला पुष्कळच मोकळं वाटायला लागेल.

तुम्हाला त्रास होत असल्याबद्दल इतरांना खुशाल दोषी ठरवा. पण त्यावर मात करणं ही तुमची एकट्याची जबाबदारी आहे. हे एकदा स्वीकारलंत की जेवढ्या प्रमाणात प्रयत्न कराल तेवढ्या प्रमाणाात त्रासावर मात करून तुम्ही सुखी समाधानी होत रहाल.

३) तत्त्व तिसरे - प्रथम स्वत:चं काम नीट करा.

आपल्यापैकी प्रत्येकाला असं वाटतं की सगळ्यांनी आपलं नाव घ्यावं. आठवण काढावी. मग कोण काय सांगेल ते सगळं केलं, की आपोआप आपलं नाव घेतातच. नाही का?

अशी एक सर्वसाधारण कल्पना असते.

पण काही लोक आपल्या वागण्याने यात कटुता निर्माण करून ठेवतात. हे लोक स्वत:ला झेपणार नाहीत अशी कामं अंगावर घेऊन ठेवतात.

का करतात ते असं?

त्यांना योजना नीट आखता येत नाहीत का?

की स्वत:विषयी अवास्तव कल्पना असतात त्यांच्या?

आपल्याला खूप काम करावं लागतं हे दाखवण्याचा त्यांचा प्रयत्न असतो का?

यापैकी कोणतंही एक किंवा दोन-तीन कारणं असतील. परंतु बऱ्याच वेळा त्यामागचं साधं सोपं कारण असं असतं की ते 'नाही' म्हणू शकत नाहीत. ते जास्तीच्या कामाला नाही म्हणू शकत नाहीत, निमंत्रणाला नकार देऊ शकत नाहीत, मदत करण्याच्या विनंतीला नाही म्हणू शकत नाहीत.

हे शांतता उपाय बघा.

नकाराची ताकद ..... पृष्ठ १३७

छानपैकी नकार देण्यासाठी ..... पृष्ठ १४१

तुमच्या मर्यादा लक्षात घ्या. ..... पृष्ठ १४१

तुमचा वेळ ..... पृष्ठ १४६

एका वेळी एकाच दिवसाचं काम करा ..... पृष्ठ १५०

काम संपवण्याचा काळ स्वत: निश्चित करण्यासाठी ..... पृष्ठ १३३

मित्र-मैत्रिणींनो, जरूर तेथे नाही म्हणायला शिका. तुमचं काम तुमच्या आवाक्यात राहिल्यामुळे समाधानी तर राहालच; पण हे पाऊल उचलण्याने तुम्ही जास्त कार्यक्षम होत आहात हेही तुम्हाला जाणवेल.

४) तत्त्व चौथे – आयुष्य आनंदाने जगा.

तुमच्या बॉसला हे सांगू नका, पण ऑफिसच्या बाहेर किती तरी आनंदी जग पसरलं आहे'!

'तुम्हाला नोकरीत सर्वोच्च पद मिळवायचंय' 'अत्यंत महत्त्वाची जागा पटकवायची आहे.' 'लोकप्रिय नेता बनायचंय' 'श्रीमंत मालक व्हायचं आहे' असं कोणतंही ध्येय असलं, तरी बैलासारखी झापडं लावून एकाच चाकोरीमधून चालत राहिलं, तर ते मिळणं अशक्यच आहे. दैनंदिन कामाकाजाव्यतिरिक्त रोज थोडा तरी वेळ इतर गोष्टींसाठी घालवा. म्हणजे तुमचा कामातला उत्साह आणि आनंद अधिक वाढेल.

हे शांतता उपाय बघा.

एका वेळी एकाच दिवसाचं काम करा ..... पृष्ठ १५२

हसत रहा. ..... पृष्ठ ३०४

थोडा ताण घ्या. ..... पृष्ठ २०९

५) पाचवे तत्त्व - तणावरहित श्वासोच्छ्वास करायला शिका.

तुम्हाला जर थकवा घालवून आराम मिळवायचा असेल तर योग्य पद्धतीने श्वासोच्छ्वास करायला शिका. ते सर्वांत महत्त्वाचं, एकमेव असं तणावमुक्तीचं तंत्र आहे.

हे ऐकल्यावर मध्ये एका श्वासाइतकाही वेळ न दवडता तुम्ही सांगाल, ''अरे, काय चेष्टा करताय! जन्मल्यापासून इतकी वर्ष तेच करत आलो की. श्वासोच्छ्वासात आपण एकदम तरबेजच आहोत. वेगळं काही शिकायची काय गरज आहे?''

खरं आहे. असालही तुम्ही तरबेज. तशी शक्यता आहे. पण अशीही शक्यता आहे की चुकीच्या श्वसनद्धतीमुळे, तुम्ही शांत तर राहू शकतच नाही, उलट मनावरचा ताण मात्र वाढत चालला आहे.

तेव्हा जाणकाराकडून श्वसनाच्या शास्त्रशुद्ध तंत्राबद्दल मार्गदर्शन घ्या आणि योग्य, आदर्श श्वसनाचा जादूसारखा परिणाम पहा. त्याचा लाभ घ्या.

◆

१०. सुधारणेचे सहा प्रांत

तुमची कामाची जागा कोणतीही असो, ताण निर्माण होण्याची जागा एकच. ती म्हणजे तुमचे मन.

> कामाची जागा कोणतीही का असेना, ताण निर्माण होण्याची जागा एकच. ती जागा म्हणजे तुमचं मन.

एकूण अशी सहा क्षेत्रे आहेत, जिथे तुम्ही जाणीवपूर्वक बदल करू शकता. त्यातल्या एक-दोन क्षेत्रांत जर तुम्ही अर्थपूर्ण सुधारणा घडवून आणू शकलात, तर तुम्ही कामाच्या ठिकाणी सुखशांतीचा अनुभव घेऊ शकाल. सर्व क्षेत्रांतच बदल घडवू शकलात, तर सोन्याहून पिवळं!

१) वागणूक

तुम्ही कामाच्या ठिकाणी कसे वागता, यावर तुम्हाला कसं वाटतं, ते फार अवलंबून असतं. जर तुमच्या वागण्यातूनच तणाव निर्माण होत असेल तर, तुम्हाला तणावाखाली असल्यासारखं वाटणारच.

कोणती असते ही तणाव निर्माण करणारी वागणूक? समजा, काम करण्याची अगदी प्रत्यक्ष वेळ येईपर्यंत तुम्ही काहीच तयारी, योजना केली नाही, तर ऐन वेळेवर ताण आल्याशिवाय कसा राहील?

कायम टेन्शन घेणाऱ्या सहकाऱ्यांत नेहमी मिसळत राहिलात तर तुम्हालाही नकळत टेंशन येतं. सतत सिगारेटी ओढत राहिलात आणि दिवसाला १२ ते १५ कप चहा ढोसत राहिलात, तर तुम्हाला सगळं काही सुरळीत असतानाही कसला तरी ताण जाणवायला लागतो.

याउलट स्वतःला शांत, अविचलित ठेवण्याच्या, साध्यासाध्या युक्त्या

योजल्यात, आत्मपरीक्षण केलंत, वेळ आणि प्रयत्न यांचं थोडं व्यवस्थित नियोजन केलंत तर बघा किती छान वाटतं ते.

हे शांतता उपाय बघा.

तुम्ही कितपत संवेदनाक्षम आहात? ..... पृष्ठ ९

अंतिम मुदतीचे दडपण कसे कमी कराल? ..... पृष्ठ १३१

२) दृष्टिकोन

तुम्ही कुठेही काम करत असलात, तरी तणाव निर्माण करणारी कारणं सारखीच असतात. त्यांची जागा एकच असते; ती म्हणजे तुमचं मन. आणि तिथे ताण निर्माण होण्याचं एक महत्त्वाचं कारण म्हणजे तुमचं वेगवेगळ्या गोष्टींकडे, माणसांकडे, परिस्थितीकडे पाहण्याचे चुकीचे दृष्टिकोन!

दृष्टिकोनामधला समतोल बिघडल्यामुळे प्रचंड मानसिक ताण निर्माण होत असतात. त्यामुळे स्वत:ला शांत ठेवण्याचं तंत्र शिकताना दृष्टिकोनाच्या प्रांतात काम होणं फार गरजेचं असतं. काही अगदी किरकोळ बदल करूनसुद्धा मोठ्या सुधारणा अनुभवास येऊ शकतात.

हे शांतता उपाय बघा.

सकारात्मक शब्द ..... पृष्ठ १७६

सकारात्मक योगदान ..... पृष्ठ १७८

सकारात्मक चित्र ..... पृष्ठ १८०

चला शोधू या उज्ज्वल बाजू .... पृष्ठ १८१

अधिक उणेची पद्धत (+–) .... पृष्ठ १९१

मोठ्या प्रश्नांची काळजी करा. .... पृष्ठ १९१

३) कामाच्या ठिकाणचे वातावरण

समजा, तुम्ही एखाद्या प्रचंड आवाज असणाऱ्या कारखान्यात काम करता; तर दिवस संपल्यावर नक्कीच मनावर ताण आलेला असतो.

खूप गर्दीच्या ठिकाणी काम करणाऱ्यांना सतत एक प्रकारचं दडपण जाणवतं. दिवसभर गैरसोयीच्या खुर्चीवर बसूनसुद्धा माणसं वैतागतात. इतकंच नाही, त्यामुळे नकळत मनावर ताणही येतो. जे लोक नेकटाय लावून काम करतात, त्यांनासुद्धा एक प्रकारचं बंधन, दबल्याची भावना जाणवत असते. म्हणजेच काही शारीरिक क्रिया किंवा आजूबाजूच्या वातावरणातल्या गोष्टीसुद्धा तुमच्या मानसिक स्थितीवर बराच परिणाम करत असतात.

हे शांतता उपाय बघा.

स्वत:ची जागा निर्माण करण्यासाठी ..... पृष्ठ २६७

शांततेचा आवाज ..... पृष्ठ २६८

शांततेचा गंध ..... पृष्ठ २६९

तुमची शांत जागा ..... पृष्ठ २७६

यातल्या ज्या गोष्टी तुमच्या हातात असतात त्या तुम्ही बदलू शकता; पण बऱ्याच गोष्टी बदलणं तुमच्या हातात नसतंच. तेव्हा काय करायचं? अशा वेळी, त्यांच्याकडे बघण्याचा आपला दृष्टिकोन आपण बदलायचा. त्याने सकारात्मक परिणाम घडून येतो.

४) कामाची पद्धत

व्यवस्थापक सक्षम नसेल तर सगळं वातावरणच बिघडतं असं नेहमी म्हटलं जातं. त्याचप्रमाणे कामाच्या पद्धती जर चांगल्या नसतील तरी वेगवेगळे ताण निर्माण होतात. आपण आपल्यापुरता कामाच्या पद्धतीत बदल करायचा प्रयत्न करावा. संपूर्ण यंत्रणा किंवा तिची कार्यपद्धती बदलणं आपल्या हातात नसतं. अशा वेळेला आपण त्या पद्धतीकडे सकारात्मक नजरने बघायचं.

हे शांतता उपाय बघा.

शांत कार्यक्रमपत्रिका ..... पृष्ठ १७२

आयडलिंग ..... पृष्ठ २०६

शांततेशी युती करा. ..... पृष्ठ २४९

५) योजना

वेळेचं नियोजन, ध्येय निश्चित करणं, लक्ष्यपूर्ती, पुढील कामाची आखणी या सगळ्या विषयांवर अनेक पुस्तकांचे खंडच्या खंड लिहिले गेलेत. यासाठी शिबिरे भरवली जातात. अनेक मार्गदर्शनपर भाषणंही नेहमीच होत असतात.

मोठमोठ्या संस्था चालवताना 'प्लॅनिंग' म्हणजे बऱ्याच वेळा यश आणि अपयश यातला फरक मोजणंच असतं. पण व्यक्तिगत पातळीवर तुम्ही तुमच्या कामाशी पुरतं कसं भिडता, याचा हा आलेख होऊ शकतो.

आपल्याला नेमकं कुठं पोचायचं आहे, हे माहीत असणाऱ्यांना शांतपणे मार्गक्रमण करायला सोपं जातं. ज्यांना योजना करण्याची माहीत आहे, ते आपल्या चिंतांवरती मात करण्याची योजना आखू शकतात. जे लोक स्वत:ला शिक्षित करू शकतात, वेगवेगळे अभ्यासक्रम घेऊन स्वत:चे ज्ञान वाढवतात, त्यांना आपले दैनंदिन काम तणावमुक्त राहून कसं करायचं, त्यातून समाधान कसं मिळवायचं हे सहज शिकून घेता येईल.

सर्वांत महत्त्वाचं म्हणजे ज्यांचं व्यक्तिमत्त्व सुघटित आहे, त्यांना एकूणच दडपणं, ताण-तणाव, चिंता यांचा त्रास कमी होतो.

हे शांतता उपाय बघा.

जीवनातल्या प्राथमिकतांचा तक्ता ..... पृष्ठ ८६

दीर्घ मुदतीच्या सृजनशील योजनांची आखणी ..... पृष्ठ १६४

आपोआप होणारी योजना ..... पृष्ठ १७०

तेव्हा शांत राहायचं ठरवा. तशी योजना करा.

६) निर्णयक्षमता

बरेच लोक एखाद्या प्रश्नावर, समस्येवर उपाय शोधत असतात; पण प्रत्यक्ष तो प्रश्न सोडवण्याचा निर्णयच घेत नाहीत. त्यांना उपाय सापडलेला असतो, पण ते त्याचा वापर करायचा निर्णय घेऊ शकत नाहीत.

असे लोक डॉक्टरांकडे जातील, पुस्तक विकत घेतील, 'एरोबिक्स' ची कॅसेट आणतील, योगासने करायचं ठरवतील, पाककृती वाचतील, पण अत्यावश्यक महत्त्वाचं असणारं, 'पहिलं पाऊलच' पुढे टाकत नाहीत. 'प्रश्न सोडवून टाकायचा' असा निर्णयच वेळेवर घेत नाहीत.

निर्णय घेऊ न शकणं हे अपयशी आणि चालढकल करणाऱ्यांचं लक्षण आहे. निर्णय घ्यायला काही फार मोठी इच्छाशक्ती किंवा दृढनिश्चय लागत नाही.

> हे शांतता उपाय बघा.
> निर्णयासाठी खास वेळ द्या. ..... पृष्ठ १६८
> निर्णय घेण्याची शांत पद्धत ..... पृष्ठ १७१
> अधिक उणेची पद्धत (+–) ..... पृष्ठ १९१

तुम्ही शांत व्हायचा निर्णय घेतला नसलात, तर लगेच घ्या. त्यानंतर फक्त या पुस्तकातले उपाय अमलात आणलेत की झालं.

◆

११. कामाच्या ठिकाणी ताण देणारे सप्तरंग

कामाच्या ठिकाणी मन शांत ठेवण्याचे उत्तम उपाय शोधायचे असतील तर तणावाचे हे सात मुद्दे तपासायला पाहिजेत. वेळ, नियंत्रण, स्वत:, समाज, बदल, जीवनपद्धती आणि बाह्य कारणे.

कामाच्या ठिकाणी सामान्यत: ३ प्रकारच्या कारणांमुळे ताण निर्माण होत असतो. बाह्य कारणांमुळे, भावनिक कारणांमुळे किंवा वर्तणुकीच्या समस्यांमुळे.

बाह्य कारणांमध्ये आजारपणापासून चावणाऱ्या बुटापर्यंत, धुळीपासून थंडीपर्यंत आणि गर्दीपासून गोंगाटापर्यंत सगळीच कारणं येतात.

भावनिक किंवा मानसिक कारणं ही अतिशय क्लिष्ट आणि सर्वांत जास्त प्रभावी असतात; कारण ती तुमच्या मनातच उद्‌भवतात.

वर्तणुकीच्या समस्या या शारीरिक आणि मानसिक समस्यांच्या समन्वयातून निर्माण होतात. यामध्ये कामाची चालढकल, दांड्या मारणे, अकार्यक्षमता इथपासून ते दारू, ड्रग यामुळे घडणारी गैरवर्तणूक हे सगळं येतं.

सर्व कामांच्या ठिकाणी याच प्रकारचे ताण उद्‌भवत असतात. त्यांची प्रत्यक्ष कारणे प्रत्येक ठिकाणी वेगवेगळी असली, तरी मुळाशी असलेले प्राथमिक मुद्दे सारखेच असतात.

ते मुद्दे म्हणजे कोणत्याही प्रकारचा बदल, वेळेचं बंधन, नियंत्रण, सामाजिक परिस्थिती आणि अतिरिक्त कामाचं ओझं.

व्यवसायजन्य तणावाचं नियोजन करणारे काही उपचारतज्ज्ञ असं ठामपणे सांगतात, की प्रामुख्याने जास्तीत जास्त काम आणि कमीत कमी नियंत्रण या दोन कारणांमुळे, व्यवसायाच्या ठिकाणी ताण निर्माण होतात.

त्यातले दुसरे काही तज्ज्ञ असं सांगतात की, कामाच्या ठिकाणी अचानक होणाऱ्या बदलांमुळे कामगारांमध्ये जी असुरक्षिततेची भावना निर्माण होते, त्यामुळे

पुष्कळशा तणावजन्य तक्रारी सुरू होतात.

दहा वर्षांपूर्वी झालेल्या अभ्यासांचे निष्कर्ष तपासले तर 'बदल' हे ताण येण्याच्या अनेक कारणांपैकी केवळ एक कारण असा फक्त उल्लेख आढळतो. आणि आज आपल्याला जाणवतंय, की ताण येण्याचं मुख्य कारण म्हणजे हा झपाट्याने होत चाललेला बदलच आहे.

परंतु काही अभ्यासकांनी नेहमी 'स्वत: स्वत:ची जीवनपद्धती आणि सवयी' ही ताणतणावाची प्रमुख कारणं आहेत असं सांगितलंय आणि त्यात नक्कीच तथ्य आहे.

खाली दिलेल्या तक्त्यावरून कामाच्या ठिकाणी निर्माण होणाऱ्या ताणांचे वेगवेगळे विभाग कोणते ते समजतं. त्यांची टक्केवारी अर्थातच उद्योगाचं स्वरूप, देश आणि काल याप्रमाणे बदलेल.

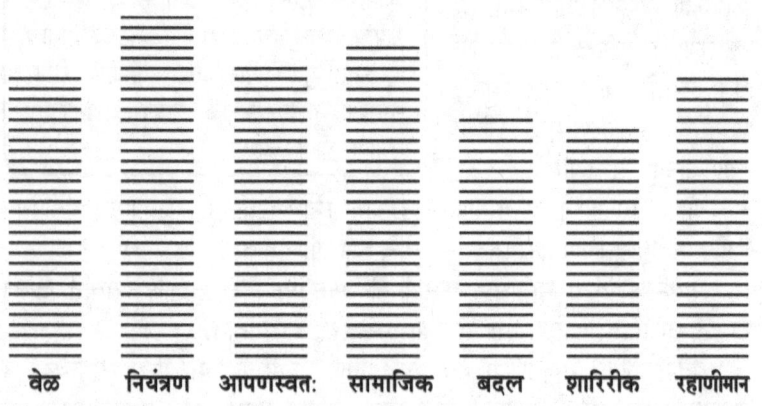

वेळ   नियंत्रण   आपणस्वत: सामाजिक   बदल   शारिरीक   रहाणीमान

याशिवाय दुसरी एक समजूत अशी आहे की कामाच्या ठिकाणी जाणवणारा ताण हा तिथे निर्माण झालेला नसतोच मुळी! म्हणजे आता या ठिकाणी आणखी एक घटक प्रवेश करतो. तो म्हणजे वैयक्तिक आणि कौटुंबिक जीवनातल्या काळज्या! आजकाल कुटुंबातले नवराबायको दोघेही अर्थार्जनासाठी बाहेर जातात; शिवाय आर्थिक आणि सामाजिक असुरक्षितता इतकी वाढलेली आहे की हा घटक अपरिहार्यच झालेला आहे.

या काळजीच्या परिघात, आयुष्यातले सगळेच प्रश्न येऊ शकतात. बिघडलेले आरोग्य, बिघडलेले नातेसंबंध, आर्थिक विवंचना, कौटुंबिक समस्या, टक्कल पडणे, जास्त खाणे, कमी खाणे, जे म्हणाल ते. सगळ्यांची चर्चा तर राहूच दे, उल्लेख करणंसुद्धा इथे अशक्य आहे. खरं म्हणजे, या प्रश्नांचा, खोलात जाऊन ऊहापोह करण्याचा या पुस्तकाचा उद्देशच नाही. अगोदर लिहिल्याप्रमाणे,

समस्येपेक्षा, त्यावरचे उपाय कोणते, याच्या चर्चेत आपल्याला रस आहे.

त्यामुळे, त्यातले उत्तम उपाय शोधून काढण्याकरता, आपण या तणाव निर्माण करणाऱ्या प्रत्येक घटकाचा जरा सविस्तर विचार करणार आहोत.

एकदा तणावाची कारणं लक्षात आली, की आपले प्रश्न चिघळण्यापूर्वीच तुम्ही त्या कारणांचा बीमोड करू शकाल.

१. वेळ (कालमर्यादा)

जर आपण कामाच्या ठिकाणी रोज उद्‌भवणाऱ्या किरकोळ कटकटींकडे बारकाईने पाहिलं, तर लक्षात येतं, की वेळ किंवा वेळेची मर्यादा हाच घटक सर्वांत जास्त कटकटी निर्माण करतो. वेळेच्या बंधनामुळेच तर कामाचं दडपण येतं, हे आपल्याला चांगलं माहीत आहे. काम करताना ताण देणारा 'वेळ' हा मूळ घटक आहे.

वेळ म्हणजे जणू पैसाच असतो (Time is Money), काळ आणि समुद्राला आलेली भरती कुणासाठी थांबत नसतात. (Time and Tide wait for nobody)

कामात दिरंगाई म्हणजे काळाची चोरी (Procrastination is the thief of time)

प्रचंड भासणारी अंतिम मुदत (Looming Deadlines)

वाया जाणारा वेळ, खूप काम वेळ कमी, कामाला दिवस अपुरा पडणे.

अशा प्रकारची दडपणं, आपल्यापैकी काही जण कधीच दूर करू शकत नाहीत. 'महत्प्रयसाने आपण ती दूर केली आहेत' असं वाटायला लागतं आणि दुसऱ्या दिवशी सकाळपासून पुन्हा तेच चक्र सुरू होतं.

हे असं का होतं? याचा तुम्ही कधी विचार केलाय?

आजच्या आधुनिक जगातली माणसं सतत अशी वेळेच्या दडपणाखाली का असतात, असा प्रश्न विचारला. तर सर्वांची जवळपास सारखीच उत्तरं येतात.

लोक हल्लीच्या जीवनातल्या वाढलेल्या गतिमानतेबद्दल बोलतात. रोजच्या रोज काही ना काही जास्त कसं मिळवावं लागतं, त्यात जाहिरातीतून सतत मारा करण्यात येत असलेले संदेश कसे भर घालतात, मनोरंजनाची साधनं आणि संधी किती वाढल्यात असं काहीसं ते बोलत असतात.

बऱ्याच जणांना हे पटणार नाही; पण वर सांगितलेली सर्व कारणं ही त्या प्रश्नाचा फक्त एक छोटासा भाग आहेत.

खरं तर 'वेळेचा बागुलबुवा' हा फार लहानपणीच आपल्या डोक्यात घुसवून ठेवला जातो. कोणतेही आई-बाप, आणि त्यांची लहान मुलं यांचं संभाषण

तुम्ही लक्ष देऊन ऐका. अगदी सजग अशा कुटुंबामध्येही.

"चल गं. आटप लवकर." "अरे, भराभर चाल जरा."

"काय गोगलगायीसारखं काम चाललंय तुझं! उशीर होईल ना!"

"हं! चला चला, पाहू कोणाचं आधी संपतंय?"

"वा! काय झट्‌कन आलीस!"

अशा प्रकारची वाक्ये सतत कानावर पडतात. निरीक्षण केलं, तर लक्षात येतं, एका दिवसात किती तरी वेळा अशी वाक्यं मुलांना ऐकावी लागतात. मग जर मोठेपणी त्यांच्यावर वेळेचं दडपण येत असेल, तर त्यात नवल ते काय?

आपण सर्व जण याच पद्धतीने वेळेच्या दडपणाचे बळी ठरलो आहोत.

परंतु कामाच्या ठिकाणी हा वेळेचा घटक फार मोठा दडपशहा ठरतो, हे निश्चित. जसजशा उत्पादकतेच्या अपेक्षा वाढत जातात तसतसं हे वेळेचं दडपणही वाढत जातं.

खरं म्हणजे 'काळ' किंवा 'वेळ' असं काही प्रत्यक्षात अस्तित्वात नाही. ती एक अमूर्त कल्पना आहे. त्यामुळे 'वेळेचं दडपण' यामध्ये 'वेळ' हा दोषी नसून त्याकडे पाहण्याची आपली दृष्टी, आपली त्याबद्दलची संकल्पना या खऱ्या दोषी आहेत. आपण वेळेचं दडपण घेतो, म्हणून ते जाणवतं.

थोडक्यात काय, तर 'वेळेचं दडपण हे घड्याळामुळे येत नाही; ते आपल्या डोक्यामुळे येतं.'

Deadlines अंतिम मुदत किंवा समय सीमा -

अंतिम मुदत, तुमची मुदतीची संकल्पना किंवा एखादं काम करण्यासाठी आपल्याकडे किती वेळ आहे असं तुम्हाला वाटणं, या सगळ्या एकमेकांशी निगडित गोष्टी आहेत.

आपल्यापैकी पुष्कळ जणांना, एखादं काम संपवण्याची अंतिम मुदत ठरवली जाणं म्हणजे समस्याच वाटते. काही विशिष्ट प्रकारच्या व्यक्ती आणि विशिष्ट व्यवसायात हे जास्त प्रमाणात पाहायला मिळतं. ज्यांना Deadlines प्रमाणे काम संपवावं लागतं, किंवा ज्या उद्योगात विशिष्ट तारखेच्या आतच काम पूर्ण व्हावं लागतं, त्यांचं निरीक्षण केलं तर असं दिसतं की त्या व्यवसायातले लोक हे निश्चितपणे तणावजन्य रोगाचे बळी ठरतात. कारण उघड आहे. जसजशी अंतिम मुदत जवळ जवळ येते, तसतसा मनावरचा ताण आपोआप वाढत जातो.

या उलट काही लोक असे आहेत की त्यांना अंतिम मुदत दिली, तरच

ते व्यवस्थित, नीटनेटकं आणि वेळेत काम पूर्ण करू शकतात. असं का होत असेल? काही जण अंतिम मुदतीचा धसका घेतात. तर दुसरे काही त्यामुळेच व्यवस्थित, जलद काम पूर्ण करतात?

याचं उत्तर असं आहे, की त्या दोन्ही गटातल्या लोकांच्या अंतिम मुदतीकडे पाहण्याच्या दृष्टिकोनात फरक असतो. त्याचप्रमाणे वेळेचं नियोजन करण्याच्या पद्धतीतही फरक असल्यामुळे असे परस्परविरुद्ध निष्कर्ष निघतात.

हे शांतता उपाय बघा.

स्वअवसर ..... पृष्ठ १४७

भेटीच्या वेळा ठरवणे. ..... पृष्ठ १४९

तुमच्या मर्यादा लक्षात घ्या. .....पृष्ठ १४१

काम संपवण्याचा काळ स्वत:
निश्चित करण्यासाठी ..... पृष्ठ १३३

वेळ आणि परिश्रम यांच्या नियोजनाचे तीन
नियम ..... पृष्ठ १२८

(Workload) कामाचा भार -

जर आपण सर्व क्षेत्रातल्या कामगारांशी बोललो आणि तुम्हाला कसला ताण जास्त जाणवतो, या प्रश्नाच्या उत्तराचा एक आढावा घेतला तर असं लक्षात येतं, की "फार काम पडतं हो!" असाच बहुतेकांचा सूर असतो. प्रत्यक्षात तसं असेलच असं नाही.

१९९० च्या सुमारास जागतिक मंदी आली. त्यानंतरच्या दशकात वाढलेल्या उत्पादकतेमुळे सगळ्यांनाच जास्त काम करावं लागतंय. पण ज्याला खरंच 'ओझं' म्हणावं इतकं काम वाढलं आहे का? खरोखर आपल्याला कामाचा भार असह्य होतो आहे?

हे शांतता उपाय बघा.

नकाराची ताकद ..... पृष्ठ १३७

नकार देण्याचा चांगला मार्ग ..... पृष्ठ १३९

तुमच्या मर्यादा लक्षात घ्या. ..... पृष्ठ १४१

स्वअवसर ..... पृष्ठ १४७

एका वेळी एकाच दिवसाचं काम
करा. ..... पृष्ठ १५०

बऱ्याच ठिकाणी या प्रश्नाचं उत्तर होय असं द्यावं लागतं पण बाकीच्या ठिकाणी मात्र 'आता आमच्यावर कामाचा अतिरिक्त बोजा पडणार' ही कामनाच समस्या होऊन बसली आहे.

माहितीचा अतिरेक - अधिकारी वर्गाला एका नव्याच समस्येला तोंड द्यावं लागतंय. ती समस्या म्हणजे माहितीचा अतिरेक. या मुद्यावर अधिकाऱ्यांशी बोलून आढावा घेतला असता, ४०% अधिकाऱ्यांनी आणि २५% कर्मचाऱ्यांनी असं सांगितलं की या माहितीच्या अतिरेकामुळे त्यांना जास्त वेळ काम करत

बसावं लागतं आणि इतरही कामकाजाच्या समस्या उद्‌भवतात. अशाच प्रकारचा एक अभ्यास पाचेक वर्षांपूर्वी केला गेला, तेव्हा या मुद्याचा फक्त पुसट उल्लेख आला होता आणि आता ४०% अधिकाऱ्यांची चक्क तक्रार? काय चाललंय काय?

होय. फार गमतीदार आहे जे चाललंय ते. सध्या दर दोन वर्षांनी जगातील माहितीचा साठा दुपटीने वाढतो. आपल्या पणजोबांनी त्यांच्या उभ्या आयुष्यात जमा केली नसेल एवढी माहिती न्यू यॉर्क टाइम्सच्या एका अंकात असते. आता बोला!

अहो, इंटरनेट तर धबधब्यासारखी इतकी माहिती तुमच्यापुढे ओतत असतं, की जुन्या माणसांना त्यांच्या थकल्या मेंदूला ते झेपतच नाही. ते ती पहातच नाहीत. चक्क नकार देतात. कुठल्याही दिलेल्या विषयाबद्दलची अक्षरश: इतकी माहिती उपलब्ध असते की तो अधिकारी ती उघडून बघायलाच नाखूष असतो. वर 'हे काही माहितच नव्हतं बुवा' असं सांगायचीसुद्धा सोय उरत नाही!

इतक्या अधिक प्रमाणात माहिती येऊन कोसळते की एवढी सगळी आपल्या डोक्यात सामावून घेणंसुद्धा शक्य नसतं. एखाद्या कार्यकारी अधिकाऱ्याच्या टेबलावर रोज प्रचंड माहितीची आवक होत असते. इतकी की वाचण्याच्या स्पर्धेतला जागतिक चँपियनसुद्धा ती एका दिवसात वाचून संपवू शकणार नाही.

मग अशा वेळेला काय, त्याकडे दुर्लक्ष करणे एवढाच उपाय उरतो? सुदैवाने तसं नाहीये. त्यातून निवडक माहिती शिस्तबद्ध रीतीने घेतली तर प्रश्न सोपा होऊ शकतो.

हे शांतता उपाय बघा.
माहितीचे विमोचन ..... पृष्ठ १४३
जीवनातल्या प्राथमिकतांचा तक्ता..... पृष्ठ ८६

दिरंगाई

आपण 'दिरंगाई' हा मुद्दा 'वर्तणूक समस्या' किंवा 'कामाच्या सवयी' या सदराखाली न घेता, 'वेळ' या सदरामध्ये त्याचा विचार करतोय्. कारण आपण दिरंगाई करतो म्हणजे काय करतो? तर **वेळेचा दुरुपयोग** करतो. लगेच करून टाकण्याची कामे जेव्हा आपण पुढे ढकलतो, तेव्हा दुसरं काही होत नाही, पण मनावरचं एक दडपण मात्र आपण वाढवून ठेवतो.

ज्या गोष्टी करायला आपल्याला फारसं किंवा अजिबात आवडत नाही, त्या आपण पुढे

हे शांतता उपाय बघा.
१००% प्रयत्न ..... पृष्ठ १५५

ढकलतो. पण नंतर त्या कराव्या लागणारच असतात. म्हणजे पुढे ढकलून, आपण ती नावडीची भावना उगीचच जास्त वेळ साठवून ठेवत असतो.

२. नियंत्रण किंवा संयम

सर्वसाधारणपणे तणाव निर्माण करणाऱ्या घटनांचा आपल्यावर कसा परिणाम होतो, हे तीन गोष्टींवर अवलंबून असते.

१) ती घटना तणावपूर्ण असणार आहे याची पूर्वकल्पना असणं आणि त्यामुळे तिच्या परिणामांची जाणीव असणं.

२) त्या घटनेवर किंवा तिच्या परिणामांवर काही प्रमाणात नियंत्रण करू शकणं.

३) त्या प्रसंगी इतरांचा भावनिक पाठिंबा मिळणं.

व्यवसाय मानसशास्त्रज्ञ (Occupational Psychologist) असं सांगतात की, तुमच्या कामावरती तुमचं नियंत्रण नसणं, हे कामाच्या ठिकाणी उद्‌भवणाऱ्या तणावांचं मुख्य कारण असतं.

आपलं काम काय किंवा आपल्या आजूबाजूचं छोटंसं जग काय, तिथे संयमाचा, नियंत्रणाचा वापर जेवढा कमी करू तेवढ्या जास्त प्रमाणात आपल्याला तणाव, भीती, चिंता, राग, यांचा सामना करावा लागेल.

त्यांच्या म्हणण्याचा अर्थ, तुम्हाला आपल्या आजूबाजूची परिस्थिती किंवा काम आपल्या आटोक्यात आहे असं वाटणं हे महत्त्वाचं. त्यासाठी ते 'सत्तेत सहभाग देणे' हे धोरण स्वीकारायला सांगतात. म्हणजे उद्योगाच्या ठिकाणी कामगारांना ठरावीक प्रमाणात स्वायत्तता द्यायची. जेणेकरून त्यांचं काम आणि उत्पादकता यावर त्यांचं स्वत:चं नियंत्रण राहील. असं केल्यामुळे कामगारांना 'आपण तणावाखाली आहोत' असं वाटणं कमी होतं. या भावनेमुळेच त्यांना सगळं आवाक्याबाहेर असल्यासारखं वाटत असतं; ते कमी होतं. त्यामुळे या धोरणाचा निश्चित फायदा होतो.

परंतु खरी स्वायत्तता किंवा सत्ता ही आपल्याला आतून जाणवायला पाहिजे. आपण जेव्हा मनापासून असं ठरवू की, 'मी माझ्या कामापैकी या-या गोष्टींवर नियंत्रण ठेवीन', तेव्हा ती गोष्ट कितीही लहान किंवा कमी महत्त्वाची असली तरी आपल्याला सत्ता आतून जाणवेल.

मग आता काय करायचं?

आपल्याला माहीत आहे की जेव्हा तेच ते कंटाळवाणं काम असेल, पुन्हा पुन्हा एकच काम करायचं असेल तर त्याचा एक ताण येतो. किंवा आपल्याशी काही न बोलता कुणी कामावर बारीक लक्ष ठेवत असेल तरी

दडपण जाणवतं. जास्त काम पडत असेल आपल्याला माहीत नसलेलं काम करावं लागलं, तरी निराशेचा एक ताण मनावर येतो. आपल्या हातात काहीच नाही, ही जाणीव जितकी जास्त तितका तणाव जास्त.

या विषयावरच्या एका अभ्यासाचे निष्कर्ष असं दाखवून देतात की कामाच्या ठिकाणी लोकांना ज्या प्रमाणात दुर्बल, शक्तिहीन वाटत असतं, त्याच प्रमाणात त्यांच्यामध्ये तणावजन्य रोगांचा प्रादुर्भाव होत जातो. कारण तुम्ही काम करता तिथे जर कशावरच तुमचं नियंत्रण नसेल तर तुम्ही त्या व्यवस्थेचे बळी आहात असाच त्याचा अर्थ होतो. तुम्ही हुकूम करू शकत नाही फक्त आज्ञा पाळू शकता. हा काही शांत, स्वस्थचित्त होण्याचा मार्ग असू शकत नाही.

यावरून कुणाला असं वाटेल की कंपनीमध्ये सर्वांत वरचा अधिकार असणारा माणूस कोण तर मॅनेजर. तोच तर सर्वांना हुकूम देत असतो, सगळे निर्णय घेत असतो, कोणतं काम केव्हा करायचं ते ठरवत असतो. मग तो तर सर्वांत स्वस्थचित्त, शांत, सुखी असेल!

असं असतं तर व्यवस्थापकातल्या सर्व अधिकाऱ्यांना आपलं आयुष्य आणि भवितव्य पूर्ण नियंत्रणाखाली असल्यासारखं वाटलं असतं.

पण प्रत्यक्षात परिस्थिती अगदी विरुद्ध असते.

इतर सर्व कर्मचाऱ्यांप्रमाणे मॅनेजर आणि अधिकाऱ्यांनाही परिस्थिती बिलकूल आपल्या हातात नसल्याचीच भावना सतावत असते. फक्त त्या भावनेचं प्रमाण आणि तपशील थोडा वेगळा असतो इतकंच.

आता बघा हं! 'आपल्या हातात काहीच नाही' ही भावना जितकी त्रासदायक आहे ना, तितकीच, सगळ्या गोष्टी आपल्या ताब्यात पाहिजेत ही ही भावना त्रासदायक ठरते.

तुम्ही ऐकलं असेल काही जणांना लोक उपहासानं Control Freak असं म्हणतात. अशा लोकांना त्यांच्याशी संबंध येणाऱ्या सर्व लोकांवर आणि घटनांवर नियंत्रण ठेवण्याचा नाद असतो. अशा प्रकारच्या व्यक्ती कायम टेंशनमध्येच असतात. कारण ते ठरवतात त्याप्रमाणे आयुष्यातल्या घटना घडत नसतात. आणि मग तसं झालं नाही की ते निराश होतात किंवा कमालीचं विचित्र वागतात.

एकीकडे असे लोक आहेत की त्यांनी ठरवलं तर घटनांवर नियंत्रण ठेवू शकतील, पण ते ठेवत नाहीत आणि दुसरीकडे असे लोक आहेत की त्यांना सगळ्यांवर नियंत्रण ठेवायचं असतं पण जमत नाही.

या दोन्ही प्रकारच्या लोकांनी एक साधी गोष्ट समजावून घेतली तर त्यांचे प्रश्न सुटू शकतात. आयुष्यामध्ये नियंत्रण ठेवण्याच्या दृष्टीने एकाच गोष्टीचं

मोजमाप व्हायला हवं. ते म्हणजे आपलं स्वत:चं. आपल्या कृती, आपले दृष्टिकोन आणि आपल्या संकल्पना या तिन्ही गोष्टींना सरळ रेषेत आणा. तुम्हाला इतकं सगळं आवाक्यातलं वाटायला लागेल, की तुमचे तुम्हीच चकित होऊन जाल!

वाट पाहणं (प्रतीक्षा)

कशाची अपेक्षा करायची आणि ती केव्हा करायची हे जर तुम्हाला समजलं नाही ना, तर वाट पहाणं हे फार क्लेशदायक होऊ शकतं.

समजा कुणी तुम्हाला सांगितलं, की 'बॉस भडकलाय रे बाबा. तुला केव्हाही केबिनमध्ये बोलावेल हां! तयार रहा' अशा वेळेला त्या साहेबाकडून झालेल्या खरडपट्टीपेक्षा त्याच्या बोलावण्याची वाट पाहतानाचा अस्वस्थ, धास्तावलेला अर्धा तास जास्त त्रासदायक ठरतो.

काही असेही महाभाग असतात की हाच अर्धा तास ते बिनधास्तपणे स्वागतसुंदरीशी (Receptionist) गप्पा मारण्यात किंवा मासिक चाळण्यात घालवतात. त्रासाचा प्रश्नच नाही.

तर हा वाट पहाण्यात फुकट जाणारा अर्धातास काहीतरी उत्पादक काम करण्यात घालवायचा हे तुमच्यापुढचं आव्हान आहे. ते जर तुम्ही साधलंत तर तुम्ही सहजपणे शांत राहू शकता.

हे शांतता उपाय बघा.
कंटाळ्याला बाय बाय करा. ..... पृष्ठ १५८
१००% प्रयत्न करण्यासाठी ..... पृष्ठ १५५

कंटाळा - (Boredom)

कंटाळ्याबरोबर नेहमी बेचैनीची आणि निष्क्रियतेची भावना येत असते. म्हणून अशावेळी मन दुसरीकडे गुंतवण्याचा प्रयत्न केला पाहिजे.

तुम्हाला माहिती आहे, खूप जास्त काम केल्यावर जसा शीण येतो तेवढाच Bore झाल्यामुळे येतो. शिवाय तणावाचे वाईट परिणाम जर तुमच्यावर सुरू झालेले असतील तर 'कंटाळा' येण्याची तुमची प्रवृत्तीही वाढीस लागते.

आता मोठा प्रश्न असा उभा राहता, की टेन्शनमुळे माणूस बोअर होतो की बोअर झाल्यामुळे टेन्शन येतं?

हे पाहा, कशामुळे काय होतं हा प्रश्न इथे महत्त्वाचा नाही. तुम्हाला जर आपण समाधानी आहोत असं वाटायला हवं असेल, ताणतणावाचे जीवनावर होणारे वाईट परिणाम कमी करायचे असतील तर या कंटाळ्याचा बंदोबस्त करून टाकलाच पाहिजे.

वैफल्य

समजा तुम्ही वाहतूककोंडी (Traffic Jam) मध्ये अडकलात, किंवा एखाद्या जाम बोअर व्यक्तीच्या तावडीत सापडलात, हाताखालच्या एखाद्याला किती शिकवलं तरी येत नाही म्हणून वैतागलात किंवा HOD ने आपलं ऐकून घ्यावं म्हणून खूप वाट पाहिलीत. या तशा लहानसहानच अडचणी किंवा अप्रिय गोष्टी आहेत, पण आपल्यापैकी बऱ्याच जणांना त्या गोष्टी म्हणजे वैफल्याची परमावधीच वाटतात.

या वैफल्यामुळे मनावर नकारात्मक ताण येतो. तुमची सर्वसाधारण तणावाची पातळी जितकी वाढत जाते, तितकी तुमची वैफल्यग्रस्त होण्याची प्रवृत्तीही वाढत जाते. म्हणून एकावर इलाज केला की आपोआप दुसऱ्यावरही इलाज होतो.

पण कंटाळ्याप्रमाणेच वैफल्यावरही सहज सोप्या पद्धतीने मात करता येते.

हे शांतता उपाय बघा.

१००% प्रयत्नांसाठी ..... पृष्ठ १५५

कंटाळ्याला बाय बाय करा .... पृष्ठ १५८

पुनरावृत्तीचा आनंद ..... पृष्ठ १५५

जबाबदाऱ्यांचे विभाजन

नियंत्रण (किंवा नियंत्रणाचा अभाव म्हणू या.) या विषयातला शेवटचा मुद्दा जबाबदाऱ्यांच्या विभाजनाचा आहे. ज्यावेळी तुम्ही आपलं कौटुंबिक जीवन आणि कामाच्या ठिकाणचं जीवन यांची सरमिसळ करता तेव्हा या मुद्द्याला फारच महत्त्व येतं.

या बाबतीतला एक अभ्यास असं दर्शवतो, की ४०% कर्मचारी हे वैयक्तिक आणि कौटुंबिक समस्या बरोबर घेऊनच कामावर जातात. यापैकी बरेच प्रश्न भांडणे, आर्थिक अडचणी अशा प्रकारचे असतात आणि त्यामुळे त्यांच्या कौटुंबिक नात्यांची घडी विस्कटलेली असते.

एकेकाळी कर्ता (मिळवता) पुरुष, त्याची पत्नी (गृहिणी) आणि मुले असा सुखी परिवार असे. हल्ली बहुतेक कुटुंबात नवरा-बायको दोघेही मिळवते असतात. काही कुटुंबात दोन पालक नसतातच. एकच पालक (आई किंवा वडील) असतात. अशा कुटुंबांना कायम संघर्ष करावा लागतो. बऱ्याचदा आर्थिक आघाडीवरही. अशा ठिकाणी मुलांच्या उत्तम संगोपनाकरता वेळ देणं आणि घरात राहून गृहकर्तव्ये बजावणं परवडत नाही. पुरेसा वेळी नसतो. अर्थार्जनासाठी दररोज लांबचा प्रवास करून जावं लागतं. त्यामुळे अशा कुटुंबातील व्यक्ती डोक्यावर ताणतणावाचं प्रचंड ओझं वागवत असतात. सर्वसाधारण कुटुंबापेक्षा अशा 'एक पालकीय' कुटुंबांना जास्त त्रास सहन करावा लागतो.

त्याचप्रमाणे अलीकडे वृद्धांनी एकेकटे राहण्याचे प्रमाणही वाढले आहे. एकंदरीत काय, एकत्र राहण्यापेक्षा एकेकटे स्वतंत्र राहण्याची वृत्ती वाढत आहे. इतिहासात कधीच नव्हते, इतके सध्या घटस्फोटित, विधवा आणि विधुरांचे समाजातले प्रमाण वाढलेले आहे.

अशा तऱ्हेने या बदललेल्या कुटुंबव्यवस्थेचा फार मोठा परिणाम लोकांच्या जीवनपद्धतीवर आणि दृष्टिकोनावर झाला आहे, तो अपरिहार्यपणे त्यांच्या कामाच्या ठिकाणीही येऊन पोचतो, आणि मग कुठली जबाबदारी कुणाची यावर मतभेद झाले की दोघांवरही त्याचा ताण येतोच.

हे शांतता उपाय बघा.

जीवनातल्या प्राथमिकतांचा तक्ता	पृष्ठ ८६
एकवटलेल्या जबाबदाऱ्या	पृष्ठ १५९
नकाराची ताकद	पृष्ठ १३८
काही रक्कम बाजूला काढा	पृष्ठ २१३

३. आपण स्वतः

कामाच्या ठिकाणी निर्माण होणाऱ्या विसंवादाचं, सर्वांत मोठं कारण वेळ, बदल किंवा नियंत्रणाचा अभाव हे नसतंच. ते कारण म्हणजे आपण स्वतः, आपली विचार करण्याची पद्धत, आपलं व्यक्तिमत्त्व. आपला कशावर विश्वास आहे, आपण विवेकाचा कितपत वापर करतो, आपल्या डोक्यात काय चाललंय, हे प्रमुख कारण असतं.

त्यातली एक गोष्ट दिलासा देणारी आहे, की प्रश्न जसे डोक्यात निर्माण होतात तशी त्यांची उत्तरंही डोक्यातच तयार होतात. म्हणजे तिथल्या तिथे निकाल लावायला सोयीचं.

कामाच्या ठिकाणी निर्माण होणाऱ्या प्रश्नांकडे तुम्ही कसं पाहता, ते कसे समजून घेता, त्यावर कशी प्रतिक्रिया देता यावर लक्ष केंद्रित केलंत तर ते प्रश्न सोडवायला तुम्हाला मदत होईल आणि तुम्ही स्थिरचित्त होऊन काम करू शकाल.

आपलं व्यक्तिमत्त्व

एक प्रश्न नेहमी विचारला जातो, 'काही लोक नैसर्गिकपणेच जास्त तणावग्रस्त आणि चिंताक्रांत होत असतात का? ते काळजी आणि नैराश्याच्या इतरांपेक्षा लौकर आहारी जातात का?'

या प्रश्नांचं उत्तर 'होय' असं आहे. एवढंच नाही, त्यांना 'चिंतातुर जंतू' म्हणून संबोधण्यासारखी परिस्थिती असते.

त्याशिवाय इतरही अनेक वेगवेगळ्या प्रकारच्या व्यक्तिमत्त्वाची माणसं असतात ज्यांना नकारात्मक ताणाच्या समस्यांना तोंड द्यावं लागतं.

या पुस्तकाचे बरेच वाचक हे 'चलित वर्तणुकीची लक्षणे' दाखवत असतील. अशा लोकांना, सहज सोपेपणाने जगणाऱ्या माणसांपेक्षा जास्त त्रास होतो. हा त्रास स्वत: निर्माण केलेल्या ताणांमुळे होत असतो. अशा चलित व्यक्तिमत्त्वाच्या लोकांचं सर्वांत ठळक लक्षण म्हणजे अस्वस्थपणा.

हे पुस्तक जरी त्यांनी वाचायला घेतलं, तरी ते सारखी पानं चाळत राहतील. मधूनच एखादा परिच्छेद वाचतील पुढे जातील. आणि थोड्या वेळाने वाचन सोडून दुसरंच काही करायला घेतील.

या लोकाचं दुसरं वैशिष्ट्य म्हणजे त्यांची अशी समजूत असते, की इतरांपेक्षा त्यांचं स्वत:वर आणि परिस्थितीवर अधिक नियंत्रण असतं.

हे शांतता उपाय बघा.

तुम्ही कितपत संवेदनाक्षम आहात? ..... पृष्ठ ९
आरामशीर व्हा. ..... पृष्ठ १९५
आरामशीर ब्रेकसाठी ..... पृष्ठ १९७
मजा करत काम करा. ..... पृष्ठ १९७
थोडा ताण घ्या. ..... पृष्ठ २०६
तोंड भरून हसत रहा. ..... पृष्ठ २७६

चिंता

लोक चिंताग्रस्त का होतात यावरचे अनेक सिद्धान्त आतापर्यंत मांडले गेलेले आहेत.

दडपलेल्या आठवणींची विकृती, जैवरासायनिक किंवा मनोरासायनिक असमतोल, सांस्कृतिक संकल्पना इथपासून, ते आजूबाजूच्या परिसरातील घटक म्हणजे घर, समाज, कामाचं ठिकाण इथपर्यंतचा सगळा विचार झालेला आहे.

आपण इथे विचार करणार आहोत, त्या सिद्धान्तानुसार 'चिंता' ही तणावामुळे होणाऱ्या ऱ्हासाची दुसरी अवस्था आहे. पहिली अवस्था म्हणजे तणावपूर्ण घटना आणि तणावाखाली होणारी वागणूक. त्यानंतर येते ती सर्वसाधारणपणे वाटणारी चिंतेची भावना आणि तिसरी अवस्था म्हणजे भावनांवरचा ताबा सुटणं.

परंतु आपल्याला कोणताही सिद्धान्त पटला किंवा न पटला तरी चिंता मात्र आपल्याला चिकटूनच राहते. कारण 'चिंता' हा परिणाम आहे, कारण नव्हे. आपल्या चिंतेचं कारण काय हे बऱ्याच वेळा तुम्हालाही माहीत नसतं. आपण हा चिंताग्रस्त होण्याचा त्रास असणाऱ्याला विचारलं की 'का अशा सारख्या चिंता करत बसता?' तर त्याचं कारण ते कधीच सांगू शकणार नाहीत. ते फक्त म्हणतील, 'वाटते चिंता, एवढं खरं बुवा! का ते कसं

सांगणार?' या गोष्टी इतक्या नेहमीच्या झाल्यात, सर्वसाधारण वाटतात की, 'त्यात काय विशेष? सगळ्यांनाच चिंता वाटत असते' असं आपण खुशाल समजू लागलो आहोत.

ती काही इतकी सर्वसामान्य, गृहीत धरण्याची गोष्ट नाही हे कळल्यावर आपल्याला आश्चर्यच वाटतं. आपण ज्यांना सर्वसाधारणपणे चिंता म्हणून संबोधतो, त्या सर्व भावना भीतीच्याच असतात. जास्तीत जास्त काल्पनिक, वेळेशी नातं सांगणाऱ्या आणि भविष्याबद्दलच्या असतात. तो माणूस मूळचा तसा विचार करणारा नसला तरी चिंतेमुळे तसे विचार करू लागतो.

'असं झालं तर...?' 'मी कसं करणार... अमुक झालं तर?' 'कोण येणार मला मदत करायला...?' चिंता चालूच राहतात.

वेगवेगळ्या संदर्भात त्या व्यक्त केल्या जातात. आर्थिक विवंचना, आरोग्याची काळजी, जबाबदाऱ्या कशा निभावल्या जातील? बॉसची भीती, नापास होण्याची भीती किंवा मग काहीच कारणं नसलेली अनामिक भीती आणि बेचैनी.

या सगळ्या काळज्या किंवा चिंता यांचं जर निरीक्षण केलं तर लक्षात येतं की यात दोन गोष्टी सर्वत्र समान असतात.

१) या चिंता निरर्थक असतात.
२) त्या नेहमी भविष्याबद्दल असतात.

भविष्यकाळ मग तो दोन तासानंतरचा असो किंवा दोन वर्षांनंतरचा त्याची चिंता वाटायला लागते. जे सध्या अस्तित्वात नाही त्याची चिंता वाटत राहते.

खरं म्हणजे आता आपण जगतो आहोत तो क्षण खरा. भविष्य ही एक नुसती कल्पनाच आहे. आपण त्याला मूर्त स्वरूप देण्याचा प्रयत्न करतात असतो. (जवळचं भवितव्य, लांबचं भवितव्य... वगैरे) त्याचप्रमाणे आपण जर असं समजायला लागलो की भविष्य आपल्या हातात असतं. आपण ते घडवू शकतो, बदलू शकतो, त्यावर ताबा मिळवू शकतो, तर त्याबद्दल चिंता वाटायचं कारणच उरणार नाही.

आपण जर आपल्या चिंतांचं एक एक करून पृथक्करण करत गेलो ना, तर लक्षात येईल की यातली एकही गोष्ट सत्यात येऊ शकत नाही. सर्व चिंता काल्पनिक भीतीतूनच उद्भवल्या आहेत. मग त्याची चिंता करून काय फायदा?

माझी खात्री आहे

हे शांतता उपाय बघा.	
फिरता फिरता शोधून काढा.	पृष्ठ २०९
संवाद आतला आणि बाहेरचा	पृष्ठ १९९
तुमच्या नाकाचा उपयोग करा.	पृष्ठ १९२
काळजी हटाव मोहीम	पृष्ठ १८३
चला शोधू या उज्ज्वल बाजू	पृष्ठ १८१

आपल्यापैकी काही जण अलिप्तपणे चिंतांचं, भावनांचं पृथक्करण करू शकतात. म्हणून या चिंतेवर मात करण्यासाठी आपण काही शिथिलीकरणाच्या, गमतीजमतीच्या अशा तंत्रांचा उपयोग करणार आहोत.

महत्त्वाकांक्षा

आपण पाहतो, काही लोक खूप महत्त्वाकांक्षी असतात आणि काहीना कसली महत्त्वाकांक्षाच नसते. आपल्याला असं वाटत असतं की बिनमहत्त्वाकांक्षी लोकांपेक्षा महत्त्वाकांक्षी लोकांना कामामध्ये फायदा होत असेल. कारण काय मिळवायचंय हे त्यांना माहीत असतं; ते मिळवण्यासाठी लागणारे कष्ट, एकाग्रतेने करण्याची त्यांची तयारी असते. त्यामुळे कामामध्ये येणाऱ्या अडथळ्यांवर कशी मात करायची हे ही त्यांना माहीत असेल. निदान त्यावर नियंत्रण तर ते नक्कीच करू शकत असतील. या विषयीचा सिद्धान्तही हेच सांगतो.

परंतु प्रत्यक्षात, महत्त्वाकांक्षी लोकांनासुद्धा इतरांसारखाच नकारात्मक ताणाचा त्रास होतो, त्याचे वाईट परिणाम भोगावे लागतात; क्वचित जास्त त्रासही भोगावा लागतो. जे लोक अंतिम मुदतीनुसार काम संपवतात, त्यांना एक ताण जाणवतो किंवा दडपण येत असतं. अगदी तशाच प्रकारचा ताण किंवा दडपण महत्त्वाकांक्षी लोकांनाही जाणवते. स्वत:करता एक लक्ष्य ठरवून घ्यायचं आणि ते गाठण्यासाठी स्वत:वर दबाव टाकत राहायचं. असं सतत होत राहिल्यामुळेच हे पुस्तक वाचायची वेळ येते.

म्हणून असं म्हणावसं वाटतं की या पुस्तकाचे बहुतांश वाचक हे खूप महत्त्वाकांक्षी असतील.

खरं म्हणजे, ज्या महत्त्वाकांक्षेमुळे आपण प्रयत्नपूर्वक विशिष्ट ध्येय गाठतो ती महत्त्वाकांक्षा आपल्याला ताण देण्यास कारणीभूत नसते. उलट ते आव्हान स्वीकारल्याने अनेकांची आयुष्यं समृद्ध झालेली आहेत, त्यांचं बळ वाढलेलं आहे. काही जणांच्या कार्यजीवनाला महत्त्वाकांक्षेमुळे दिशा आणि प्रयोजन मिळतं. जसजसं लोकांचं वय वाढतं, तसतशी महत्त्वाकांक्षा ही त्यांचं आयुष्य वाढवणारी, सशक्त प्रेरणा ठरते.

पण जेव्हा महत्त्वाकांक्षा आणि अनिश्चित असं ध्येय यांचा मिलाफ होतो तेव्हा फार भयंकर रसायन तयार होतं. तुम्हाला धावाधाव करून काहीतरी मिळवता तर येतं पण तुमचं ध्येयच निश्चित नसल्यामुळे काहीही मिळालं तरी त्यामुळे समाधान होत नाही.

त्यामुळे जी मोघम ठरवलेली ध्येये असतात, "मी श्रीमंत होणार", "मी

प्रसिद्धी मिळवणार'' अशासारखी, त्यांचं एक वेगळं दडपण तुमच्या मनावर येतं. जर ती ध्येयं तुमच्या आवाक्यातली नसली, आणि ठरलेल्या मुदतीत तुम्ही ती मिळवू शकला नाहीत तर हे दडपण वाढतच जातं.

महत्त्वाकांक्षेमधून आपल्याला शांती आणि समाधान मिळवायचं असेल, तर त्याचा उत्तम मार्ग म्हणजे आपल्याला काय मिळवायचं आहे ते अगदी स्पष्टपणे ठरवून घ्यावं. संस्थांच्या बाबतीतही असंच असतं. ज्यांची ध्येय धोरणं निश्चित ठरलेली असतात, त्या संस्था स्थिर आणि कार्यक्षम असू शकतात कारण ध्येय निश्चित असेल तरच योजना आखता येतात. ज्यांच्या मनाच्या चौकटी स्थिर आणि शांत आहेत अशीच माणसं भक्कम योजना आखू शकतात.

अनियंत्रित महत्त्वाकांक्षा आणि गोंधळाचा प्रादुर्भाव असलेल्या मनात योजना आकार घेऊ शकत नाहीत.

हे शांतता उपाय बघा.

जीवनातल्या प्राथमिकतांचा तक्ता ..... पृष्ठ ८६

काळजी हटाव मोहीम ..... पृष्ठ १८३

वेळ आणि परिश्रम यांच्या नियोजनाचे तीन नियम ..... पृष्ठ १२८

भीती

भीती हा कामाच्या ठिकाणी असलेला सर्वांत भयानक असा दडपशहाच आहे. दहशतीपासून किंवा प्रतिकूलतेपासून बचाव करण्यासाठी भीतीमुळेच आपल्याला प्रेरणा मिळते, हे जरी खरं असलं; तरी भीतीचे आपल्या शरीरावर होणारे सर्व परिणाम नकारात्मकच असतात. खरोखर भीती ही माणसासाठी सर्वांत विध्वंसक अशी भावना आहे. पण काही कारणानी ती कामाच्या ठिकाणीच जन्माला येते. भीती ही कधीच विवेकाबरोबर राहत नाही मनात भीती निर्माण झाली की माणसाचा विवेक त्याला सोडून जातो.

समजा तुम्ही तुमच्या हेडक्लार्कबद्दल कॅन्टीनमध्ये काही बोलत असाल तर ते त्याला ऐकू जाईल अशी तुम्हाला भीती वाटते. 'असं घडू शकत नाही.' हे तुमची बुद्धी तुम्हाला सांगत असते. तरीसुद्धा तुम्हाला भीती वाटतेच. प्रतिस्पर्ध्याच्या बेपर्वा वागण्यामुळे अख्खी पृथ्वी खलास होईल अशी तुम्हाला भीती वाटते. तुम्हाला मिळणारे पद दुसऱ्या कुणाला मिळेल अशी भीती तुम्हाला वाटते. मागच्या वर्षी टॅक्समध्ये सूट मागितली त्याबद्दल टॅक्स ऑफिसर तुमच्यामागे शिकारी कुत्रे घेऊन लागेल अशी भीती तुम्हाला वाटते. सगळ्यात कमजोर करणारी गोष्ट म्हणजे तुम्हाला नेमकी कशाची भीती वाटते आहे हेही तुम्हाला माहीत नसतं, फक्त थोडं बेचैन वाटत असतं आणि 'न जाणो काही वाईट

घडलं तर?' म्हणून तुम्ही लगेच धास्तावून जाता.

कामाच्या ठिकाणी वाटणाऱ्या भीतीच्या भावना या चिंतेइतक्याच अतार्किक असतात. जे अस्तित्वातच नाही, किंवा घडलेलं नाही त्याच्यावर आधारलेल्या बऱ्याच वेळेला तसं काही घडण्याची पुढेही शक्यता नसते. अशा वेळेला 'काय काय घडू शकतं' या कल्पनेनेच माणसं घाबरीघुबरी होतात.

या भावना वांझोट्या आणि संतापजनक आहेत हे तर स्पष्टच आहे पण सुदैवाने या भावना जिथे निर्माण होतात. तिथेच त्यांचं निराकरण करण्याची क्रिया चालते. ते ठिकाण म्हणजे आपलं अव्यक्त अंतर्मन, 'नेणिवेतलं मन', अर्ध जागृत मन किंवा subconscious mind. (यापैकी कोणतंही नाव त्याला देऊ शकतो)

या संपूर्ण पुस्तकामध्ये आपण या मधल्या ऊर्जेचा जास्तीत जास्त उपयोग कसा करायचा ते पाहणार आहोत.

> **हे शांतता उपाय बघा.**
> अधिक उणेची पद्धत (+—) ..... पृष्ठ १८९
> सकारात्मक शब्द ..... पृष्ठ १७६
> सकारात्मक चित्र ..... पृष्ठ १८०

अपराधीपणाची भावना

तुम्हाला चट्कन पटणार नाही, पण अपराधीपणाची भावना हीसुद्धा नोकरीच्या ठिकाणी तणाव निर्माण करण्याचं एक मोठंच कारण असतं.

मग ती तुमच्या असुरक्षिततेच्या भावनेतून आलेली असो, बाहेरच्या कुणाच्या वागण्यामुळे आलेली असो किंवा कर्तव्याच्या अतिरिक्त जाणिवेमुळे आलेली असो. अपराधीपणाच्या भावनेचे सर्व परिणाम नकारात्मकच असतात.

अपराधीपणाचे दोन प्रकार असतात.

अ) तुम्हाला स्वतःला स्वतःबद्दल काय वाटतं?... तुम्ही स्वतःला कशा प्रकारची व्यक्ती समजता, तुम्ही काय करत असता, काय केलेलं आहे किंवा काय करायची तुमची इच्छा आहे. स्वतःला वाईट किंवा अनाकर्षक कुरूप कमी प्रतीचा समजायची तुम्हाला सवय लागली आहे का?

ब) इतर लोकांमुळे तुम्हाला काय वाटतं? इतर लोक तुम्हाला काय वाटायला लावतात? त्यांच्या मूडला किंवा परिस्थितीला तुम्ही जर जबाबदार आहात असं ते म्हणतात का? तुम्ही जे काम करता त्याबद्दल ते तुम्हाला हिणवतात का?

हे लक्षात ठेवा की तुम्ही जितके शांत राहाल, अविचलित स्थिर व्हाल तितके तुम्ही या अपराधीपणाच्या भावनेपासून दूर राहाल. आणि जितके अशांत, अस्थिर, विचलित राहाल तितके त्या भावनेच्या आहारी जाल.

इगो (Ego) किंवा अहंकार

तुम्ही स्वत: स्वत:ला काय समजता याबद्दल नाही परंतु लोक आपल्याला काय समजतील या कल्पनेपायी आपण किती दु:खी होतो? आपल्याला कुणीतरी अव्यवहारी, अकुशल, अविश्वासू समजतंय असं नुसतं कळलं तरी आपण किती दुखावले जातो? इतरांना आपण आवडत नाही आपल्याला कुणी मान देत नाही हे जाणल्यावर फार क्लेश होतात आपल्या जिवाला.

आपल्याला असं पोकळ अभिमानापायी वाटतं का? नाही, नेहमीच असं नसतं. पण कधीकधी आपल्याला गर्व आणि अहंकार वाटतो, आणि या दोन्ही नकारात्मक भावना आहेत, ज्या कामाच्या वेळेला नकारात्मक ताण निर्माण करतात.

होतं असं, की स्वत:बद्दल तुमचं एक विशिष्ट मत असतं आणि बाजूच्या लोकांनी काही वेगळा विचार केला की मतभेद सुरू होतो. आणि मग अशा विसंवादामुळे तुम्ही दुखावले जाता, स्वत:वर अन्याय झाल्यासारखं वाटतं, मनाला यातना होतात.

यावर एक उपाय असा आहे की स्वत:बद्दल एक वस्तुनिष्ठ प्रतिमा आपल्या मनात तयार झाली पाहिजे. स्वत:ची बलस्थानं कोणती आणि उणिवा कोणत्या हे शोधून त्यांचा, आपण आहोत तसा स्वीकार केला पाहिजे.

मानसशास्त्रज्ञ असं सांगतात, की इतर कुणाच्या मदतीशिवाय आपल्याला आपल्या व्यक्तिमत्वाचं, बिनचूक मूल्यमापन करता येत नाही, फार अवघड जातं ते. पण खरं म्हणजे काय कारण आहे असं होण्याचं? आपण आपल्याकडे पाहू शकतोच. स्वत:चे विचार आणि स्वत:बद्दलच्या प्रतिमा यातूनच तर आपला 'स्वयं' किंवा 'अहं' तयार होतो.

मग असं आहे, तर मला जे साध्य करायचं आहे त्यात मदत होईल, अशा प्रकारचे विचार आणि स्वप्रतिमा तयार करायला काय हरकत आहे? मी शांत आहे, मला स्वत:बद्दल आत्मविश्वास वाटतो. मी सक्षम आहे. अशा प्रकारची मानसिक प्रतिमा निर्माण करण्यासाठी आपल्याला कोण रोखणार आहे? स्वत:बद्दल मी जेता आहे, मी हवे ते मिळवणारा आहे, मी एक

हे शांतता उपाय बघा.
मनश्चक्षूनी दृश्य अनुभवण्यासाठी ..... पृष्ठ ११२
स्वत:च स्वत:चे मापदंड ठरवा. ..... पृष्ठ २०१
जीवनातल्या प्राथमिकतांचा तक्ता ..... पृष्ठ ८६
यशाच्या लोकप्रिय कल्पना धुडकावून द्या. ..... पृष्ठ २०३
१००% प्रयत्न करा. ..... पृष्ठ १५३

यशस्वी मनुष्य आहे असं मत तयार करायला कुणाची आडकाठी होणार आहे? कुणाचीच नाही.

अशी प्रतिमा बनवणं सहज शक्य आहे, फक्त ते कसं करायचं, याची माहिती घेतली की झालं.

असुरक्षिततेची भावना

असुरक्षिततेची भावना या मुद्द्यांचा वेगळा विचार होणं फार आवश्यक आहे. ही असुरक्षिततेची भावना सार्वत्रिक आहे. ती जगात कुठेही आढळू शकते. आणि जेव्हा जगात मोठमोठे बदल होतात, तेव्हा तर ती प्रामुख्याने सर्वांच्या मनाचा ताबा घेते.

आजकालच्या कामाच्या, उद्योगाच्या ठिकाणी या असुरक्षिततेच्या भावना दररोज वाढीस लागलेल्या असतात. बहुतेक कर्मचाऱ्यांच्या जीवनात अशी एक अवस्था येत असते. जाणवायला लागतं, की आता आपली इथे तेवढी आवश्यकता राहिलेली नाही. म्हणजे जी निकड होती ती संपलेली आहे, आपली जागा घ्यायला जास्त प्रशिक्षण घेतलेले लोक तयारच आहेत.

आणि असं जेव्हा जाणवतं, की आपलं कसब ही आता पूर्वीसारखं राहिलेलं नाही तेव्हा ही जाणीव जास्तच प्रखर होते. खरं म्हणजे आपलं ज्ञान काही इतकं झिजून गेलेलं नसतं, पण एखाद्या डाटाबेसवाल्या किंवा तरुण पदवीधराच्या किंवा स्मार्ट विक्रेत्याच्या येण्यामुळे मागे पडलेले असतो. इतकंच.

आपण कोणत्याही नोकरी-व्यवसायात कुठच्याही पदावर असतो आणि अशा काही गोष्टी घडल्या की स्वतःच्या नोकरीसंदर्भात असुरक्षित वाटू लागतं. पण त्याकरता व्यवस्थित योजना केली ना तर त्यावरही मात करता येते.

हे शांतता उपाय बघा.

मनाने सुरक्षितता स्वीकारा. ..... पृष्ठ २११

सुरक्षिततेचा मंत्र जपा. ..... पृष्ठ २१२

काही रक्कम बाजूला काढा. .....पृष्ठ २१३

शांततेचा गंध ..... पृष्ठ २६९

एकाग्रता (फोकस)

वैयक्तिक नकारात्मक ताण येण्याची जी कारणे आहेत, त्यातलं एक महत्त्वाचं कारण म्हणजे 'एकाग्रतेचा अभाव.'

क्रीडा समीक्षक या गुणाबद्दल आदरयुक्त स्वरात बोलताना आपण नेहमीच ऐकतो आणि बघतो. उद्योगविषयक वृत्तपत्रातल्या किंवा मासिकाच्या 'व्यक्तिमत्व विशेष' या सदरातही आपल्याला असेच शब्द वाचायला मिळतात. 'समरसून काम करणारे कर्तव्यनिष्ठ मुख्य कार्यकारी अभियंते' किंवा 'एक निष्ठावान

संस्था' या दोन्ही ठिकाणी ही विशेषणे यश आणि कौशल्य याच्याशी निगडित आहेत.

पण एकाग्रतेचा अभाव असलेल्यांबद्दल फारसे कुठे काही लिहून आलेले दिसत नाही. त्या व्यक्तींना स्वत:लाच आपण कुठून कुठे जाणार आहोत ते माहीत नसतं. जे लोक नीटपणे मन एकाग्र करू शकत नाहीत, त्यांना काम करायला वेळ लागतो. ते काम सफाईदारपणे करू शकत नाहीत आणि त्यामुळे जास्तच निराश होतात. असे एकाग्रतेचा अभाव असलेले दिशाहीन नेते असले तर ते सगळीकडे विसंवाद आणि तणाव वाढवून ठेवतात. आणि संस्था जर अशा प्रकारची असेल तर तिथे काम न मिळणं बरं. कारण काम करण्याच्या दृष्टीने ती अयोग्य जागा असते.

त्या संस्थेच्या ध्येयहीन, विस्कळीतपणावर आपला काहीच इलाज चालत नाही. पण तुम्ही स्वत: जर आपलं उद्दिष्ट ठरवून ते गाठण्यासाठी निष्ठेने, एकाग्रतेने काम करू शकलात, ती एकाग्रता टिकवू शकलात, तर शांत, स्थिरचित्त होण्याच्या मार्गावरच तुमची वाटचाल सुरू आहे. तुम्हाला कामाबद्दल कसं वाटतं, त्याचं नियंत्रणही मग तुमच्या हातातच आहे असं समजा.

तुम्हाला वाटेल, काय मोठी मोठी उदाहरणं देतायत! आम्हाला कुठे जायचंय अशी मोठी मोठी आदर्श ध्येय गाठायला? आमचं आपलं साधंच दैनंदिन काम. बरोबर आहे तुमचं. ज्यांनी आयुष्यात फार उच्च ध्येय गाठली आणि यश प्राप्त केले त्यांचाच आहे हा गुणधर्म. पण तुमचं रोजचं काम सोपं आणि समाधान देणारं व्हावं म्हणून तुम्ही याचा अवलंब करून पाहा. विशेष कर्तृत्व गाजवायची इच्छा नसली म्हणून काय झालं?

हे शांतता उपाय बघा.
१००% प्रयत्न करा. ..... पृष्ठ १५३
दीर्घ मुदतीच्या सृजनशील योजनांची आखणी ..... पृष्ठ १६४
विक्रीशास्त्रातला ३० सेकंदाचा कोर्स ..... पृष्ठ २२८
कामाची आपोआप आखणी ..... पृष्ठ १७३
एकवटलेल्या जबाबदाऱ्या ..... पृष्ठ १५९

मनाची एकाग्रता साधणं हे स्वत:ला स्थिरचित्त करण्याचेच एक तंत्र आहे. यावर पुढे आपण अधिक माहिती घेऊ.

४. सामाजिक कारणे

आपल्याला माहीतच आहे की वेळेचं दडपण असेल, नियंत्रणाचा अभाव असेल आणि समाजाचा पाठिंबा नसेल तर ते काम करताना ताण येतो.

हे जे सामाजिक पाठिंब्याचं प्रकरण आहे ना ते रावणासारखं अनेक तोंडी आहे. तुम्हाला स्वत:बद्दल व्यक्ती म्हणून आदर नसणं तुमच्या कामाची दखल घेतली न जाणं, वरिष्ठांशी आणि हाताखाली काम करणाऱ्यांशी न पटणं, ग्राहक आणि त्यांचे संबंध हे सगळं या मुद्द्यात येतं. अगदी संचालक मंडळ, नियामक मंडळ अशी दूरस्थ मंडळीसुद्धा यात येऊ शकतात.

स्पर्धात्मकता

स्पर्धा, स्पर्धात्मकता यांना सध्या उद्योग जगतात आणि सरकारतर्फे जे काही महत्त्व दिलं जात आहे त्यामुळे कामाच्या ठिकाणच्या सामाजिक ताणात वाढच होत चाललीय. आगीत तेल ओतल्यासारखा परिणाम होतो आहे. स्पर्धात्मकतेच्या प्रश्नाला आता कुठे सुरुवात होत आहे पण पुढे तो अनेक पटींनी वाढत जाईल.

या स्पर्धेमुळे आयुष्यातला आनंदच काढून घेतला जाईल?

आपल्यातल्या दुर्बलांना ही स्पर्धा मुदतपूर्व स्वेच्छानिवृत्ती घ्यायला भाग पाडेल?

आपल्यातले पुष्कळ जण या स्पर्धेपायी अनावश्यक कामगार ठरतील? आपण अधिकाधिक स्पर्धामय होत जाणं पसंत करायचं की संपूनच जायचं?

स्पर्धा ही मुळातच तणावपूर्ण असते. तो तिचा स्वभावच आहे. काही 'महान स्पर्धक' आपल्यातल्या ताणाचं सकारात्मक शक्तीमध्ये रूपांतर करण्यात यशस्वी ठरलेले आहेत. म्हणजेच त्यांनी स्वत:ची थोडी जास्त प्रगती करून घेतलीय किंवा थोडे जास्त कठीण उद्दिष्ट गाठण्याचा ते प्रयत्न करू लागलेत. अशा लोकांसाठी स्पर्धेमुळे येणारा ताण हा सकारात्मक ताण असतो. त्यामुळे त्यांचं जीवन अधिक उत्साहपूर्ण आणि संपन्न होऊ शकतं.

याउलट आपल्यापैकी अनेक जण स्पर्धेला प्रतिकूल प्रतिसाद देतात. ती उत्साहवर्धक आणि संपन्न करणारी वाटण्याऐवजी आपल्याला ती शक्तिहनन करणारी किंवा निरर्थक वाटू शकते. ज्यांचे संगोपन अशा स्पर्धायुक्त वातावरणात, चढाओढीच्या परिसरात झालेले नाही त्यांना या स्पर्धेचं भय वाटू शकतं, आणि ज्यांच्या मनाला आधीपासूनच असुरक्षितता आणि स्व-संशयाने ग्रासलेलं आहे त्यांना तर या स्पर्धेचा खूपच त्रास होतो.

का बरं? कारण आपल्याला तुलना नको असते. सतत कोणत्यातरी आव्हानात्मक परिस्थितीला तोंड देणे आपल्याला आवडत नाही. इतर कुणी, त्यांच्या कलेची आपल्या कलेशी तुलना करून वाहवा मिळवावी किंवा आपण आपल्या कलाविष्कारासाठी, इतरांच्या कलाविष्काराबरोबर मोजमाप करून मग

पारितोषिक मिळवावं हे आपल्याला रुचत नाही.

खरं तर कामाच्या ठिकाणी, बहुतांश लोक हे या दुसऱ्या वर्गातलेच असतात. स्पर्धेचा सकारात्मक उपयोग होण्याऐवजी त्यांना एक प्रकारचा नकारात्मक ताणच जाणवतो. बहुतेकांना असं वाटतं की मी माझ्या वाट्याला येईल तेवढं भरपूर काम करीन आणि त्याची दखल घेतली गेली पाहिजे. बस्स! माझ्या कामाचं मूल्यमापन करायचं, त्याची तुलना माझ्या सहाकाऱ्यांच्या कामाशी करायची किंवा माझ्या कामाची तुलना कोरिआ, स्वीडन नाहीतर झेक रिपब्लिकनमधल्या कामगारांशी करायची हे त्यांना अपमानकारक किंवा विषादजनक वाटू शकतं. या सगळ्यामुळे ताणतणावात भर पडत जाते.

अशा सगळ्या वातावरणा-मध्ये जर तुम्हाला कामाचा दिवस हा शांततेचा, समाधानाचा व्हावा असं वाटत असेल तर एक उद्देश किंवा हेतू समोर ठेवा. आणि तो हेतू पूर्ण करायचा प्रयत्न करा. वरवर पाहता हे 'आदर्शवादी' वाटेल पण अमलात आणायला सुरुवात केलीत ना, की लक्षात येईल की आपला कामाचा प्रत्येक दिवस समाधानाने व्यतीत करण्याचा हा साधा-सोपा मार्ग आहे.

हे शांतता उपाय बघा.
तुम्ही कितपत संवेदनाक्षम आहात? ..... पृष्ठ ९
स्वत:च स्वत:चे मापदंड ठरवा ..... पृष्ठ २०१
यशाच्या लोकप्रिय संकल्पना धुडकावून द्या. ..... पृष्ठ २०३
विक्रीशास्त्रातला ३० सेकंदाचा कोर्स ..... पृष्ठ २२८

राग (संताप, क्रोध, चीड)

रागाचे शरीरावर होणारे परिणाम हे भीतीसारखेच असतात किंवा इतर कोणत्याही भावनेने उत्तेजित झाल्यावर असतात तसेही असतात म्हणजे हृदयाचे ठोके वाढणे, श्वासाची गती वाढणे, डोळ्यांच्या बाहुल्या मोठ्या होणे, जठर आणि आतड्यांना होणारा रक्तप्रवाह मेंदू आणि स्नायूंकडे वळवला जाणे, रक्तातली साखरेची पातळी वाढणे इत्यादी इत्यादी.

बऱ्याच वेळा संताप हा मनावरच्या ताणाचाच परिणाम असतो पण या उलट तुमचा ताण हलका करण्याचं कामही संतापामुळे होत असतं. याचं कारण साधं आहे. मानवी शरीराची नैसर्गिक प्रतिक्रिया अशी असते, की संतापाचे परिणाम नाहीसे करायचे कसे? एक तर तिथून दूर पळून जायचं किंवा मग ज्या कारणाने आपला संताप झाला, त्याच्यावर हल्ला करायचा. शारीरिक किंवा

शाब्दिक. चांगल्या कामाच्या ठिकाणी शारीरिक हल्ले पूर्णपणे टाळले जातात आणि शाब्दिक हल्ले करायला ती व्यक्ती समोर असावी लागते त्यामुळे आपल्या संतापाचा निचरा होतच नाही.

व्यावसायिक कारकिर्दीच्या दृष्टीने, वैताग देणाऱ्या माणसापासून पळून जाणं, हा काही फारसा अमलात आणण्यासारखा उपाय नाही. शिवाय तुम्हाला नेमका वैताग कशामुळे आला हे कामाच्या ठिकाणी ठरवणं अवघड असतं. ते तुमच्या आवाक्यात नसतं, आणि कधीकधी ते माहिती सुद्धा नसतं. त्यामुळे तुमच्या वैतागाचं, संतापाचं मनावरच्या ताणात अधिकाधिक रूपांतर होऊन बसणं एवढंच शिल्लक उरतं आणि आयुष्य अधिकाधिक कठीण होत जातं.

त्यामुळे तुम्ही क्रोधात गुंतत गेलात तरीसुद्धा आणि तुम्ही तो साठवून ठेवलात तरीसुद्धा, या क्रोधाचा तुम्ही काहीतरी इलाज केलाच पाहिजे.

परंतु रागावर मात करण्याच्या, त्याचे नकारात्मक परिणाम नाहीसे करण्याच्या एक दोन चांगल्या युक्त्या उपलब्ध आहेत. त्या करून तुम्ही क्रोधापासून लांब राहू शकता.

हे शांतता उपाय बघा.	
गुस्सा थूक दो.	पृष्ठ २१९
फिरता फिरता शोधून काढा......	पृष्ठ २०९

मत्सर (हेवा)

खासगी उद्योगामध्ये नेहमी आढळणारी भावना म्हणजे अधिक मिळवण्याची हाव किंवा लोभ. याच्याशीच संलग्न असतो मत्सर. इतरांना मिळालेलं वरचं पद, त्यांच्या मालकीच्या किमती वस्तू, त्यांच्या जीवनातला मानमरातब याबद्दल मत्सर वाटत असतो. लोभ आणि मत्सर या दोन्ही भावनांमुळे मनावर ताण येतो.

मत्सराबरोबर नेहमी अवाजवी अपेक्षा येतात (तणावाचे कारण) त्या पूर्ण झाल्या नाहीत की त्यामुळे माणूस निराश होतो, वैतागून जातो (तणावाचे आणखी एक कारण). त्यामुळे मग तो तर्कसंगत विचार करू शकत नाही. एरवी समतोल वागणारी माणसेही अशा वेळी मूर्खासारखी आणि तोल सोडून वागू लागतात.

या मत्सराबाबत महत्त्वाची गोष्ट म्हणजे तो आपल्यात निर्माण झाला आहे हे ओळखता आलं पाहिजे. आणि मग त्याचे दुष्परिणाम काय होऊ शकतात हे लक्षात आलं, की त्यावर मात

हे शांतता उपाय बघा.	
जीवनातल्या प्राथमिकतांचा तक्ता	
	पृष्ठ ८६
सकारात्मक शब्द	पृष्ठ १७६
मजा करत काम करा.	पृष्ठ १९७

करायला आपण सुरुवात करतो. आणि मग या पुस्तकात दिलेले नियोजन आणि सकारात्मक विचार करण्याचे उपाय योजले की झाली मत्सरावर मात करण्याची प्रक्रिया पूर्ण.

परस्परसंबंध

एखादा असह्य 'बॉस', एखादा भडकेल सुपरवायझर, हाताखालचा कुणी मख्ख कर्मचारी यांच्याशी तुम्ही कसं जुळवून घेता?

एखाद्या सूडबुद्धीने वागणाऱ्या किंवा अप्रामाणिक माणसाबरोबर कसं वागता?

एखाद्या गुंडाशी कसा संवाद साधता?

इतक्या सर्वांबरोबर जुळवून घेत घेत तुम्ही स्वतःची वाटचाल कशी चालू ठेवता?

इतक्या विविध सामाजिक स्तरावरच्या, वेगवेगळ्या स्वभावाच्या लोकांबरोबर जुळवून घेऊन काम करणारा माणूस किती शूर असला पाहिजे असं सगळ्यांना वाटतं. त्याचं असं आहे, कामाच्या ठिकाणी परस्परसंबंधाबद्दलच्या ज्या समस्या निर्माण होतात, त्यांचे वर्गीकरण करून छोटे छोटे गट केले, तर लहान लहान युक्त्या वापरून त्यांचे निराकरण करता येते.

हे शांतता उपाय बघा.

१००% प्रयत्नांसाठी ..... पृष्ठ १५५

अवघड व्यक्तींना कसं सांभाळायचं? ..... पृष्ठ २१७

वाटाघाटी करण्याची कला ..... पृष्ठ २३४

शांतपणे स्वसंरक्षण करा. ..... पृष्ठ २३४

ठासून सांगणे

सध्याच्या काळात उद्योग, वाणिज्य आणि सार्वजनिक क्षेत्र यांना जबरदस्तीने, अधिक स्पर्धात्मक व्हावंच लागंतय. त्यामुळे या क्षेत्रातल्या कर्मचाऱ्यांवर स्वतः ठामपणे, निश्चयपूर्वक वागण्याचंही एक प्रकारचं दडपण येत असतं.

नियंत्रण, स्वत्व हे राखण्यासाठी जशी या ठासून बोलण्याची गरज असते तशीच इतरांशी संवाद साधतानासुद्धा त्याची फार गरज असते. माणसामध्ये ठामपणा नसेल तर कामाच्या ठिकाणी विशेषतः वेगवेगळ्या किंवा मोठ्या गटांशी संबंध प्रस्थापित करताना फार त्रास होतो. आपण वैतागून जातो. कामात काही अर्थच नाही असं वाटायला लागतं.

हे शांतता उपाय बघा.

तुम्ही कितपत संवेदनाक्षम आहात? ..... पृष्ठ ९

जे हवं, ते कसं मिळवाल? ..... पृष्ठ २२०

तुमच्या मनातलं बोला ..... पृष्ठ २२२

तेवढ्यात काही लोक

'दुर्बल घटकांना संरक्षण देण्यामध्ये हे व्यवस्थापन अपयशी ठरत आहे' असं ठरवून मोकळे होतात.

तुम्ही त्या पदावर असाल तर असं होण्याने तुम्हाला सुख मिळणार आहे का? त्यामुळे स्वत:चं म्हणणं ठामपणे, ठासून मांडणं एवढा एकच मार्ग उरतो.

बाहेरून येणारा समाजाचा दबाव

कामाच्या ठिकाणी येणाऱ्या ताणाची जर ढिलेपणाने व्याख्या केली, तर असं म्हणता येईल की त्याची कारणे वैयक्तिक असतात म्हणून. परंतु कामाव्यतिरिक्त बाहेरच्या जगात कुटुंब, मित्र-मैत्रिणी, प्रेमिक, भविष्यात नातलग होऊ शकणारे इत्यादी नातेसंबंध असतात. त्यांच्यामुळेसुद्धा बराच ताण येत असतो.

ज्यावेळी तुमचं वैयक्तिक जीवन आणि कामाच्या ठिकाणचं जीवन त्यांचं तुम्ही मिश्रण करता त्या वेळी त्या दुप्पट जबाबदाऱ्या निभावणं आपल्याला अशक्य, डोईजड वाटतं. 'या जबाबदाऱ्या आपण पार पाडूच शकणार नाही' असं वाटायला लागतं.

पण असा विचार करून पाहा. सगळं सोपं वाटायला लागेल.

१) तुम्हाला कामामधून काय मिळवायचं आहे, ते जाणून घ्या.

२) ते कसं मिळवायचं याची योजना करा.

३) त्या योजना तुमच्या जीवनसाथी किंवा मित्र यांना सांगून त्यांना विश्वासात घ्या.

हे शांतता उपाय बघा.	
एकवटलेल्या जबाबदाऱ्या	पृष्ठ १५९
जीवनातल्या प्राथमिकतांचा तक्ता	पृष्ठ ८६
स्नान? नव्हे वरदान	पृष्ठ २९९
गुस्सा थूक दो	पृष्ठ २१९
काही रक्कम बाजूला काढा.	पृष्ठ २१३
बदल करत रहा.	पृष्ठ २१०

५. बदल

एकदा एका अत्यंत सक्षम अशा महिलेला पदोन्नती मिळून ती त्या कंपनीची महाव्यवस्थापक झाली. अधिकाराची सूत्रे हातात आल्यावर तिने प्रथम काय केलं असेल, तर सगळ्या जुन्या अधिकाऱ्यांची खाती बदलून टाकली.

'अहो बदली झाली ना, की माणसं खडबडून जागी होतात. नव्या जागी जम बसवण्यासाठी त्यांना कार्यरत व्हावंच लागतं. प्रत्येक जण आता नव्या ठिकाणी स्वत:चं संस्थान निर्माण करायच्या मागे लागेल. ते सगळं स्थिरस्थावर

होईतोवर, मी सगळं माझ्या नियंत्रणाखाली घेतलेलं असेल' बाईंनी सांगितलं.

खरोखरच तसं घडलं. बाई फारच ताकदीच्या होत्या. सध्याच्या कल्पनांप्रमाणे त्या कदाचित उत्तम प्रशासक ठरणारही नाहीत, पण त्यांनी कौशल्याने राबवलेलं धोरण, अधिकाऱ्यांच्या अहंपणाला धक्का देण्यात चांगलंच यशस्वी ठरलं.

सध्या, बदल ही एकच गोष्ट, नोकरीच्या ठिकाणी नक्की असते. बदल हा अपरिहार्य तर आहेच पण त्याचं समर्थन, स्पष्टीकरणही केलं जातं. आणि यापुढे आता असंच होत राहणार आहे. पण बऱ्याच जणांना ही बदलाची कल्पना आवडत नाही. तुम्हालाही ती आवडत नसेल तर मग भविष्यात अधिक जोरकस अधिक सैल आणि विघटन झालेल्या जगाला तोंड कसं देणार तुम्ही? घाबरूनच जाल. अधिकाराला धक्का बसला. की साहजिकच माणसांना असुरक्षित वाटायला लागतं. त्याचा मनावर ताण येतो. आणि मग बदलाच्या फायद्यांमुळे स्फूर्ती येण्याऐवजी स्वतःचे नुकसान होण्याची, अपयश येण्याची भीती वाटू लागते.

हे सगळं असलं तरी बदलाचे, परिवर्तनाचे अनेक फायदेही असतात. उत्पादन आणि संघटन करण्याच्या प्रगत पद्धतींमुळे आपला जीवनस्तर उंचावत चालला आहे. आपल्याला अधिक चांगल्या वैद्यकीय सुविधा, सुरक्षित वाहन व्यवस्था, रोगांचं निर्मूलन, स्वस्त संपर्क साधने, असं किती तरी मिळालं आहे, मिळत राहील.

जसजसे बदलांचे फायदे ओळखायला शिकाल, तसं तसं तुम्हाला पटेल की बदलांमुळे वाइटापेक्षा चांगलं अधिक होत असतं. संख्याशास्त्रीय पुरावे सुद्धा हेच दर्शवतात. हळूहळू तुमची खात्री होईल की परिवर्तन हे आपल्या भल्यासाठी काम करतं. आयुष्यात सुधारणा होते, कामात सुधारणा होते, स्वास्थ्य सुधारतं.

आपल्याला दीर्घायुष्याची अपेक्षा असते; त्याचबरोबर अधिक आराम, मोकळा वेळ, करमणूक हेही हवं असतं. त्यादृष्टीने या बदललेल्या कामामुळे आपल्याला कामाबद्दलचं चांगलं समाधान मिळू शकतं. (Job Satisfaction). खरं तर आताची वेळ ही तुमचं कार्यक्षेत्र बदलण्याचीही वेळ असू शकते.

जे काय फायदे होणार आहेत ते लक्षात घेऊन या बदलांना आपलंसं करा. जे अटळ आहे ते स्वीकारण्यातच शहाणपणा आहे. त्यामुळे तुम्हाला खूप मोकळं वाटेल आणि पुढच्या आयुष्यात काहीतरी वेगळं करण्याची उमेदसुद्धा वाढेल.

हे शांतता उपाय बघा.
बदलांची यादी करा. ..... पृष्ठ २५६
शांतीसाठी कोणत्याही वयात प्रयत्न करू शकतो. ..... पृष्ठ २५६
बदल चांगल्याकरता ..... पृष्ठ २५८

६. शारीरिक

पाच हजार वर्षांपूर्वी माणसावर पडणारा सगळा ताण हा शारीरिक होता. माणसाने प्राण्याला मारून खायचं किंवा प्राण्याने माणसाला. माणसाने वणव्यापासून दूर पळायचं किंवा त्यात होरपळायचं, झोपायला गुहा शोधायची. नाही सापडली, तर कुडकुडत रात्र काढायची. पुढे जेव्हा जिवंत राहण्यासाठी माणसं काम करू लागली, तेव्हा त्याला मानसिक, बौद्धिक वगैरे ताणांचा परिचय झाला.

सुमारे १०० वर्षांपूर्वी, ज्या कठीण परिस्थितीत माणसांना कामं करावी लागायची, त्यातच त्यांच्या ताणाची, दडपणाची कारणे सामावलेली होती. परिसरातले घटक म्हणजे उष्मा, थंडी, वादळ, पाऊस, अंधार, ओल, शुष्कपणा, उन्हाच्या झळा आणि व्यावसायिक कारणे म्हणजे धोक्याच्या ठिकाणी काम करणं, तिथे कमी उजेड असणं, कोंदट वातावरण असणं वगैरे.

आजकालची कामाची ठिकाणं ही तितकीच ताण निर्माण करणारी आहेत पण त्यात प्रत्यक्ष धोका असा फारसा नसतो. औद्योगिक युगात ही एक मोठी प्रगती झालेली आहे की, शंभर वर्षांपूर्वी कामाच्या ठिकाणी असलेली धोक्याची परिस्थिती आता संपुष्टात आलेली आहे. संभाव्य धोक्यांसाठीची उपाय योजना आधीच तयार ठेवलेली असते.

नाही म्हणायला तसे काही धोके अजूनही आहेतच. कमाल धोक्याची शक्यता असणारे उद्योगधंदे म्हणजे पाणबुडे, खाण कामगार, अग्निशमन दल वगैरे. परंतु इतर लोकांना अतितीव्र ध्वनिलहरी, गोंगाट, झगझगीत प्रकाश, तीव्र आंदोलने (Vibrations) आणि वेगवेगळ्या प्रदूषणांना तोंड द्यावं लागतं. (ध्वनिप्रदूषण, वायुप्रदूषण, जलप्रदूषण, अन्नप्रदूषण वगैरे.)

शारीरिक ताणतणावांची कारणं सगळी भौतिकच (Physical) आहेत. उदा. काही लोकांना दिवसभर काउंटरमागे उभं राहावं लागतं. हे जितकं गैरसोयीचं, तितकंच ताण देणारंही आहे.

काहीजणांना दिवसभर संगणकाच्या मॉनिटरपुढे बसून काम करावं लागतं. त्यांच्याही याच तक्रारी आहेत.

कारखान्यात काम करणारे, इस्पितळाच्या वॉर्डमधले कर्मचारी, ठिकठिकाणचे रखवालदार, सुरक्षा कर्मचारी यांच्याही

हे शांतता उपाय बघा.	
स्वत:ची जागा निर्माण करा.	पृष्ठ २६७
आवाजाचे बटन बंद करा.	पृष्ठ २६४
शांततेचा आवाज	पृष्ठ २६८
सरळ शांततेकडे	पृष्ठ २८०
तुमचा जबडा आणि शांतता	पृष्ठ २८२
चेहऱ्यावरचे ताणतणाव	पृष्ठ २८४
प्रतिक्षित क्रियेतून शिथिलीकरण	
	पृष्ठ २९२

अशाच प्रकारच्या तक्रारी असतात.

इतरांना कल्पनाही येणार नाही इतक्या शारीरिक तक्रारी वेगळ्या पाळ्यांमध्ये काम करणाऱ्या लोकांमध्ये निर्माण होत असतात. अशा तऱ्हेने वरवर पाहता जे व्यवसाय अजिबात ताण देणारे वाटत नाहीत त्यात काम करणाऱ्यांना त्यांचे बलहीन करून टाकणारे परिणाम भोगावे लागत असतात.

सर्वसाधारणपणे या भौतिक कारणांचे उपायही भौतिक असतात. ते पुढे तुम्हाला वाचायला मिळणारच आहेत.

७. जीवनातल्या सवयी

बऱ्याचदा, कामाच्या वेळेव्यतिरिक्त आपलं जे एक जगणं असतं, त्यातल्या समस्यांमुळे आपल्याला कामाच्या वेळीदेखिल ताण येत असतो.

जर तुम्ही धूम्रपान करत असाल, कडक कॉफी घ्यायची सवय असेल, दररोज रात्री उशिरापर्यंत बाहेर राहत असाल, व्यायाम करायचा नाही, भरपूर दारू प्यायची, पुरेशी झोप घ्यायची नाही. बायकोबरोबर किंवा नवऱ्याबरोबर भांडणं करायची यातली एक किंवा अनेक सवयी जर तुम्हाला असतील तर काम करताना तुम्हाला निश्चितपणे भावनिक आणि शारीरिक ताण जाणवणारच.

आता याच्यावर मात कशी करायची? तुम्हाला काही लगेच तुमच्या सगळ्या सवयी सोडून द्याव्या लागतील असं मुळीच नाही.

तुम्ही फक्त एक करायचं. स्वत:शी कबूल करायचं की या अशा सवयींमुळे मला असा त्रास होतो आहे. माझं अमुक नुकसान होत आहे. आणि मग त्याची भरपाई कशी करता येईल ते शिकून घ्यायचं.

हे शांतता उपाय बघा.	
स्वत:चे लाड करा.	पृष्ठ २९५
योग्य आहार	पृष्ठ ३०३
खेळत रहा.	पृष्ठ २९८
स्नान? नव्हे वरदान	पृष्ठ २९९
दीर्घकालीन शांततेची सहा सूत्रे	पृष्ठ ३०२

◆

तुमची शांतता उपायांची फाइल

१२. निर्णय घ्या - आजच निर्णय घ्या

ज्या गोष्टी तुमच्यासाठी महत्त्वाच्या आहेत, त्यावर सर्व शक्ती केंद्रित करण्याचा निर्णय आजच घ्या.

> ज्या गोष्टी तुमच्यासाठी महत्त्वाच्या आहेत. त्यावर सर्वशक्ती केंद्रित करण्याचा निर्णय आजच घ्या.
> उदाहरणार्थ - स्वत: शांत-स्थिरचित्त होणं.

तुमचं पुष्कळसं काम करण्याची पहिली पायरी म्हणजे तुम्हाला तुमच्या कामामधून काय मिळवायचं आहे, ते ठरवणं.

त्यासाठी एकच मार्ग आहे. तो म्हणजे स्वत:चा विश्वास कशावर आहे ते तपासून पहायचं, आपल्याला कामामधून काय हवंय ते नक्की करायचं आणि त्याप्रमाणे योजना करायची.

जर तुम्ही स्वत: ठरवलेल्या, स्वत:ला योग्य वाटणाऱ्या ध्येयासाठी काम करू शकलात तर जे काही करत आहात, ते करण्यातून तुम्हाला शांती आणि समाधान मिळेल.

एक साधं तंत्र आहे. ते वापरून तुम्ही तुमच्या आयुष्यातल्या महत्त्वाच्या गोष्टींचा सुव्यवस्थित क्रम ठरवू शकता.

जीवनातल्या प्राथमिकतांचा तक्ता (Life Priorities Calculator)

हा तक्ता तुमच्या आयुष्यातल्या प्राथमिकता निश्चित करण्यासाठी आहे. तुमची पहिली प्राथमिकता काम आहे की विशिष्ट पद? पैसा की यश? कुटुंब, आनंद?

नातेसंबंध जास्त महत्त्वाचे आहेत, की तुम्हाला लोकांना फक्त भेटायचं आहे?

तुमच्या प्राथमिकता यादीत सर्वांत वर काय असेल?
हेच ठरवायला तुम्हाला हा तक्ता मदत करेल.

पुढे दिलेली चाचणी पूर्ण केल्यानंतर समजा तुम्ही ठरवलं की, तुमचं व्यवसायातलं यश ही तुमची सर्वोच्च प्राथमिकता आहे, तर मग तुम्ही ते यश मिळवण्याकडे सगळं लक्ष केंद्रित करू शकाल.

आणि एकदा तुम्ही ते काम हातात घेतलंत, की मग दैनंदिन कामातले त्याच्याशी संबंधित नसणारे सर्व ताण, उद्विग्नता ही नाहीशी तरी होऊन जाईल किंवा त्यांचे महत्त्व कमी होईल.

हा तक्ता वापरण्यासाठी तुम्ही कुठे तरी जाऊन शांत बसायचं. सुरुवात करण्यापूर्वी दोन मिनिटे, काहीही न करता, फक्त स्वत:च्या श्वासोच्छ्वासावर लक्ष केंद्रित करायचं.

अशा प्रकारे स्थिर झालात, की अशी कल्पना करा की तुम्ही पासष्ट वर्षांचे आहात. त्या वेळी कसे दिसाल. काय कराल याची कल्पना करा. त्यानंतर यापूर्वी तुम्ही कसं आयुष्य जगलात, त्याचा विचार करा.

जीवनातल्या प्राथमिकतांचा तक्ता
(Life Priorities Calculator)

आतापर्यंत ६५ वर्षांचं आयुष्य तुम्ही कसं व्यतीत केलं त्याचा विचार करा आणि आता खाली दिलेली विधाने तुम्हाला किती महत्त्वाची वाटतात, त्यानुसार त्यांना क्रमांक द्या. सर्वांत महत्त्वाचे विधान पहिले या क्रमाने लिहा.

- मी माझ्या कामामध्ये यशस्वी होतो.
- माझ्या कामातून मी भरपूर पैसा कमावला.
- माझ्या व्यवसायात मी सर्वोच्च पदाला पोहोचलो.
- मी इतरांना मदत करीत असे आणि नशिबाने मिळालेल्या आनंदात त्यांना सहभागी करून घेत असे.
- मी व्यवस्थापकीय संचालक झालो.
- माझ्या मालकीचं प्रशस्त घर आणि मोटार होती.
- माझ्या मित्रांशी माझे चांगले संबंध होते.
- माझ्या कुटुंबाबरोबर मी अनेक आनंदाचे क्षण व्यतीत केले.

- माझ्या भागीदाराबरोबर मी प्रयत्नपूर्वक चांगले संबंध निर्माण केले.
- मी माझ्या सुट्या विलक्षण आनंदात घालवल्या.
- कामाशी संबंधित नसणारी पण आयुष्य समृद्ध करणारी काही कलाकौशल्ये मी शिकलो.
- प्रत्येक दिवस म्हणजे मला एक साहस वाटायचं.
- मी एक पुस्तक लिहिलं / एक घर बांधलं / व्हायोलिन वाजवायला शिकलो / जग प्रवास केला / Ph.D. केलं.
- मी माझं आरोग्य उत्तम राखलं.
- मुलं लहान असताना जास्तीत जास्त वेळ मी त्यांच्या सहवासात घालवला.

आता तुम्ही वाचलेली यादी कुठल्याही अर्थाने तुमच्या ध्येयांची किंवा उद्दिष्टांची निश्चित यादी नाही. परंतु तुमचे अग्रक्रम ठरवायला ती नक्कीच उपयोगी पडेल.

कदाचित तुम्हाला असा शोध लागेल, की पैसा, विशिष्ट पद आणि यश ह्या गोष्टी तुमच्या यादीमध्ये सर्वांत वर आहेत. असं असेल तर तुमच्या कामात, वाटेल ते करून तुम्ही 'यशस्वी'च होण्याचा प्रयत्न कराल. असा निश्चय केलात तर निश्चितपणे फक्त अपयशामुळेच तुम्हाला ताण येऊ शकतो.

समजा नातेसंबंध किंवा आयुष्य समृद्ध करणारे इतर घटक तुम्हाला महत्त्वाचे वाटत असतील, तर त्यांना तुम्ही यादीत सर्वांत वरचं स्थान द्याल. असं जर झालं तर मग या गोष्टींपासून तुम्हाला दूर ठेवणाऱ्या तुमच्या नोकरीची किंवा व्यवसायाची तुम्ही जास्त काळजी करणं चुकीचं ठरतं.

काहीही असो, तुम्ही एकदा निर्णय तर घेतलेलाच असेल. जर तुम्ही नातीगोती, छंद, कलेचा आस्वाद या गोष्टींना प्राधान्य देणार असाल, तर तुमचं दैनंदिन व्यावसायिक काम तुम्ही पूर्ण दक्षतेने आणि प्रामाणिकपणे करायला पाहिजे. पण नोकरीतली बदली, बढती किंवा तत्सम गोष्टींसाठी डावपेच लढवण्यापायी झोप गमवायची काही गरज नाही.

यामुळे व्यावसायिक नीतिमत्तेचा भंग होईल पण जीवनाच्या एकूण समाधानात चांगलीच भर पडेल.

प्रत्येकाजवळ, आयुष्यभर करावयाच्या कृतींसाठी (शारीरिक शक्तीव्यतिरिक्त) ठरावीक मानसिक ऊर्जेचा साठा असतो. त्या ऊर्जेचा विनियोग स्वत:ला महत्त्वाच्या वाटणाऱ्या गोष्टींसाठी करणं, हा यशाचा खात्रीलायक मार्ग आहे.

तीच ऊर्जा बिनमहत्त्वाच्या गोष्टींवर उधळणं ही शरमेची गोष्ट होय.

काय करायचं आहे याचा निर्णय आजच घेऊन टाका.

हे शांतता उपाय बघा.	
शांत श्वसन	पृष्ठ ९७
मनश्चक्षूंनी दृश्य अनुभवण्यासाठी	
	पृष्ठ ११४

◆

१३. शांतपणे श्वास घ्या

> तुमच्या श्वसनावर ताबा मिळवा. म्हणजे अतिशय तणावपूर्ण वातावरणातही शांततेची अभयारण्ये तुम्हाला सापडू लागतील.

तणावाखाली असणारे आणि निराश झालेले लोक यांच्यामध्ये एक साम्य असतं. त्यांची श्वास घेण्याची पद्धत.

तणावाखाली वावरणारे सर्व लोक लहान लहान उथळ श्वास घेतात. त्यांची श्वासोच्छ्वासाची पद्धत तणावपूर्ण आणि चंचल असते. श्वासाचा कालावधी कमी असला की प्रत्येक मिनिटाला, फुप्फुसे भरून घेण्यासाठी तुम्हाला जास्त वेळा श्वास घ्यावा लागतो. अशा रीतीने जलद गतीने हवा आत येते, तितक्याच जलद गतीने बाहेर जाते. त्यामुळे फुप्फुसांमधली सर्व अशुद्ध हवा खऱ्या अर्थाने बाहेर टाकलीच जात नाही. ती तिथेच राहून राहून साचायला लागते आणि नंतर कायमचीच साठून राहते.

अशा प्रकारच्या श्वसनामुळे एक त्रासदायक शारीरिक क्रियांची साखळीच तयार होते. रक्तप्रवाहाला ऑक्सिजनचा पुरवठा कमी होतो. त्यामुळे रक्तातील कार्बनडाय ऑक्साइड या अशुद्ध वायूची पातळी कमी होऊ शकत नाही. त्यामुळे रक्तवाहिन्या संकुचित होतात. त्यामुळे मेंदूलाही शुद्ध रक्ताचा आणि प्राणवायूचा पुरवठा कमी होतो. आणि त्यामुळे तणावाखाली असण्याच्या आणि निराशेच्या भावना वाढीस लागतात.

याउलट एखादा शांत, स्थिरचित्त, माणूस वेगळ्या प्रकारे श्वसन करतो. त्याचे श्वसन हे धीम्या गतीने, तोलून मापून आणि खोल असते. श्वासोच्छ्वासाची पद्धत स्थिर आणि निवांत असते. यामुळे रक्तप्रवाहाला भरपूर ऑक्सिजन पुरवला जातो. त्यामुळे रक्तातील कार्बनडाय ऑक्साइड या अशुद्ध वायूची पातळी

कमी होते. मेंदूलाही अधिक शुद्ध रक्त आणि प्राणवायूचा पुरवठा होतो. त्यामुळे एन्डॉरफिन्स Endorphins हे चित्र स्थिर करणारे संप्रेरक Hormone पुरेशा प्रमाणात स्रवू लागते. परिणामी त्या व्यक्तीला शांत, निवांत, वाटू लागते.

आपल्या भावावस्थेचा श्वसनावर होणारा परिणाम

	कमालीचा निराश माणूस	**खिन्न माणूस**	**सर्व साधारण व्यक्ती**	**शांत व्यक्ती**
दर मिनिटाला श्वासांची संख्या	३५ ते ४०	२० ते २८	१२ ते १८	६ ते ८
दर श्वासाला आत घेतलेली हवा (मि.लि.)	१७०ते१५०	३००ते२१५	५००ते३३०	१०००ते७५०
दर उच्छ्वासाला बाहेर टाकलेली हवा (मि.लि.)	१००	२४००	४२००	५१००
दर श्वसनाला आत साचलेली शिळी हवा (अंदाजे मि.लि.)	५९००	३६००	१८००	९००

निष्कर्ष - जर तुम्हाला शांत, अविचल राहायचं असेल तर तुमचा श्वासोच्छ्वास सावकाश, तोलून-मापून, दीर्घ आणि सखोल व्हायला हवा.

खरंच इतकं सोप्पं आहे हे...?

तुमच्या श्वसनावर ताबा मिळवा म्हणजे अतिशय तणावपूर्ण वातावरणातही शांततेची अभयारण्ये तुम्हाला सापडू लागतील.

लक्षात ठेवा, स्वत:चा श्वासोच्छ्वास काबूत आणलात तर अक्षरश: कोणताही तणाव, दबाव केव्हाही उद्भवला तर त्याच्यावर तुम्ही मात करू शकाल.

सावकाश, तोलूनमापून, सखोल श्वासोच्छ्वास करायचा. फक्त एवढंच करायचं.

स्थिर श्वसन

ऐच्छिक नसूनही जिच्यावर पूर्णपणे नियंत्रण ठेवता येतं, अशी श्वसन क्रिया ही मानवाची एकमेव शारीरिक क्रिया आहे. ज्या वेळी आपण श्वसनाच्या पद्धतीवर ताबा मिळवू, त्या वेळी आपलं आरोग्य, आपलं स्वास्थ्य, आपली विचार करण्याची पद्धत आणि एकंदरीत मनाची अवस्था या सगळ्यावर आपण चांगलं नियंत्रण ठेवू शकतो. त्यापेक्षा महत्त्वाचं म्हणजे पुढे दिलेल्या फक्त काही

कृती केल्यावर लगेच तुमच्या शारीरिक आणि मानसिक अवस्थेवर चांगला परिणाम झाल्याचं तुम्हाला जाणवू लागेल.

अर्थात हा काही नवा शोध नाही. भारतामध्ये आणि चीनमध्ये ५००० वर्षांपूर्वीपासूनच माणसांना हे माहिती होतं आणि त्यांच्या ध्यानाच्या पद्धती तसंच 'मार्शल आर्ट्स' यामध्ये त्या तंत्राचा त्यांनी व्यवस्थित वापर केलेला आहे. पण या श्रेष्ठ ज्ञानाचा सर्वांत उत्कृष्ट भाग आपण काही क्षणात कसा आत्मसात करू शकतो ते आपण पाहू.

याला म्हणायचं स्थिर श्वसन.

शांतचित्त राहण्याच्या सर्व तंत्रांचा हा पाया आहे.

शारिरिक कौशल्याची कामे, आणि विलक्षण सुंदर सादरीकरण यांच्या तंत्रामध्ये सुद्धा हाच पाया असतो. हे स्थिरश्वसन आत्मसात केलंत तर तुम्हीही तुमच्या कामात काही विलक्षण करून दाखवू शकाल.

स्थिर श्वसन हा सर्वांत महत्त्वाचा शारीरिक व्यायाम आहे. स्थिर श्वसनाची जोड असल्याशिवाय योगक्रिया, ध्यान, ताईची (Taichi) autogenic व्यायाम किंवा Bio feed back या सर्व क्रिया, तुम्हाला जेव्हा पाहिजे तेव्हा आणि जिथे पाहिजे तिथे शांत करण्यास असमर्थ ठरतात.

त्यातली खुबी अशी, की स्थिरचित्त होण्याचे इतर जे जे मार्ग आहेत, (योग, ध्यान वगैरे वगैरे) त्यांसाठी स्थिरश्वसन हे स्प्रिंगबोर्डसारखं काम करतं (तलावात वरून उडी मारण्याकरता असतो तो स्प्रिंगबोर्ड).

दुसरं असं की यात फक्त ३ पायऱ्या असतात त्यामुळे ते काही मिनिटातच तुम्ही शिकू शकता.

१. सखोल श्वासोच्छ्वास करा.
२. सावकाश श्वासोच्छ्वास करा.
३. लक्षपूर्वक ऐका.

१. सखोल श्वासोच्छ्वास करा

अनेक जणांना 'श्वासोच्छ्वास म्हणजे काय?' असा प्रश्न विचारून पहा. सगळे विचित्र नजरेने तुमच्याकडे पाहतील. कारण बहुतेक लोकांची अशी कल्पना असते की श्वासोच्छ्वास हा आपोआप होत असतो. त्याचा काय अभ्यास किंवा पृथक्करण करायचं? आणि काही करायचं असेल, तर इतरांनी करावं. मला काही गरज नाही. मी त्यात तरबेज आहे. कारण जन्मापासून तेच तर करत आलोय ना?

आणि सखोल श्वासोच्छ्वास ना, त्यात सुद्धा आपण तरबेजच आहोत.

पी.टी.च्या तासाला बाई काय सांगायच्या, व्यायामशाळेचे शिक्षक काय म्हणायचे, NCC मध्ये होतो तेव्हा काय शिकलो हे सगळं आपल्याला आठवायला लागतं.

चला बघू या हं तुम्हाला काय काय येतंय ते. आरशापुढे उभे राहा. हं! आता एक खूप मोठा श्वास घ्या. अगदी तुम्हाला घेता येईल तितकी जास्तीत जास्त हवा आत घ्या. तुम्हाला जेवढी फुगवता येतील तेवढी फुप्फुसे फुगवा.

आत्ता आरशात तुमच्या खांद्यांकडे आणि छातीकडे बघा.

खांदे वर उचलेले, छातीचा वरचा भाग नाट्यमय रीतीने वर उचललेला आणि पोट एकदम आत गेलेले. तुम्ही तुमच्या छातीच्या वरच्या भागावरच लक्ष केंद्रित केलंत. 'छाती पुढे, पोट आत', लहानपणी शाळेत शिकवलं होतं, अगदी तसं. बरोबर?

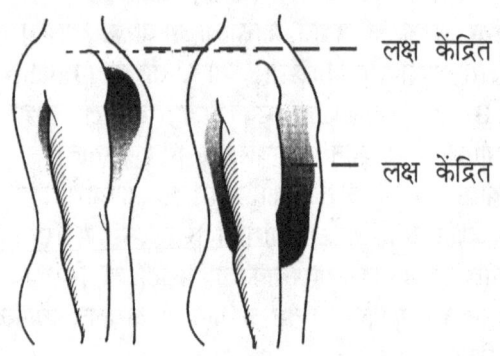

लक्ष केंद्रित
लक्ष केंद्रित

दुर्दैवाने, लहानपणी तुम्हाला चुकीचं शिकवलं गेलं होतं (परंतु गायक, नर्तक, अभिनेते, खेळाडू यांना नेमकं शिकवलेलं असेल)

तुम्हाला जर खरोखर फुप्फुसे हवेने पूर्ण भरून घ्यायची असतील तर त्यासाठी खांदे वर उचलायची आणि छातीचा वरचा भाग फुगवायची अजिबात गरज नाही. ती दीर्घ श्वसनाची योग्य पद्धत नव्हेच. या उलट दीर्घ श्वास घेताना, लक्ष फुप्फुसाच्या तळावर केंद्रित करून हवा थेट खाली नाभीपर्यंत ओढून घेतली पाहिजे. आणि हवेमुळे पोट फुगल्याचं जाणवलं पाहिजे. (वरच्या आकृतीतली 'ब' आकृती).

बाजूच्या आकृतीकडे पाहा. तुमच्या फुप्फुसाचे आकुंचन दोन्ही वेळेला कशा प्रकारे होते ते.

अ जेव्हा तुम्ही छातीच्या वरच्या भागावर लक्ष केंद्रित करता तेव्हा खूप

कमी हवा फुप्फुसात जाते.

ब जेव्हा तुम्ही खालच्या भागावर लक्ष केंद्रित करता तेव्हा खूप जास्त हवा फुप्फुसात शिरते.

खेळाडू आणि सुदृढ लोकांची अशी सर्वसाधारण समजूत असते की ते नकळतच अशा योग्य पद्धतीने श्वसन करतात. (त्यांना प्रशिक्षण मिळालं नसतं तर ते अशक्यच होतं) पण खेळाडू आणि सुदृढ लोक सर्वसाधारणपणे 'मध्यम श्वसन' करतात. म्हणजे त्यांच्या स्नायूंमुळे बरगड्या वर आणि बाहेर ढकलल्या जातात त्यामुळे जास्त हवा फुप्फुसात शिरू शकते. तरीही यातसुद्धा फुप्फुसाची पूर्ण क्षमता वापरली जात नाही.

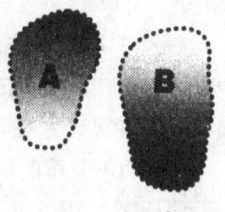

लक्ष केंद्रित

लक्ष केंद्रित

ती तशी, फक्त तुम्ही योग्य प्रकारे दीर्घ श्वसन केलंत तरच वापरली जाऊ शकते. यामध्ये छातीच्या पिंजऱ्याच्या दोन्ही बाजूंचे स्नायू बरगड्या वर आणि बाजूला उचलतात आणि श्वासपटल आकुंचन पावते, खाली सरकते. त्यामुळे खालच्या बाजूनेही जागा वाढते आणि फुप्फुसाची पोकळी मोठी होते.

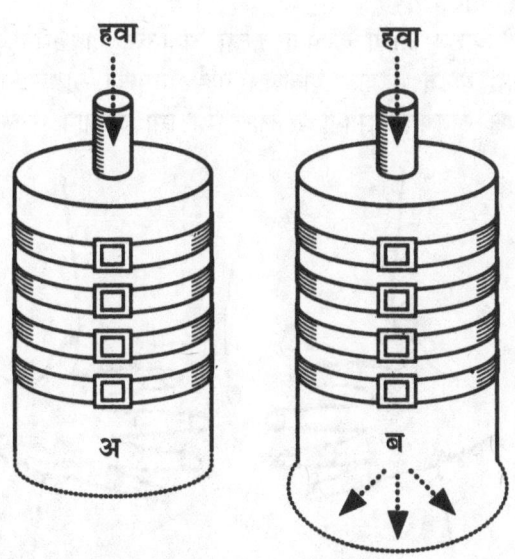

अ - वरच्या बाजूवर लक्ष केंद्रित   ब - खालच्या बाजूवर लक्ष केंद्रित
असं दिसेल तुमचं दीर्घ श्वसन. आकृती 'ब'मध्ये दाखवल्याप्रमाणे

त्यामुळे योग्य प्रकारे दीर्घ श्वसन करताना तुम्ही तुमचे लक्ष नाभीवर केंद्रित करायला पाहिजे.

कल्पना करा, तुमची फुप्फुसे म्हणजे दोन लांब कठीण सिलिंडर्स आहेत. याच्या तळाशी एक मऊ, लवचीक, फुग्याचं रबर बसवलेलं आहे. हे आहे तुमचं 'श्वासपटल'- आकृती अ

जेव्हा तुम्ही हवा आत घेता, तेव्हा हे लवचिक रबर ताणलं जातं आणि सिलिंडरमध्ये जास्तीची हवा मावण्यासाठी जागा केली जाते. तेवढाच एक मार्ग आहे जागा वाढण्याचा.

ज्या वेळी तुम्ही हवा आत घ्यायचं थांबवता आणि हवेचा खालच्या दिशेने येणारा दाब कमी होतो तेव्हा काय होतं? खालचं रबर पुन्हा पूर्ववत आकुंचन पावतं आणि हवा बाहेर फेकली जाते.

कळलं आता? श्वास घेताना तुम्ही फक्त तुमचं लक्ष फुप्फुसाच्या खालच्या भागावर केंद्रित करायला पाहिजे. वरच्या भागावर नको. ज्यावेळी तुम्ही असं कराल आणि तुमचं श्वासपटल प्रसरण होताना तुम्हाला जाणवेल त्यानंतर सगळं आपोआप घडत जाईल.

आता कसं वाटतं?

फक्त हे वाचून आणि कल्पना करून अर्थातच, दीर्घश्वसन करताना आणि केल्यावर कसं वाटतं हे कळू शकणार नाही. तुमच्या श्वासपटलाचं आकुंचन-प्रसरण प्रत्यक्ष अनुभवण्यासाठी खालील छोटासा व्यायाम करून बघा.

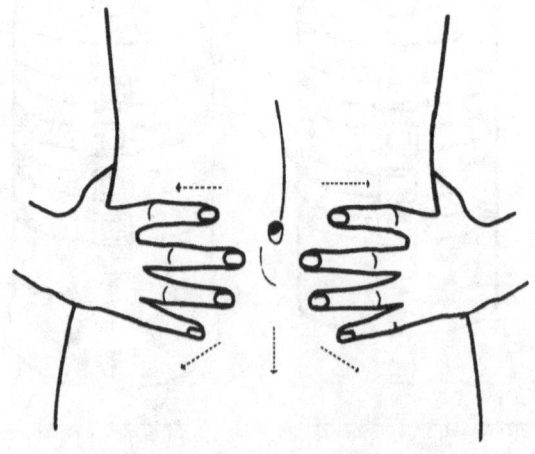

श्वासपटलाच्या प्रसरणाचा अनुभव घ्या.

तुमचं श्वासपटल प्रसरण पावण्याचा अनुभव घ्या. आपल्या कमरेवर दोन्ही बाजूंनी हात ठेवा. अंगठे मागच्या बाजूला आणि बोटे पोटावर नाभीच्या बाजूला. आता खांदे न उचलता मोठा श्वास घ्या. लक्ष फुप्फुसाच्या खालच्या भागावर केंद्रित करा. तुमचा हातांच्या मधला पोटाचा भाग प्रसरण पावल्याचं कळलं ना? हात सहज ठेवलेले असले तरी पोटाचे प्रसरण झाल्यामुळे हातांचा किंचितसा दाब पोटाला जाणवेल.

आता सावकाश उच्छ्वसन करा. पोट पूर्ववत होईल.

तर असं असतं दीर्घ श्वसन, स्थिर श्वसनाची पहिली पायरी.

२. सावकाश श्वासोच्छ्वास करा

तणावाखाली असलेली किंवा बेचैन असणारी माणसं कसा श्वासोच्छ्वास करतात? जलद, उथळ आणि चंचल. त्यामुळे त्यांच्या मनावरचा ताण जास्तच वाढत जातो. आणि गतीमुळे, फुप्फुसांमधली सगळी अशुद्ध हवा बाहेर जात नाही.

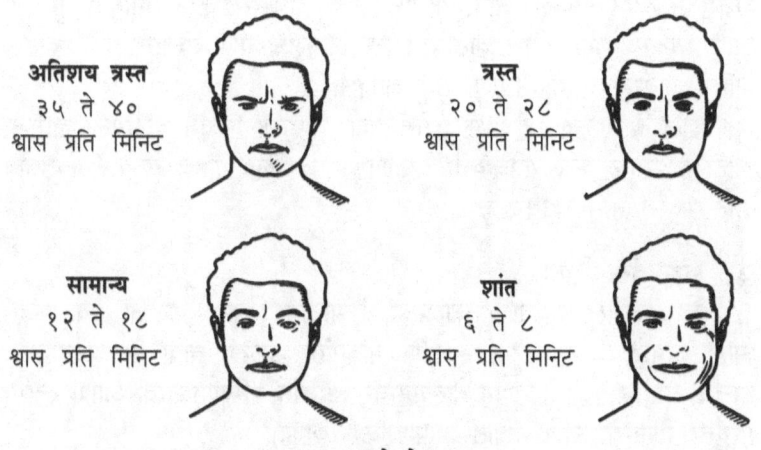

अतिशय त्रस्त
३५ ते ४०
श्वास प्रति मिनिट
त्रस्त
२० ते २८
श्वास प्रति मिनिट
सामान्य
१२ ते १८
श्वास प्रति मिनिट
शांत
६ ते ८
श्वास प्रति मिनिट

श्वसनाचे वेग

तुम्ही एखाद्या कमालीच्या बेचैन किंवा घाबरलेल्या माणसाकडे पहा तो मिनिटाला ३५ ते ४० वेळा श्वास घेत असतो आणि अशुद्ध हवा तर फारच थोडी बाहेर टाकली जाते. त्यामुळे तो कायम अतिरिक्त वायुविजनाच्या उंबरठ्यावर घुटमळत असतो (Hyperventilative).

जो इतका बेचैन किंवा अस्वस्थ नसतो, तो मिनिटाला साधारण २० ते

२८ वेळा श्वास घेतो. त्याला काही शुद्ध हवेसाठी एवढा जास्त प्रयत्न करावा लागत नाही पण हाही जलदच श्वास घेतो. स्वत:वरचा ताण वाढवत नेतो आणि कमी प्रमाणात अशुद्ध हवा बाहेर टाकतो.

जो भावनिकदृष्ट्या सर्वसाधारण स्थितीत असतो तो माणूस एका मिनिटाला १२ ते १८ वेळा श्वसन करतो. जे लोक नेहमी याच प्रमाणात श्वसन करत असतात त्यांना बऱ्यापैकी स्वस्थ वाटत असतं.

परंतु अगदी शांत मन:स्थिती हवी असेल, तर त्यासाठी श्वसनाचा आदर्श वेगळा आहे, मिनिटाला ६ ते ८ वेळा श्वास घेणे. जेव्हा तुम्ही एकदम शांत, शिथिल असता, तेव्हा मिनिटाला ६ वेळा श्वास घेण्यासाठी थोडी अधिक एकाग्रता करावी लागेल. पण तेही आरामात साध्य होतं. जे नियमित ध्यानाचा आणि योगाचा अभ्यास करतात ते मिनिटाला फक्त ४ श्वास घेऊनही राहू शकतात.

या वेगाने सखोल श्वसन केल्यामुळे रक्ताला प्राणवायूचा जास्तीत जास्त पुरवठा केला जातो आणि शिळी, अशुद्ध हवा, ही जास्तीत जास्त प्रमाणात शरीरातून बाहेर टाकली जाते. याचाच अर्थ, दीर्घ-सखोल श्वसनामुळे तुम्हाला आपण स्वस्थ आहो असं वाटायला तर लागेलच पण स्वत:ला कसं वाटलं पाहिजे यावरही तुम्ही नियंत्रण ठेवू शकाल.

खोल श्वास घ्या, दीर्घ श्वास घेत राहा; तुम्हाला निवांत वाटायला लागेल. आता हे सगळं कसं जमवायचं? आणि आपल्याला पाहिजे तेव्हा, ताबडतोब शांत स्वस्थ कसं व्हायचं.

३. लक्षपूर्वक ऐका

स्थिर-सखोल श्वसनाची काळाच्या कसोटीवर सिद्ध झालेली एक पद्धत आहे. यामुळे आपल्या शरीर आणि भावनांवर आपण ताबा मिळवू शकतो. याचंच रूपांतर, आधी वर्णन केल्यानुसार, अत्यंत परिणामकारक आणि त्वरित प्रत्यंतर देणाऱ्या अशा तंत्रात आपण करू शकतो.

याचाच अर्थ असा की, तुम्हाला हवं तेव्हा, अतिशय तणावाच्या परिस्थितीतसुद्धा हे तंत्र वापरून तुम्ही शांत राहू शकता. यासाठी कानाचा वापर करायचा आहे. तंत्र फारच सोपं आहे.

तुम्ही खोल श्वास घ्या. (फुफ्फुसाच्या खालच्या भागापर्यंत हवा गेली पाहिजे) अतिशय सावकाश श्वास घ्या. (मिनिटाला ६ ते ८ श्वास) आणि आता ऐका. स्वत:च्या श्वासोच्छ्वासाचा आवाज ऐका. हवा आत जाताना आणि बाहेर येताना ऐकत राहा.

थंड हवा तुमच्या नाकपुड्यांतून आत शिरते आणि उष्ण हवा बाहेर येते. दोन्हींचाही आवाज ऐकत राहा.

तुम्हाला फक्त एवढंच करायचं आहे. शांतपणे, सखोल, दीर्घ श्वासोच्छ्वास करायचा आणि ऐकायचं.

तुमच्या असं लक्षात, येईल की कितीही कठीण, अगदी अशक्यप्राय परिस्थितीतही हे तंत्र उपयुक्त ठरू शकतं. एकदा आपल्या श्वासोच्छ्वासाच्या आवाजावर लक्ष केंद्रित करता यायला लागलं, की आजूबाजूला कितीही गोंगाट असला, तरी आपण शांत राहू शकतो.

तुम्ही जितका वेळ जाणीवपूर्वक श्वसनाचा आवाज ऐकत राहाल, तितका वेळ तुम्हाला तो ऐकू येत राहील. अगदी स्पष्टपणे. पाण्याच्या खाली पोहणाऱ्यांना किंवा तरंगणाऱ्यांना ऐकू येतो ना तसा.

पाहा बरं प्रयत्न करून. आता तुम्ही कुठेही असा किंवा काहीही करत असलात तरी प्रयत्न करून पाहा. दीर्घ श्वास घ्या आणि हवा आत जाताना आणि बाहेर येतानाचा तिचा आवाज ऐका.

जमलं ना? बघा. किती सोपं आहे हे तंत्र!

शांत श्वसन
१) खोल श्वास घ्या. (फुफ्फुसाच्या खालच्या भागाचा वापर करा.)
२) सावकाश श्वास घ्या. (मिनिटाला ६ ते ८ वेळा)
३) श्वास घेताना, नाकपुड्यांद्वारे आत येण्याच्या हवेचा आवाज ऐका.
४) श्वास सोडताना, नाकपुड्यांद्वारे बाहेर जाणाऱ्या हवेचा आवाज ऐका.
५) जास्तीत जास्त वेळा ही क्रिया करत राहा.

दीर्घ काळच्या स्वस्थतेसाठी काय कराल?

तुम्हाला नेहमीच शांत आणि स्वस्थ राहण्याची इच्छा असेल, तर योग्य पद्धतीने श्वासावर लक्ष केंद्रित करायला शिका.

शिकायला सोपी गोष्ट आहे, पण लक्षात ठेवायला प्रयत्नच करावे लागतात. वर्षानुवर्षांची चुकीच्या पद्धतीने श्वसन करायची लागलेली सवय अशी लगेच थोडीच बदलता येते?

शिवाय सततच्या उथळ श्वसनामुळे श्वासपटल आणि उदराच्या स्नायूंमध्ये अशक्तता आलेली असते. भरपूर सराव केल्यानंतरच ते पहिल्यासारखे सक्षम होऊ शकतात.

जेव्हा तुम्ही शांतपणे बसलेले असता, काही काम करत नसता, तेव्हा सखोल-दीर्घ श्वसनाचा सराव करा. म्हणजे तणावाच्या परिस्थितीत आपोआप ही सवय तुमच्या मदतीला येईल. तुम्ही जितका अधिक सराव कराल तितकी ही क्रिया अधिकाधिक उत्स्फूर्त बनत जाते. आणि शांत असताना जेव्हा तुम्ही अधिकाधिक सराव करत जाल तेव्हा या क्रियेशी तुम्हाला आतून शांत वाटण्याची भावना निगडित होत जाईल. म्हणजेच दीर्घ श्वसन करून त्याचा आवाज ऐकायची सवय लागली, की त्यामुळे वाटणाऱ्या शांत-निवांत भावनेचीही तुम्हाला सवय होऊन जाईल.

शांत बैठक

सवय आणि तंत्र या व्यतिरिक्त तुमच्या श्वसनावर परिणाम करणारी आणखी एक गोष्ट म्हणजे तुमची शारीरिक स्थिती. पाठीला किंवा खांद्यांना किंचित् पोक काढून जरी बसायची तुम्हाला सवय असेल तरी त्यामुळे छातीची पोकळी कमी होते आणि परिणामी, तुम्ही फक्त छातीच्या वरच्या भागानेच श्वसन करत राहता. (उथळ श्वसन) तुमच्या खालच्या बरगड्या आणि श्वासपटल यांचा श्वसनात समावेशच होत नाही.

परंतु ही बसण्याची किंवा उभे राहण्याची ढब थोडी जरी बदलली तरी आश्चर्यकारक बदल घडतात. छातीची पोकळी पूर्ण उघडते आणि हवा पूर्ण फुफ्फुसात शिरते. अगदी खालपर्यंत आणि मग तिथली साचलेली सगळी शिळी अशुद्ध हवा बाहेर टाकली जाते. त्यामुळे बरगड्यांच्या आणि पोटाच्या स्नायूंवरचा ताण कमी होतो. असं झालं, की आपोआपच योग्य पद्धतीने श्वसन व्हायला लागतं.

हे शांतता उपाय बघा.

सरळ शांततेकडे ..... पृष्ठ २८०

शांततेचा आवाज ..... पृष्ठ २६८

तोंड भरून हसत रहा. ..... पृष्ठ २७६

◆

१४. तुमच्या अर्धजागृत मनाला कामाला लावा

> तुमच्या शरीरात चालणाऱ्या हालचालींपेक्षा तुमच्या डोक्यात चालणाऱ्या विचारांमुळेच जास्तीत जास्त ताण निर्माण होतो.

या आधी लिहिल्याप्रमाणे तुमचा जर तुमच्या अंत:स्फूर्तीवर विश्वास असेल, की आपण उत्तम उपायच शोधून काढू; तर या पुस्तकातली अत्यंत प्रभावी अशी तंत्रे तुम्ही आत्मसात करू शकाल. यातल्या बऱ्याचशा तंत्रांवर प्रभुत्व मिळवण्यासाठी तुमचा तुमच्या अंत:स्फूर्तीवर किंवा सुप्त मन:शक्तीवर विश्वास पाहिजे म्हणजे त्या तंत्रांचा अनुकूल परिणाम होऊ शकतो. यात वेगळं असं काही नाही. आयुष्यातल्या सगळ्या महत्त्वाच्या सुधारणांसाठी हा विश्वास कमी-अधिक प्रमाणात लागतोच.

परंतु कामाच्या ठिकाणी बऱ्याच लोकांना, या गोष्टीचा फार तिटकारा असल्याचं दिसतं. तर्कसंगत, भावनारहित राहून, सतत संयमित वागण्यासाठी कष्ट घेत घेत त्यांनी आपली कारकीर्द घडवलेली असते. स्वत:ला कधीही व्यवहारी, बुद्धिप्रामाण्यवादी वाटेवरून दूर होऊ दिलेलं नसतं. त्याचा परिणाम असा होतो की त्यांच्या मनाचा कल एका विशिष्ट पद्धतीनेच विचार करण्याकडे झुकतो. 'डाव्या मेंदूने विचार करण्याकडे.' पुढील पानावरची आकृती पाहिलीत तर लक्षात येईल की उद्योगधंदे, व्यापार आणि कामाच्या ठिकाणी डाव्या मेंदूने विचार करणाऱ्यांचं वर्चस्व का असतं ते.

माणसाचा मेंदू दोन अर्धकात विभागलेला असतो. मेंदूचा डावा भाग हा रचनात्मक, तर्कबुद्धी, पृथक्करण अशा प्रकारच्या विचारांसाठी वापरला जातो. अशा प्रकाराने विचार करणाऱ्यांचीच उद्योगधंद्यामध्ये गरज असते आणि त्यांना

खूप महत्त्वही दिलं जाते.

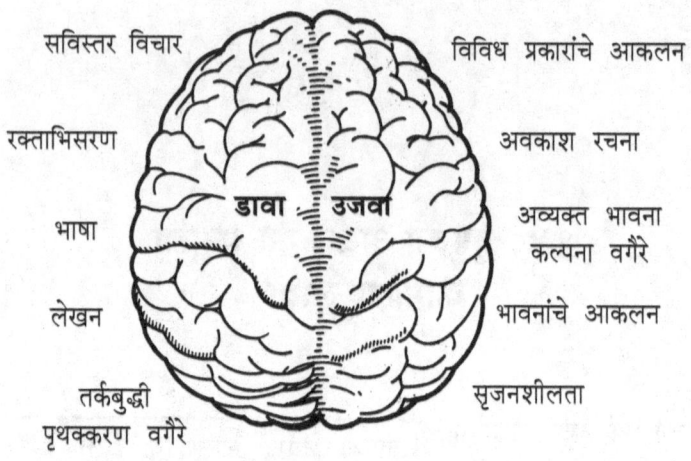

मानवी मेंदूची कार्ये

मेंदूच्या उजव्या भागाचे कार्य हे प्रामुख्याने अवकाश रचना, अव्यक्त भावना, सृजनशीलता यांच्याशी निगडित असतं. त्यामुळे दैनंदिन कामात त्यांचा खूप कमी वापर केला जातो.

खरं तर बऱ्याच उद्योगांना उजव्या मेंदूच्या वापराने अधिक नफा होऊ शकेल (निर्मितीक्षम, नवी कल्पना) हे बरोबर वाटत असलं तरी उद्योगावर डाव्या मेंदूच्या वापराचा अधिक वरचष्मा असतो. (रचना, पृथक्करण बुद्धिप्रामाण्यवाद). कल्पनाशक्तीला भरपूर वाव असणाऱ्या निर्मिती उद्योगांतही (चित्रपट उद्योग, जाहिरात जगत) डाव्या मेंदूचाच अधिक वापर होतो ही वस्तुस्थिती आहे.

आता अशाप्रकारे डाव्या मेंदूने विचार करणाऱ्यांचा वरचष्मा असताना, लोकांना त्यांच्या अर्धसुप्त अथवा अर्धजागृत मनाला कामाला लावणं पटवून द्यायचं. अंत:स्फूर्तीला आवाहन करा म्हणायचं, म्हणजे कठीणच काम आहे.

नाहीतरी अशा शक्तींचा वापर करायचा हे काही फारसं तर्कसंगत किंवा बुद्धिप्रामाण्यवादाला धरून नाही; असंच तुम्हालाही वाटतं नां? की नाही वाटत?

अर्धजागृत मनाचं तर्कशास्त्र

आपल्या अर्धजागृत मनाचं काम, हा मेंदूच्याच कार्याचा एक छोटा भाग असतो. जागृतावस्थेमध्ये, आपण ज्या गोष्टींकडे जाणीवपूर्वक पाहत नसतो किंवा लक्ष देत नसतो परंतु नकळतपणे निरीक्षण केलं जातं, ज्या गोष्टी मनावर नकळत ठसा उमटवतात, त्यांची साठवण या अर्धजागृत मनात केली जाते.

जर तुम्हाला हे पटलं की या अर्धजागृत मनाच्या शक्तीवर विश्वास ठेवणं हे आयुष्य खूप मोठमोठ्या गोष्टी मिळवण्याच्या दृष्टीने फार गरजेचं आहे; तर तुम्ही म्हणाल की मग त्याचा फायदा व्यवसायातही झाला पाहिजे.

अगदी बरोबर. आपल्या भावनांवर ताबा मिळवण्याच्या बाबतीत तुमच्या जागृत मनापेक्षा, अर्धजागृत मन, कितीतरी जास्त बलवान असतं आणि तुमच्या एकूण इच्छाशक्तीपेक्षा जास्त, मोजता येणार नाही. अशी वाढीव शक्ती या अर्धजागृत मनात साठवलेली असते.

हजारो प्रेक्षकांसमोर आपली कला सादर करणाऱ्या कलाकारांना याची चांगली जाणीव झालेली असते, की तर्कशक्ती आणि इच्छाशक्ती यांच्या जोरावर जे काही मिळवता येतं, त्यापेक्षा कितीतरी अधिक आणि अद्भुत असं मिळवण्याकरता, अर्धजागृत मनाची फार मोठी मदत होत असते.

म्हणूनच आयुष्यामध्ये अलौकिक असं यश जर मिळवायचं असेल, मग ते कार्यात असो, निर्मितीत असो, खेळात असो की शांती प्राप्त करण्याचं असो, तर अर्धजागृत मनाचा भक्कम आणि सक्रिय पाठिंबा असायलाच हवा.

ज्या वेळी एखादा कराटे मास्टर पाच विटांचा ढीग, आपल्या कपाळाने फोडायला सज्ज होतो, तेव्हा त्याच्या डोळ्यात एक दूरवरून आल्यासारखी विचित्र चमक दिसते. तो कशाकडेही पाहात नसतो. तो तुम्हाला सांगेल की अंगातलं चैतन्य एकवटण्याचा हा प्रकार आहे, परंतु प्रत्यक्षात तो आपल्या अर्धजागृत अंतर्मनाला कामाला लावत असतो.

कारण जगाच्या दृष्टीने अशक्य असणारी गोष्ट (कपाळाने पाच विटा एकदम फोडणे) मी शक्य करून दाखवेन असा विश्वास, त्याच्या मनामध्ये फक्त अर्धजागृत मनच निर्माण करू शकतं.

अशीच एक अतर्क्य, अद्भुत चमक गायक किंवा वादकांच्याही डोळ्यांत आपल्याला आढळते आणि मग हजारो डोळ्यांसमक्ष ते तो अद्भुत कलाविष्कार करून दाखवतात जो एरवी केवळ अशक्य असतो. जगप्रसिद्ध मुष्टियोद्धे, धावपटू, जलतरणपटू, यांच्याही डोळ्यात स्पर्धा सुरू होण्यापूर्वी अशीच विलक्षण

चमक दिसते.

वाचायला वेगळं वाटेल, पण अशीच अद्‌भुत चमक, मोठ्ठा सौदा हस्तगत करणाऱ्या उद्योगपतीच्याही डोळ्यात दिसून येते.

पण खरं आश्चर्य पुढेच आहे. नेमकी अशीच तेजस्वी झलक, जी माणसं अत्यंत तणावपूर्ण परिस्थितीत खंबीर, शांत राहतात ना, त्यांच्या डोळ्यांत दिसते.

तुम्ही त्याला काहीही नाव द्या. पण आपल्या कार्यात भाग घ्यायला अर्धजागृत मनाला बोलावण्याची ही अगदी साधी पद्धत आहे. जर आपल्या अर्धजागृत मनाचा वापर कसा करून घ्यायचा, त्याच्यावर विश्वास कसा टाकायचा हे समजलं, तर तुम्ही काय वाट्टेल ते साध्य करू शकाल. ज्या परिस्थितीमध्ये एरवी तुम्ही ठाव सोडला असता, त्यामध्ये अगदी खंबीरपणे, काहीच न घडल्यासारखं निश्चिंतपणे वावरू शकाल.

पण पहिल्यांदा हे कसं करायचं, ते तुम्ही शिकून घ्यायला पाहिजे.

परिचित सत्य

अर्धजागृत मनाच्या परिणामकारकतेबद्दलचं हे उदाहरण पहा. हे तुमच्या परिचयाचं आहे.

एखादे दिवशी सकाळी सातला उठायचं असलं की आपण स्वत:ला रात्री झोपताना बजावत असतो. उद्या सकाळी सातला उठायचंय बरं का! आणि खरंच, दुसऱ्या दिवशी सकाळी ६.५९ला बरोबर आपला डोळा उघडतो. कसं काय होतं हे? आणि इतकं अचूक कसं होतं?

शास्त्रज्ञांनी नुकतंच शोधून काढलंय, की मानवी मेंदूमध्ये एक छोटासा भाग असतो तो अचूकपणे कालमापनाचं काम करत असतो. अत्यंत परिपूर्ण. जागेपणी, जाणीवपूर्वक आपण ह्या भागाला कार्यरत करू शकत नाही. मेंदूच्या ह्या छोट्या भागापर्यंत फक्त अर्धजागृत मनाचेच संदेश पोचू शकतात.

या अर्धजागृत मनाच्या कामाचा आश्चर्यकारक आणि सुंदर भाग असा, की तुमचं अर्धजागृत मन काम करेलच असा तुमचा विश्वास असेल, तर ते काम करतंच. त्याच्यावर भरवसा टाका, की माझं मन उठवेलच तर दररोज न चुकता ते तुम्हाला अगदी अचूक सात वाजता उठवणारच. त्यात कमी जास्त होणारच नाही.

कुणी जर सांगू लागलं की, मी माझ्या अर्धजागृत मनाला सांगितलं होतं, पण त्याने केलंच नाही, तर याचा अर्थ असा आहे की तुम्ही त्याला काम तर सांगितलंत, पण त्याच्यावर तुमचा विश्वास नाही. त्याच्यावर विश्वास टाकून

बघा. अर्धजागृत मनाइतकं खात्रीने कुणीच काम करू शकत नाही.

यात बिलकूल अतिशयोक्ती नाही. प्रत्येक वेळी तसंच घडतं. इतर काही आयुष्यातल्या अशक्यप्राय वाटणाऱ्या गोष्टी तुमचं अंतर्मन नको इतक्या नियमितपणे मिळवत असतं.

समजा एखादी पार्टी चालली आहे. गडबड, गोंधळ, संगीत यांनी हॉल गजबजून गेलेला आहे. एकमेकांचं बोलणंसुद्धा धड ऐकू येत नाही. अशा वेळेला हॉलच्या दुसऱ्या टोकाला कुणीतरी तुमचं नाव घेतलेलं तुम्हाला चक्क ऐकू येतं. हे एक अर्धजागृत अंतर्मनाच्या कार्याचं फार ठळक उदाहरण आहे.

कधी कधी कुणाशीतरी तुमची ओळख करून दिली जाते, आणि काहीही कारण नसता, तुम्हाला वाटतं हा माणूस काही चांगला वाटत नाही, याच्याशी संबंध न ठेवलेलेच बरे. किंवा या रस्त्याने जाऊ नये, रस्ता बदलावा असं वाटतं आणि नंतर कळतं की त्या रस्त्यावर काहीतरी वाईट प्रकार घडले. अशावेळी तुमच्या अर्धजागृत मनानेच तुम्हाला सावध केलेलं असतं.

अशाच पद्धतीने तुम्हाला शांत, स्थिर करण्याचं कामसुद्धा तुमचं अर्धजागृत मन करू शकतं.

तुम्ही आवश्यकतेपेक्षा जास्त चलाख आहात का?

बऱ्याचशा बुद्धिवादी लोकांना अर्धजागृत मनाच्या शक्तीबद्दल पुष्कळ संशय असतात. जे प्रत्यक्ष दिसतं त्यावर आणि त्यांच्या मेंदूच्या जाणून घेण्याच्या क्षमतेवर त्यांचा इतका विश्वास असतो की त्या व्यतिरिक्त इतर कोणत्या शक्तीचा हातभार, त्यांच्या जीवनाला आकार देण्यामध्ये लागत असेल, या कल्पनेचा स्वीकार करायलाच ते नकार देऊन टाकतात. खरं म्हणजे ही अर्धजागृत मनाची शक्ती, मेंदूच्या शक्तीहूनही अधिक असते. 'सिद्ध करून दाखवा' असं म्हणायची या लोकांना फार आवड असते. त्यांना वाटतं, एखादी गोष्ट त्यांना दिसत नसेल किंवा ऐकू येत नसेल, तर ती अस्तित्वातच असू शकत नाही.

जर तुम्ही जे काही पाहू शकता तेवढंच तुम्ही खरं मानत असाल, तर याचा विचार करून पहा. तुम्ही जे काही पाहता ते ते सर्वच तुमच्या डोळ्यांकडून मेंदूकडे जात नाही. त्यातला बराचसा भाग म्हणजे विचार करण्याच्या, आकलन होण्याच्या, भागाकडेच जातच नाही. अचेतना, भावना अशा भागांमध्ये विखुरला जातो. काही भाग तर Visual Cortex कडे न जाता Auditory Cortex कडे म्हणजे ज्या भागामुळे आपल्याला ऐकू येतं तिकडे जातो.

म्हणजे तुम्ही पाहिलेल्या कोणत्याही दृश्य माहितीचा काही भाग फक्त

तुम्ही जाणीवपूर्वक मेंदूत साठवता, पण उरलेला जवळपास सर्वच भाग अशा ठिकाणी जातो जिथे भावना, अंत:स्फूर्ती या नेणिवेतल्या गोष्टी असतात. त्यांच्यावर तुमचं नियंत्रण नसतं.

दृष्टीखेरीज श्रवण वगैरे इतर ज्ञानांचंही असंच होतं. उदाहरणार्थ तुम्ही ऐकलेल्या सर्व गोष्टी, मेंदूतल्या जाणून घेणाऱ्या भागाकडे (Congnitive parts) जात नाहीत. त्यामुळे कानावर पडलेल्या सर्वच गोष्टींची मेंदूत दखल घेतली जात नाही.

याशिवाय मानसशास्त्रात, मनाच्या एका वेगळ्या स्थितीचं वर्णन येतं. ती अवस्था, पुराव्याने सिद्ध झालेली आहे. तिला म्हणतात (Synaesthesia). यामध्ये एका ज्ञानेंद्रियाला झालेले ज्ञान, दुसऱ्या ज्ञानेंद्रियाला झालेले आहे असे माणूस समजत असतो. म्हणजे उदा. तुम्हाला आवाज 'दिसतात' आणि रंग 'ऐकू येतात' कवी, कलाकार, गायक यांना ही कल्पना चांगली परिचित असते. काही शास्त्रज्ञांच्या मते प्रत्येकाला ही मनाची अवस्था केव्हा ना केव्हा अनुभवायला मिळते. फक्त लक्ष ठेवलं पाहिजे.

मग, आपण जे जे डोळ्यांनी पाहतो ते ते सर्व आपल्याला दिसत नाही आणि जे जे कानावर पडतं ते ते सगळं ऐकू येत नाही. हे कळल्यावर आता कसं वाटतंय तुम्हाला?

आता ही गंमत पाहा. आपल्या अर्धजागृत मनातून मात्र आपल्याला या सगळ्या पाहून न दिसलेल्या आणि ऐकून न ऐकलेल्या गोष्टींपर्यंत थेट पोचता येतं. जाणीवपूर्वक आणि अजाणता गोळा केलेली सर्व माहिती तिथे हजर असते. अशा तऱ्हेने सुसज्ज होऊन ते अर्धजागृत मन तुम्हाला मदत करायला येतं आणि मग अशक्य वाटणारी अचाट कृत्ये तुम्ही करू शकता.

उदाहरणार्थ - तुम्ही विरुद्ध दिशेला पाहत असलात तरी, मागून येणारी मोटार तुम्हाला जाणवते. वृत्तपत्राच्या गच्च भरलेल्या कॉलममध्ये बारीक अक्षरातलं तुमचं नाव तुम्हाला बरोबर दिसतं. कुणाच्या गोड बोलण्यामागचं कपट तुम्हाला स्पष्ट जाणवतं.

हेच मन तुम्हाला थोरपण मिळवून देण्यासाठी, समस्या सोडवण्यासाठी आणि स्थिरचित्त राहण्यासाठी मदत करू शकतं.

आता यानंतर आपण जी तंत्रं शिकणार आहोत, त्यासाठी या तुमच्या अर्धजागृत मनाची मदत लागणार आहे. जर ही तंत्र तुम्हाला आवडली आणि ती साध्य करण्यासाठी तुम्ही अर्धजागृत मनाला आवाहन केलं तर तुम्हाला त्याचा नक्कीच खूप फायदा होईल.

अर्धजागृत मनाचं व्यवस्थापन

आता तुम्हाला कळलंय की तुमचं अर्धजागृत मन हे शक्तीशाली साधन आहे; हा झाला या गोष्टीचा एक भाग. तुम्हाला सदासर्वकाळ शांत, अविचलित, स्थिरचित्त, ठेवण्यासाठी त्याला कसं कामाला लावायचं, हा या गोष्टीचा दुसरा आणि महत्त्वाचा भाग.

या अर्धजागृत मनाबद्दलची आतापर्यंत केलेली चर्चा जरी तांत्रिक किंवा पुस्तकी वाटली तरी, त्या मनाला कामाला लावायला मात्र कुठल्याही विशेष प्रशिक्षणाची किंवा अभ्यासाची गरज नसते.

पहिली पायरी म्हणजे तुमची इच्छाशक्ती एकवटून घ्यायची.

त्यानंतर खालीलपैकी एक मार्ग निवडायचा.

१) कल्पनाशक्ती २) पुनरावृत्ती ३) Seduction संमोहन

कल्पना करणे

आपल्यामधले जे अत्यंत शिस्तबद्ध लोक आहेत, त्यांना असं मानायला शिकवलेलं असतं; की केवळ इच्छाशक्तीच्या जोरावर आपण जे काही ठरवलं असेल ते मिळवू शकतो. म्हणजेच आपलं व्यक्तिमत्त्व आणि इच्छाबल याद्वारे, आपण नेणिवेतल्या इच्छा-आकांक्षा आणि जुलूम यांच्यावर मात करू शकतो.

पण प्रत्यक्षात तसं होत नाही.

अर्धजागृत मनाच्या संदर्भात, तुमची कल्पनाशक्ती ही अनंतपटीने शक्तिशाली असते. याचं एक उदाहरण पाहू. आपल्याला पक्कं माहिती असतं की, 'रात्रीच्या अंधारात स्मशानातून एक अक्राळविक्राळ आकृती येऊन तुमच्यावर हल्ला करेल' याची शक्यता दशलक्षातून एक इतकी कमी असते. त्यापेक्षा तुम्ही अन्नातून विषबाधा होऊन (Food poisoning) किंवा बसखाली चिरडून मरण्याची शक्यता खूपच जास्त असते.

असं असूनही रात्रीच्या वेळी स्मशानाजवळून जाताना तुमच्या हृदयाचे ठोके का वाढतात? आणि हातातला वडापाव खात खात तुम्ही वाहता रस्ता ओलांडता, तेव्हा बिनधास्त कसे राहता?

या सगळ्याला कारणीभूत आहे, कल्पनेचा खेळ.

एखादी कल्पना नियंत्रणाखाली ठेवण्यासाठी किंवा दडपून टाकण्यासाठी तुम्ही जेवढी जास्त इच्छाशक्ती वापराल, तेवढ्या जास्त प्रमाणात तुमची कल्पनाशक्ती सक्रिय होऊ लागते.

त्या स्मशानाच्या उदाहरणात तुम्ही तुमची इच्छाशक्ती जसजशी जास्त वापरून, ती अक्राळविक्राळ आकृती, तो विचार विसरायचा प्रयत्न करता,

तितकी तुमची कल्पनाशक्ती, तुम्ही तिथून जाताना त्या विषयाची अधिकाधिक कल्पना करत राहते.

त्यामुळे तुम्हाला जर तुमची विचार करण्याची पद्धत आणि भावना (feel) बदलायच्या असतील तर तुमच्या बुद्धीला नव्हे तर कल्पनाशक्तीला आवाहन करायला पाहिजे.

या पुस्तकात पुढे आपण, 'दृश्य संकल्पना तंत्राबद्दल' (Visualisation Techniques) चर्चा करणार आहोत. त्या तंत्राद्वारे आपण तणावपूर्ण परिस्थिती आणि मन:स्थिती यांच्यावर कल्पनाशक्तीच्या साहाय्याने मात करू शकतो.

पुनरावृत्ती

आपण संमोहनाचे प्रयोग पाहिलेले असतील. त्यातला संमोहक एक साधन वारंवार वापरत असतो. ते म्हणजे पुनरावृत्तीचं. तीच तीच सूचना तो पुन: पुन्हा देत असतो. कदाचित शब्द वेगवेगळे वापरतो आपण सूचना सारखी तीच ती, तीच ती देत राहतो.

कुठल्याही पुनरावृत्तीचा, आपलं अर्धजागृत अंतर्मन जसाच्या तसा स्विकार करतं. अजिबात फरक न करता.

समजा तुम्ही असं वारंवार बोलत राहिलात, की 'असल्या कामामुळे मान लचकू शकते, मान लचकेल', तर खरोखर कामावर गेल्यावर तुमची मान लचकण्याची, मानेचे स्नायू आखडण्याची शक्यता असते.

आपण जर सतत नकारात्मक सूचना देत राहिलो, नकारात्मक विचार करत राहिलो तर अपयश, अपघात आणि शारीरिक पीडा यांना आमंत्रण मिळते. या प्रवृत्ती वाढतात. अशा शक्यता वाढतात.

या उलट आपण जर सकारात्मक सूचनांची पुनरावृत्ती करत राहिलो, तर यश मिळण्याची शक्यता वाढते. आणि अडचणी, समस्या यावर आपण सहज मात करू शकतो. (इच्छा तशी फळे.)

असं का होतं? जेव्हा आपण एखाद्या शब्दाची, विचाराची पुनरावृत्ती करत राहतो, तेव्हा जागृतावस्थेतला विचार मागे पडून अर्धजागृत मनाचा जास्त अंमल आपल्यावर सुरू होतो. त्यामुळे एरवी कधीही न केलेल्या एकाग्रता साधू शकतो. आणि जेव्हा, जागृत मनाला पूर्ण बाजूला ठेवून, इच्छाशक्तीला दूर सारून आपण एखाद्या विचारावर मन एकाग्र करतो तेव्हा, अर्धजागृत मन पूर्णपणे त्याचा स्वीकार करतं आणि आपल्यात सकारात्मक बदल घडवून आणायची ही सगळ्यात उत्तम वेळ असते. जर तुम्हाला तुमच्या अर्धजागृत मनाला प्रभावित करायचं असेल तर सारखे सारखे तेच तेच सकारात्मक

शब्द बोलत राहा. तेच तेच चांगले विचार, त्याच त्याच चांगल्या कृती करत राहा.

संमोहन

आपण आपल्या अर्धजागृत मनाला, बुद्धिप्रामाण्यवादानुसार वागायला भाग पाडू शकत नाही, तर्कशास्त्राप्रमाणे नाही, इच्छाशक्तीने नाही, सामान्यज्ञानानुसार नाही. कुठल्याही विशिष्ट तंत्रानुसार किंवा प्रणालीनुसार ते वागणार नाही.

तुमची एखादी तर्कसंगत, व्यवहारी मागणी किंवा इच्छा स्वीकारायला लावायची, असेल तर तुम्हाला त्याला भुरळ पाडावी लागते. मोहात पाडावं लागतं, तरच ते तुम्हाला हवा तसा प्रतिसाद देतं. अर्धजागृत मनाला मोहित करून, त्याची खुशामत करून, युक्तीने तुमचं काम करून घ्यावं लागतं. हे मोहात पाडणं, संमोहन सूचनांद्वारा करता येतं.

आपल्या जागृत मनाप्रमाणे, अर्धजागृत मनाला तारतम्य नसतं. शक्या-शक्यता, बरं-वाईट अशी चिकित्सा त्याला करता येत नाही. अल्लाउद्दिनच्या जादूच्या दिव्यातल्या राक्षसासारखं ते पूर्ण आज्ञाधारक असतं. योग्य वेळेला, तुम्ही कोणतीही सूचना दिलीत, की ती स्वीकारून त्यावर ते कारवाई करतं. (तुमच्या एकूण समजुती, इच्छा आकांक्षा यांच्या अगदी विरुद्ध अशी ती सूचना नसेल तरच.)

या सूचना-संमोहनाची शक्ती जर समजून घेतली, आत्मसात केली तर अनेक गोष्टी आपण विनासायास साध्य करू शकतो. याच शक्तीचा वापर करून उत्तम विक्रेते ग्राहकांना आकर्षित करतात. चांगल्या निरोगी माणसांना कण्हायला लावता येतं, आजाऱ्यांना बरं करता येतं, एखादा लहानसा दिसणारा मल्ल दुप्पट आकाराच्या मल्लाला कुस्तीत लोळवू शकतो. खेळाडू अशक्य वाटणारी खेळी करून जिंकून दाखवतात.

'संमोहन तंत्र' (हिप्नॉटिझम) स्वसंमोहन (Self-Hypnosis) आणि अनेक स्वमदत कार्यक्रम (Self Help Prog.) यांची मूळ कल्पना संमोहनाची असते. त्यामुळे ते समजून घेणं महत्त्वाचं आहे.

याच सूचना संमोहनाचा परिणाम म्हणून, तुम्ही जर खाज सुटण्याबद्दल कुणाशी बोलत असाल, तर कुठेतरी खाजवावंसं वाटतं. तुम्हाला आपण थकलो आहोत असं दाखवायचं असेल तर खरोखर जांभई येते.

यालाच अनुसरून, नेहमी जिंकण्याबद्दल बोलणारे लोक यशस्वी होतात आणि अपयशाची चर्चा करणारे खरोखर अपयशी ठरतात.

याला म्हणतात, Applied Suggestion सूचनांचा वापर.

या सूचना इतरांकडूनही येऊ शकतात. विक्रेता, संमोहक, तुमचे आई-वडील, शिक्षक किंवा तुम्ही स्वत:ला या सूचना देऊ शकता. परंतु एकदा का या सूचना अर्धजागृत मनाने स्विकारल्या की त्या सत्यात उतरवण्यासाठी ते कारवाई करतंच.

म्हणून जर तुम्ही स्वत:ला सतत सकारात्मक, शांततापूर्ण सूचना करत राहिलात, तर तुम्हाला शांतता प्राप्त होईलच. तुम्ही जर सातत्य ठेवलंत, तर त्याचा सतत चांगला परिणाम होत राहील.

याहून जास्त परिणाम 'दृश्य सूचनेचा' होतो. जर सकारात्मक गोष्टी तुम्ही मनाने पाहू शकलात. उदा-आपण खूप शांतपणे काम करतोय. बॉस बरोबर चहा पीत बसलो आहोत. आनंदाने एखाद्या कार्यक्रमात भाग घेतोय. आणि जर स्वत:लाही त्यात पाहू शकलात तर त्या गोष्टी प्रत्यक्षात घडल्याशिवाय राहत नाहीत.

◆

१५. अर्धजागृत मनाची चार साधनं

आपलं अर्धजागृत मन बऱ्याच वेळा लहान मुलासारखं वागतं. त्याला करमणूक आवडते. खेळ खेळायला आवडतात. स्वप्न, भावना, कल्पना, संकल्पना, चित्रे, आदर्श, सुंदर दृश्ये यामुळे त्याची ताकद वाढते.

आपलं अर्धजागृत मन हे लहान मुलासारखं असतं. त्याला करमणूक आवडते. खेळ खेळायला आवडतात. स्वप्न, भावना, कल्पना, संकल्पना, चित्र, सुंदर दृश्ये यामुळेच त्याची ताकद वाढते.

कुणी कुणी असं म्हणतात की या अर्धजागृत मनाला प्रभावित करण्यासाठी शंभर साधनं उपलब्ध आहेत. पण आपण सोयीसाठी, या साधनांचे चार गट करणार आहोत. प्रत्येक गटातली साधनं खूप परिणामकारक आहेत. ते सगळं संशोधनांती सिद्ध झालेलं आहे.

१) मनश्चक्षूंनी पाहणे २) होकारार्थी विचार करणे.

३) स्वसंमोहन आणि ध्यान ४) स्विकार करणे.

प्रथम ही तंत्रे मुळातून समजून घ्यायला हवीत आणि त्यानंतर त्याचा साधकबाधक विचार साकल्याने करून तुमच्या विशिष्ट प्रश्नांसाठी काय उपयोगी पडेल ते तुम्ही ठरवायचं आहे.

ही सगळी तंत्रे घरीच वापरण्यासाठी आहेत. कामावर जाण्यापूर्वी तिथे काय घडू शकेल याचा अंदाज घेऊन, त्या दृष्टीने पूर्वतयारी करण्यासाठी. कामाच्या ठिकाणी यांचा वापर सहसा करू नये; कारण तिथे तेवढी शांतता मिळणे अवघड असते.

१. मनश्चक्षूंनी पाहणे

असं एक प्रसिद्ध वचन आहे, की 'एका चित्राची किंमत एक हजार शब्दांइतकी असते' याचा अर्थ एक चित्र जे व्यक्त करून जातं, ते एक हजार शब्दांनीही नीट व्यक्त होऊ शकत नाही.

आपल्या मनश्चक्षूंपुढे उभे राहिलेले चित्र, अर्धजागृत मनावर केवढा प्रचंड परिणाम करतं, ते पाहिलं की या वचनाची सत्यता पटते. याचा अनुभव आपण नेहमीच घेत असतो. अपघाताची वर्णनं वाचतो, त्यापेक्षा प्रत्यक्ष अपघात पाहिला तर त्याचा खोल परिणाम दीर्घकाल मनावर टिकतो. मायकेल जॅक्सनची मुलाखत वाचण्यापेक्षा एक मिनिट जरी त्याला प्रत्यक्ष पाहिलं तर तो क्षण कायम लक्षात राहतो. त्यामुळे तुम्ही तुमच्या अर्धजागृत अंतर्मनापुढे नेहमी जर प्रभावशाली अशा दृश्य प्रतिमा ठेवत राहिलात, त्याला सकारात्मक दृश्य प्रतिमा दाखवल्यात तर तुमचं अंतर्मन त्या फार चट्‌कन स्वीकारेल.

'मनश्चक्षूंनी पाहणे' हे मन:स्थिती आणि वागणुकीत बदल घडवून आणण्याकरता फारच प्रभावी तंत्र आहे. कारण आपल्या मनाचा जो दृश्य तयार करणारा भाग असतो, 'कल्पनाशक्ती'चा, त्यालाच हे तंत्र सरळ हात घालतं.

या तंत्रासाठी कोणतीही विशेष योग्यता लागत नाही. आपली नेहमीची प्रत्येकाजवळ असणारी सामान्य कल्पनाशक्ती यासाठी पुरेशी असते. 'आपल्याला कसं जमेल?' असं वाटत असेल, तर सरळ मनश्चक्षूंनी पाहायला सुरुवातच करा. आपोआपच जमायला लागेल.

यानंतर तुम्ही जे वाचणार आहात ती युक्ती या 'मनश्चक्षूंनी दृश्य पाहण्यासाठी' खूप उपयोगी पडते. गरजेनुसार यात थोडा बदल करावा लागतो, पण तिचं प्रत्येक रूपच उपयोगी ठरतं.

रजतपटाची कल्पना

ही युक्ती खास आपल्या 'इलेक्ट्रॉनिक, मल्टीमीडिया' युगासाठी शोधून काढलेली आहे. एखादे दृश्य आपल्या मनाच्या कुठल्यातरी अनोळखी कोपऱ्यात घडत आहे असं पाहण्यापेक्षा, मोठ्ठ्या रजतपटावरच घडलेलं पाहणं जास्त चांगलं, नाही का?

आपले डोळे मिटायचे, डोळ्यांपुढे मोठ्ठा सिनेमाचा पडदा आणायचा की काल्पनिक दृश्य पाहणे सुरू

मनातला काल्पनिक रजतपट

प्रथम तुम्हाला कसं वाटायला हवंय ते नक्की करा आणि मग तशी प्रतिमा मनाच्या डोळ्यांपुढे आणा. तुम्ही खूप थकला असाल, तर ऑफिसमध्ये काम खूप कमी आहे, लोकांची गर्दी नाही, आपण मस्तपैकी A.C. मध्ये बसून आहे तेच काम Enjoy करतो आहोत असं दृश्य तयार करा. किंवा एकूणच त्या ऑफिसच्या वातावरणापासून सुटका हवी असेल, तर आपण एका शांत, हिरव्यागार जंगलात गेलो आहोत, तिथली प्राणवायूने भरलेली हवा घेऊन प्रसन्न वाटतंय, एवढ्यात भुरभुर पाऊस पडू लागला आहे, बरोबर कुणी आवडती व्यक्ती आहे, असं दृश्य पाहा.

तुम्हाला सर्वांत आनंद देणारं दृश्य कोणतं हे एकदा ठरलं, की ते आपल्या मनातल्या रजतपटावर बघायचं. तिथे घटना घडताना बघायची. त्यातला प्रत्येक दृश्य तपशील मनात साठवायचा. जंगलात पसरलेला पाचोळ्याचा गालिचा, वाहत्या पाण्याचा खळखळ आवाज, तिथला प्रकाश, सुगंध सगळ्याची नोंद घ्यायची आणि मग स्वत: त्या दृश्यात प्रवेश करायचा. स्वत:ला तो आनंद घेताना निरखायचं. तो मोकळेपणा, तो खुललेला चेहरा, ती मस्ती, ते अवखळ चालणं- विनोदाने बोलून हसणं, वाऱ्याने उडणारे केस, हे सगळं पाहून घ्यायचं. तिथली दृश्ये नजरेने प्रत्यक्ष बघायची.

बघा. तुम्हाला खरोखर तिथले पाण्याचे, पक्ष्यांचे, पानांचे आवाज ऐकू यायला लागतील. तिथल्या उन्हाची तीव्रता, पावसाचा स्पर्श, हवेतले विविध

सुगंध, पायाखालच्या पाचोळ्याचा स्पर्श-आवाज सगळं सगळं तुम्हाला जाणवायला लागेल. आणि त्याच वेळेला ते सर्व दृश्य गोठवा किंवा त्याचा एक सुंदरसा फोटो घेऊन ठेवा (कल्पनेतच) आणि मग पाहिजे तेवढा वेळ त्या आनंदाचा आस्वाद घेत राहा.

काही सेकंदातच तुम्हाला इतकं ताजंतवानं वाटायला लागेल. खरोखर त्या जंगलात जाऊन आल्यासारखे तुम्ही शांत, आनंदी, समाधानी व्हाल.

हे शांतता उपाय बघा.

शांत श्वसन	पृष्ठ ९७
सरळ शांततेकडे	पृष्ठ २८०
शांततेचा आवाज	पृष्ठ २६८
सकारात्मक चित्र	पृष्ठ १८०

मनश्चक्षूने दृश्य अनुभवण्यासाठी

१) ५ मिनिटे दीर्घ, स्थिर श्वसनाचा आनंद घ्या. आत जाणाऱ्या आणि बाहेर येणाऱ्या श्वासाचा आवाज ऐका.

२) पुरते स्थिर झाल्यानंतर डोळे मिटा. समोर एक भव्य रजतपट (चंदेरी पडदा) असल्याची कल्पना करा.

३) रजतपट दिसू लागल्यावर जिथे तुम्हाला सर्वांत मुक्त वाटेल असा देखावा नजरेसमोर आणा. त्याचे सर्व बारीकसारीक तपशील पाहण्याचा प्रयत्न करा.

४) आता कल्पनेने तुम्ही त्या देखाव्यात प्रवेश करा. तुम्ही जसे असावेत असं वाटतं, तशाच रूपात स्वत:ला पहा. सर्व कृती, बोलणे, विचार हे सकारात्मकच असू द्या.

५) आता तुम्ही त्या देखाव्यातच आहात. त्या नजरेने सर्व दृश्ये पाहा.

६) तुमच्या आजूबाजूचे सर्व आवाज ऐकण्याचा प्रयत्न करा.

७) ती हवेची झुळूक, आणि इतर गोष्टींचे स्पर्श, त्यांचे पोत, त्यातली ऊब, किंवा थंडावा यांचा अनुभव घ्या.

८) हे सगळे दृश्य मनात बिंबले की ते दृश्य तुमच्यासहित 'फ्रीज' करा किंवा त्याचा फोटो घेऊन ठेवा.

९) आता आराम करा. सकारात्मक भावना आपोआप कार्यरत होतील.

१०) जरूर वाटलं तर पुन्हा एकदा हाच व्यायाम करा.

२. होकारार्थी विचार करणे

हे होकारार्थी विचार करण्याचं तंत्र संमोहन उपचार तज्ज्ञ (Hypnotist) मानसोपचार तज्ज्ञ (Psyehiatrist) व्यक्तिमत्त्व विकास शिबिरांचे संचालक (Personality Development) किंवा स्वसहाय्य (self-Help) उपक्रमाच्या कॅसेट काढणारे निर्माते यांना चांगलं माहिती असतं.

त्या तंत्राला म्हणतात, स्वयंसूचना (self instruction or auto suggestion) हे वापरायला खूप सोपं तंत्र आहे.

होकारार्थी विचार म्हणजे एक शब्द समूह असतो. तेच ते शब्द पुन:पुन्हा उच्चारून त्यातली ताकत वाढवायची असते. सारखा सारखा त्या शब्दांचा पुनरुच्चार केला की ते हळूहळू तुमच्या अर्धजागृत मनावर परिणाम करायला सुरूवात करतात. मग तुम्ही त्या समूहात उच्चारलेले शब्द आणि भावना आपोआप साकार होण्याच्या दिशेने वाटचाल करू लागतात.

हे तंत्र साधं सोपं वाटतं ना? तसंच आहे ते. पण सकारात्मक बदल करण्यासाठी, होकारार्थी विचार करणं हे फार जबरदस्त साधन ठरू शकतं. विशेषत: आयुष्यात शांतता आणि सुव्यवस्था आणण्याकरता तर हे तंत्र फारच उपयोगी पडतं.

योग्य शब्द निवडणे

होकारार्थी विचार करताना तुम्ही जे शब्द निवडता ते सर्व वर्तमानकाळातले, साधे आणि सकारात्मक कृती दर्शक असावेत. त्यात छोटी उपवाक्ये, पुस्त्या जोडलेल्या, विशेषणे लावलेली नसावीत. अगदी साध्या, सरल, सकारात्मक सूचना.

उदा. मी माझ्या कामाचा आनंद घेत आहे.

प्रत्येक क्षण अधिकाधिक आनंददायक होत आहे. आता या ठिकाणी आपण बुद्धीला नव्हे, तर कल्पनेला आवाहन करतो आहोत. म्हणून भावना व्यक्त करणारे शब्द (आनंद, सुख, कौतुक, आत्मविश्वास) जास्त परिणामकारक ठरतात.

आणि आपल्या कल्पनेवर सर्वांत जास्त परिणाम कशाचा होत असेल तर, दृश्यसूचक शब्दांचा. जसे, 'मी पाहते', 'लोक मला बघतात', 'मी ताठ मानेने वावरतो.' अर्थात हे शब्द त्या होकारार्थी सूचनेत घालायला नेहमीच सोयीचे ठरतात असं नाही.

आता बघा हं. समजा, कामाच्या ठिकाणी तुम्हाला होणाऱ्या त्रासाचे सर्वांत मोठे कारण आहे, तुमचा 'खतरनाक बॉस', त्याला सतत तुमची मेहनत,

गुण यावरून पाणउतारा करण्याची सवय आहे. यावर उपाय म्हणून, तो जसा असायला पाहिजे असं तुम्हाला वाटतं, असे शब्द तुम्ही 'होकारार्थी परिच्छेदात' वापरा.

तो कसा दुष्टपणे वागतो याचे वर्णन किंवा तुमचे संबंध कसे बिघडलेत हे तिथे बोलून उपयोग होणार नाही.

तुमच्या शब्दांचा रोख स्वत:वर आणि स्वत:ला काय, वाटते यावर असला पाहिजे कारण या समीकरणातले 'क्ष' तुम्ही आहात. 'माझ्या बॉसला वाटतं मी फार छान काम करतो' अशा प्रकारच्या वाक्यावर जर तुमचाच विश्वास नसला, तर ती वापरून काही उपयोग होत नाही.

तुमची स्वत:ची कार्यक्षमता, तुमचा दृष्टिकोन, यावर लक्ष केंद्रित करा. बाकीच्या गोष्टी आपसूक सरळ होतील.

वरच्या उदाहरणात तुम्ही निवडायचे शब्द साधारण असे असावेत.

'कारखान्यातल्या माझ्या कार्यक्षमतेबद्दल मला पूर्ण आत्मविश्वास वाटतो. ठरवलेलं सगळं काम मी पूर्णच करून दाखवतो. मी आजूबाजूच्या सहकाऱ्यांतही आत्मविश्वास आणि समाधान निर्माण करतो.' असे तुम्ही निवडलेले शब्द स्वत:शीच, अधिकारवाणीने बोला. आता बघा बरं तुमच्या 'वाटण्यात' किती फरक पडतो ते! जर दिवसभर तेच शब्द म्हणत राहिलात तर फार लौकर तुमचं स्वत:बद्दलचं मतच बदलून जाईल.

समजा, एकदा निवडलेल्या होकारार्थी परिच्छेदाने हवा तो परिणाम होत नाही असं वाटलं, तर दुसरा परिच्छेद निवडा.

पुन्हा एकदा साधे, सरळ, कृतिसूचक, सकारात्मक, वर्तमानकालवाचक, शब्द निवडा. ते स्वत:शीच मोठमोठ्याने म्हणत रहा. डोक्यात भिनवून घ्या.

एका वेळेला असं पाच मिनिटे तरी सलग करायचं. मध्येच मन इकडे तिकडे भटकू लागेल. त्याला पुन्हा खेचून त्या शब्दांकडे आणायचं.

हे शांतता उपाय बघा.	
शांत श्वसन	पृष्ठ ९७
आवाजाचे बटन बंद करा.	पृष्ठ २६४
सुरक्षिततेचा मंत्र जपा.	पृष्ठ २१२
सकारात्मक शब्द	पृष्ठ १७६
स्वत:शी गप्पा मारा.	पृष्ठ २०२

होकारार्थी विचारांसाठी
१) पाच मिनिटे दीर्घ सखोल श्वसनाचा आनंद घ्या. आपल्या श्वासाचा आणि उच्छ्वासाचा आवाज ऐका.
२) काही सकारात्मक शब्द, वाक्प्रचार निवडा. त्यामधून खालील गोष्टी व्यक्त झाल्या पाहिजेत.
अ) तुम्हाला स्वत: कसं असावं असं वाटतं (आदर्श कल्पना)
ब) शब्द साधे, कृतिसूचक, सकारात्मक, मुद्देसूद असावेत.
क) मजकूर वर्तमानकाळात असावा.
ड) त्यातलं आवाहन बुद्धीपेक्षा भावनांना असावं.
३) या शब्दसमूहाचा अनेकवार पुनरुच्चार करा. पुन:पुन्हा करीतच राहा.
४) दिवसातून अनेक वेळा याचा सराव करा.

३. स्वसंमोहन

संमोहन किंवा Hypontism म्हटलं की, आपल्याला लहानपणी पाहिलेले जादूचे प्रयोग आठवतात. तो चित्रविचित्र पोशाखातला चलाख जादूगार आणि त्याने मोहिनी घातल्यावर आपोआप झोपी जाणारी प्रेक्षकातली येडपट मुलं...

पण प्रत्यक्षात स्वसंमोहन हे तसलं काही नसतं. हे एक साधं, कौशल्य आहे. ते वापरून प्रत्येकाला आपल्या अंतर्मनापर्यंत पोचता येतं. आणि कुणीही ते सहन करून समाधान मिळवू शकतं. मुख्य म्हणजे आपण रंगमंचावर पाहिलेल्या Hypontism पेक्षा ते सर्वस्वी भिन्न असतं.

आपण मंचावर पाहिलेल्या संमोहनाला Third Party Hypnosis म्हणतात. त्यामध्ये आणि स्वसंमोहनामध्ये मुख्य फरक असतो, तो कोण सूचना देतो याचा.

मंचावर होणाऱ्या संमोहनाच्यावेळी, तो जादूगार तुमच्या सुप्त किंवा अर्धजागृत मनाला आवाहन करून जागवतो; तर स्वसंमोहनाच्या वेळी तुम्ही स्वत:च स्वत:च्या अंतर्मनाला आवाहन करून बोलवता. परंतु दोन्ही मध्ये सगळ्या प्रक्रियेवर अंतिम नियंत्रण तुमचंच असतं.

आपण आतापर्यंत ज्यांची माहिती घेतली, 'मनश्चक्षूने दृश्यनिर्मिती' आणि 'होकारार्थी विचार करणे' ती दोन्ही तंत्रं बऱ्याच प्रमाणात या स्वसंमोहनाशी मिळतीजुळती आहेत. तिन्ही तंत्रांमध्ये जाणीवपूर्वक केलेल्या सूचना किंवा संदेशांचा अंतर्भाव असतो. मन:चक्षूने पाहाणे, होकारार्थी विचार आणि स्वसंमोहन या

तिन्हींमध्ये तुम्ही तुमच्या अर्धजागृत मनात ठराविक सूचनांचा भरणा करता आणि मग सारख्याच पद्धतीने त्यांचे परिणाम पहायला मिळतात. म्हणजेच तुमचं अंतर्मन (अर्धजागृत मन) जागृत मनाला दिग्दर्शन करू लागतं.

अशा प्रकारे तुम्ही अतार्किक, बुद्धीला न पटणाऱ्या भीती, ताणतणाव या भावना दूर करू शकता.

आता हे स्वसंमोहन कसं करायचं?

त्याची एक पद्धत अशी आहे, की एखाद्या व्यावसायिक संमोहनकाराकडे जायचं, संमोहन करून घ्यायचं आणि त्यानंतर त्यांच्याकडून असा संदेश घ्यायचा, की पाहिजे तेव्हा तुम्ही संमोहित अवस्थेत जाऊ शकाल. पण हा तर लांबच रस्ता झाला.

दुसरा एक जवळचा रस्ता आहे. तोच बहुतेक सर्वांना सोयीचा वाटतो.

स्वसंमोहनाचे तंत्र

संमोहन म्हटले कि त्यात दोन पायऱ्या असतात.

१) गाढ निद्रेस Trance प्रवृत्त करणे
२) प्रत्यक्षात येऊ शकेल असा संदेश अर्धजागृत मनाला देणे.

आता Trance किंवा गाढ निद्रा हा शब्दच असा आहे की अंधार आणि गूढ प्रतिमा डोळ्यासमोर उभ्या राहतात. परंतु ती एक अत्यंत नैसर्गिक प्रत्येकाच्या आयुष्यात रोज घडणारी घटना आहे. तिचा अनुभव प्रत्येकाने घेतलेला असतो, तुम्हीसुद्धा.

तुम्ही कधी रेल्वेने प्रवास केला आहे का? करायला काही नसतं, फक्त खिडकीतून बाहेर बघत बसायचं? आणि चाकांचा आवाज ऐकायचा. 'कशासाठी, पोटासाठी, खंडाळ्याच्या घाटासाठी', 'कशासाठी, पोटासाठी, खंडाळ्याच्या घाटासाठी' चालूच. तुम्हाला आठवतं. तेव्हा, तुम्ही कसे आकाशात टक लावून बसत होता? दिवास्वप्न बघत होता. कशाचाच खास विचार मनात नसायचा?

कधी पार्लर मध्ये जाऊन तुम्ही मसाज घेतलाय? फेशियल करून घेतलंय? तेव्हाचं दिवा-स्वप्न, तंद्री आठवतेय ना?

मग तीच ती तंद्री किंवा गाढ निद्रासदृश अवस्था. अगदी थोड्या काळापुरतीच असेल पण संमोहनाइतकीच गाढ आणि अर्थपूर्ण निद्रा असते ती. काही मिनिटांपुरती असेल, काही क्षणांपुरतीही असेल. पण तंद्रीच असते ती.

अगदी याच प्रकारची तंद्री किंवा गाढ निद्रा, आपण स्वसंमोहनासाठी वापरू शकतो आणि स्वत:ला शांत, स्थिरचित्त, बनवू शकतो. आपल्या नेहमीच्या जागृत अवस्थेपेक्षा ही संमोहित अवस्था अनेक बाबतीत वेगळी असते आणि

अधिक मोलाची असते. या सगळ्यामध्ये अत्यंत महत्त्वाची म्हणजे तुमची एकाग्रता. एरवी आपण जेव्हा जागे असतो, तेव्हा अनेक विषयवस्तू एकाच वेळी आपले लक्ष वेधून घेत असतात. परंतु या तंद्रीमध्ये आपले सर्व लक्ष एकाच गोष्टीवर केंद्रित केले जाते.

आपण जागृतावस्थेत असताना आपली जाणीव पसरट आणि सर्व विषयांना आपल्या परिघात घेणारी असते. तेच आपण संमोहित अवस्थेत जातो तेव्हा आपली जाणीव टोकदार, तीव्र आणि उच्च होऊन जाते. आणि या अधिक तीव्र झालेल्या जाणिवेमुळे आपलं अर्धजागृत मन, आपण दिलेल्या सूचना किंवा आज्ञा खूपच तत्परतेनं स्विकारतं.

आपल्या दैनंदिन जीवनात आपण जेव्हा अशा प्रकारच्या तंद्रीत प्रवेश करतो (फेशियल करताना, आगगाडीतून जाताना, मसाज घेताना वगैरे) तेव्हा आपण लगेच अगदी गाढ झोपून जात नाही, तसंच स्वसंमोहनानंतरही आपण गाढ निद्रेत प्रवेश करत नाही.

१. तंद्री कशी लावायची?

तसं पाहिलं तर तंद्री लावण्याचे पुष्कळ प्रकार असतील. पण आपण इथे एक पुराव्याने सिद्ध होणारी पद्धत पाहूया. थोडक्यात सांगायचं तर प्रथम आजूबाजूच्या दृश्यांनी, आवाजांनी, भावनांनी आपली ज्ञानेंद्रिये भरून घ्यायची आणि नंतर एकाच गोष्टीवर लक्ष केंद्रित करून, बाकीच्या गोष्टी एक एक करून मनातून काढून टाकायच्या.

ही अगदी सोपी पद्धत आहे.

प्रथम एका मंद उजेड असलेल्या, शांत खोलीत जाऊन बसा. पायातले चपला, बूट, सपाता काढून टाका. सैलसर कपडे घाला. किंवा घट्ट कपडे जरा सैल करून घ्या. आणि मांडी घालून २ मिनिटे स्थिर श्वसन करा. काही करण्यापूर्वी स्वत:ला बजावून सांगा की, "तू ज्याक्षणी तंद्रीत जाशील त्याक्षणी तुझी हनुवटी हळू हळू, आपोआप वर उचलली जाईल. तुझ्या अर्धजागृत अंतर्मनाने दिलेला हा संकेत असेल की हव्या असलेल्या तंद्रीच्या अवस्थेत तू आता पोचला आहेस, आता ज्या सूचना तू देशील त्या प्रत्यक्षात आणण्यासाठी तुझं अंतर्मन तत्परतेने स्विकारेल."

यात चमत्कार किंवा जादू काही नाही. आपण सुरुवातीला मनाच्या अचूक घड्याळाची कल्पना समजावून घेतली ना. अगदी तसं घडतं हे.

या वेळेला तुमचे हात सहजपणे मांड्यावर विसावलेले ठेवा, एकमेकांत गुंतवू नका.

खोलीतल्या एखाद्या प्रकाशमान ठिपक्यावर लक्ष केंद्रित करा (मेणबत्तीची, निरंजनाची ज्योत, उन्हाचा कवडसा वगैरे) नजर प्रामुख्याने त्या बिंदूवर एकवटलेली असताना, केवळ डोळ्यांच्या कडांमधून पाहून, खोलीत असणाऱ्या सहा वेगवेगळ्या वस्तूंची मनात नोंद करा.

यानंतर तुमच्या लक्ष्यबिंदूवरची नजर न हटवता, तुम्हाला ऐकू येणाऱ्या सहा वेगवेगळ्या आवाजांची नोंद घ्या.

त्यानंतर पुन्हा एकदा, लक्ष्य बिंदूवरची नजर न हटवता तुम्हाला जे जाणवतं आहे अशा सहा गोष्टींची नोंद घ्या.

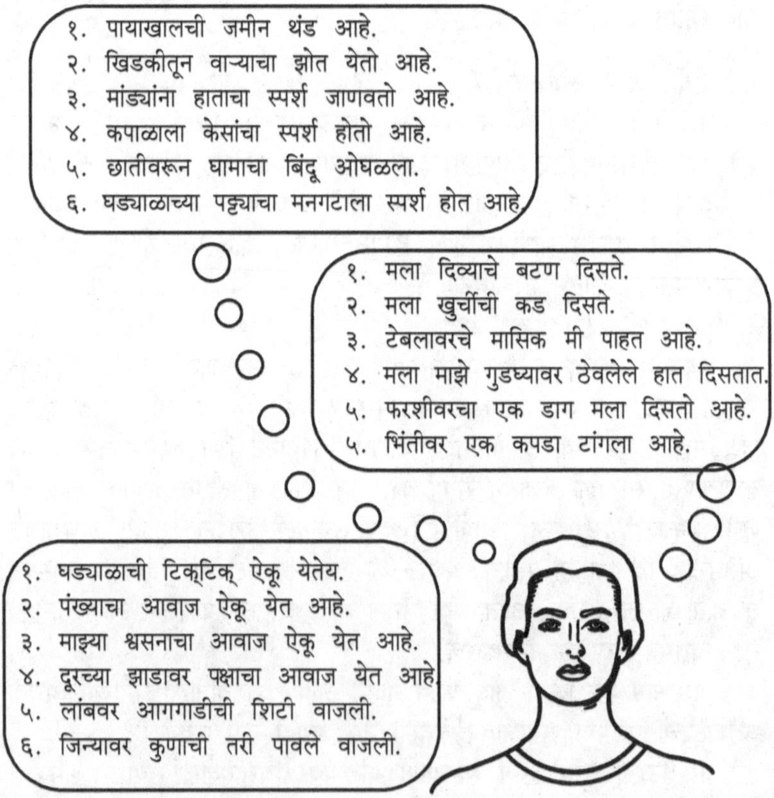

१. पायाखालची जमीन थंड आहे.
२. खिडकीतून वाऱ्याचा झोत येतो आहे.
३. मांड्यांना हाताचा स्पर्श जाणवतो आहे.
४. कपाळाला केसांचा स्पर्श होतो आहे.
५. छातीवरून घामाचा बिंदू ओघळला.
६. घड्याळाच्या पट्ट्याचा मनगटाला स्पर्श होत आहे.
१. मला दिव्याचे बटण दिसते.
२. मला खुर्चीची कड दिसते.
३. टेबलावरचे मासिक मी पाहत आहे.
४. मला माझे गुडघ्यावर ठेवलेले हात दिसतात.
५. फरशीवरचा एक डाग मला दिसतो आहे.
५. भिंतीवर एक कपडा टांगला आहे.
१. घड्याळाची टिक्‌टिक्‌ ऐकू येतेय.
२. पंख्याचा आवाज ऐकू येत आहे.
३. माझ्या श्वसनाचा आवाज ऐकू येत आहे.
४. दूरच्या झाडावर पक्षाचा आवाज येत आहे.
५. लांबवर आगगाडीची शिटी वाजली.
६. जिन्यावर कुणाची तरी पावले वाजली.

आता पुन्हा अशाच पद्धतीने तुम्हाला दिसणाऱ्या, ऐकू येणाऱ्या आणि जाणवणाऱ्या ५-५ गोष्टींची नोंद घ्या. (नजर लक्ष्यबिंदूवर खिळलेली.)

पुन्हा एकदा याच पद्धतीने दिसणाऱ्या, ऐकू येणाऱ्या, जाणवणाऱ्या ४-४ गोष्टींची नोंद घ्या. (नजर लक्ष्यबिंदूवर)

मग ३-३ गोष्टी, मग २-२ गोष्टी आणि शेवटी १-१ गोष्ट. आता तुमच्या असं लक्षात येईल की तुमची हनुवटी आपोआप वरच्या दिशेने वळलेली आहे. कदाचित असंही होईल की त्याच क्षणी धक्का बसल्यासारखे त्या शांत, सुंदर तंद्रीच्या अवस्थेतून तुम्ही बाहेर फेकले जाल.

(हे हनुवटी वर जाण्याचं प्रकरण, फक्त तुमचं अंतर्मन तुमच्याशी कशा प्रकारे संवाद साधतं हे दाखवून देण्यासाठी आहे. त्यामुळे ते नंतर लक्षात ठेवण्याची गरज नाही.)

२. अंतर्मनाला सूचना देणे

होकारार्थी विचार करताना आपण जे शब्द निवडले होते तेच शब्द तुम्ही स्वसंमोहनातही वापरू शकता.

उदाहरणार्थ, जर तुमचा स्वसंमोहनाचा हेतू फक्त शांत आणि शिथिल होण्यापुरताच असेल तर यासारखे शब्द तुम्ही निवडू शकता.

"आता मी अधिकाधिक शांत आणि निवांत होत आहे. मी सुखात आहे. निस्तब्ध, स्थिरचित्त झालेलो आहे. हे जग किती सहज सुलभ आहे! माझ्या समोर जे जे येतात, त्या त्या सर्वांकडे मी हे शांतीचे, निरामयतेचे किरण, परावर्तित करतो आहे. माझं चित्त कसं प्रसन्न झालेलं आहे..."

(यातील सर्व शब्द सकारात्मक, भावपूर्ण आणि वर्तमानकालवाचक असल्याचं तुमच्या लक्षात आलंच असेल.)

तर आता समजलं ना, की स्वसंमोहनाचा हेतूच असा असतो की तंद्रीच्या अवस्थेत गेल्यावर, आपल्या अंतर्मनात हे चांगले, सकारात्मक, भावपूर्ण शब्द भरवायचे.

हे करायच्या दोन सोप्या पद्धती आहेत.

पहिली पद्धत अशी - हे सर्व शब्द पाठ करायचे आणि ते हनुवटीबद्दल आपण स्वतःला बजावतो, त्या ऐवजी सांगायचं की तंद्रीच्या अवस्थेत पोचलो की, हे शब्द पाठ कर. बाकी पुढचं सगळं तुमचं अंतर्मन आपोआप करील.

हे शांतता उपाय बघा.	
शांत श्वसन	पृष्ठ ९७
शांततेचा आवाज	पृष्ठ २६८
सरळ शांततेकडे	पृष्ठ २८०

दुसऱ्या पद्धतीमध्ये हे सर्व सकारात्मक, वर्तमानकाळी शब्द तुम्ही रेकॉर्ड करून ठेवायचे आणि तंद्रीच्या अवस्थेत पोचलात की हळू आवाजात टेप चालू करायची.

स्वसंमोहनासाठी

१. पायातल्या बूट-चपला काढून एके ठिकाणी शांतपणे खुर्चीवर किंवा खाली बसा. तुमचे हात दोन्ही मांड्यावर मोकळे ठेवा. गुंतवू नका.

२. ५ मिनिटे स्थिर, दीर्घ श्वसनाचा आनंद घ्या. आत जाणाऱ्या आणि बाहेर येणाऱ्या, हवेचा आवाज ऐकायचा प्रयत्न करा.

३. स्वत:ला बजावून सांगा की तंद्री लागल्यानंतर तुम्ही पाठ केलेले शब्द बोलणार आहात.

४. एखाद्या प्रकाशमान बिंदूवर लक्ष केंद्रित करून शेवटपर्यंत तसेच राहू द्या.

५. नजर न हटवता, डोळ्यांच्या कडेतून दिसणाऱ्या सहा वस्तूंची नोंद घ्या.

६. नजर न हटवता, ऐकू येणाऱ्या सहा आवाजांची नोंद घ्या.

७. नजर न हटवता, तुम्हाला जाणवणाऱ्या सहा गोष्टींची नोंद घ्या. (गंध, स्पर्श, भावना)

८. याच पद्धतीने प्रत्येकी ५-५, ४-४, ३-३, २-२, व १-१ वस्तूंची नोंद घ्या.

९. आपण निवडलेला सकारात्मक परिच्छेद स्वत:शीच म्हणत रहा.

ध्यान करणं

ध्यान करणे किंवा लावणे हे अंतर्मनापर्यंत पोचण्याचं साधन किंवा अवजार आहे असं म्हटलं, तर जे साधक आहेत त्यांना राग येईल. ते म्हणतील, ध्यान ही एक सुंदर अवस्था आहे. निसर्गाची पवित्र भेट आहे, काहीतरी खूप उच्च दर्जाची गोष्ट आहे; तिला नुसतं अवजार कसं म्हणता येईल?

प्रत्येकाची आपापली मतं असतात. पण याठिकाणी आपण थोडी उपयुक्ततावादी भूमिका घेऊ या.

या ध्यान लावण्याची तत्त्वज्ञानाशी सांगड न घालता, त्याच्याकडे एक क्रिया म्हणून पाहिलं, व्यायाम म्हणून पाहिलं, तर याचा सराव करून आपण

सरळ अर्धजागृत मनापर्यंत पोहोचू शकतो. म्हणजे तुमच्या मनाला शांत करणारं, तुम्हाला होकारार्थी विचार करायला शिकवणारं, तुमच्या समस्या सोडवणारं, तुमचं आरोग्य सुधारणारं असं हे साधन किंवा अवजारच नाही का? सगळ्या चांगल्या गोष्टींसाठी तुम्हाला त्याची मदत घेता येते.

थोडक्यात काय, ध्यानावस्था ही वेगळ्या प्रकारची जागृतावस्था आहे. या अवस्थेत तुम्हाला अतिशय शिथिल, बंधमुक्त भावनेचा आनंदानुभव येतो. बाह्य जगापासून तुम्ही अलिप्त असता तरीही जागरूकपणे एका फार मोठ्या जगाचा भाग बनलेले असता. (जसजसा तुम्ही ध्यानाचा अधिकाधिक सराव करत जाता, वेगवेगळ्या पद्धती माहिती करून घेता, तसतसा तुम्हाला या सर्व विरोधाभासांचं जास्त जास्त कौतुक वाटू लागतं.)

ध्यानाचा सराव करा हे आनंददायक आणि फायदेशीर असतं. तुम्ही जितका त्याचा जास्त वापर कराल तितकं ते जास्त आनंददायी आणि लाभदायक होत जातं.

४. स्वीकार करणे (मान्य करणे)

कधी कधी आपल्याला असं जाणवतं, की माणूस म्हणून आपण फार अपूर्ण आहोत. आपल्याजवळ एवढी बुद्धी आणि इच्छाशक्ती असूनही, साध्या साध्या प्रसंगामध्ये कसा प्रतिसाद द्यायचा, काय भूमिका घ्यायची हे आपण ठरवू शकत नाही; त्यावर आपलं नियंत्रण नाही.

त्यावेळी आपल्याला कसलंतरी टेन्शन आलेलं असतं म्हणून असं वाटतं. 'आपल्याजवळ बुद्धी आणि शक्ती असूनही आपण एखाद्या गोष्टी बाबत काही करू शकत नाही' असं वाटून घेणं हा मूर्खपणा आहे.

कारण या मागचं कारण आता तुम्हाला माहीत झालं आहे; की 'आपल्या इच्छाशक्तीचं, अर्धजागृत मनावर कोणतंही नियंत्रण नसतं.' आपलं अर्धजागृत, अर्धसुप्त, असं जे अंतर्मन असतं ना, ते एखाद्या लहान मुलासारखं असतं.त्याला खेळात रमून जायला आवडतं. स्वप्न बघायला आवडतं. भाव-भावना, अमूर्त संकल्पना, आदर्श, चित्रं आणि संपन्न दृश्ये ह्या सगळ्या त्याच्या आवडत्या गोष्टी असतात.

या अर्धजागृत अंतर्मनावर प्रभाव टाकण्याचं एक तंत्र आपण अगदी कोवळ्या वयातच आत्मसात केलेलं असतं. त्याच्यामुळे, डोळ्याचं पातं लवतं ना लवतं तोच आपण रोजच्या कंटाळवाण्या दुनियेपासून दूर, परीच्या राज्यात, नाहीतर प्राण्यांच्या दुनियेत प्रवेश करू शकत होतो. राजपुत्राबरोबर उडत्या गालिच्यावर बसू शकत होतो. त्याच्यामुळे आपण क्षणात अंगठ्याएवढे पिटुकले तर क्षणात

झाडाहून उंच होत होतो.

हे तंत्र म्हणजे सोंग घेण्याची पात्रता. जे नाही, ते कल्पनेने अनुभवण्याची शक्ती. काल्पनिक भूमिकेत शिरण्याची कला. साध्या भाषेत सांगायचं तर 'नाटकं करणे' हा सोंग वठवण्याचा प्रकार खेळासारखा गंमतीदार तरीही यात निर्मिती असते, भासमान प्रतिमा असतात. खरोखर एखादी भूमिका स्वीकारून ती साकार करणं हा तुमच्या अर्धजागृत अंतर्मनाला आवाहन करण्याचा एक हमखास मार्ग आहे.

जगातले काही अत्यंत नावाजलेले मानसोपचार तज्ज्ञ खास करून जे संमोहन तंत्राचा वापर करतात, ते रुग्णांच्या जागृत मनातली, तटबंदी, भिंती, हट्टाग्रह यांचे अडथळे नष्ट करण्यासाठी या भूमिकेत शिरण्याच्या तंत्राचा वापर करतात.

रुग्णाला एखाद्या भूमिकेत शिरायला लावून किंवा विशिष्ट भावना त्याच्या मनात रुजवून, जागृतमनाने दाबून ठेवलेल्या भावना बाजूला सारतात आणि दरम्यान त्याच्या अंतर्मनाला कामाला लावतात.

यावरून असं दिसून येतं की, माणसाचं जागृत मन एकटं, एखाद्या गोष्टीसाठी प्रयत्न करत असेल तर ज्या वेगाने यश येतं त्यापेक्षा शंभर काय, हजारपट वेगाने यश, त्याचं अंतर्मनही जोडीने काम करत असेल, तर येऊ शकतं.

स्वीकार करण्याचं तंत्र

आता हे स्वीकार करण्याचं तंत्र आपण शांत, अविचलित राहण्यासाठी कसं वापरू शकतो ते पाहू.

यातच थोडी सुधारणा करून आपण बुजरेपणा घालवण्यासाठी, धूम्रपान सोडण्यासाठी, खिलाडूवृत्ती वाढविण्यासाठी किंवा अपरिचित वातावरणात सुद्धा उत्तम गुणवत्ता दाखवण्यासाठी या तंत्राचा उपयोग करू शकतो.

प्रथमत:, तुम्ही जर खरोखर संपूर्णपणे शांत व्यक्ती असता, तर कसे वागला असता, कसे बोलला असता, काय कपडे घातले असते, तुमची मुद्रा कशी तणावरहित राहिली असती हे मनामध्ये आठवून ठेवा. झालं चित्र तयार?

आता तंत्राबद्दल. फक्त असं मानायचं की तुम्हाला

हे शांतता उपाय बघा.	
शांततेचा कित्ता गिरवणे.	पृष्ठ २४७
जेव्हा प्रश्न नियंत्रणाचा असतो.	पृष्ठ १५१
मनाने सुरक्षितता स्वीकारा	पृष्ठ २११
आरामशीर असल्याचं सोंग घ्या.	पृष्ठ १९५
बिनघड्याळाची बतावणी	पृष्ठ १२७

अगदी शांत वाटतंय्. सगळ्या कृती शांतपणे, करायच्या. बोलायचं अगदी सावकाश, शांत आवाजात. संथपणे चालायचं. स्थिरचित्त माणूस वागतो, तसं वागायचं.

दुसऱ्या शब्दात सांगायचं, तर असं धरूनच चालायचं की तुम्ही अत्यंत शांत, स्थिरवृत्तीचे आहात. परिस्थितीवर तुमचं पूर्ण नियंत्रण आहे. अशा प्रकारचे सर्व प्रसंग तुम्ही व्यवस्थित हाताळू शकता. आणि मुख्य म्हणजे या शांतपणाची तुम्हाला सवय आहे.

स्वीकार करण्यासाठी

१. प्रथम ५ मिनिटे दीर्घ, सखोल श्वासोच्छ्वासाचा आनंद घ्या. शरीरात प्रवेश करणाऱ्या आणि बाहेर पडणाऱ्या हवेचा आवाज ऐकण्याचा प्रयत्न करा.

२. जरा स्थिर झाल्यावर डोळे मिटा आणि डोळ्यांपुढे एक मोठा रूपेरी पडदा असल्याची कल्पना करा.

३. स्वतःची शांत, प्रसन्न, स्थिरचित्त प्रतिमा त्या पडद्यावर पहा. जगाशी तुम्ही कसं छान वागता, तुमचं श्वसन कसं आहे, बोलणं हालचाली कशा आहेत ते बघा.

४. तुम्ही कसे दिसता हे स्पष्ट झालं की तो पडदा बंद करा आणि डोळे उघडा.

५. आता नेहमीच्या उद्योगाला लागताना खालील गोष्टी करा.
   अ) तुम्ही पडद्यावर दिसलात तसंच वागायचा प्रयत्न करा. तुम्ही शांत व्यक्ती आहात. तसंच वागा, बोला, दिसा.
   ब) मग तुम्हाला जसं वाटतंय, तशाच दृष्टीने लोक तुमच्याकडे पाहत आहेत अशी कल्पना करा.

१६. जेव्हा वेळेचा प्रश्न असतो

> वेळेचा ताण हा घड्याळामुळे येत नसून आपल्या डोक्यामुळे येत असतो.

भरपूर काम करणाऱ्या अनेक लोकांना जर विचारलं, की कामाच्या वेळेला तुम्हाला कसला ताण जास्त जाणवतो किंवा कसली काळजी वाटते, दडपण येतं, तर त्यांच्यापैकी बरेच जणांचं उत्तर हे वेळेशी संबंधित येतं: म्हणजे वेळ अपुरा पडतो, वेळ कमी असतो, वेळेतच करावं लागतं, वगैरे वगैरे.

आपण हे समजू शकतो. दिवसेंदिवस जग अधिकाधिक कामात व्यस्त होत जात असतं आणि वेळ किंवा काळ आपल्या गतीने पुढे सरकतच राहतो त्याच्यावर काही कुणाचं नियंत्रण राहू शकत नाही. बरोबर ना, का ठेवता येतं नियंत्रण?

असं असताना, काही कष्टाळू लोक एखादं काम दोन दिवसांतच पूर्ण करून टाकतात आणि इतरांना तेच काम संपवायला एक आठवडा का लागतो? त्या लोकांकडे काही अतिमानवी शक्ती असते? की काही विशेष विद्या असते? का जादूने ते पुढे जाणारा काळ थांबवू शकतात?

असलं काहीही नसतं. वेळेचं नियोजन करण्याचं कसब त्यांनी शिकून घेतलेलं असतं आणि त्यांना मुख्य फायदा होतो तो त्यांच्या वेळेच्या संकल्पनेचा. ते वेळेकडे कोणत्या दृष्टिकोनातून पाहतात त्याचा. आपल्याकडे किती वेळ आहे, किती तास उरलेत असा सारखा हिशेब करत न बसता, आहे त्या वेळेचा जास्तीत जास्त वापर करून घेता येईल इकडे त्यांचं लक्ष असतं.

यावर आपण या आधीही चर्चा केलेली आहे की वेळेचा ताण हा घड्याळामुळे येत नसून, आपल्या डोक्यामुळे येतो.

आता तुमच्या त्या प्रकारच्या 'डोक्याला' कसं काबूत ठेवायचं आणि त्यायोगे

वेळेला कसं कह्यात ठेवायचं याची काही तंत्रे पाहूया.

वेळेला कसं ताब्यात ठेवायचं

आपल्याला माहिती आहे की वेळेवर कुणाचं नियंत्रण असू शकत नाही. तुम्ही, मी, आपण सर्व मिळूनसुद्धा वेळेवर नियंत्रण ठेवू शकत नाही. पण, घडणाऱ्या घटना- प्रसंग आणि प्रत्येकासाठी खर्च होणारा वेळ यावर तुम्ही बऱ्याच प्रमाणात नियंत्रण ठेवू शकता.

तेव्हा वेळेला ताब्यात ठेवण्याचे दोन विभाग पडतात.

अ) तुमचा वेळ 'खाणाऱ्या' प्रसंगांवर नियंत्रण ठेवायचं.

ब) तुम्ही वेळेकडे कसं बघता, त्यावर नियंत्रण ठेवायचं.

वेळेचा नंबर एकचा गुन्हेगार

आपल्या कामाच्या वेळेला सगळ्यात वाईट असा 'वेळेचा शत्रू' कोण असतो माहिती आहे?

तो कुणी माणूस नाही, की कामाची पद्धत नाही, दृष्टिकोनही नाही. त्याचं नाव 'मनगटी घड्याळ' (wrist watch)

जर तुम्ही 'चळवळ्या माणूस' असाल तर दिवसातून १०० वेळा तरी तुम्ही मनगटावरच्या घड्याळाकडे बघता. आणि त्या प्रत्येक वेळेला, मनावरचा ताण वाढवत असता.

'मी आता बरोबर साडेचारला उठणार', 'अर्ध्या तासात सगळं आवरून व्हायला पाहिजे', 'अरे, फक्त पाचच मिनिटं उरली?' 'बसला १० मिनिटे उशीर झाला आहे', 'बापरे, कसं पूर्ण व्हायचं आता हे काम?' 'बिलकूल वेळच नाही चहा प्यायला!' असं सारखं चालू असतं.

तसं म्हटलं, तर घड्याळ नसतानासुद्धा तुम्ही असा विचार करू शकता पण त्यावेळी दुसरी एक फार महत्त्वाची गोष्ट होते. एखाद्या स्थिरवृत्तीच्या आरामशीर माणसाप्रमाणे तुम्ही वागायला लागता. म्हणजे मिनिट सेकंदांचा काही इतका बारकाईने विचार करू शकत नाही, आता किती वेळ राहिला असा सारखा हिशेब करता येत नाही आणि मुख्य म्हणजे त्यामुळे वेळेबद्दलचं दडपण मनावर येत नाही.

बिनघड्याळाची बतावणी

जरा विचार करून पहा.

क) आरामशीर माणसे वेळेबद्दल, काम संपवण्याच्या अंतिम

तारखेबद्दल आणि इतर वेळेसंबंधी फाजील काळजी करत नाहीत, वेळेचं अवास्तव दडपण घेत नाहीत.

ख) कुठच्याही प्रसंगी मनगटावर घड्याळ घालायचं राहिलं, तर आरामशीर माणसं अस्वस्थ होत नाहीत. त्यांना पश्चात्ताप होत नाही. व्यसन सोडताना होतो, तसा शारीरिक, मानसिक, त्रास त्यांना होत नाही (Withdrawal Symptoms)

ग) आरामशीर माणसं, वेळेकडे इतक्या स्वाभाविकपणे पाहतात, की कधीकधी घड्याळ न घालण्याचं ही ते स्वत:हून ठरवतात.

आता तुम्हाला आणि तुमच्या अर्धजागृत मनाला हे सगळं समजलं आहे ना, मग तुम्ही सहजपणे घड्याळ काढून बाजूला ठेवा आणि बघा. हळूहळू आरामशीर माणसाप्रमाणे वागायला लागाल. वेळेची जास्त काळजी करायची नाही, याची तुम्हाला सारखी आठवण होईल.

शांत-स्थिरचित्त होण्याची ही तुमची पहिली सुरुवात असेल. तुम्हाला जर ही क्षुल्लक गोष्ट वाटत असेल, तर एकदा प्रयत्न करूनच पाहा. तुमच्या लक्षात येईल की तुमच्या अर्धजागृत मनाला हा खेळ खेळायला आवडतो आहे आणि ते याला खूप चांगला प्रतिसाद देत आहे.

हा खेळ अधिक रंगण्यासाठी (स्वीकार करण्यासाठी)

पृष्ठ १०९ वरच्या कृती करा. ते झालं, की मग हे तंत्र तुम्ही तुमच्या इच्छेनुसार आणि गरजेनुसार कुठेही आणि केव्हाही वापरू शकता.

प्रत्येक वेळी तुम्हाला वाटलं की, 'वेळेचा ताण जरा, जास्तच होतोय बरं का', की लगेच पहिल्यांदा तुमचं मनगटावरचं घड्याळ काढून ठेवायचं, डोळे मिटायचे, डोळ्यांपुढे चंदेरी पडदा आणायचा (मनश्चक्षूंनी पाहणे) आणि बाकी सगळं तुमच्या अंतर्मनावर सोडून मोकळं व्हायचं.

हे शांतता उपाय बघा.

शांत श्वसन ..... पृष्ठ ९७

शांततेचा कित्ता गिरवणे. ..... पृष्ठ २४७

आरामशीर असल्याचं सोंग घ्या. ..... पृष्ठ १९५

बिनघड्याळाची बतावणी
१. पाच मिनिटे दीर्घ श्वसनाचा आनंद घ्या. श्वासाचा आणि उच्छ्वासाचा आवाज ऐकत राहा. २. जरा स्थिर - शिथिल झालात की डोळे मिटा. डोळ्यांसमोर रजतपट आणा. अशी कल्पना करा की तुम्ही शांतपणे, ताणमुक्त होऊन बसलेले आहात. हातावर घड्याळ नाही. बघा कसं आरामशीर वाटतं. अंतिम मुदतीचा धाक कमी होतो. हाताशी पुष्कळ वेळ असल्यासारखं वाटतं. तुम्ही एकावेळी एकच काम करून त्यातला आनंद घेत आहात. ३. चित्र स्पष्ट आणि पूर्ण झालं की डोळे उघडा. ४. आता घड्याळ न घालता कामावर जा. ५. तुम्ही मनश्चक्षूंनी रेखाटलेला आरामशीर माणूस आहात. याचा स्वीकार करून तसंच बोला, वागा. वेळेचं फारसं दडपण किंवा फिकीर नसणाऱ्या माणसासारख्याच आरामशीर हालचाली करत रहा. ६. आता असं माना की आजूबाजूचे लोकही तुम्हाला 'आरामशीर व्यक्ती' समजत आहेत. त्यांच्याशीही तसंच वागा, बोला.

मनगटाबद्दल आणखी थोडे

आपल्या मनगटाशी संबंधित अ‍ॅक्युप्रेशरचीही १-२ सोपी तंत्रे आहेत. आपल्याला शांत, स्वस्थ वाटण्यासाठीच यांचाही वापर करता येतो.

त्यात विशेष काहीच करावं लागत नाही, एकदा ते विशिष्ट दाबबिंदू Presure Points माहिती झाले, की तर्जनी ताठ ठेवून नेमका त्या बिंदूवर अधोमुख दाब द्यायचा.

इ) उच्छ्वास करताना दाब द्यायचा आणि श्वास घेताना दाब सोडून द्यायचा.

फ) असं अनेक वेळा करा. उच्छ्वास करताना दाब द्यायचा आणि श्वास घेताना दाब सोडून द्यायचा.
सोपं आहे ना?

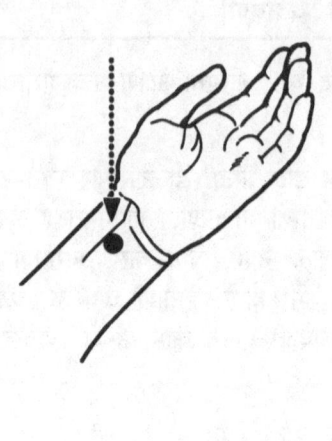 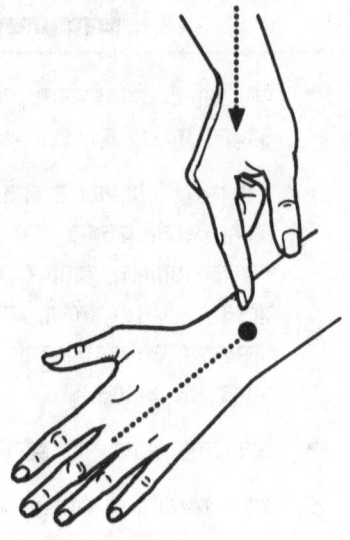

बिंदू १.
हा बिंदू, चिंतेपासून मुक्ती देण्याच्या उपचारासाठी वापरला जातो. मनगटाच्या मधोमध, मधल्या बोटापासून सरळ खाली रेषा काढली तर, तळव्याच्या तळापासून दोन अंगठ्याएवढ्या रुंदीवर. मनगटाच्या हाडाच्या बरोबर मागे एक नैसर्गिक खोबण असते. तिथे.

बिंदू २.
पालथा पंजा ठेवून मधल्या बोटापासून सरळ खाली रेषा काढली तर पंजा आणि मनगटाच्या सीमारेषापासून दोन अंगठे खाली एक खाच असते, तिथे.

वेळ आणि परिश्रम यांच्या नियोजनाचे तीन नियम

तसं पाहायला गेलं, तर लहान लहान, कामातच जास्त वेळ वाया जातो. (आणि ताणही जास्त पडतो.) ज्यांना ज्यांना वेळेची समस्या सतावते ते सगळे ही गोष्ट मान्य करतील. मोठी कामं त्यामानाने सहज आणि लवकर होतात.

पण खरं म्हणजे तुम्ही या छोट्या छोट्या कामांचा त्रास करून घेण्याची काहीच गरज नसते.

गुंतागुंतीचे प्रश्न सोपे करून टाकता येतात. पण त्या अगोदर वेळ

आणि प्रयत्न यांच्या नियोजनासंबंधीचे काही नैसर्गिक नियम आहेत ते आपण पाहू या.

अनेक जणांनी अनेक वर्षे याचा वापर केलेला आहे. त्यामुळे आपल्या प्रयत्नांचं नियोजन करण्यासाठी याची शिफारस करता येईल.

प) जी कामे तुम्हाला खरोखर करावीशी वाटतात ती करण्यासाठी तुम्हाला दुप्पट वेळ द्यावा लागतो, दुप्पट किंमत मोजावी लागते आणि तरी आपल्या अपेक्षेपेक्षा निम्मंच यश हातात पडतं.

फ) एखादं अवघड काम तुम्ही करायचं ठरवता, तेव्हा ते जितकं मोठं वाटतं, तितकं ते करायला लागल्यावर वाटत नाही. त्यामुळे जे काम करावंसं वाटत नाही ते करायला ठरवल्यापेक्षा निम्मा वेळ लागतो, निम्माच खर्च येतो आणि यश मात्र दुप्पट पदरात पडतं.

ब) तुमचा ८०% वेळ आणि कष्ट तुम्ही अशा गोष्टींवर खर्च करता, ज्यांचे फक्त २०% फळ तुम्हाला मिळते.

१. वेळेचं नियोजन करण्याचा नियम

जेव्हा एखादं आवडीचं काम करण्यासाठी तुम्ही वेळ काढायचं ठरवता, त्यात कितपत यश मिळेल याचा विचार करता, तेव्हा, वेळ आणि परिश्रम यांच्या नियोजनाचा पहिला नियम आठवा. जी कामे तुम्हाला खरोखर करावीशी वाटतात, ती करताना तुम्हाला दुप्पट वेळ द्यावा लागतो, दुप्पट किंमत मोजावी लागते आणि तरी आपल्या अपेक्षेपेक्षा निम्मंच यश हातात येतं. जर हे लक्षात घेऊन व्यवसायाच्या योजना आखल्या, तर त्या अयशस्वी होण्याच्या प्रमाणात लक्षणीय घट होईल. बरेच लोक विशिष्ट वेळेच्या आधी काम पूर्ण करण्याचं ठरवतात आणि ते पूर्ण झालं नाही, तर निराश होऊन जातात. त्यांनी जर वरील नियम लक्षात ठेवून नेहमी प्रत्येक कामाची योजना केली, तर त्यांना निराशा टाळता येऊ शकेल.

तेव्हा या मर्यादा लक्षात ठेवून योजना आखा आणि मग प्रत्यक्ष काम करताना प्रयत्नांची पराकाष्ठा करून, त्यांच्यावर मात करायचा प्रयत्न करा.

२. परिश्रमांना कामाला लावण्याचा नियम

ज्यांना वेळेचं खूप दडपण येतं, ते कामाची चालढकल किंवा दिरंगाई करू लागतात, कधी वेळेत काम संपवण्याच्या दडपणामुळे दिरंगाई सुरू होते किंवा दिरंगाई झाल्यामुळे वेळेचं दडपण येतं. तर अशावेळी परिश्रमांना कामाला

लावणं हाच उत्तम उपाय ठरतो. एकदा तुम्ही त्या कामाला 'भिडलात' की ते संपवायला फार वेळ लागत नाही, असं लक्षात येतं. जितकी लवकर कामाला सुरुवात कराल, तितक्या कमी वेळात ते पूर्ण करू शकाल.

मग याची युक्ती कोणती? फक्त, कामाला लगेच सुरुवात करायची!

३. डोकं वापरून काम करण्याचा नियम

एखादं अजिबात नफा न देणारं, निराश करणारं, वेळखाऊ काम करण्यात आपण बराच वेळ वाया घालवत असतो. यासाठी आधी सांगितलेला ८० : २० चा फॉर्म्युला बरोबर लागू पडतो. वेळेच्या बाबतीत आणि परिश्रमांच्या बाबतीतही.

८०% प्रयत्न आणि वेळ खर्च करून तुम्ही फक्त २०% अपेक्षित फळ मिळवू शकता. आणि याउलट २०% प्रयत्न आणि वेळ खर्च करून तुम्ही ८०% अपेक्षित फळ मिळवू शकता. म्हणून आपला वेळ आणि कष्ट ज्यात घालावेत अशी, अशा लायकीची कोणती कामे आहेत? हे अत्यंत कठोरपणे, भावनेत अजिबात न गुंतता तुम्ही ठरवून घ्यायला पाहिजे.

जीवनातल्या प्राथमिकतांचा तक्ता	पृष्ठ ८६
नकाराची ताकद	पृष्ठ १३८
नकार देण्याचा चांगला मार्ग	पृष्ठ १३९
दीर्घ मुदतीच्या सृजनशील योजनेसाठी	पृष्ठ १६८
कामाची आपोआप आखणीसाठी	पृष्ठ १७१

आणि कमीत कमी कष्टात अधिक फळ देणाऱ्या कामात प्रथम लक्ष घातलं पाहिजे.

वेळ आणि परिश्रमाचे नियम वापरण्यासाठी

- आपल्या आवडीचं काम करण्याचं ठरवताना दुप्पट वेळ, दुप्पट खर्च आणि निम्मं उद्दिष्ट निश्चित करा. प्रत्यक्ष काम करताना यात सुधारणा करू शकाल.
- जितकं लवकर काम सुरू कराल, तितकं ते पूर्ण करायला कमी वेळ लागेल. चालढकल केल्यामुळे प्रकल्प रेंगाळतात.
- उत्तम यश देणाऱ्या २०% कामांवर लक्ष केंद्रित करा.

समय सीमेचे (अंतिम मुदतीचे) दडपण कसे कमी कराल?

खूप लोक, काम संपवण्याच्या अंतिम मुदतीबद्दल ऐकतात, तेव्हा त्यांना एक समस्या निर्माण झाल्यासारखं वाटतं. काही विशिष्ट प्रकारचे स्वभाव असणाऱ्यांना हे जास्त जाणवतं. तसंच काही ठरावीक उद्योगधंद्यामध्ये हे दडपण जास्त येतं.

ज्या व्यवसायात असं अंतिम मुदत ठरवून काम करावं लागतं, किंवा ज्या माणसांना असं अंतिम मुदतीच्या आत काम संपवावं लागतं त्यांची पाहणी केली तर लक्षात येतं की हे लोक म्हणजे तणावजन्य समस्यांसाठी खतं घालून तयार केलेल्या जमिनीसारखे सुपीक ठरतात. त्यांच्यात केव्हाही, सहजपणे तणावजन्य समस्यांचा प्रादुर्भाव होऊ शकतो.

कामाची अंतिम मुदत ठरवणे हे वेळेच्या नियोजनाचं एक महत्त्वाचं साधन असतं. म्हणजे असं, की त्यामुळे कामाची चालढकल होत नाही, कामं पूर्ण होतात. पण त्यामुळे एक प्रकारचा शीण येतो. जसजशी अंतिम मुदत जवळ येते, काम पूर्ण व्हायलाच पाहिजे ही जाणीव होते, तसतसा मनावरचा ताण वाढत जातो.

अंतिम मुदत

काही जणांना कामाची अंतिम मुदत ठरलेली असेल, तरच काम करायला अधिक सुरक्षित वाटतं, त्यांच्या हातून बऱ्यापैकी काम पूर्ण होतं.

असं जरी असलं तरी, अंतिम मुदतीमुळे कामाचं दडपण वाढतं आणि समस्या निर्माण होतातच.

का बरं होतं असं?

लोकांची वेळेची संकल्पना चुकीची असते का? तर नाही. 'अंतिम मुदत' Dead Line म्हणजे तिथे सगळ्याचा अंत होणार, पुढे काही वाट नाही, पर्याय नाही, इलाज नाही. अशी त्यांच्या अंतर्मनाची, अर्धजागृत मनाची समजूत होऊन बसलेली असते. त्या कल्पनेची दहशत त्यांनी घेतलेली असते. कारण तो शब्दच तसा भयानक आहे! ही दहशत, भीती अर्थातच अनाठायी असते.

आणि ती आपण आपल्या अर्धजागृत मनाच्याच मदतीने थोड्याशा प्रयत्नानंतर दूर करू शकतो.

काम संपवण्याचा काळ स्वतः निश्चित करा

अंतिम मुदतीचे मनावर येणारे दडपण दूर करण्यासाठी एक सोपी गोष्ट करा. अमुक एक काम अमुक एका तारखेच्या आत संपलं पाहिजे असं

समजलं, की विचार करायचा. हां, म्हणजे हे काम १ महिन्यात पूर्ण करायचं आहे. म्हणजेच अंतिम तारीख, अंतिम दिवस असं लक्षात न घेता किती वेळात ते काम पूर्ण करायचंय ते लक्षात ठेवायचं. त्यातदेखील गंमत करायची, एक महिना, असं लक्षात न ठेवता, ४ आठवडे किंवा २८ दिवस असं लक्षात ठेवायचं. तुम्हाला मोठे आकडे आवडत असतील तर २ दिवसांऐवजी ४८ तास लक्षात ठेवायचे.

असं केल्यामुळे आपण काय केलं ते कळलं ना? दुसऱ्या कुणीतरी काम संपवण्याची निश्चित केलेली अंतिम तारीख आपण आपल्या पद्धतीने बदलून घेतली. म्हणजेच आपलं उद्दिष्ट आपण स्वत: नक्की केले. आणि आपलं ध्येय, उद्दिष्ट, पोहोचायचं ठिकाण, हे आपल्या हातात आहे असं जेव्हा आपल्याला वाटत असतं तेव्हा त्या कामाचा ताण कमी जाणवतो.

(अर्थात तुम्हीच नक्की केलेला वेळ जर तुम्ही वाया घालवला, तर मग उरलेल्या कमी वेळात झटपट काम उरकण्याची, तो ताण सहन करायची तयारी ठेवा.)

समजा, तुम्हाला वाटलं की ही अंतिम मुदत योग्य नाही, कामाला आवश्यक तेवढा वेळ मिळणार नाही; तर सुरुवातीलाच त्याबद्दल बोलून मुदत वाढवून घ्या. अंतिम मुदत जवळ आल्यानंतर बोलणं उचित नाही.

हे शांतता उपाय बघा.	
जीवनातल्या प्राथमिकतांचा तक्ता	पृष्ठ ८६
नकाराची ताकद	पृष्ठ १३८
छानपैकी नकार देण्यासाठी	पृष्ठ १४१
वाटाघाटी करण्याची कला	पृष्ठ २३७

काम संपवण्याचा काळ स्वतः निश्चित करण्यासाठी

- एखादा प्रकल्प सुरू होतानाच, अंतिम मुदतीबद्दल ठरवून घ्या.
- कुणी दुसऱ्याने अंतिम तारीख ठरवून दिली असेल, तर ताबडतोब ते लागणाऱ्या वेळामध्ये रूपांतरित करून घ्या.
- आपल्या पद्धतीने त्या वेळात थोडा बदल करा. म्हणजे दोन दिवस मुदत असेल तर ४२ तासच लक्षात ठेवा म्हणजे सगळं नियंत्रणात असल्यासारखं वाटेल.
- मोठ्या, जास्त मुदतीच्या कामामध्ये, किती वेळ उरला आहे, किती काम संपवायचं आहे त्याचं टिपण ठेवा.
- काम पूर्ण होईतोवर सतत त्यावर लक्ष ठेवा.
- सर्व काम आपल्या नियंत्रणात आहे, या जाणिवेने बिनधास्त व्हा.

दिरंगाई किंवा कामाची चालढकल

वेळेचं नियोजन करण्यातले जे तज्ज्ञ असतात, त्यांना माहीत असतं की काम करताना वेळेच्या बाबतीत सगळ्यात कमजोर करणारी कोणती गोष्ट असेल ती म्हणजे दिरंगाई किंवा वेळकाढूपणा. आणि यावर तोडगा काढून, तो दोष दूर करणं फार अवघड असतं. हेही ते जाणून असतात.

वरवर विचार करता असं वाटतं, की काम पुढे ढकललं की आपण मोकळे. सगळी अवघड, नावडती कामं अगदी शेवटपर्यंत पुढे ढकलत राहायचं आणि शेवटी थोडे जास्त कष्ट केले की झालं. म्हणजे बराच काळ आळसातला आनंद अनुभवायचा आणि मग थोडा काळ आणि अति कामाचा गोंधळ घालायचा की भागतंय सगळं.

पण दुर्दैवाने, असं करून भागत नाही.

आत्ताचे मग करू उद्या ही परवा, केव्हातरी काम ते ।
एखादे दिवशी करूच अथवा होईल होणार ते ॥
ऐसे बोलुनिया खुशाल बसणे, या दुर्गुणाला अशा ।
देती आळस नाव जो करितसे अत्यंत ती दुर्दशा ॥

जे काम आज व्हायला पाहिजे ते जर उद्यावर ढकललं तर कामाचा ताण वाढायला लागतो. कारण जी कामं तुम्हाला करायला आवडत नसतात, तीच तुम्ही पुढे ढकलत राहता आणि अशा रीतीने त्या नावडत्या भावना साचवता-साचवता, साचवतच राहता.

म्हणजेच चालढकल करण्याचा नकारात्मक परिणाम तुमच्या उत्पादकतेवर होतो. त्याहून वाईट गोष्ट म्हणजे तुमच्या आत्मसन्मानाला त्यामुळे इजा होते आणि तणावाच्या पातळीत वाढत होते कारण घटना तुमच्या नियंत्रणात असण्याऐवजी, तुम्ही त्यांच्या नियंत्रणाखाली जाता.

म्हणून आपण असं खात्रीपूर्वक म्हणू शकतो की 'कामाची चालढकल' हा उघड दिसत नसला तरी कामाच्या ठिकाणी ताण निर्माण करणारा सर्वांत प्रमुख घटक आहे.

चालढकल ताण निर्माण करते, आणि कृती करण्यामुळे ताण नाहीसा होतो. यासाठी कोणताही प्रश्न निर्माण झाल्यावर लगेच त्याचे निराकरण करण्याचा प्रयत्न करा; कृती करा म्हणजे तुमच्या मन:शांतीचा मार्ग मोकळा राहील.

पण या चालढकल करण्याच्या प्रवृत्तीवर कसा विजय मिळवायचा?

कालनियोजन तज्ज्ञ, प्रत्येक कामासाठी अंतिम तारीख ठरवून घ्यायचा सल्ला देतात; पण आपण पाहिलं की त्याचाही मनावर ताण येतो, मग काय करायचं? यावर आणखी परिपूर्ण तोडगा काढायला हवा.

चालढकलीला दूर ढकलायचे सात उपाय

आता आपल्याला वेळ नाही, नंतर हे काम करायला आपल्याला जास्त वेळ मिळेल अशा चुकीच्या समजुतीमुळे माणूस कामाची चालढकल करतो. या चुकीच्या समजुतीमुळे वेळेला एक ताण त्याला जाणवत राहतो.

हे टाळायचं असेल तर सात उपाय आहेत.

१ कामाचे भाग पाडा

कधीकधी कामं खूप मोठी असतात त्याचा आकार आणि स्वरूप पाहूनच माणसं त्यापासून दूर पळायला लागतात. पण जवळ जवळ सगळी मोठी कामं आपण तुकड्या तुकड्याने, विभागून करू शकतो. एकदा का मोठ्या कामाचे लहान लहान तुकडे करून घेतले की एक एक लहान काम संपवताना, मोठ्या कामाचं स्वरूप आपल्याला भेदरवणारं वाटत नाही.

२. लिहून काढा

आपण मोठ्या कामाचे विभाग पाडून घेताना आपोआप त्याचा सविस्तर विचार केला जातो. यात अजून थोडी शिस्त यावी यासाठी लहान लहान कामांची यादी करून ठेवावी. म्हणजे एक एक काम संपवताना, त्याचा फार उपयोग होतो.

३. प्रत्येक कामासाठी वेळ निश्चित करा

एकदा लहान कामांची यादी केली की प्रत्येकासाठी लागणारा वेळ निश्चित करून त्यापुढे लिहा. म्हणजे एकूण कामाला किती वेळ लागणार आहे त्याची निश्चित कल्पना येईल आणि एकूणच काम आपल्याला आवाक्यात असल्यासारखं वाटायला लागेल. काम संपवण्याची अंतिम तारीख ठरवण्यापेक्षा हे बरं.

४. नावडत्या कामाला सर्व शक्तीनिशी अगोदर संपवून टाका

चालढकल करणारी माणसे नावडतं काम शेवटी करायला शिल्लक ठेवतात. त्यामुळे त्यांच्या वाट्याला असमाधानच येतं. फक्त कामाचा क्रम उलटा करून यावर मात करता येते. नावडती कामं प्रथम करून टाका आणि आवडती कामं आरामात शेवटी करा. एकदा यादीवर नजर टाकून ठरलं की कोणतं काम जरा कठीण वाटतंय, तर लगेच सर्व शक्तीनिशी त्याच कामाला भिडा. हा जो आवेश तयार होईल ना, कामं उरकून टाकण्याचा, तो इतर सर्व कामं पूर्ण करण्यासाठीही तुम्हाला उपयोगी पडेल.

५. कामाचं रूपांतर खेळात करा

आपल्याला काय वाटतं? मोठी माणसं कामाच्या वेळेला गमतीजमती करू शकत नाहीत. बरोबर ना? पण तसं काहीच नाही. ते करू शकतात गमतीजमती आणि त्यांनी कामाच्या वेळेला जरूर गमतीजमती कराव्यात.

आपल्याला कामाचं रूपांतर आपणही खेळात करू शकतो. बघा हं!

१) घड्याळाबरोबर शर्यंत लावायची.

२) आपण टायपिस्ट नसून शास्त्रज्ञ आहोत असं समजून काम करायचं.

३) वेगळ्या परिपक्व आवाजात फोनवर संभाषण करायचं. यामुळे तुम्ही तुमच्या अर्धजागृत अंतर्मनाला तर कामाला लावालच पण वेळ कसा सकारात्मक पद्धतीने उडून जाईल कळायचंही नाही.

६. बक्षिसांची नोंद ठेवा

जर वेळकाढूपणावर मात करायची असेल तर कामामुळे होणाऱ्या फायद्यावर नजर ठेवायला शिकलं पाहिजे.

याचा 'शॉर्टकट' असा की प्रत्येक काम संपल्यावर स्वतःला एक छोटसं बक्षीस घ्यायचं. काम थांबवून जरा फिरून यायचं, एखादं चॉकलेट खायचं किंवा असंच छोटं बक्षिस.

यातला आनंद वाढवण्यासाठी, आपण जी कामांची आणि त्याला लागणाऱ्या कालावधीची यादी केलीय ना, त्या प्रत्येकापुढे या मिळालेल्या बक्षिसांचीही नोंद घ्यायची.

७. १००% प्रयत्न करा

जेव्हा तुम्ही प्रत्यक्ष कामाला लागाल (विशेषत: न आवडणारी कामं करायला लागाल) तेव्हा पूर्ण एकाग्रतेने आणि मेहनतीने ते काम करा. असं केल्याने ते काम तर लवकर संपेलच पण तुम्हाला त्यातून अनपेक्षित समाधान प्राप्त होईल.

हे शांतता उपाय बघा.

काळ संपवण्याचा काळ स्वत:
निश्चित करण्यासाठी ..... पृष्ठ १३३
खेळत रहा. ..... पृष्ठ २९८
वेळ आणि परिश्रम यांच्या
नियोजनाचे तीन नियम ..... पृष्ठ १२८
१००% प्रयत्नांसाठी ..... पृष्ठ १५५

चालढकलीला ढकलून देण्यासाठी

- मोठ्या कामाचे लहान लहान तुकडे करा.
- त्यांची यादी करा.
- यादीतल्या प्रत्येक कामासाठी लागणारा वेळ निश्चित करा.
- सर्वांत कमी आवडत्या कामाला सर्वांत आधी भिडा.
- आपल्या कामाचं खेळात रूपांतर करा.
- मिळालेल्या बक्षिसांची यादी करा.
- १००% प्रयत्न करा.

अतिकाम

आजकाल कोणत्याही कामाच्या ठिकाणी जाऊन पाहणी केली आणि ताणतणावाचं सगळ्यात मोठं कारण काय हे शोधायचा प्रयत्न केला तर उत्तरं अशी मिळतील की, 'फार जास्त प्रमाणात करावं लागणारं काम हेच सर्वांत त्रासदायक ठरतं.'

गेल्या दशकातली सतत होणारी वाढत्या उत्पादनाची मागणी असं दर्शवते की आता लोकांना कसल्याही पाठिंब्याशिवाय खरोखर जास्त काम करावं लागतंय. अलीकडच्या इतिहासामध्ये, सर्वांत जास्त काम लोक सध्या करत आहेत.

पण काय हो, कामाचं ओझं खरंच इतकं वाढलंय का? आपण खरोखर अति कामाच्या ताणाखाली पिचायला लागलो आहोत?

याचं उत्तर जरी 'नाही', असं आलं, तरी 'आपल्याला फारच काम पडतं' ही जाणीव माणसांच्या मनात कायम राहत असते आणि वस्तुस्थितीपेक्षा ही जाणीवच फार त्रासदायक ठरते.

'जास्त काम करावं लागतं' याचा अर्थ नेहमी 'आपल्या क्षमतेपेक्षा आपल्याकडून जास्त काम करून घेतात' असाच घ्यायचा का? 'जास्तीचं काम करावं लागतं' याचा अर्थ उपलब्ध वेळातच, जेवढं जास्त काम तुम्ही करू शकता, तेवढ करावं लागतं.

जर कामाचे आणखी १२ तास तुम्हाला एका दिवशी उपलब्ध झाले, तर ते काम तुम्हाला 'जास्तीचे' वाटणारही नाहीत. होय की नाही?

तर मग आता, जास्तीचं काम म्हणजे उपलब्ध वेळातच होईल तेवढं अधिक काम असा सोपा प्रश्न झाला आहे. तो सोडवणंही काही कठीण नाही.

नकाराची ताकद

उपलब्ध वेळात, एवढी सगळी कामं तुम्ही एकदम अंगावर का घेऊन ठेवता? याचा कधी विचार केलाय?

योजनेचा अभाव, स्वतःबद्दल फाजिल आत्मविश्वास ही कारणं असतीलही, पण बऱ्याच वेळा केवळ 'नाही' म्हणता येत नाही, म्हणून आपण ती कामं अंगावर घेतलेली असतात.

तुमच्या स्वतःच्या कार्यक्षमतेसाठी आणि तब्बेत नीट ठेवण्यासाठी तुम्ही 'नाही' म्हणण्याची सवय लावून घेतली पाहिजे. पण कशी? 'हो आणि 'नाही'च्या मधली सीमारेषा कशी ठरवायची?

सोपं आहे. बघा हं! तीन सोप्या पायऱ्या आहेत.

ड) प्रत्येक कामातून काय मिळवायचंय् आणि त्याचा उद्देश काय हे ठरवून घ्या.

इ) त्या दृष्टीने जे पूरक ठरणार आहे तेवढेच काम स्विकारा. बाकीच्याला नाही म्हणा.

फ) या विरुद्ध असणाऱ्या सगळ्या विधानांकडे दुर्लक्ष करा.

प्रथम तुम्हाला काय साध्य करायचं आहे? हे काम संपवाल तेव्हा तुम्ही काय, मिळवणार आहात? तुमचा स्वतःचा काय फायदा होणार आहे? तुम्हाला कसं वाटणार आहे?

एकदा हे ठरलं, की ते एका कोऱ्या कागदाच्या वरच्या बाजूला लिहून

ठेवा. सकारात्मक भाषेत, वर्तमानकाळात.
त्याच्याखाली तुमची उद्दिष्टे लिहा, म्हणजे हे मोठं कार्य करताना गाठत जाण्याच्या पायऱ्यांची यादी करा.
आता यानंतर जर तुम्हाला कुणी दुसरंच काही काम सांगितलं तर तुमच्याकडे स्पष्टपणे ३ पर्याय असतात.

१) तुम्ही सध्या ठरवलेल्या कामासाठी या कामाची मदत होणार असेल तर 'हो' म्हणा.
२) तुमच्या ठरवलेल्या कामावर त्याचा अनिष्ट परिणाम न होता, कुणाला मदत होत असेल तर 'हो' म्हणा.
३) सरळ 'नाही' म्हणा.

आवश्यक तिथे 'नाही' म्हणायला शिका. तुम्हाला बरं तर वाटेलच पण 'दुसऱ्या कामाला आपण नकार दिलाय' या भावनेमुळे पहिलं काम तुम्ही जास्त चांगलं कराल.

हे शांतता उपाय बघा.	
वाटाघाटीची कला	पृष्ठ २३४
मनातलं बोलण्यासाठी	पृष्ठ २२६
जे हवं ते कसं मिळवायचं?	पृष्ठ २२०

नकाराची ताकद

- उद्दिष्टे आणि साध्य निश्चित करा.
- तुम्हाला शेवटी काय साध्य करायचं आहे? काय मिळणार आहे? काय फायदा होणार आहे? काही आनंद, समाधान मिळणार आहे की नाही? हा विचार करून कामाच्या अंतर्गत लहान लहान उद्दिष्टे ठरवा.
- एका कोऱ्या कागदावर सकारात्मक भाषेत, वर्तमानकाळात साध्य लिहा. त्याखाली छोट्या उद्दिष्टांची यादी लिहा.
- त्या यादीच्या आधारे, नंतर येणाऱ्या कामांना होकार किंवा नकार द्या. ठरवलेल्या कामांना पूरक ठरणाऱ्या कामांना होकार आणि त्यावर अनिष्ट परिणाम करणाऱ्यांना नकार.
- याच्या विरुद्ध जाणाऱ्या सर्व युक्तिवादांकडे दुर्लक्ष करा.

नकार देण्याचा चांगला मार्ग

आपल्यावर येऊन पडलेली जास्त कामे किंवा हाताखाली काम करायला येण्याची बोलावणी किंवा मदत करण्याची विनंती यांना तुम्ही जर सहजासहजी नकार देऊ शकत नसाल. आणि नंतर त्यापायी खूपच जबाबदाऱ्या अंगावर घेऊन ठेवत असाल, तर गरज असेल तेव्हा छान पैकी 'नाही' म्हणायची सवय लावून घ्या. त्यामुळे तुमची ताकद वाढेल आणि तुमचा खूप फायदा होईल. कसा?

याचं बरंच मोठं स्पष्टीकरण देता येईल. जर तुम्ही कामं अंगावर घेतच राहिलात, तर तणावाची पातळी वाढते. कार्यक्षमता कमी होते. उत्पादकता नष्ट व्हायला लागते. आणि तुमच्या सगळ्या कृती या तणावाखाली असल्यासारख्या होऊ लागतात. एकही काम धड उरकलं जात नाही. तुम्ही अनेक बुडालेल्या उद्योगाचं जर संख्याशास्त्रीय निरीक्षण बघितलंत, तर लक्षात येईल. की अनेक लहान लहान समस्या एकत्र झाल्याने त्यांना अपयश आलेलं असतं, एकाच मोठ्या समस्येमुळे नाही.

एखाद्या कामाला जर तुम्हाला नकार द्यावा लागला, तर लगेच लोक तुम्हाला आळशी, सहकार्य न करणारा, नकारार्थी वागणारा ठरवतील असं मुळीच नाही. फक्त आपल्या नकाराचा योग्य खुलासा तुम्ही त्यांच्याकडे केलात तर उलट तुम्ही सक्षम. आणि कार्यतत्पर ठरवले जाल.

म्हणजे याच्या दोन पायऱ्या होतात.

१) स्वत:च्या कामांचा प्राधान्यक्रम ठरवणं (निकड तक्ता बनवणं.)

२) तुमच्या नकाराचं कारण इतरांना पटवून देणं.

आपल्या कामांचा प्राधान्यक्रम कसा ठरवाल?

कोणती कामं स्वीकारायची आणि कोणत्या कामांना नकार द्यायचा हे कसं ठरवायचं?

प्रथम स्वत:ला काय महत्त्वाचं वाटतं ते ठरवा. मोठमोठ्या निर्णयांसाठी आपण यापूर्वी समजून घेतलेला जीवनातल्या प्राथमिकतांचा तक्ता किंवा लांब पल्ल्याच्या सृजनशील योजना यांची मदत घ्या. त्यामुळे तुम्ही आयुष्यातल्या प्राथमिकतांचा किंवा प्राधान्यांचा क्रम ठरवू शकाल. काम, सामाजिक स्तर, नोकरीतले पद, पैसा, यश, कुटुंब, सुख (आनंद) इत्यादी इत्यादी.

परंतु तुमच्या दैनंदिन जीवनातल्या निर्णयासाठी (काय झेपेल न झेपेल)

मात्र सविस्तर नियोजनच करावं लागेल. त्याला पर्याय नाही.
ते असं करू शकाल

(अ) तुम्हाला कोणती कामं करावी लागणार आहेत.
(आ) त्यासाठी किती वेळ मिळणार आहे.
(इ) त्यातली कोणती प्रथम संपवायची आहेत आणि कोणती नंतर.

एकदा हे निश्चित झालं की मग जास्तीची कामं स्वीकारायची की नाही, आपल्याच्याने होईल की नाही हे ठरवता येईल.

तुमच्या नकाराचे बुद्धीला पटणारे स्पष्टीकरण देणे

बऱ्याच लोकांना समजत असतं की एवढं सगळं काम करणं आपल्याला जमणार नाही, तरी ते नकार देणे हा अशिष्टपणा समजतात त्यामुळेच त्यांच्या डोक्यावर एवढा कामाचा बोजा वाढतो.

तुम्हालाही जर या 'चांगुलपणाचाच' त्रास होत असेल तर नकाराचं स्पष्टीकरण स्वतःच्याच बुद्धीला आधी पटवायला हवं. त्यासाठी कामाची आखणी करणं फार जरूरीचं ठरतं. कारण ते तुमच्याच फायद्याचं असतं.

ही आखणी करायची म्हणजे एखादे औपचारिक कागदपत्र वगैरे तयार करायचं नसतं किंवा ते इतर कुणाला दाखवायचीसुद्धा गरज नसते. ती फक्त तुमच्या कामांची यादी असते. त्यांच्या महत्त्वाच्या क्रमाप्रमाणे केलेली आणि प्रत्येकापुढे ते करण्यासाठी लागणारा वेळ लिहिलेला असतो.

अशा प्रकारे तुमच्या प्रत्येक दिवसाच्या आणि आठवड्याच्या कामांची जर नीट आखणी केली तर आपल्याला आता इतर जास्तीची कामं करायला कसा वेळ उरलेला नाही हे तुम्हालाही समजेल आणि तुम्ही इतरांनाही पटवून देऊ शकाल.

> हे शांतता उपाय बघा.
> जीवनातल्या प्राथमिकतांचा तक्ता ..... पृष्ठ ८६
> सकारात्मक शब्द .....   पृष्ठ १७६
> दीर्घ मुदतीची सृजनशील योजनेसाठी .....
>   पृष्ठ १६८
> कामाची आपोआप आखणीसाठी .....पृष्ठ १७१

> **छानपैकी नकार देण्यासाठी**
>
> - तुमच्या कामाचा निकड तक्ता तयार करा. महत्त्वाच्या क्रमानुसार तुमची कामं आणि त्यांच्यासमोर त्यांना लागणारा वेळ यांची यादी बनवा.
> - कामाची अग्रक्रमानुसार (स्वत:च्या उपयोगासाठी) आखणी करा.
> - जेव्हा त्या व्यतिरिक्त कामे येतील तेव्हा तुमची यादी पाहून आणि आखणीचा कागद पाहून त्या कामाला नम्रपणे नकार द्या.
> - जरी यावर कुणी वाद घातला, तरी स्वत:च्या योजनेवर ठाम राहा.

तुमच्या मर्यादा लक्षात घ्या

अतिरिक्त कामाने जेव्हा तुम्ही अक्षरश: भेदरून गेलेले असता, तेव्हा काळ, क्षमता, संसाधने याबद्दलच्या स्वत:च्या मर्यादा माहिती असणं सगळ्यात महत्त्वाचं ठरतं. या स्वत:च्या मर्यादा जर व्यवस्थित ओळखता आल्या तर आपण कुठपर्यंत मजल मारू शकतो आणि कोणते काम हाताळायला आपल्याला किती झेपेल हे तुम्ही नीट ठरवू शकता.

हे तुमचं नोकरीतलं पद, जबाबदाऱ्या, रोजची कामं आणि अंतिम तारखा या सगळ्यांसाठीच आवश्यक आहे.

माहितीच्या अतिरेकाचे ओझे

खूप जास्त माहिती, खूप नवनवीन प्रगती, खूप मोठे बदल. आजकाल कामाच्या ठिकाणी ताण निर्माण होण्याची ही सर्वसामान्य कारणे झालेली आहेत. विशेषत: प्रसारमाध्यमे, माहिती तंत्रज्ञान, आरोग्य, इतरही तंत्रज्ञानाची क्षेत्रे यातल्या कार्यकारी अधिकाऱ्यांना याचा जास्त त्रास होतो.

जगातल्या अपरिमित (Infinite) ज्ञानापैकी जवळ जवळ सर्वच आता आपल्याला ई-मेल, इंटरनेट, ग्रंथालये, विद्यापीठे यांच्या माध्यमातून उपलब्ध होऊ लागले आहे.

कसा काय सगळ्याचा मेळ घालणार? इतकी वर्ष तुम्ही आत्मसात केलेल्या कौशल्याचं काय करायचं? रोज प्रत्येक क्षेत्रात इतकी नवनवीन ज्ञानाची भर पडतेय की तुमचं कौशल्य नगण्यच ठरतंय. आणि दुसऱ्या बाजूला इतक्या मोठ्या प्रमाणावर मिळणारी माहिती रोजच्या रोज ग्रहण करणं तरी सर्वांना

शक्य आहे का?

या सगळ्या समस्या खऱ्याच आहेत. पण माहितीचा अतिरेक ही मात्र समस्या नाही.

अहो, खूप जणांना हा प्रश्न माहीतसुद्धा नाही. कामाच्या ठिकाणी तरी सगळ्यांना सगळी माहिती कुठं डोक्यात साठवावी लागते? त्यांना फक्त अनेकानेक पर्यायांमधून एकच पर्याय निवडावा लागतो, एवढंच.

आणि अनेक पर्याय उपलब्ध असणं ही काय भीतिदायक गोष्ट आहे? निवड करणे हे काय मनाला ताण देणारं कारण थोडंच असतं? आणि तसं होत असेल तर हे म्हणणं काही न्यायाचं नाही. कामगार वर्गातले बरेच जण, 'निवड करणं जमत नाही' हे ताणाचे कारण पुढे करत असावेत.

वरच्या वर्णनातील 'माहितीचे ओझे' शब्द फक्त तुम्ही' 'माहितीची निवड' असा बदलून घेतलात की त्यातली समस्याच नाहीशी होते. हीच तर खरी आजच्या काळात जगण्यातली गंमत आहे, सौंदर्य आहे की तुमच्या कामाला मदत करणाऱ्या माहितीचे कितीतरी स्रोत तुम्हाला उपलब्ध आहेत, तुम्हाला नुसती निवड करायची आहे!

हां! आता यशस्वी होण्यासाठी सगळी माहिती आपल्या डोक्यातच भरून घेतली पाहिजे असं तुम्हाला वाटत असेल तर मग आहे बुवा ताणाचं कारण. पण आता तुम्ही तसं करणार नाही, खरं ना!

एक छोटासा ब्रेक, आजीच्या गोष्टीसाठी...!

या शतकाच्या सुरुवातीला, जेव्हा रेल्वे मार्गांची बांधणी होत होती. तेव्हा ठिकठिकाणी रोजंदारीवर मजूर कामाला लावीत असत. एक म्हातारा-म्हातारीचं जोडपं असंच कामावर लावलं होतं. त्याच्या बरोबर अर्थातच काही तरुण कामगारही होते. त्या वेळी आडरानात काही जेवणाखाणाच्या सोयी नसायच्या. मग दर आठवड्याला येणाऱ्या पुरवठा गाडीतूनच काही खाद्य पदार्थ मजुरांना पुरवले जायचे. त्यात एक तरणाबांड मजूर होता. त्याच्या वागण्याला, जेवणाखाण्याला काही धरबंधच नसायचा. गाडीतून आठ दिवसांचं अन्न आलं, की तो ते एकाच दिवसात फस्त करून टाकायचा आणि मग उरलेले दिवस उपाशी. तेव्हा त्या म्हातारीला दया आली. ती रोज त्याला समजावून सांगायची आणि स्वतःच्या जेवणातले अन्न त्याला द्यायची. पण तिथेसुद्धा तो जेवढे अन्न शिजवलेले समोर दिसायचे, तेवढे एकटाच गट्टम् करून टाकायचा. 'अरे थांब बाबा, सगळ्यांना वाटून खाऊ दे.' म्हातारीच्या बोलण्याचा काहीच परिणाम होत नसे. आवड-निवड वगैरे काही भानगडच नव्हती त्याच्यापाशी. त्याला

एकच माहिती. पुढे आलेलं अन्न पोटात ढकलायचं.

तर आजकालच्या आपल्या कार्यकारी अधिकाऱ्यांचा या १९२१ मधल्या तरुण रेल्वे मजुरासारखं झालंय. पुढे जे जे माहितीचं अन्न येतंय ते ते आपलं गट्टम् करायला बघतायत. कसं शक्य आहे ते पचवणं?

त्यांनी समजून घ्यायला पाहिजे की माहितीचे विविध पैलू असणारी रचना आपल्यापुढे आलेली आहे. त्यातला हवा तो पर्याय आपण फक्त् निवडून घ्यायचा आहे.

माहितीचे विमोचन

आपण एका प्रकाशयुगात जगत आहोत. तुम्हाला कोणत्याही विषयाची आवड असो, तुमचा व्यवसाय कोणताही असो, त्यातलं संशोधन आणि माहिती यांचा खजिना तुमच्यापुढे उघडूनच ठेवला आहे. तुम्ही फक्त त्यातून हवं ते रत्न उचलून आपलं काम परिपूर्णतेला न्यायचं आहे.

हे माहितीचे अतिरिक्त ओझे नव्हे, तर हा आवड-निवडीचा मामला आहे.

याचा फायदा तुम्हाला सहज उठवता येईल. फक्त थोडंसं पूर्वचिंतन, काही चाळण्या आणि थोडी शिस्त असली की झालं.

पूर्वचिंतन

पूर्वचिंतन म्हणजे तरी काय, नियोजन किंवा आखणीच. जीवनातल्या प्राथमिकतांचा तक्ता वापरून, तुम्हाला तुमच्या आयुष्याच्या आणि कारकिर्दीच्या दृष्टीने कशाचे महत्त्व जास्त वाटतं ते ठरवून घ्या. जे ठरेल ते लिहून काढा.

ते साध्य करण्यासाठी तुम्हाला थोडीफार माहिती आणि गृहीतके (Data) लागतील.

काही चाळण्या

आयुष्यात काय महत्त्वाचे ते तुम्ही ठरवलंत. आता तुम्हाला काही चाळण्या लावाव्या लागतील. खाली दिलेल्या नियोजन तंत्रांपैकी कोणतेही एक वापरून तुम्ही कोणत्या चाळण्या वापरणार ते निश्चित करा. आणि माहितीच्या चाळण्या लिहून काढा. हे तुम्हाला एकदाच करावं लागेल, पुढे फार तर वर्षातून एकदा.

१) पहिली चाळणी म्हणजे हे ठरवायचं की तुम्हाला सर्वसामान्य ज्ञानी व्हायचंय की विशेषज्ञानी. म्हणजे तुमच्या विषयाबद्दल सर्व उपलब्ध माहिती हवी आहे (फार तपशिलात न जाता) की त्यातला एखादाच भाग फार सखोल अभ्यासाचा आहे.

२) दुसरी चाळणी व्यवसायविषयक आहे. तुम्ही सध्या कोणत्या क्षेत्रात काम करत आहात. नंतर कोणत्या क्षेत्रात काम करणार आहात. आणि खरंतर तुम्हाला कोणत्या क्षेत्रात काम करायला अधिक आवडलं असतं? (जर वरील दोन्हींपैकी ते नसेल तर.)

३) तिसरी चाळणी आहे भौगोलिक किंवा बाजारावर आधारलेली. तुम्हाला तुमचे काम कुठे जाऊन करायची इच्छा आहे? आज तुमच्या धंद्याला वाव कुठे आहे आणि उद्या तो कुठे असणार आहे?

४) तुमच्या गरजेनुसार, आवडीनुसार, उद्दिष्टांना अनुसरून तुम्ही आणखी एखादी चाळणी पण लावू शकता.

५) या शेवटच्या चाळणीचं काम, म्हणजे तुमच्या सगळ्या पहिल्या चाळण्यांना चाळून घेणं. म्हणजे असं की त्यातील पर्यायांच्या जागी तुम्ही दुसरी योजना करून काम चालवू शकता का?

उदा. - तुम्हाला उद्या तुमचा व्यवसाय जपानमध्ये करायचा आहे. तर उद्योगाचा विस्तार तिथपर्यंत वाढवत नेण्याऐवजी अधूनमधून गरजेप्रमाणे जपानी उद्योग पारंगतांना इथे आणून त्यांच्यामार्फत काम होऊ शकतं का? ते पाहावं लागेल.

थोडीशी शिस्त

आता थोडं शिस्तीविषयी. जेव्हा माहिती तुमच्याकडे येईल तेव्हा वरच्या ५ चाळण्यांतून ती चाळून घ्या. हे काम तुमचा मदतनीस किंवा सचिव करू शकेल. जी कामाची नाही, ती माहिती सरळ बाजूला काढा. मग ही कुणाला उपयोगी पडेल का, पुढे आपल्याला उपयोगी पडेल का याचा विचार करत बसू नका.

नको असलेली माहिती काढून टाका. ते खूप सोपं आहे, असं समजू नका. समजा तुम्ही एखाद्या मोठ्या संघटनेचे प्रमुख कार्यकारी अधिकारी असाल, आणि तुमच्याकडे येणारी सर्वच माहिती उपयोगाची असेल तर? कशा लावणार त्याला चाळण्या?

लावता येतील ना. मोठ्या संघटनेचा कार्यकारी अधिकारी, म्हणजे त्याने सर्वसामान्य ज्ञानीच व्हायला पाहिजे. विशेष ज्ञानी व्हायची गरज नाही. म्हणजेच आपल्या पहिल्या चाळणीतच त्याला मिळालेली बरीच अनावश्यक माहिती गळून जाईल.

आता कळलं का? आपल्याकडे आलेली सर्व माहिती गोळा करायची आणि विचारायचं यातली कोणती माहिती मला माझ्या कामासाठी आवश्यक

आहे? तेवढीच ठेवायची.

याच पद्धतीने लोक पूर्वीपासून काम करत आलेले आहेत.

माहितीच्या विमोचनाबद्दल

१) 'जीवनातील प्राथमिकता तक्त्याच्या' मदतीने, जीवनात काय महत्त्वाचे ते ठरवा.

२) काय महत्त्वाचे ठरले ते लिहून ठेवा.

३) नियोजन तंत्र वापरून आपण माहितीला कोणत्या चाळण्या लावणार ते ठरवा.

४) तुम्ही सामान्यज्ञानी की विशेषज्ञानी होऊ इच्छिता? कुठल्या ठिकाणी काम करणार? बाजारच्या दृष्टीने, भौगोलिक दृष्टीने कोणत्या चाळण्या लावणार?

५) चाळण्याही लिहून काढा.

६) एखादा पारंगत माणूस (Expert) बोलावून, एखाद्या चाळणीचे काम होऊ शकेल का?

७) मिळालेली सर्व माहिती, तुम्ही ठरवलेल्या चाळण्यांतून चाळून घ्या.

८) तुमच्या निकषाला न उतरणारी सर्व माहिती काढून टाका. आता याचा कुणाला बरं उपयोग होईल? या विचारात झोप गमावू नका.

या माहितीच्या अतिरेकाचाच एक भाग म्हणजे हल्ली अनेकांना येणारे आगंतुक E-mails किंवा SMS. काही लोकांना आठवड्याला सरासरी ५०० अनावश्यक E-mails येतात आणि दिवसाला साधारण ५० अनावश्यक SMS त्यांच्या mobile फोनमध्ये जमा होतात.

आपण पोस्टाने आलेली अनावश्यक पत्रे रोज फाडून टाकू शकतो त्याहून जरा अवघड पडतं, पण एक software विशिष्ट घेऊन आपण हे अनावश्यक Email

---

हे शांतता उपाय बघा.

जीवनातल्या प्राथमिकतांचा तक्ता ..... पृष्ठ ८६

विक्रीशास्त्राचा ३० सेकंदाचा कोर्स ..... पृष्ठ २२८

दीर्घ मुदतीची सृजनशील योजनेसाठी ..... पृष्ठ १६८

कामाची आपोआप आखणीसाठी .....पृष्ठ १७१

सुद्धा टाळू शकतो. त्यात सॉफ्टवेअरमध्ये विषयानुसार, पाठवणाऱ्याच्या नावानुसार चाळणी लावायची सोय असते. हे सॉफ्टवेअर घेण्यासाठी लागणारे पैसे म्हणजे डोक्याचा ताप कमी करण्याची किंमत समजायला हरकत नाही.

तुमचा वेळ

आता आपण ज्याचा विचार करणार आहोत त्या गोष्टीमुळे तुमचे आयुष्य, आरोग्य आणि मानसिक आरोग्यही सुरक्षित राहू शकते. ती गोष्टसुद्धा वेळेशीच संबंधित आहे.

आपल्यापैकी बरेच जण (कबूल करायला हरकत नाही) कामाच्या ठिकाणी अगदी वेळेचे गुलाम असल्यासारखं वागत असतो आणि त्या नादात आपल्या वैयक्तिक विकासाच्या दृष्टीने अत्यंत महत्त्वाच्या असलेल्या एका घटकाकडे आपण पूर्ण दुर्लक्ष करत असतो.

तो घटक म्हणजे वेळेचं पुनरुज्जीवन, वेळेचा विकास, वेळ जिवंत ठेवणे (Recharging, Development & Survival of Time)

हा वेळ म्हणजे तुम्ही निव्वळ तुमच्या स्वतःसाठी, स्वतःचे लाड पुरवण्यासाठी दिलेला वेळ. यासाठी काय करायचं? काहीच करायला नको. म्हणजे काहीही न करता स्वस्थ बसायचं.

तुमच्या मनातला 'कामकरी' याबद्दल किती का तक्रार करेना, काहीही न करता तुम्ही काही वेळ काढलात ना, तर तो वेळेचा सदुपयोग ठरतो. तुम्ही हे करत असता का? नेहमी करत असाल तर फारच छान. पण नोकरी-उद्योगात असणाऱ्यांपैकी फारच थोडे लोक असं करतात. कामाची चालढकल करणारे लोक असं करत नाहीत. आणि एकेकटे कामात गढून जाणारे लोकही असं करत नाहीत.

अगदी कमीत कमी वेळा समाजात मिसळतात, तेसुद्धा त्यांच्याकडे भरपूर मोकळा वेळ असताना.

सारखे काम करत राहतात, एकटे पडतात पण मोकळा वेळ स्वतःसाठी देत नाहीत. सभोवतालचा अतिउत्तेजित समाज आणि चुकीच्या व्यावसायिक निष्ठा यांचा मिश्र परिणाम असा होतो की स्वतःसाठी अत्यंत महत्त्वाचा असा Self Time लोक अजिबात ठेवतच नाहीत.

कधीतरी तुम्ही फक्त एकटे लोळत पडणार, काही म्हणजे काहीच करणार नाही. असा वेळ असला पाहिजे.

तुम्ही टिंगल करून हसण्यापूर्वी 'काहीच न करण्यासाठी' काय करावं ते पाहू या.

स्वअवसर

स्वअवसर म्हणजे स्वत: स्वत:साठी रोजच्या दिवसातला बाजूला काढून ठेवलेला वेळ. स्वत:ला आनंदित करण्यासाठी ठेवलेला वेळ.

हा स्वअवसर १५ ते ३० मिनिटांचा किंवा तुम्ही ठरवलंत तर जास्तही असू शकेल. अगदी सकाळीच उठल्याबरोबर किंवा रात्री झोपण्यापूर्वी किंवा दिवसभरात केव्हाही तुम्ही असा वेळ काढलात तरी चालेल. या वेळी कुणीही तुमच्यासोबत नसावं, कुठलीही उत्तेजना नसावी (चहाचा कप, सूपचं बाउल, पॉप कॉर्न किंवा तत्सम), कोणतीही करमणूक नसावी (टी.व्ही, रेडिओ, पुस्तक वगैरे) कोणत्याही समस्येचा विचार मनात नसावा आणि मुख्य म्हणजे कामाचा विचार करू नये.

तुम्ही याची सुरुवात कराल तेव्हा वाटतं त्यापेक्षा जास्त कठीण जाईल. कारण असं काही न करता बसणं म्हणजे वेळ वाया घालवणं आहे, वेळेचा अपव्यय आहे, हे तुमच्या मनावर पक्क ठसलेलं आहे.

पण सत्यापेक्षा मोठी कोणतीच गोष्ट नाही.

एकदा का दोन-चार वेळेला तुम्ही या 'स्वअवसरांचा' अनुभव घेतलात की मग तुम्हाला त्या तसल्या आनंदी क्षणांचा नादच लागेल. त्यासाठी सकाळी अर्धा तास लवकर उठायचंसुद्धा तुम्हाला काहीच वाटायचं नाही. हळूहळू तुम्ही आपल्या प्रेमिकाबरोबर किंवा मुलांबरोबर घालवायच्या वेळातलाही अर्धा तास बाजूला काढून ठेवायला शिकाल कारण तुमची खात्रीच पटलेली असेल की 'असा' अर्धा तास घालवला, तर त्यांच्याबरोबरचा वेळ अधिक चांगला, प्रसन्नपणे घालवता येईल. फक्त दिवसाकाठी १५ ते ३० मिनिटे, दररोज, फक्त स्वत:च्या आनंदासाठी काढायची.

या वेळात तुम्ही ध्यान करता, दीर्घ श्वसन करता की नुसतंच भिंतीकडे नजर लावून बसता याला काही महत्त्व नाही. तुम्ही दररोज असा स्वत:साठी निरामय वेळ घालवण्याचं महत्त्व मान्य केलंत, हे महत्त्वाचं आहे.

समजा तुम्ही असा विचार केला की, मी इतका Busy माणूस आहे. ही १५ ते ३० मिनिटे मी नुसतं शांत बसण्यापेक्षा बायकोशी गप्पा मारण्यात मुलांशी खेळण्यात वाचण्यात, बातम्या बघण्यात घालवली तर कारणी नाही का लागणार? नाही लागणार. ते तसं नसतं.

हा जो 'स्वअवसर' काढायचा असतो ना, तो तुमच्या इतर महत्त्वाच्या किंवा बिनमहत्त्वाच्या कामाच्या वेळेवर आक्रमण करून काढायचा

नसतो. (कोणती कामं महत्त्वाची किंवा बिनमहत्त्वाची ते तुम्ही ठरवायचं)

काही लोक कामावरून आल्यावर, टी.व्ही.पुढे बसून स्वत:ला Relax करत असतात. त्यांनी लक्षात ठेवायला पाहिजे, की टी.व्ही. वरचा कार्यक्रम कितीही रटाळ असो, विनोदी असो की बोधप्रद असो त्याचा काही प्रश्न नाही, मुळात 'टी.व्ही. पाहणे' यामुळेच तुम्हाला उत्तेजना मिळत असते. तुम्हाला शांतवायचे काम तो कधीच करू शकत नाही. तर काय महत्त्वाचे हे ठरवताना लक्षात घ्या. जर तुम्ही तुमचा 'स्वअवसर' रोजच्या रोज व्यवस्थित वापरला, तर तुमचं काळज्या करणं कमी होईल. त्यामुळे तणावजन्य समस्या निर्माण होणार नाहीत. आरोग्य सुधारेल, त्यामुळे आयुष्य अधिक संपन्न होऊन तुम्ही जास्त दिवस टिकाल.

थोडक्यात काय प्रत्येक Busy माणसासाठी आपल्या जबाबदाऱ्यांनी खच्चून भरलेल्या जीवनामधला, थोडा वेळ स्वत:साठी राखून ठेवणं ही अत्यंत महत्त्वाची सृजनशील कृती आहे.

हे शांतता उपाय बघा.	
शांत श्वसन	पृष्ठ ९७
शांततेचे तंत्र	पृष्ठ ३०५
तुमची शांत जागा	पृष्ठ २७६
तोंड भरून हसत रहा.	पृष्ठ २७६
आयडलिंग	पृष्ठ २०५

स्वअवसर

- दररोज फक्त स्वत:साठी म्हणून १५ ते ३० मिनिटांचा वेळ राखून ठेवा.
- या वेळात तुम्ही काहीही करायचं नाही. बरोबर कुणी नको. कसली करमणूक नको. समस्यांची उकल, कामाची काळजी काहीही डोक्यात ठेवायचं नाही. संगीत ऐकायचं नाही. वाचायचं नाही की पाळलेल्या कुत्र्याशी बोलायचं नाही.
- या वेळात ध्यान करा, दीर्घ स्थिर श्वसन करा किंवा तेही करू नका. हे नियमित केलंत तर तुमच्या व्यर्थ काळज्या कमी होतील. त्यामुळे तणावजन्य समस्या कमी होतील. आरोग्य सुधारेल. तुम्ही संपन्न दीर्घायुष्य जगू शकाल.

भेटींच्या वेळा ठरवणे

स्वत:साठी 'स्वअवसर' काढण्याइतकंच महत्त्व, दिवसाच्या व्यस्त कार्यक्रमात, अधून मधून थोडा फावला वेळ ठेवण्यालाही आहे. समजा प्रत्येक दिवशी तुम्हाला भरपूर मीटिंग्ज कराव्या लागतात आणि भेटीगाठी घ्याव्या लागतात. तर खाली सांगितलं तशी आखणी करायला सुरुवात करा. बघा तुमच्या आयुष्याची चक्क काही वर्षे वाढतील! तत्त्वे साधीच आहेत.

१) बाहेर ठरलेली मिटींग १० मिनिटे वेळेपूर्वीच संपवावी. म्हणजे पुढच्या कार्यक्रमासाठी घाईने पळावे लागणार नाही. मध्ये थोडा 'सैल' व्हायला वेळ राहील.

२) दोन कार्यक्रमांच्या मध्ये आखणी करतानाच १५ मिनिटांचा वेळ ठेवावा म्हणजे कार्यक्रम एकमेकांत 'घुसणार' नाहीत उलट तुम्हाला मानसिक तयारीला मध्ये वेळ मिळेल.

(वाहनांच्या मागे लिहिल्याप्रमाणे 'सुरक्षित अंतर ठेवा.')

हे शांतता उपाय बघा.	
शांत कार्यक्रमपत्रिका	पृष्ठ १७२
आयडलिंग	पृष्ठ २०५
काम संपवण्याचा काळ स्वत: निश्चित करण्यासाठी	पृष्ठ १३३

एका वेळी एकाच दिवसाचं काम करा

ज्या लोकांना असं वाटतं ना की मला खूप कामं आहेत, बिलकूल वेळ पुरत नाही, त्यांनी एक गोष्ट शिकून घ्यायला हवी. की कामाचा दिवस जसा सुरू होतो तसा संपतोही आणि तो रोज संपवला पाहिजे. एका क्षणी बटण बंद केल्यासारखं काम थांबवता यायला पाहिजे. तुमचे पाय ऑफिसच्या बाहेरच्या गेटला लागले, की कामाचे विचार बंद. स्वत:चा, तब्येतीचा, घरच्यांचा विचार करायला सुरुवात करायची. करमणुकीचा विचार मनात आणायचा.

जो वेळ ऑफिसच्या कामासाठी दिलेला आहे. त्या वेळात पूर्णपणे सर्व क्षमता वापरून ऑफिसचं काम करायचं पण त्या वेळेनंतर घरी जाण्यापूर्वी त्यातून मन पूर्णपणे बाहेर काढायचं. जर ऑफिसचं काम घरी नेण्याचीही गरज असेल तर त्यासाठी ठरावीक वेळ निश्चित करा आणि फक्त त्याच वेळेस त्या कामाचा विचार करा.

हे शांतता उपाय बघा.

काम संपवण्याचा काळ स्वत:

निश्चित करण्यासाठी ..... पृष्ठ १३३

निर्णयासाठी खास वेळ द्या. .... पृष्ठ १६८

कार्यवाहीच्या तीन पायऱ्या .... पृष्ठ १६९

आपोआप होणारी योजना .... पृष्ठ १७०

स्वअवसर .... पृष्ठ १४९

आज जिथे थांबलो, तिथून उद्या काम सुरू करणे, हे आपोआपच होतं. त्यासाठी त्यात गुंतून राहण्याची गरज नाही.

◆

१७. जेव्हा प्रश्न नियंत्रणाचा असतो

मी अमक्यावर कसं नियंत्रण ठेवू?
एखादा बॉस, नोकर, दरवान किंवा वातानुकूलन यंत्र कशावरच तुम्ही नियंत्रण ठेवू शकत नाही; पण नकारात्मक ताण देणाऱ्या घटनांवर लक्ष केंद्रित न करता, त्यांना आपण प्रतिसाद कसा देता, त्यावर प्रतिक्रिया कशी व्यक्त करतो, यावर लक्ष केंद्रित केले तर तुम्हाला खूपच बरे वाटू लागेल.

तुम्हाला कधी असं वाटतं का, की 'आपल्या कामाच्या जागी वाटेल त्या घटना घडत राहतात, आणि त्यांचा आपल्या करिअरवर परिणाम होतो. आपल्या हातात काहीच नाही.' कधी कधी तर त्या विचित्र घटनाच आपल्याला पाहिजे तसं वागायला भाग पाडताहेत असं वाटू लागतं. खरं ना? तुम्हाला कधी तरी असं वाटतं ना, 'आपण अशा विचित्र चक्रात इथे अडकून पडलो आहोत, की कधी आपल्याला प्रमोशन मिळूच शकणार नाही!'

कधीकधी तर असंही वाटायला लागतं ना, की 'दुसरा कुणी तरी...'

पण असं वाटणारे तुम्ही एकटेच नाही. खूप जणांना अगदी मॅनेजर आणि चीफ एक्झिक्युटिव्ह ऑफिसरलासुद्धा असंच वाटत असतं. परंतु याच्यावर आपण खरोखर कितपत नियंत्रण ठेवू शकतो? ज्याप्रमाणे वेळ हा जातच असतो, त्याच्यावर कुणाचं नियंत्रण नसतं. त्याचप्रमाणे आपल्या आजूबाजूला घडणाऱ्या घटनांवरही आपलं नियंत्रण असू शकत नाही.

आयुष्यामध्ये आपलं नियंत्रण फक्त एकाच गोष्टीवर असू शकतं. ते म्हणजे स्वत:वर. स्वत:च्या कल्पनांवर, कृतींवर आणि दृष्टिकोनावर. या तीन गोष्टी

एकमेकांना पूरक असतील तर बघा. आपल्या कामाच्या ठिकाणी, आपल्याला सगळं इतकं आवाक्यात आल्यासारखं वाटतं, की आपण आश्चर्यचकित होतो.

आयुष्य ताब्यात घ्या

आपल्या भोवतालच्या जगात काही लोक असे भेटतात, की ते इतरांशी अगदी स्थिरवृत्तीने आणि शांतपणे तर वागतातच; पण पाहणाऱ्यांना असं वाटतं की यांचं नशीब यांच्या हातातच असावं! थोडक्यात, त्यांचं आयुष्य त्यांच्या नियंत्रणाखाली आहे असं वाटतं.

कोण असतात हे लोक? पैसेवाले आणि ताकदवान?

सुप्रसिद्ध आणि यशस्वी कलाकार? व्यावसायिक, राजकारणी, की मोठ्या उद्योगांचे संचालक? यापैकी कुणीही असू शकतात. पण ते फार वेगळ्या प्रकारचे लोक असतात.

अशा वेळी आठवतात, समुद्राच्या फेसाळ लाटांवर स्वार होऊन या किनाऱ्यापासून त्या किनाऱ्यापर्यंत तोल सांभाळत मुशाफिरी करणारे दर्यावर्दी. एकाच मोडक्या बाहुलीशी तासन्‌तास खेळत राहणाऱ्या लहानग्या मुली. टेकडीच्या माथ्यावर बसलेला चित्रकार, ज्याला दिसत असतो फक्त समोरचा कॅनव्हास आणि खाली अथांग पसरलेला रम्य देखावा. हवाबंद बाटल्यात फळांचे रस भरण्याच्या कारखान्यातला एखादा कामगार, जो अगदी मन लावून, ती बंद बाटल्यांची सेना पुढे पुढे सरकताना पाहून खुशीने शीळ घालत आपल्या कामात मश्गूल झालेला असतो. समुद्राच्या एका लाटेने हे शिल्प नष्ट होणार याची कल्पना असूनही अत्यंत काटेकोरपणे आपल्या वाळूच्या शिल्पाचे बारीकसारीक तपशील भरणारा एखादा कलाकार.

या सगळ्यांमध्ये काय साम्य असतं? असं काय असतं त्यांच्यात जे तुमच्या आमच्यात नाही? त्यांचं काम, त्यांची संपत्ती की त्यांचं अकृत्रिम खरं वागणं?

या सगळ्यांमध्ये एकच साम्य असतं. त्यांच्या कामाशी असलेलं त्यांचं तादात्म्य, त्यांची एकरूपता. या एकरूपतेमुळे त्यांचं त्या कामावर पूर्ण नियंत्रण राहतं आणि ते निश्चिंतपणे काम करू शकतात.

या संदर्भात एखाद्या सुताराचं काम पाहा. तो एखादं कपाट किंवा साधं शेल्फ बनवत असतो. पण त्याचा प्रत्येक खिळा, प्रत्येक स्क्रू तो इतका काळजीपूर्वक बसवतो, ड्रॉवर्सचं हॅन्डलसुद्धा इतकं काटेकोरपणे पक्क करतो, तीन तीनदा इकडून तिकडून पाहतो, उघडझाक करून बघतो. जणू काही त्या इतक्या कष्टदायक कामातून त्याला शांतता आणि आनंद मिळवायचा असतो.

जे काम नुसतं दुरून पाहतानासुद्धा त्या आवाजाच्या कटकटीने आपण पळून जायला बघतो त्या कामातून हा कसं काय समाधान मिळवत असेल?

एखाद्या मोठ्या मॉलच्या काउन्टरवर कुशलपणे काम करणारे कर्मचारी पाहिलेत कधी? किती हसतमुख असतात! सर्व ग्राहक हे त्यांचे बऱ्याच वर्षांनी भेटलेले नातलग असल्यासारखे प्रत्येकाशी हसून हसून बोलत असतात. त्यांची किराणामालाची प्रत्येक बारीकसारीक पिशवी अगदी मौल्यवान असल्याप्रमाणे त्यांच्या हाती सुपूर्द करत असतात. त्यांना दिवसभर असं करताना कंटाळा येत नसेल? वैतागून जात नसतील ते?

काही जणांकडे वर्तमानकाळात पूर्णपणे रमून जाण्याचा, एकरूप होण्याचा गुण असतो, एक वेगळी पात्रता असते. त्यात या सर्व प्रश्नांची उत्तरे सामावलेली आहेत.

'झेन' तत्त्वज्ञानाप्रमाणे सांगायचं तर ते १००% वर्तमान क्षणात जगत असतात. (आपल्या अर्धजागृत अंतर्मनाला द्यायचे परिणामकारक संदेश वर्तमानातच द्यायचे असतात हे तुम्हाला आठवत असेलच.)

जे लोक अशा प्रकारे वर्तमानकाळात जगतात; भविष्याची चिंता नाही, भूतकाळाबद्दल खंत नाही. त्यांच्या शांत, सुस्थिर, सुखी असण्याचं रहस्य, त्यांच्या नियंत्रितपणाचं रहस्य त्यांच्या जीवनपद्धतीत दडलेलं आहे.

आता आपण एक तंत्र शिकून घेऊ या. या तंत्रामुळे आपलं कोणतंही काम, कितीही कंटाळवाणं आणि तोच तोपणा असलेलं असेल तरी त्याचं रूपांतर आपण शांत आणि खोल समाधान देणाऱ्या व्यायामात करू शकतो. कारण जेव्हा तुम्ही १००% प्रयत्न करता तेव्हा तुम्ही १००% नियंत्रणात असता.

१००% प्रयत्न करणे

समजा तुम्हाला २०० पानांचा एक लेख टाइप करून द्यायचा आहे. काही रंजक, माहितीपूर्ण लेख नव्हे पण बऱ्याच तांत्रिक शब्दांनी बोजड झालेला लेख आहे तो.

अशा कामांकडे दोन प्रकारे बघता येतं.

पहिला प्रकार म्हणजे बहुतेक लोक करतात तसं. दर ३०० सेकंदाला ते मनात विचार करतात. 'शी! काय बोअर जॉब आहे! आता लंच टाइमपर्यंतचा वेळ यातच जाणार. माझ्याच नशिबाला का ही पुन्हा टाइप करायची कटकट? त्यापेक्षा मस्तपैकी जाऊन टी.व्ही.वरची मॅच बघत बसलो असतो ना! आणि एवढी डोकेफोड करून कुणी कौतुक

थोडंच करणार आहे? मुळात कुणासाठी करायचंय हे काम, ते तरी कुठे माहीत आहे आपल्याला? वैताग नुसता!'

याच कामाकडे तुम्ही दुसऱ्या प्रकारेही पाहू शकता. जे काम मिळालंय आपल्याला, त्याचा स्वीकार करायचा. की हो बुवा. मला मिळालंय हे काम. ते मी बदलून घेऊ शकत नाही. नाकारू शकत नाही; मला ते करावंच लागणार आहे. मग करायचं तर मी ते नीट मनापासूनच करीन ना!''

मग काय, फक्त त्या कामाचं रूपांतर छान, समाधान देणाऱ्या खेळात किंवा व्यायामात करायचं.

कसं? तो लेख आपल्याकडून जेवढा म्हणून देखणा टाइप करता येणे शक्य असेल तेवढा करण्याचा प्रयत्न करायचा. त्याचा ले-आउट, शब्दांचा आकार सगळं सविस्तर विचार करून ठरवायचं. एकाही शब्दाची चूक होणार नाही अशी दक्षता घ्यायची. थोडक्यात, तुमचे १००% प्रयत्न त्यात घालायचे म्हणजे काम १००% तुमच्या आवाक्यात येतं. असं केल्यामुळे काय होईल? लवकरच त्या कामात तुमचं चित्त लागायला सुरुवात होईल. तुम्हाला कळून येणार नाही कदाचित पण तुम्ही ठरवलं होतं त्यापेक्षाही काम करताना तुम्हाला शांत, निश्चिंत वाटेल आणि तरी तुम्ही पूर्ण एकाग्रतेने काम कराल.

त्याहून महत्त्वाचं म्हणजे, वेळ कसा उडून गेला. कळणारही नाही. तुम्हाला वाटेल, काय पट्कन काम संपलं! आणि सगळ्यात उत्तम गोष्ट म्हणजे नेहमीपेक्षा खूप जास्त समाधान तुम्हाला मिळेल की 'मी हे अवघड, कंटाळवाणं काम माझ्या पूर्ण क्षमतेनिशी चांगल्या तऱ्हेने पूर्ण केलंय.' कारण तुम्ही काय करत होता यावर तुमचं स्वतःचंच पूर्ण नियंत्रण होतं.

ध्यानधारणा करणाऱ्यांना हे चांगलं माहीत असतं. लक्ष विभागलं जाण्याने ताण निर्माण होतो पण एकाच गोष्टीवर मन एकाग्र करण्यामुळे शांतताही मिळते आणि कार्यक्षमताही वाढते.

```
हे शांतता उपाय बघा.
कंटाळ्याला बाय बाय करा. .....
                                        पृष्ठ १५८
एक दिवशी एका दिवसाचं काम करा. .....
                                        पृष्ठ १५०
शांत कार्यक्रम पत्रिका .....    पृष्ठ १७२
```

खरोखर 'एकाग्रता' हाच कार्यक्षमता वाढवण्याचा सर्वांत चांगला मार्ग आहे.

१००% प्रयत्नांसाठी
● याची गुरुकिल्ली म्हणजे एका वेळी एकच काम करायचं; आणि ते जितकं मन लावून, चांगलं करता येईल, तितकं करायचं. मग तुम्ही Data Entry करत असा, फायलिंग करत असा किंवा झाडून काढत असा. अगदी जाणीवपूर्वक ते काम कौशल्याने करायचा प्रयत्न करा. ● काम करताना रेडिओ, टी.व्ही. कुणाचं संभाषण वगैरे इतर सर्व बाह्य आकर्षणांकडे दुर्लक्ष करा. ● कामाच्या प्रत्येक पायरीवर तुमची एकाग्रता तितकीच असू द्या. तपशिलावर लक्ष केंद्रित करा. ते काम सर्व दृष्टीने परिपूर्ण करण्याचा प्रयत्न करा. ● जे काम करत आहात. त्यात पूर्णपणे बुडून जा. काम आपोआप चांगलं होईल. आणि तुम्ही व्हाल शांत, समाधानी आणि निश्चिंत.

पुनरावृत्तीचा आनंद

एक बाई होत्या. त्यांना वाटायचं, माझ्या कामाइतकं चांगलं काम उभ्या जगात नसेल. अनेक वर्षांपासून एका सिव्हिल हॉस्पिटलच्या तळघरातल्या कपड्यांच्या भट्टीत, कपडे उकडण्याचं काम त्या करीत असत. त्या कोंदट उष्ण वातावरणात राहून, अत्यंत कष्टाचं तेच ते काम, त्या बाईंना प्रेरणादायक आणि कमालीचं समाधानकारक वाटत असे!

कसा काय मानला असेल त्यांनी त्यात आनंद?

काय असतं, काही कामं मुळातच अशी तोच तोपणा असणारी असतात. काही नोकऱ्याही तशाच असतात. खूप जणांना यातून खूप नैराश्य येतं. ज्यांना सतत Data Entry कराव्या लागतात त्यांना अशाच तणावजन्य बिघाडांना तोंड द्यावं लागतं.

खरं म्हणजे कुणाही कर्मचाऱ्याला तेच तेच काम दिवसा, रात्री, रोज कित्येक महिने करावं लागलं तर कंटाळा, नैराश्य, अस्वस्थता ही येणारच.

पण या 'तोच तोपणाला' एक सकारात्मक बाजूही आहे.

आपल्या अर्धसुप्त-अर्धजागृत अंतर्मनाला कामाला लावण्यासाठी जी तंत्रे आहेत, 'स्वसंमोहन', 'स्वीकार करणे', यासारखी त्यात या सतत तेच ते करण्याचा म्हणजेच पुनरावृत्तीचा उपयोग करून घेतलेला आहे. ध्यानाच्या अनेक पद्धतींमध्ये तेच तेच शब्द पुन:पुन्हा उच्चारण्याचा खूप मोठा भाग

असतो. मंत्र किंवा जप करताना एक शब्द पुन्हा पुन्हा उच्चारण्याचा खूप मोठा भाग असतो. मंत्र किंवा जप करताना एक शब्द पुन्हा पुन्हा अनेकवार उच्चारून लोकांना मनाच्या शांत, स्थिर अवस्थेकडे नेलं जातं.

म्हणजे ज्या पुनरावृत्तीमुळे काहींना जगण्याचा वीट येतो, त्याच पुनरावृत्तीमुळे काहींना मनःशांती प्राप्त होते.

असं कशामुळे होतं?

याचा संबंध तुमचं स्वतःवर किती नियंत्रण आहे किंवा नाही; तुम्हाला 'परिस्थिती आपल्या आवाक्यात आहे' असं वाटतंय की 'सगळं आवाक्याबाहेर गेलंय' असं वाटतंय याच्याशी आहे. फरक बघा हं!

आपण जेव्हा ध्यानाला बसतो तेव्हा सगळं आपल्या नियंत्रणाखाली असतं. हवा तितका वेळ जप करावा, हवा तेवढा वेळ डोळे मिटून घ्यावेत ध्यान करावं, वाटेल तेव्हा उठून मोकळ्या हवेत चक्कर मारून यावं, सगळं आपल्या हातातच असतं.

पण Data Entry करताना किंवा पत्राचं सॉर्टिंग करताना तुमच्या मनावर काही नसतं. कुणीतरी दुसरी व्यक्ती प्रमुख असते आणि तिच्या आज्ञेनुसार तुम्ही ते काम पुनःपुन्हा करत असता. आता याच ठिकाणी आपण १००% प्रयत्नाचं तंत्र वापरलं तर तेच कंटाळवाणं काम आपल्याला समाधान देऊ शकतं.

आपलं संपूर्ण लक्ष, पूर्ण शक्तिनिशी आपल्या कामावर केंद्रित करायचं. स्वतःला त्या कामात अक्षरशः बुडवून घ्यायचं. आपल्या क्षमतेनुसार उत्तमात उत्तम काम करायचा प्रयत्न करायचा. म्हणजे याच पुनरावृत्तीचा तुम्हाला फायदा मिळेल. असा अनुभव येईल की आपलं काम म्हणजे ध्यानासारखंच झालेलं आहे. शांती, समाधान देणारं. ताण नाही की शीण नाही.

शतकानुशतकं ऋषी-मुनी, साधुसंतसुद्धा हेच सांगत आलेत. पण फक्त सुरुवातीला सांगितलं, त्या हॉस्पिटलमधल्या बाई आणि त्यांच्यासारखेच इतर काही, हे तंत्र नीट समजावून घेतात आणि आचरणात आणतात. त्यामुळे रोजच्याच कामामधून त्यांना शांती समाधान मिळवता येते.

मनाने स्वीकारा

एक तरुण होता. नुकतंच शिक्षण पूर्ण करून एका जाहिरात कंपनीत (Ad-agency) नोकरीला लागला. जगाचा अनुभव नाही, व्यवहाराची माहिती नाही. पण हुशार होता. काही दिवसांनी त्याला जाणवायला लागलं, 'मला किती चांगलं काम करता येतं इतरांपेक्षा. मी तर वरच्या पदावर असायला

पाहिजे.' झालं. लगेच त्याने हे वरिष्ठांच्या कानावर घातलं. वरिष्ठ समंजस, अनुभवी होते. त्यांना व्यवहार कळत होता. म्हणाले, 'तुला कल्पना नसेल. पण तुझ्याइतक्या लहान वयात सहसा कुणाला वरिष्ठ पदावर नेमलं जात नाही. तुझ्या मनात इच्छा निर्माण झाली, ही खूप चांगली गोष्ट आहे. तू असं कर. आपण त्या ज्येष्ठ पदावरच आहोत असं समजून काम करायला सुरुवात कर. हळूहळू इतरही तुझ्याबद्दल तसंच समजायला लागतील.' अननुभवी तरुणाने त्यांचा सल्ला मानला. आणि खरंच तसंच झालं. पुढे त्या तरुणाला कळायला लागलं की आयुष्यामध्ये प्रगती करण्यातला मोठा अडसर कोणता असेल, तर तुमची स्वत:बद्दलची चुकीची कल्पना. 'आपण स्वत:ला कोण समजतो' यावर पुष्कळ अवलंबून असतं. आपण जर स्वत:ला कनिष्ठ समजत असू तर कायम कनिष्ठच राहू. 'आपल्या हातात काही नाही. आपण परावलंबी' असं समजत असलो तर कायम तीच परिस्थिती राहील.

याउलट तुम्ही असं समजायला लागाल की, 'मी नोकरीत एक महत्त्वाचा माणूस आहे. सगळं माझ्या आवाक्यात आहे.' तर तसं होण्याच्या दिशेने तुम्ही अर्धी वाटचाल पूर्ण केली आहे असं समजा. आपण त्या महत्त्वाच्या पदावर पोचलोच आहोत असं मानून त्याप्रमाणे काम करायला सुरुवात करायची.

हे शांतता उपाय बघा.

स्वीकार करण्यासाठी ..... पृष्ठ १२३
शांत श्वसन ..... पृष्ठ ९७
शांततेचा कित्ता गिरवणे. ..... पृष्ठ २४७
मनाने सुरक्षितता स्वीकारा. ..... पृष्ठ २११
आरामशीर असल्याचं सोंग घ्या. .....पृष्ठ १९५

नियंत्रण ठेवणं शक्य आहे, अशा गोष्टींवरच नियंत्रण ठेवा

आयुष्यात अशा बऱ्याच गोष्टी असतात, त्यांच्यावर आपण नियंत्रण ठेवू शकत नाही. उदा- काळ, लोकांचं वागणं, लोक तुमच्याविषयी करत असलेला विचार. यावर आपण कसं नियंत्रण ठेवणार?

आपण खरोखर काही मोजक्याच गोष्टींवर नियंत्रण ठेवू शकतो. आपल्या संकल्पना, आपले दृष्टिकोन, आपले विचार आणि आपल्या कृती.

नोकरी किंवा व्यवसायात जर हे लक्षात ठेवून वागलं ना, तर फार सुख मिळतं. तुम्हाला जर सगळं आपल्याच नियंत्रणाखाली असावं असं वाटत असेल, तर हे सत्य तुम्ही जरूर लक्षात ठेवा.

आपल्याला शांत, समाधानी राहून परिस्थितीवर थोडं-फार नियंत्रण

ठेवायचं असेल तर, ज्या गोष्टींवर नियंत्रण ठेवणं शक्य असतं, त्यावरच ठेवण्याचा प्रयत्न करा. अगोदर कशावर नियंत्रण ठेवायचंय ते निश्चित करा आणि मग आपल्याकडे असलेली सर्व ऊर्जा वापरून नियंत्रण ठेवा.

हे शांतता उपाय बघा.
अधिक उणेची (+ –) पद्धत ..... पृष्ठ १९१
दीर्घ मुदतीच्या सृजनशील योजनेसाठी ..... पृष्ठ १६८

कंटाळ्याला बाय-बाय करा

आपल्याला तेच ते काम करावं लागतं, कंटाळा आलाय नोकरीचा असं तुम्हाला वाटतं का?

कामाचा ताण जाणवण्याचं 'कंटाळा' हे सर्वांत मोठं कारण आहे. जेवढा ताण जास्त काम केल्यामुळे येतो, त्याच्या कितीतरी पट ताण कंटाळ्यामुळे येतो. मनाला समाधान देणारं काम करायला मिळालं नाही तर तुम्ही वैतागता. मनावर ताण येतो. त्यातून तुम्हाला तेच तेच काम सतत करावं लागलं तर ताणाची पातळी वाढत जाते.

अशा कामातून कंटाळा उपटून टाकायचा असेल तर त्याच कामातून आनंद कसा निर्माण करता येईल, यासाठी प्रयत्न करायचे.

याकरता आपलं १००% प्रयत्नांचं तंत्र चांगलं उपयोगी ठरतं. हे तंत्र वापरून प्रत्येक क्षणाचा अगदी शेवटच्या कणापर्यंत वापर करायचा. तसं करत असताना जे समाधान पसरायला लागेल, त्यामुळे कंटाळा कुठच्या कुठे पळून जाईल. उलट तुम्हाला शांत, सैलावल्यासारखं (Relaxed) वाटायला लागेल.

तुमच्या कामाचं मोल समजून घ्या

प्रत्येक कामाचं एक निश्चित असं महत्त्व असतं. आपल्या कामाचं काय महत्त्व आहे, त्याचं काय मोल आहे, त्याचा काय उपयोग आहे हे जाणून घेतलं; तर ते करताना आपल्याला समाधान मिळतं आणि त्या पाठोपाठ शांतता येतेच.

तेव्हा मोल जाणून काम करा.

भरपूर आणि उत्तम काम करा

तुम्हाला तुमचं काम कष्टाचं, कंटाळवाणं, वाटतं; का चांगलं, आनंददायक वाटतं; हे तुम्ही काम कसं करता यावरून ठरतं.

कोणतंही काम करताना त्यात जर आपण स्वतःला झोकून दिलं तर खरोखर चिंता, काळजी, ताणतणाव यांची त्या वेळेला आठवणसुद्धा होत नाही.

कामावर मन एकाग्र करायचं. टेबल पुसत असाल, तर ते आरशासारखं लखलखीत करायचं. झाडून काढत असाल, तर इंचन्इंच जागा अगदी स्वच्छ झाली पाहिजे. परिपत्रक बनवत असाल, एखाद्या नक्षीसारखं सुंदर दिसलं पाहिजे. वाहन चालवत असाल तर आत बसलेल्या प्रवाशांना धक्के जाणवणार नाहीत इतकं चांगलं चालवा. शिकवत असाल तर विद्यार्थ्यांना तास संपल्याचं कळू नये इतकं चांगलं शिकवा. खाद्यपदार्थ बनवत असाल, तर खाणाऱ्यांनी बोटं चाटत राहावं, इतका चविष्ट पदार्थ बनवा.

रोजचं काम आव्हान समजून स्वीकारा

तुम्हाला माहिती आहे का, रोजच्या कामाचा शीण कशामुळे जाणवतो ते? आपण ते काम त्याच त्याच पद्धतीने करत राहतो म्हणून.

हे शांतता उपाय बघा.
१००% प्रयत्नांसाठी ..... पृष्ठ १५५
चला शोधू या उज्ज्वल बाजू ..... पृष्ठ १८१
मजा करत काम. ..... पृष्ठ १९७

आपलं रोजचं काम आव्हान म्हणून स्वीकारा. अधून मधून कामाची पद्धत बदला. हेतुपूर्वक थोड्या लांबच्या, जरा अवघड वाटेने जा. आपल्या दैनंदिन कामात थोडी विविधता आणा. थोडा बदल केल्यानेसुद्धा फार मोठा फरक पडू शकतो.

एकवटलेल्या जबाबदाऱ्या

बऱ्याच जणांना हा खूप महत्त्वाचा मुद्दा वाटतो, की मुलं लहान असताना सगळी कामं, सगळ्या जबाबदाऱ्या कशा पूर्ण करायच्या? हल्लीच्या काळात, मिळवत्या आईवडिलांनी मुलांना मोठं करायचं किंवा वृद्धांना सांभाळायचं ही मोठी समस्याच व्हायला लागली आहे. त्यातून घटस्फोट, बदली किंवा वडील परदेशात असतात अशा कारणांनी मुलांना एकच पालक मिळत असेल, तर प्रश्न अधिक बिकट होतो. अगदी सुस्थापित कुटुंबामध्ये सुद्धा या प्रश्नावरून, जबाबदाऱ्या वाटून घेण्यावरून वाद निर्माण होतात आणि सगळ्यांना अटळपणे त्याचा ताण सहन करावा लागतो.

तर मग कुटुंब आणि नोकरी-व्यवसाय हा जुळा प्रश्न कसा

सोडवायचा? दोन्हीला वेळ देऊन, दोन्हीकडे तडजोड न करता, कुठलंही नुकसान करून न घेता, दोन्ही ठिकाणी समाधान कसं मिळवायचं?

सर्वांनाच याची सोपी उत्तरे शोधणं शक्य होणार नाही, हे तर खरंच. परंतु अशा परिस्थितीत असाल, तेव्हा तुमचा ताण आणि कष्ट कमी करण्यासाठी काही उपाय शोधून काढलेले आहेत त्याचा जरूर अवलंब करून पाहावा.

१) जबाबदाऱ्यांची प्राथमिकता ठरवा. (Priority List किंवा निकड तक्ता बनवा.)
२) सर्वांशी याबद्दल मनमोकळी चर्चा करा.
३) विश्वासू व्यक्ती, संस्था यांची मदत घ्या.
४) स्वअवसर (स्वत:साठी थोडा वेळ) राखून ठेवा.

जबाबदाऱ्यांची प्राथमिकता ठरवा

ज्यांच्यावर वर सांगितल्याप्रमाणे जबाबदाऱ्यांचा ढीगच येऊन पडला आहे. अशा लोकांच्या एका मोठ्या गटाशी चर्चा केली, तेव्हा चकित करणाऱ्या काही गोष्टी पुढे आल्या.

प्रत्येकाला वाटत होतं, आपल्यावर एका वेळी दोन जबाबदाऱ्या आहेत. मुलांचं संगोपन आणि नोकरी. पण तिसरी एक जबाबदारी त्यांच्यावर असल्याचं स्पष्ट जाणवत होतं. ती होती सामाजिक जबाबदारी. सोशल लाइफची, सामाजिक जीवनाची. ही जबाबदारी जास्त ताण वाढवणारी, गोंधळात टाकणारी होती. पण त्यांना त्याची जाणीव नव्हती.

प्रत्येकाला प्रश्न विचारला जायचा, 'हे दोन्ही करून उरलेल्या वेळात तुम्ही काय करता?' तेव्हा बहुतेक जण, 'कुठे उरतो वेळ?' 'कसलं सोशल लाईफ?' अशी उत्तरे द्यायचे. खरं म्हणजे हे समाजाचं दडपण तितकंच ताण वाढवणारं असतं. विशेषत: एकट्या पालकांना त्याचा जास्त त्रास होतो.

सुरूवातीला आपण जीवनातील प्राथमिकतांच्या तक्त्याबद्दल वाचलं ना, आयुष्यातल्या महत्त्वाच्या गोष्टी ठरवण्याचं तंत्र, त्याचा सर्वांत जास्त उपयोग या ठिकाणी होतो.

तुमची सर्वोच्च प्राथमिकता कोणती? नोकरी? मुलांचं संगोपन? जबाबदारी कुणाबरोबर वाटून घेणं की घटस्फोट होऊ न देणे?

एकदा हा प्राधान्यक्रम ठरवला की आयुष्यातल्या इतर गोष्टींचं महत्त्व आपोआप कमी होत जातं. आपल्या आवडीनिवडी छंद, उपक्रम, मुख्य हेतूंना सांभाळून

राहिलेल्या वेळात करणं किंवा लांबणीवर टाकणं, त्याची पुनर्रचना करणं हे केलं जातं.

उदाहरणार्थ - एखाद्या स्त्रीची प्रमुख प्राथमिकता आहे तिच्या मुलांचं संगोपन. त्यासाठी तिनं नोकरी करून पैसे कमावणं तर आवश्यकच आहे. पण नोकरीत बढती मिळवणं पदोन्नती करून घेणं हे काही तितकं तातडीचं नाही. मग त्यासाठी ती तिच्या कामाच्या कारकिर्दीतल्या आणि सामाजिक जीवनातल्या काही गोष्टींचा त्याग करायचा निर्णय घेते. का? तर तिला तिचं प्रमुख उद्दिष्ट साध्य करायचं असतं आणि मन:शांती घालवून बसायचं नसतं.

पण तिने हे समजून घ्यायला पाहिजे की जसजसा काळ पुढे जातो तसतशा, दर थोड्या वर्षांनी व्यक्तीच्या प्राथमिकताही बदलत जातात.

कधीकधी अशी परिस्थिती येते की आधी काय करायचं, नंतर काय करायचं याचा विचार करत बसणंसुद्धा शक्य नसतं. तेवढा वेळही नसतो. पण त्याही वेळेस प्राथमिकतांचा क्रम ठरवण्याचा प्रयत्न केला तर आश्चर्यकारक गोष्टी लक्षात येतील.

समस्येबाबत सर्वांशी मोकळेपणाने बोला - हा एक लहानसाच मुद्दा आहे पण तो नेहमी राहून जात असतो.

जर घरी तुम्हाला १ किंवा २ मुलं सांभाळावी लागत असतील तर ते तुमच्या बॉसला माहीत असायला पाहिजे. आपल्याला भीती वाटते की त्याचा नोकरीवर विपरीत परिणाम होईल. प्रमोशनला त्रास होईल. हे तुमच्या तत्त्वात बसत नसलं किंवा अशिष्टपणाचं वाटलं तरीसुद्धा दुप्पट जबाबदाऱ्या सांभाळताना पडणारा ताण कमी करण्यासाठी, आपण सर्वांना मोकळेपणाने आपल्या प्रश्नांची, जबाबदाऱ्यांची कल्पना द्यायला हवी. त्यांना आपल्यात सामील करून घ्यायला पाहिजे.

याचाच एक भाग म्हणून मुलांनाही सर्व परिस्थितीची नेहमी कल्पना देत राहिलं पाहिजे. (ती आता जाणती झाली आहेत असं समजून.)

अशा तऱ्हेने समस्या, जबाबदाऱ्या सर्वांना माहीत असल्या की त्यांचा मुकाबला करायला सर्वांचीच ताकद उपयोगी पडू शकते. सर्वांची मदत आपल्याला मिळू शकते.

विश्वासू लोकांची मदत घ्या

तुम्हाला 'अगदी नको' असं वाटत असलं तरी हे गरजेचं आहे. विशेषत: अपत्य संगोपनासाठी आपण इतरांची मदत घ्यायलाच पाहिजे. आपण कामावर जातो त्यावेळेस त्यांना जेवू घालणं, झोपवणं, त्यांची इतर काळजी घेणं,

त्यांच्याशी खेळणं यासाठी आणि आजारपण, अपघात यावेळी हक्काने बोलावून घेण्यासाठी आपल्याकडे विश्वासू माणसं पाहिजेत.

यासाठी मूल होऊ देण्याचा निर्णय घेतला की लगेच पुढच्या तयारीला सुरुवात करावी. मुलांच्या सख्ख्या आजीआजोबांपैकी कोण आपल्या जवळ येऊन राहील ते पाहून त्यांच्या आणि आपल्या सोयीने व्यवस्था करावी. स्वत:च्या किंवा पत्नीच्या आईवडिलांपेक्षा विश्वासू असा माणूस मिळणेच अशक्य. त्यामुळे त्यांचे म्हातारपण आणि आपल्या मुलाचे मूलपण 'निकोप' राहील याची काळजी घेऊन अशी व्यवस्था करणे चांगले.

स्वअवसर राखून ठेवा

इतक्या धकाधकीच्या जीवनात, एवढ्या जबाबदाऱ्या पेलत असताना स्वत:साठी, केवळ स्वानंदासाठी दिवसाकाठी २० मिनिटे तरी राखून ठेवणं फार गरजेचं आहे. या स्वत:साठी ठेवलेल्या वेळात अजिबात काहीही न करता स्वस्थ बसल्यामुळे दैनंदिन ताणतणावापासून बाजूला राहून तुम्ही शांततेचा नवा अर्थ अनुभवता. हे न चुकता, नियमितपणे करत राहा आणि बघा, जीवनाचा प्रत्येक पैलू उजळत असल्याचा अनुभव येईल.

हे शांतता उपाय बघा.
जीवनातील प्राथमिकतांचा तक्ता ..... पृष्ठ ८६
जे हवं ते कसं मिळवायचं? ..... पृष्ठ २२०
यशाच्या लोकप्रिय संकल्पना धुडकावून द्या. ..... पृष्ठ २०३
स्वत:चे लाड करा. ..... पृष्ठ २९५
स्वअवसर ..... पृष्ठ १४९

◆

१८. जेव्हा तुमच्यामुळेच ताण निर्माण होतो

कामाच्या ठिकाणी तणाव निर्माण होण्याचे सर्वांत मोठे कारण म्हणजे तुम्ही स्वत: आणि तुमच्या डोक्यातील विचार.

तुम्ही आणि तुमच्या डोक्यातले विचार हे धंदा-उद्योगाच्या किंवा नोकरीच्या ठिकाणी ताण निर्माण करणारं सर्वांत मोठं कारण आहे.

वेळेचा अभाव, नियंत्रणाचा अभाव, इतरांचं वागणं या गोष्टी कामाच्या ठिकाणी तणाव निर्माण करण्यासाठी कारणीभूत नसतात. त्या सगळ्या ताणतणावाच्या मुळाशी असता तुम्ही आणि तुमच्या डोक्यात चाललेल्या उलाढाली. सुदैवाने, त्याच ठिकाणी म्हणजे तुमच्या डोक्यातच त्या समस्येवरचं उत्तरही दडलेलं असतं.

वेगवेगळ्या कामांविषयीच्या आपल्या कल्पना, आपले दृष्टिकोन यात जर थोडा बदल केला आणि आलेल्या परिस्थितीला तुम्ही कसे सामोरे जाता, हे तपासून घेतलं तर कामाच्या ठिकाणी उद्‌भवणारे बहुतेक प्रश्न सुटू शकतात. कधीकधी तर अगदी आपल्या जागेवर बसल्या बसल्या, खुर्चीची ऊब न सोडतासुद्धा हे प्रश्न सोडवता येतात.

आता आपण काही नेहमी निर्माण होणारे ताण कसे सोडवायचे ते पाहू. सर्वसाधारणपणे दोन प्रकारचे ताण तणाव असतात.

१) अंतर्मुखी ताण - यामध्ये लोकांच्या मनात उद्‌भवणारे म्हणजे भीती, चिंता, महत्त्वाकांक्षा, अपराधी भावना, अहंकार, असुरक्षितता, चित्त एकाग्र न होणे यांचा समावेश असतो.

२) बहिर्मुखी ताण - यात बाहेरच्या वातावरणात निर्माण होणारे म्हणजे स्पर्धा, मत्सर, हाव सुटणे, संतापजनक घटना हे ताण येतात.

या सगळ्यावर उपाय करण्यासाठी तुम्हाला शिकावी लागतील दोन महत्त्वाची

कौशल्ये. नेहमी सकारात्मक बाजूचा विचार करायचा आणि त्याला उत्तम नियोजनाची जोड द्यायची.

शांत, स्थिरचित्त होण्याचे ठरवा

आपण जे काय करतो ते जर प्रभावीपणे करण्याची आपली क्षमता असेल तर कामाच्या जागी तणाव निर्माण करणाऱ्या एका बलाढ्य शत्रूवर आपण मात करू शकतो. तो शत्रू म्हणजे नियंत्रणाचा अभाव.

काळावर कुणाचं नियंत्रण नसतं पण घडणाऱ्या घटना आणि त्यांना लागणारा वेळ यावर आपण काही प्रमाणात नियंत्रण ठेवू शकतो.

Planning किंवा योजना, हे कामाच्या ठिकाणी घडणाऱ्या घटनांवर ताबा ठेवण्याचे फारच उपयुक्त साधन आहे. तुमच्या कामाची योजना आखा. दिवसाची आखणी करा. तुम्हाला त्या कामातून काय काय मिळवायचंय ते ठरवून ठेवा.

योजना बरोबर नसेल किंवा त्यात त्रुटी असतील तर कामात दिरंगाई होते, हेतू नीट साध्य होत नाही. त्यामुळे निराशा, औदासीन्य, अस्वस्थता आणि इतर बरेच प्रश्न निर्माण होतात.

योजना परिपूर्ण असेल तर तुम्ही शांत राहून काम करू शकता. त्यासाठी योजना कशा करायच्या. त्याच्या काही तंत्रांचा परिचय करू घेऊ म्हणजे त्यातून तुम्हाला हवं ते तंत्र तुम्ही निवडू शकाल.

दीर्घ मुदतीच्या सृजनशील योजनांची आखणी

बऱ्याच जणांना व्यक्तिगत तसेच संस्थेच्या पातळीवर योजना कशी करायची ते माहीत नसतं. ते खूप प्रयत्न करतात योजना करताना त्यांच्या डोळ्यांसमोर असतात फक्त हिशेबाचे आकडे. नफा, तोटा. पण भविष्याला आकार देणाऱ्या उपक्रमांकडे त्यांचा रोख नसतो. जगातल्या ९९% मोठ्या कंपन्या अशा प्रकारचा दृष्टिकोन ठेवून योजना आखतात आणि ती त्यांची गंभीर चूक ठरते. योजना अशी पाहिजे की त्यातलं कामाचं स्वरूप सरळ पुढे नेणारं आणि निश्चित अंदाज येणारं पाहिजे.

योजनेची सुरुवात 'आज' हा पाया धरून केली जाते. तुम्ही म्हणता, "आपण आज इथे आहोत. २० लाखांचं कर्ज आहे, कर्मचाऱ्यांचं मनोबल कमी आहे, आपलं तंत्रज्ञान ठीक आहे, अनेक देशात मंदीची शक्यता आहे. आजपासून पाच वर्षांनी, दहा वर्षांनी आपल्याला कुठे पोचायचं आहे?"

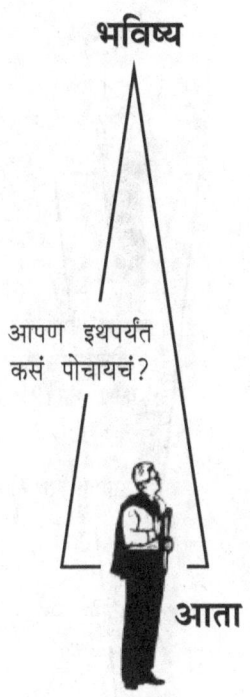

आणि तुम्ही योजना आखू लागता.
एकापाठोपाठ एक तर्कसंगत पाऊल टाकत जाता. वर्तमान स्थितीपासून दूर दूर जात. सगळी नजर लागलेली असते अवकाशात कुठेतरी असणाऱ्या वैभवशाली यशोबिंदूकडे. बहुतेक ठिकाणी अशा योजना सफल होऊ शकत नाहीत, याच कारण असं असतं की इथे प्रश्नाकडे पाहण्याचा दृष्टिकोन पक्क्या बांधकामासारखा पृथक्करणात्मक, तर्कशुद्ध असतो. (डाव्या मेंदूचा वापर) ज्यामुळे सरळरेषात्मक विचार आणि भविष्याचा अंदाज येणं शक्य नसतं. (Linear thinking)
१० वर्षानंतर
आपण इथपर्यंत कसे पोचायचे?
आता
जेव्हा त्यांना त्यातले दोष समजून येतात तेव्हा म्हणतात 'काही हरकत नाही. आपण भविष्यकाळाचा विचार करायला व्यावसायिक भविष्यवेत्त्याला बोलावू.' पण त्याचाही उपयोग होत नाही. डाव्या मेंदूचा वापर करून कसं भविष्य समजणार? मनाचं कार्य काय असं चालतं का?
खरा योग्य दृष्टिकोन तर याच्या उलट असायला हवा. काही लोक याला 'उफराटं इंजिनिअरिंग' (Deconstruction Or Reverse Engineering) म्हणतात. यामध्ये डोळ्यांपुढे चित्र उभं करणारा, निर्मितीयोग्य विचार असतो. हा उजव्या मेंदूने केलेला विचार, डाव्या मेंदूपेक्षा खूपच परिपूर्ण असतो. त्यात योजनेकडे किंवा प्रश्नाकडे पाहण्याचा Holistic म्हणजे सजीवतेचा घटक विचारात घेऊन केलेला प्रयत्न असतो.
याची सुरुवात अगदी कल्पनेनेच करायची.
'आपण सध्या २०१५ सालात आहोत. या क्षेत्रात आपण सर्वोच्च स्थानावर आहोत' वगैरे.
आणि मग तुमची कल्पनाशक्ती, निर्मितीक्षमता आणि जे जे काय लागेल त्या प्रत्येक क्षमतेचा वापर करून, अर्धजागृत मनाच्या मदतीने

एकेक पायरी निश्चित करत जायची.
'आता आपण २०११ मध्ये आहोत. इथे येण्यासाठी आपण काय काय केलं?'
'आता आपण २००७ मध्ये आहोत. कशा पद्धतीने इथवर आलो? अशा पद्धतीने आजपर्यंत मागे यायचं.
याचा उपयोग होतो. याचा बरोबर उपयोग होतो कारण यामध्ये मेंदूचा तोच भाग वापरला जातो, जो 'भविष्य' या कल्पनेला घट्ट पकडून विचार करू शकतो. अगोदर पुढचा विचार करायचा आणि मग मागे मागे यायचं. दीर्घ मुदतीच्या योजना आखण्याचे हे सर्वांत प्रभावी तंत्र आहे. आणि जास्तीत जास्त यशाची आघाडी घेणाऱ्या कंपन्या याचाच वापर करू लागल्या आहेत.

काही जण याबद्दल अशी कुरकुर करतात की, 'हा दृष्टिकोन फार तांत्रिक आणि सैद्धान्तिक वाटतो बुवा!' (अर्थात व्यावसायिक 'प्लॅनर्स' असं बडबडत बसणार नाहीत. हे वाचल्याबरोबर ते आपल्या धोरणात बदल करायला लागतील.)

तसं पाहिलं तर हे वर्णन तांत्रिक वाटतं. पण प्रत्यक्ष अमलात आणताना खूप साधं, गुंतवून ठेवणारं आणि आनंददायक असल्याचा अनुभव येतो.

तुमच्या व्यवसायामध्ये नेहमी लांबवरचा विचार करून योजना आखण्याची गरज पडत असेल तर याप्रकारे केलेल्या योजना निश्चितपणे अधिक कार्यसाधक आणि फलदायी ठरतील.

वैयक्तिक आयुष्यात तुमच्या गरजांच्या दृष्टीने नोकरीचा विचार करण्याची वेळ येते. क्षेत्रबद्दल किंवा तत्सम प्रश्न पुढे येतात त्यावेळेला ही सृजनशील दीर्घ मुदतीची योजना करण्याचे कसब तुम्हाला अक्षरश: अमूल्य वाटेल.

ही संपूर्ण प्रक्रिया फक्त ३० मिनिटांची आहे. आयुष्यातल्या मोठमोठ्या

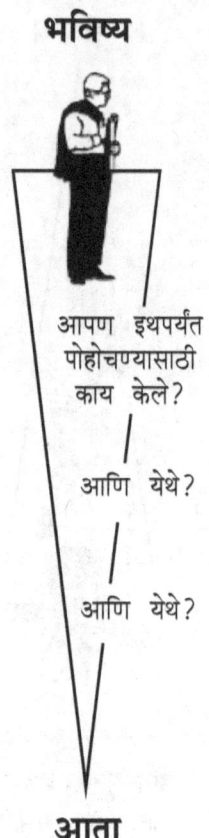

भविष्य

आपण इथपर्यंत पोहोचण्यासाठी काय केले?

आणि येथे?

आणि येथे?

आता

गोष्टी ठरवण्यासाठी द्यावा लागणारा कमीत कमी वेळ. नंतर वाटेतल्या पायऱ्या ठरवत येण्यासाठी २-३ वेळा पुनरावृत्ती करावी लागेल, इतकंच.

कुठेतरी शांत ठिकाणी जाऊन बसायचं. डोळे मिटून दोन मिनिटे श्वसनाचा आवाज ऐकत बसायचं.

स्थिर झालात की तुम्ही एकदम पुढच्या भविष्याची कल्पना करायची. आपला व्यवसाय 'नंबर वन' वर आहे, आपण प्रसिद्ध उद्योगपती झालो आहोत, परितोषिक स्वीकारत आहोत, कसे दिसत आहोत, कसे वागत आहोत सगळी सविस्तर कल्पना करा.

ते चित्र पूर्ण झालं. त्यातले रंग, वास, स्पर्श यांची अनुभूती घेऊन झाली की एकेक वर्ष मागे येत येत प्रत्येक चित्र डोळ्यांसमोर आणायचं. त्यात तपशील भरायचे. त्याची फारशी चिकित्सा न करता सगळं एका कागदावर लिहून काढा. त्याच क्रमाने मागे येत थेट आजपर्यंत या. पुन्हा एकदा वेगळ्या कागदावर तपशील लिहून काढा.

आता तुमच्यासमोर अनेक कागद जमा झाले असतील. त्या सगळ्यावर जागरूकपणे, लक्षपूर्वक नजर टाका. हा झाला तुमच्या योजनेसाठी मार्गदर्शक नकाशा. त्यातलं एकेक पान घेऊन तुम्ही योजनेचा एकेक टप्पा विनासायास ठरवू शकता.

हे शांतता उपाय बघा.
जीवनातील प्राथमिकतांचा तक्ता ..... पृष्ठ ८६
मनश्चक्षूंनी पाहणे ..... पृष्ठ ११०
स्वीकार करण्यासाठी ..... पृष्ठ १२३

दीर्घ मुदतीच्या सृजनशील योजनेसाठी

- ५ मिनिटे दीर्घ श्वसनाचा आनंद घ्या. श्वासाचा आणि उच्छ्वासाचा आवाज ऐकत रहा.
- स्थिर झाल्यानंतर नजरेसमोर एक मोठा रजतपट असल्याची कल्पना करा.
- त्या पडद्यावर तुमची काही वर्षांनंतरची प्रतिमा पहा. सर्व बारीक सारीक तपशिलाची नोंद करा. चित्र पूर्ण करा.
- आता स्वत: त्या चित्रात प्रवेश करा.
- काय काय दिसते ते पाहायचा प्रयत्न करा. सगळे आवाज, स्पर्श, पोत, तपमान, संपत्ती, कौतुक यांची अनुभूती घ्या.
- आता त्याच्या अलीकडच्या काळाची कल्पना करा. सगळे आवाज, स्पर्श, गंध अनुभवा. चित्र तयार करा.
- चित्रातले तपशील एका कागदावर लिहून काढा.
- आता आणखी अलीकडच्या वर्षाचे चित्र तयार करा.
- तपशील कागदावर लिहून काढा.
- ह्याच पद्धतीने आजपर्यंत येईतोवरचे कागद तयार करा.
- या सर्व कागदांच्या आधारे तुमची तपशीलवार योजना तयार करा.

निर्णयासाठी खास वेळ द्या

हा एक छोटासा मोलाचा सल्ला आहे. याचं पालन केल्यामुळे नेहमी तणावाखाली असलेल्या 'गोंधळ्या' व्यक्ती शांतता आणि सुव्यवस्थितपणाचे आदर्शच बनतात. (अर्थात त्यांच्या मानाने) दिवसाकाठी फक्त २० मिनिटे निर्णय घेण्यासाठी आणि तयारी करण्यासाठी राखून ठेवा. त्या वेळात तुमच्या दिवसभराचा कार्यक्रमांची आखणी करा. काय-काय काम संपवायचं आहे, त्यासाठी काय पूर्वतयारी लागेल ती करून ठेवा. त्या वेळेला इतर कोणत्याही विचाराने किंवा व्यत्ययाने विचलित होऊ नका. तुम्हाला वाटेल, "बापरे! किती वेळ दिला यासाठी!" पण या २० मिनिटांच्या कित्येक पटीने तुमचा वेळ पूर्वतयारी केल्यामुळे वाचणार आहे हे लक्षात ठेवा. वेळ नसेल तर २० मिनिटे लवकर उठा. आपलं काम शांततेने आणि चांगल्या रीतीने होण्यासाठी केलेली ही गुंतवणूक आहे असंच समजा.

कार्यवाहीच्या तीन पायऱ्या

कामाच्या ठिकाणी काही वेळा तुम्हाला विशेष काही साध्य करायचं असतं एरवी साधं, नेहमीचं काम करायचं असतं. त्या दृष्टीने साधी सरळ कार्यपद्धती ठरवणं केव्हाही चांगलं.

(कामाच्या ठिकाणची तुमची प्राधान्य 'प्राथमिकता गणकयंत्र' वापरून) आधी ठरवून घ्या.

कार्यवाहीच्या तीन पायऱ्या सोप्या, सहजसुलभ आहेत. पहिली पायरी म्हणजे आपलं साध्य ठरवून घ्यायचं.

एखादा तास अगदी एकटं, गडबड गोंधळापासून लांब बसून आपल्याला आज कोणतं सकारात्मक काम करून टाकायचं आहे, नेमकं काय काय करायचं आहे हे पक्कं करा. (त्यासाठी दीर्घ मुदतीचे सृजनशील तंत्र वापरू शकता.)

दुसरी पायरी अशी की, ठरवलेले उद्दिष्ट गाठण्यासाठी कृतीचा कच्चा आराखडा तयार करायचा. उद्दिष्टाचे बारीक तपशील, त्यासाठी करण्याच्या कामाचा बारीक तपशील, सगळं सविस्तर लिहून काढायचं. त्याला लागेल तेवढा वेळ द्यायचा.

हे शांतता उपाय बघा.

जीवनातल्या प्राथमिकतांचा तक्ता ..... पृष्ठ ८६

दीर्घ मुदतीच्या सृजनशील योजनेसाठी.....पृष्ठ १६८

१००% प्रयत्नांसाठी ..... पृष्ठ १५५

तिसरी पायरी प्रत्यक्ष कृतीची, योजनेच्या अंमलबजावणीची : इथे आपलं १०० टक्के प्रयत्नाचं तंत्र फार उपयोगाचं ठरतं. सगळे ताणतणाव, मरगळ नाहीशी होते. परस्परातले वाद, चर्चा टळतात. तुम्ही पूर्णपणे कामात मग्न राहिलात की कुणी काही बोलण्याचा प्रश्नच येत नाही.

३ पायऱ्यांच्या कार्यवाहीसाठी

१. तुमचं आजचं साध्य ठरवा. एखादे सकारात्मक काम मनात ठेवून त्यावर १ तासाचं चिंतन करा.

२. साध्य कसं साधणार त्याचा कृती आराखडा तयार करा. ही महत्त्वाची पायरी आहे. त्यासाठी लागेल तेवढा वेळ देऊन सर्व सविस्तर कागदावर लिहून काढा.

३. कार्यवाहीत स्वत;ला झोकून द्या. '१०० टक्के प्रयत्न' तंत्राचा वापर करून यशस्वीपणे काम पूर्ण करा. कार्यक्षमता वाढवून, कार्यानंदही कमवा.

आपोआप होणारी योजना

जे लोक दैनंदिन कामाची आखणी करतात, त्यांना तणावजन्य समस्या फारशा त्रास देत नाहीत. जे आखणी करत नाहीत त्यांना मात्र तणावामुळे अनेक समस्यांना तोंड द्यावं लागतं. कामाची आखणी करण्याकरता हे कारणसुद्धा वाईट नाही. नाही का?

'पण आमच्याकडे त्या पारंपरिक पद्धतीनुसार सविस्तर योजना करायला अजिबात वेळच नाही. आम्ही फारच Busy असतो. आणि ते योजनाबिजना म्हणजे so left brain आणि Bore यू नो?'

तुम्हाला आकडा ऐकून आश्चर्य वाटेल, इतके लोक असल्या सबबी सांगत असतात.

पण : समजा, अगदी बिलकूल वेळ न लागता, आपोआप तुमच्या दिवसाच्या कामाची आखणी करता येते, असं कळलं तर काय वाटेल तुम्हाला? बरं वाटेल की नाही?

ती पद्धत अशी आहे. तुम्ही रोज सकाळी करत असता त्यातली एक कृती निवडा. त्यात पुनरावृत्ती असावी. फारसं डोकं न लावता, सहजच त्या क्रिया होत असाव्यात. तुमचा रोजचा व्यायाम, सकाळचं फिरणं, जप करणं सकाळचं सवयीने चालणारं घरकाम किंवा बसने कामावर जाणं का असेना. त्या वेळेचा उपयोग आपल्याला दिवसाच्या कामाची सविस्तर आखणी करण्याकरता करायचा आहे. दुसरातिसरा काही विचार न करता त्या वेळेत ती आखणी करूनच टाकायची.

आपल्या अर्धजागृत मनाला यासाठी कामाला लावायचं. त्याच्यावर ही जबाबदारी सोपवायची. सकाळी उठल्यावर त्या कृतीची सुरुवात करताना स्वतःला सांगायचं, "आज अमुक अमुक कामं करायची आहेत. ही कृती संपेपर्यंत आपण त्याची आखणी करूनच टाकू." असं म्हणायचं आणि विसरून जायचं. तो विचारच मनातून काढून टाकायचा. मग बघा. तुमचं फिरणं किंवा काम झाल्यानंतर कामाची आखणी तयार होऊन उभीच असते तुमच्या मनाच्या दारात कागदावर उतरण्याची वाट बघत.

आणि असं कायम होत राहतं. एकदाही चूक न होता.

हे शांतता उपाय बघा.	
जीवनातल्या प्राथमिकतांचा तक्ता	पृष्ठ ८६
तुमची शांत जागा	पृष्ठ २७६
शांततेचे तंत्र	पृष्ठ ३०५

कामाच्या आपोआप आखणीसाठी

१) दररोज सकाळी तुम्ही सवयीने करत असलेली एखादी कृती निवडा. त्यात पुनरावृत्ती असावी. अजिबात डोकं घालावं लागणार नाही. उदा. चालणं, जप करणं.

२) त्या कृतीला सुरुवात करताना स्वत:ला सांगायचं. आज ही कामं करायचीत. चालणं होईपर्यंत त्याची आखणी करून टाकू. आणि विसरून जायचं.

३) ती कृती संपता संपता कामाची आखणी तुमच्या मनाच्या दारात वाट पाहत उभीच असेल.

४) ते सगळं कागदावर उतरवून काढा.

निर्णय घेण्याची शांत पद्धत

बऱ्याच वेळा आपल्याला निर्णय घेणं हीच फार कठीण गोष्ट वाटते. 'निर्णय न घेणं' ही गोष्ट तशी सोपी आहे. पण निर्णय घेता आला नाही तर माणसं निराश होतात. आणि मग नैराश्यातून येतात ताण आणि चिंता. त्यामुळे आपल्याला निर्णय घ्यायचा आहे हे माहीत असलं तर निर्णय घेऊनच टाकावा. आपण निर्णय घेणारच हा छोटा निर्णय तरी घ्यावा. बऱ्याच यशस्वी लोकांचा असा विश्वास असतो की काहीच निर्णय न घेण्यापेक्षा चुकीचा का होईना. निर्णय घेऊन टाकलेला बरा.

आणि खरंच, पुष्कळ वेळा हे योग्य ठरतं.

आता ही पद्धत बघा. या पद्धतीमुळे त्या त्या वेळेला अगदी उत्कृष्ट ठरेल असा निर्णय तुम्ही घेऊ शकाल. इतकंच नाही तो निर्णय तुम्हाला अगदी झटपट आणि शांतपणे घेता येईल.

प्रथम त्या विषयातली जी काही माहिती उपलब्ध आहे ती गोळा करायची त्यानंतर काय तिचं पृथक्करण, आकडेमोड वगैरे असेल ती करून घ्यायची आणि तुमच्या अंतर्मनावर (Subconscious) हे काम सोपवायचं. 'सगळ्या उपलब्ध माहितीचा विचार करून गुंतवणुकीतून सर्वांत अधिक फायदा कशातून मिळू शकेल. हे माझं अंतर्मन मला सांगणार आहे.'

त्यानंतर थोडा वेळ अजिबात काही न करता स्वस्थ बसायचं. त्या

वेळात तुमचं मन त्या माहितीची नीट पाहणी करून त्या वेळेला जो सर्वात उत्तम ठरेल असा निर्णय घेऊन टाकेल.

ही पद्धत फार सुंदरपणे उपयोगी पडते.

कधीकधी काय होते. यात डाव्या मेंदूचा फाजील आत्मविश्वास मध्ये येतो. म्हणजे अशा प्रकारे बुद्धी वापरून करण्याचं काम मनाचा एखादा भाग करू शकत असेल हे काहीजण स्वीकारूच शकत नाहीत. अशा लोकांनी आपल्या बौद्धिक क्षमतेची गुलामगिरी करत रहावं. बाकीच्यांनी मात्र या सहजसुलभ, शांतपणे निर्णय घेण्याच्या पद्धतीचा अवलंब करायला काहीच हरकत नाही.

> हे शांतता उपाय बघा.
> जीवनातल्या प्राथमिकतांचा तक्ता .....
> पृष्ठ ८६
> दीर्घ मुदतीच्या सृजनशील योजनेसाठी .....
> पृष्ठ १६८
> आपोआप होणारी योजना .....
> पृष्ठ १७३

शांतपणे निर्णय घेण्यासाठी

१) लागणारी सर्व माहिती शोधून, गोळा करून, तिचे वर्गीकरण वगैरे करून ठेवा.
२) स्वत:च्या मनावर कामगिरी सोपवा.
३) ५-१० मिनिटे काही न करता स्वस्थ बसा.
४) दुसऱ्या जागी जा. शांत स्थिर श्वसनाचा आनंद घ्या.
५) ४ मिनिटांनी आपला निर्णय होईल असं म्हणा.
६) आता तुमचं अंतर्मन किंवा अंत:स्फूर्ती तुम्हाला मार्गदर्शन करील.
७) ४ मिनिटात तुमचा निर्णय झालेला असेल.

शांत कार्यक्रमपत्रिका (Calm Agenda)

एखादी सभा, कुठल्याही विशिष्ट विषयाबद्दल अशी नसते. ती एक सर्वसाधारण सभा असते. अशा सभेची कार्यक्रम पत्रिका तयार करणं म्हणजे वैताग असतो नुसता.

लहान-लहान मीटिंग्जचा सुद्धा तसा त्रासच होतो. आपल्या ठरलेल्या कामामध्ये त्यांच्यामुळे सारखे अडथळे येत राहतात.

कामाच्या ठिकाणी वेळ वाया घालवण्याचं एकमेव साधन म्हणजे

मीटिंग्ज. (याचं याहून सौम्य वर्णन करताच येत नाही.) बऱ्याच वेळा अशा सभा म्हणजे 'विनोद' असतो. ढिसाळ व्यवस्थापन आणि निर्णय न घेणं, असल्या गोष्टींचा अड्डा. आणि जितका जास्त वेळ सभेला लागेल तितका तो मोठा अड्डा बनतो.

जर तुम्हाला अशा सभांना आणि बैठकींना उपस्थित राहावंच लागत असेल, तर 'सभेचं व्यवस्थापन' शिकून घ्या. त्यांच्या कामकाजात सुधारणा होईल आणि तुम्हीही शांत व्हाल. मुख्य म्हणजे सभेचं आयोजन आणि व्यवस्थापन कसं करायचं यावर तुमचं नियंत्रण राहील. समजा तेवढा तुमचा अधिकार नसेल, तर जे सभेचं आयोजन करतात, त्यांना याच्या झेरॉक्स प्रती काढून वाटा. किंवा स्वयंसेवक म्हणूनही काम करायला हरकत नाही. म्हणजे तुमच्या काही सूचना तुम्ही आयोजकांना सांगू शकाल.

> **हे शांतता उपाय बघा.**
> आपले म्हणणे ऐकायला लावण्यासाठी .....
> .... पृष्ठ २४६
> जे हवं ते कसं मिळवायचं? ..... पृष्ठ २२०
> शांततेच्या प्रभावाखाली रहा. ..... पृष्ठ २५०

शांत कार्यक्रमपत्रिकेसाठी (Calm Agenda)

एखादी सभा (मीटिंग) अर्थपूर्ण होण्यासाठी ५ गोष्टी आवश्यक आहेत.
- सभेचा उद्देश कार्यक्रमपत्रिकेच्या वरच्या बाजूला ठळकपणे छापलेला असावा.
- ज्यांचा खरोखर त्या कामाशी प्रत्यक्ष संबंध आहे, त्यांनीच सभेला हजर राहावं.
- सभेचा कालावधी निश्चित ठरलेला असावा.
- सभेत काही ठराव संमत झाले तर त्याची व्यवस्थित नोंद व्हावी.
- त्या ठरावाची अंमलबजावणी करण्याचा अधिकार उपस्थितांपैकी एकाला असावा.

यातली प्रत्येक गोष्ट बरोबर असेल तर त्या सभेसाठी स्वतःचा वेळ खर्च करा.

या दिशेने जागृत झालेल्या काही संघटनांनी, सभा सुंदर आणि चांगली वाटण्याच्या दिशेने काही नियम केलेत. त्यातले काही असे आहेत.

१. ठराव संमत झाल्यानंतरच खाद्यपदार्थ पुरवावेत.
२. सभास्थानी आरामदायक खुर्च्यांऐवजी, पाठ ताठ राहील अशा खुर्च्या असाव्यात.
३. बसण्यापेक्षा सर्व सभासदांनी उभे राहावे (हा विक्षिप्तपणा वाटतो पण यामुळे अनावश्यक फापटपसारा टळतो. माणसे लगेच मुद्द्यावर येतात.)
४. औपचारिकपणे ठराव संमत होईपर्यंत आपसात बोलण्यास मनाई करावी.

या छोट्या छोट्या गोष्टी पाळायचं आपणही ठरवलं तर, तुम्हाला आश्चर्य वाटेल पण 'मीटिंगचं आयोजन' या प्रकरणातली बरीच कटकट आणि चिंता संपुष्टात येते.

अशा तऱ्हेने जर 'शांत कार्यक्रम पत्रिका' अमलात आणली तर एका उत्तम संयोजन केलेल्या सकारात्मक सभेचे उत्पादक फायदे आपण मिळवू शकतो.

सकारात्मक बदल

'शांत श्वसन' याप्रमाणेच 'सकारात्मक बदल' हा या पुस्तकाचा एक महत्त्वाचा भाग आहे. 'सकारात्मक दृष्टिकोन' ही आयुष्यात काहीतरी विशेष करून दाखवण्याची गुरुकिल्लीच आहे. यावर विश्वास ठेवा आणि तुम्हाला हवं ते मिळवा. तुम्ही म्हणाल, 'त्यात काय विशेष सांगितलं? सगळ्यांनाच माहिती असतं हे.' बरोबर आहे. सकारात्मक दृष्टिकोन महत्त्वाचा असतो, चांगला असतो हे सगळ्यांनाच माहीत असतं. पण अमलात किती लोक आणतात? कारण आचरणात आणायला अवघड आहे ते.

अहो, आजूबाजूला जिकडेतिकडे राजकारण, कुरघोड्या करणं चालू. पुढारी लोक दररोज एकमेकांवर खच्चून 'चिखलफेक' करत असलेले. वृत्तपत्रात खून, दंगली, रास्ता रोको, बलात्कार, सगळ्या नकारात्मक बातम्या. टी.व्ही. चित्रपट, साहित्य सगळीकडे नकारात्मक विचारांचा थयथयाट. लोक ज्याकरता वेडे होतात, ते पॉप संगीतसुद्धा ऐकणाऱ्यांच्या मनावर जास्त वेळा नकारात्मक परिणाम करत असतं. आता या सगळ्या माऱ्यातून 'आपुले बापुडे मन' कसं काय बरं सकारात्मक विचारांकडे वळणार? हा सगळा नकारात्मक परिणाम होतो, आपण इतर सगळ्यांचं ऐकत राहतो म्हणून. आपण स्वतःचं ऐकायला सुरुवात केली

तर काय होईल? स्वतःला स्वतःचं सकारात्मक म्हणणं ऐकायला येईल आणि हळूहळू ती एक चांगली सवय आपल्याला लागून जाईल.

या आधी आपण चर्चा केलीच आहे, की आपण जर आपल्या अर्धजागृत मनाला सकारात्मक सूचना केली तर ते फार तत्परतेने प्रतिसाद देतं. संमोहन, स्वीकार आणि दृश्य प्रतिमा या सगळ्या तंत्रांचा सकारात्मक सूचना देऊन उत्तम उपयोग करून घेता येतो.

त्याचप्रमाणे आपल्या हाताखालच्या लोकांना काम सांगताना, वरिष्ठांना विनंती करताना किंवा कुणा अपरिचिताला कशाची शिफारस करताना सकारात्मक शब्द वापरलेत तर त्याचा विलक्षण चांगला परिणाम होतो. कारण सकारात्मक सूचना, ऐकणाऱ्याच्या मनावर सकारात्मक परिणाम करतात.

समजा तुम्ही म्हणालात, 'मी आज कामाच्या ठिकाणी खूप शांत राहणार आहे' तर त्याचा फारसा परिणाम होणार नाही. का? तर तो सकारात्मक विचार नसून ती तुमची इच्छा आहे फक्त (wishful thinking) फरक बघा हं!

सकारात्मक	इच्छात्मक
मी शांत आहे.	आता मला शांत वाटायला लागेल.
मला पूर्ण विश्वास आहे.	आता मला विश्वास वाटेल.

हे खरं म्हणजे अगदी 'मूलतत्त्व' म्हणण्यासारखं तत्त्व आहे. आत्मविकास, आत्मजागृती यासाठी शोधून काढलेल्या प्रत्येक तंत्राच्या मुळाशी एकच विचार आढळतो की केवळ आपल्यासाठी कुणी काही चांगलं करावं ही इच्छा करण्यापेक्षा जास्त काहीतरी तुम्ही करायला हवं. म्हणजे 'ते आपल्यासाठी चांगलं काम करतील' अशी खात्री मनात बाळगायला पाहिजे.

आपण जर असा सकारात्मक विचार केला तर त्याचा फायदा होणारच. ते आपलं काम नक्कीच करतील.

सकारात्मक दृष्टिकोन ठेवला तर आपण संकटावर मात करू शकतो. हतबलता घालवू शकतो. सकारात्मक विचार केल्यामुळे दुखणी लवकर बरी होतात, शर्यती जिंकल्या जातात आणि तणावामुळे निर्माण होणारे नकारात्मक परिणाम नष्ट होतात. मुख्य म्हणजे स्वतः शांत आणि सुखी असल्याची भावना निर्माण होते.

या उलट नकारात्मक विचार करणाऱ्यांना 'स्वतःची किळस येणे' वगैरे भावना होऊ शकतात. त्यामुळे त्यांच्या शरीराच्या सुरक्षा व्यवस्थेवर (Immune System) अनिष्ट परिणाम होऊन ती कोलमडते. असं पाहणीअंती लक्षात आलेलं आहे.

ज्या ठिकाणी आपण कधी पाऊलही टाकलं नसतं किंवा क्षणभरही थांबू शकलो नसतो त्या ठिकाणी जाऊन आपण आरामात राहू शकतो ते केवळ सकारात्मक दृष्टीने विचार केल्यामुळे. आपण तर निवांत होतोच पण आपल्याशी संबंधित इतर लोकांवरही त्याचा तसाच चांगला परिणाम होतो.

तुमच्या लक्षात आलं नसेल, पण शांततेच्या मार्गावर तुमची बऱ्यापैकी वाटचाल झालेली आहे. तुम्ही शांत-स्थिर अवस्थेच्या जवळजवळ पोचला आहात. कारण हे पुस्तक लक्षपूर्वक वाचण्याची सकारात्मक कृती तुम्ही करत आहात. त्याचे परिणाम चांगलेच झाले आहेत.

सकारात्मक शब्द

तुम्हाला माहीत आहे की नाही? बोलताना आपण जे शब्द वापरतो त्याचा आपल्या विचारांवर आणि मन:स्थितीवर खोल परिणाम होत असतो. जर आपण सकारात्मक, आशादायक शब्द वापरले तर तशाच आशावादी, सकारात्मक भावना आपल्या मनात निर्माण होतात.

या उलट आपली भाषा नकारात्मक असेल, निराशेने युक्त असेल तर मनातही तशाच निराश, नकारात्मक भावना निर्माण होतात. याच अनुषंगाने असंही होतं की आपण आपल्या शब्दसंग्रहात आशावादी, होकारार्थी सकारात्मक शब्दांचा भरणा करत गेलो तर आपल्या मनात आशावादी भावना आतून उचंबळून येतात.

कशी आहे युक्ती? सोपी वाटते ना? तशीच आहे ती. करायला फार सोपी. आपण फक्त एवढंच करायचं की बोलताना आपण कोणते शब्द वापरतो आहोत यावर लक्ष ठेवायचं. बोलताना आणि विचार करतानासुद्धा (विचार करतो तेव्हा आपण मनात बोलतच असतो) आता हळूहळू नकारात्मक शब्दांच्या जागी होकारात्मक शब्द वापरायला सुरुवात करायची. तटस्थ शब्दांच्या जागीसुद्धा सकारात्मक शब्द वापरायला लागायचं. जसजशी तुमची भाषा अधिकाअधिक सकारात्मक होत जाईल तसतसे अधिकाधिक स्पष्टपणे फायदे मिळू लागतील. तसं जाणवायला लागेल.

स्वत:चं संभाषण बारकाईने ऐकत रहा. विचार तपासत राहा. आपल्या बोलण्यातला सकारात्मक भाग शोधून त्यावर लक्ष केंद्रित करा.

कधीतरी आपण नकारात्मक विचारांना बळी पडतोच. तेव्हा त्याच विचाराचे सकारात्मक अर्थ काढून काढून त्याच्यावर अक्षरश: मारा करून नकारात्मक विचाराला नष्ट करण्याचा प्रयत्न करा.

'मला बरंच काम पडणार आहे'च्या जागी 'सुदैवाने माझ्याजवळ करण्यासारखं बरंच काम आहे.' असं म्हणून पहा. किंवा 'उपयुक्त कामांची नवनवीन आव्हानं स्वीकारायला मिळाली म्हणजे बक्षिस मिळाल्यासारखा आनंद होतो.' असे शब्द वापरा. खालच्या चौकोनातले दोन्ही रकाने त्यातले शब्द नीट वाचा. नकारात्मक शब्दाऐवजी सकारात्मक कसा वापरता येतो. त्याची कल्पना येईल.

> **हे शांतता उपाय बघा.**
> होकारार्थी विचारांसाठी ..... पृष्ठ ११५
> स्वत:शी गप्पा मारा ..... पृष्ठ २०२
> पुनरावृत्तीचा आनंद ..... पृष्ठ १५५

तुम्हाला हा शब्द म्हणावासा वाटला	तर हा शब्द वापरून वाक्य बोला.
नाही	होय
शक्य नाही	शक्य आहे
होणार नाही	होईल.
कदाचित	नक्कीच
तणावपूर्ण	तणावरहित
गोंधळ	व्यवस्थितपणा
समस्या	संधी
ठीक	खूपच चांगलं
अपयशी	यशस्वी
भीती	खात्री
वाईट	चांगलं
मला तिरस्कार वाटतो.	मला खूप आवडतं.
कंटाळा आला	उत्साह आला
गोंगाट	शांतता
दु:खी	आनंदी
रिकामा	भरलेला
हरणे	जिंकणे
निराश	उत्साही

सकारात्मक योगदान

एकदा एका सद्गृहस्थांच्या घरी कार्यक्रम होता. आबालवृद्ध निमंत्रित जमलेले होते. त्यात एक स्वामीजी होते. ते स्वत: अतिशय मृदु-मधुर शब्दात बोलत असत. इतर कुणीसुद्धा उद्धट, असंस्कृत भाषेत बोललेलं त्यांना अजिबात खपत नसे.

तिथे जमलेल्या समुदायात अनेक तरुण, तरुणी खेळात, कलेत प्रावीण्य मिळवलेले होते. जोमदार शरीर आणि बुद्धिमत्तेची देणगी त्यांना लाभलेली होती. स्वामीजींसमोर असताना ते मृदुभाषेचे भान ठेवीत. पण स्वामीजींच्या अपरोक्ष मात्र त्यांच्या तरुण बंडखोर जिभा अनावर होत. चौखूर उधळत. त्यांची दांडगट भाषा विकोपास नेत. मग वादविवाद, भडकाभडकी होत राही.

असं का होत असेल? साधी गोष्ट आहे. आपण जी भाषा वापरतो तिचा आपल्यावर आणि ऐकणाऱ्यांवर काय भयानक परिणाम होतो आहे, याची त्या तरुणांना जाणीवच नव्हती.

एखादी गोष्ट विकोपास नेण्याची एक सहजप्रवृत्ती प्रत्येक माणसात असते. त्या तरुणांमधल्या या प्रवृत्तीला आळा घालण्यासाठी त्या ठिकाणी स्वामीजींनी एक गंमतीदार उपाय शोधून काढला.

'शपथपात्राचा.'

कुणी काही उद्धट, अशिष्ट शब्द वापरला की त्याचे मित्र त्याला त्या पात्रात एक रुपया टाकायला लावीत. आणि त्याने मनातल्या मनात चांगले बोलण्याची शपथ घ्यायची. असं करता करता जेव्हा ते शपथपात्र भरलं, तेव्हा सर्वांनी जाऊन त्या पैशांची खेळणी विकत घेऊन ती अनाथ मुलांना दान केली.

हा काही त्यांना केलेला दंड नव्हता किंवा शिक्षा नव्हती. कोणतीही नकारात्मक कृती नव्हती तर एक छोटासा खेळ होता. पण त्या खेळण्याने तरुणांच्या अंतर्मनाला आवाहन केलं आणि त्यांना खरोखर जे सत्कार्य करावंसं वाटत होतं ते त्यांच्याकडून करून घेतलं. (स्वामीजींचं दडपण न घेता) त्या खेळातून त्यांना हवा असणारा सकारात्मक मार्ग त्यांनी शोधून काढला आणि एकीकडे स्वेच्छेने चांगल्या भाषेचं महत्त्व जाणून घेतलं.

मग नेहमीच ते तो खेळ खेळू लागले. शपथपात्राचा खेळ. पुढच्या वर्षी त्याच कार्यक्रमासाठी पुन्हा सर्व जण एकत्र जमले तेव्हा कुणाचं कुणाशी खटकत नव्हतं. सर्व जण एकत्र बसून आनंदात रममाण झाले

होते.

अशा खेळकर तंत्राने नकारात्मक भाषेवर मात करता येत असेल तर अशाच पद्धतीने नकारात्मक दृष्टिकोनावर सुद्धा निश्चित मात करता येईल.

सत्कृत्य पात्र

एरवी आपणही असाच गमतीदार खेळ खेळू शकतो. आपण काम करतो त्या टेबलावर एक बाटली किंवा डबा ठेवा. कोणताही नकारात्मक विचार मनात आला की त्यात एक रुपया टाकायचा. असं आठवणीने करत राहायचं. लवकरच ते पात्र भरेल. मग त्यातले रुपये काढून त्याचा सकारात्मक उपयोग करायचा. म्हणजे त्या पैशांनी गरीब लोकांना मदत करायची. स्वत: जाऊन त्यांना ते पैसे किंवा वस्तू द्यायची. म्हणजे या सत्कृत्याचं खरं समाधान आपल्याला मिळतं.

बघा आता. यातून आपण काय साधलं? आपला प्रत्येक नकारात्मक शब्द, विचार, टोमणा किंवा कृती यांना सकारात्मक बनवण्याचं समाधान.

अशा प्रकारे पुसटसा जरी नकारात्मक विचार मनात आला की तो ओळखण्याची एकदा सवय लागली की मग तो लगेच झटकून तिथल्या तिथे दुसरा सकारात्मक विचार करण्याची सवय आपल्याला लावून घेता येते.

सकारात्मक योगदानासाठी

- एक लहान डबा किंवा बाटली. तुमचं सत्कृत्य पात्र म्हणून कामाच्या टेबलावर ठेवा.
- आपल्या मनात नकारात्मक विचार आला किंवा आपण नकारात्मक बोललो असं लक्षात आलं की लगेच त्या सत्कृत्य पात्रात एक रुपया टाका.
- पात्रं भरलं की त्यातले रुपये काढून दान करा. किंवा त्याच्यातून वस्तू घेऊन त्या दान करा.
- वस्तू आपल्या हाताने दान करा म्हणजे समाधान वाढेल.
- एकदा आपल्याला आपल्या नकारात्मक विचारांची, शब्दांची जाणीव व्हायला लागली; तितपत आपण मनाला शिकवू शकलो की मग लगेच त्या नकारात्मक शब्दाऐवजी किंवा विचाराऐवजी सकारात्मक शब्दाची योजना आपण तिथल्या तिथे करू शकतो.

सकारात्मक चित्र

काही दिवसांनी हे सकारात्मक- नकारात्मकचं तंत्र तुमच्या चांगलंच अंगवळणी पडेल. त्यानंतर मग आपण मेंदूत तयार होणाऱ्या प्रतिमांवर काम करायचं. आपल्या अर्धजागृत अंतर्मनाला तयार करताना या प्रतिमांचा उपयोग होतो. त्या प्रतिमा फार परिणामकारक ठरतात. सकारात्मक प्रतिमा तयार करून त्या जर आपण अर्धजागृत मनावर ठसवल्या तर त्याद्वारे आपल्याला हव्या असणाऱ्या सकारात्मक गोष्टी आपण घडवून आणू शकतो. आणि या प्रतिमा उत्तम रीतीने निर्माण करणं आपल्याला जमलं तर आपलं आयुष्यच बदललं जाऊ शकतं. हे करण्याचं तंत्र खूप मजेशीर पण तितकंच परिणामकारक आहे. आपण या आधी पहिल्याप्रमाणे मन:पटलावर एक रुपेरी पडदा आणायचा. त्यावर आपल्याला जी घटना घडावीशी वाटते त्याचं संपूर्ण चित्र उभं करायचं. मग त्यात आपण प्रवेश करायचा.

हे झालं, की सकारात्मक दृष्टिकोन निर्माण करणं म्हणजे काही मिलिसेकंदाचंच काम उरतं.

सकारात्मक दृष्टिकोन

सकारात्मक दृष्टिकोन म्हणजे फक्त उपचार नव्हे. त्याचा एक अंगीभूत आनंद असतो. सकारात्मक दृष्टीने काम करायला सुरवात केली की आपल्याला आपोआप शांत वाटतं. सगळं आटोक्यात आहे असं वाटायला लागतं.

प्रथम नकारात्मक भावना, कल्पना, विचार, दडपणं ओळखा. जिथे शक्य आहे तिथे त्याबद्दल सकारात्मक शब्द वापरा. त्यासाठी स्वत:चा शब्दसंग्रह विंचरून काढा.

अगोदर सांगितल्याप्रमाणे काल्पनिक रजतपटावर स्वत:ची हसतमुख आणि उत्साहाने सळसळणारी प्रतिमा तयार करा. हे कल्पनाचित्र दिवसातून अनेकवेळा डोळ्यांसमोर आणा.

हसण्याची एकही संधी सोडू नका. नवीन संधी शोधून काढा. करत असलेल्या प्रत्येक कामामध्ये स्वत:ला झोकून द्या. नावडतं काम सुद्धा पूर्णपणे, शक्य तितक्या तपशीलवार करा.

आपल्या कामाकडे श्रद्धेने, सकारात्मक दृष्टीने पाहणे हा शांतता आणि समाधानाकडे जाणारा रुळलेला हमरस्ता आहे.

हे शांतता उपाय बघा.	
शांत श्वसन	पृष्ठ ९७
मनश्चक्षूंने दृश्य अनुभवण्यासाठी.	.....पृष्ठ ११२

सकारात्मक चित्र
● पाच मिनिटे शांत श्वसनाचा आस्वाद घ्या. आपल्या श्वास आणि उच्छ्‌वासाचा आवाज ऐका. ● थोडी स्थिरता आल्यानंतर डोळे मिटा. मन:चूक्षूंसमोर एका भव्य रजतपटाची कल्पना करा. ● त्या रजतपटावर अत्यंत सकारात्मक आणि मोकळ्या वातावरणाचे चित्र बघा. चित्राचे बारकाईने अवलोकन करा. ● आता त्या चित्रात तुम्ही स्वत: प्रवेश करा. अगदी तुम्ही जसे असावे असं तुम्हाला वाटतं तशाच रूपात. तुमचं वागणं, बोलणं आणि विचार सकारात्मक हवेत. अत्यंत उत्साहाने आणि हसतमुखाने चित्रात प्रवेश करा. ● तुमच्या आजूबाजूला काय दिसते, त्याची नोंद घ्या. ● सभोवतालचे सर्व आवाज ऐका. ● हवेची झुळुक, तपमान, वस्तूंचे स्पर्श अनुभवा. ● ते दृश्य मनावर ठसले की, सगळ्या प्रतिभा, ध्वनी आणि भावनेसह कल्पनेनेच त्याचा फोटो घेऊन ठेवा. ● आता तुम्ही आराम करा. सकारात्मक भावनांना त्यांच्या पद्धतीने काम करू. ● सकारात्मक दृष्टिकोन तयार करण्यासाठी वारंवार वरील कल्पनाचित्र पहात रहा.

चला शोधू या उज्ज्वल बाजू

'उजळ बाजूचा शोध' हा एक छोटासा खेळ आहे. तो नेहमी खेळत राहिलात, तर पूर्वी कधीच नव्हता, इतके तुम्ही आनंदी आणि शांत, समाधानी राहू शकाल. हा खेळ दिवसातून अनेक वेळा खेळायचा. जितका जास्त वेळा खेळाल तितकी तुम्हाला त्यात मजा यायला लागेल आणि सवय पण होऊन जाईल.

'उजळ बाजूचा शोध' हा एक मनाचा खेळ आहे यात दुसरं काही करायचं नसतं. फक्त प्रत्येक प्रतिमा उलटी करून बघायची. म्हणजे असं. ज्या घटना तुम्हाला नकोशा वाईट, दु;खदायक वाटतात त्यांची चांगली बाजू हुडकून काढायची. नकारात्मक घटनेची सकारात्मक बाजू

शोधून काढायची.

असं करणं नेहमी सहज जमतं असं नाही. बऱ्याच वेळा आपण नकाराचं रूपांतर 'विनोदी सकारात' करतो उदा- समजा तुमची नोकरीत अवनती झाली आहे. (Demotion) याची होकारार्थी बाजू शोधणं फार अवघड. मग तुम्ही स्वत:च समाधान असं करू पाहता. 'बरं झालं आता मी इतकी वर्षे साचवलेले पत्रांचे ढिगारे त्या ××× उपसावे लागतील. बस म्हणावं आता खरकटं काढत! प्रमोशन पाहिजे होतं ना?'

असं म्हटल्यामुळे प्रश्न सुटत नाही पण एका गंभीर विषयाला आपण विनोदाचा स्पर्श देत असतो. कोल्ह्याला द्राक्षे मिळू शकत नव्हती म्हणून त्यांना 'आंबट' म्हणण्याचाच हा प्रकार. पण अशा वेळेला हा विनोदच होकारार्थी काम करतो. तुमच्या मनातली निराशेची, दु:खाची भावना कमी करून स्वत:विषयी आणि स्वत:च्या कामाविषयी थोडं बरं वाटून घ्यायला मदत करतो. म्हणून नेहमी उजळ बाजूचा शोध घ्या. तुम्ही जे काम करता त्यातला आणि घडणाऱ्या घटनामधल्या चांगल्या गोष्टी शोधत जा. म्हणजे अगदी अडचणीच्या अवघड प्रसंगांचं आणि तुमच्या कितीही बिनसलेल्या मूडचं रूपांतर तुम्ही होकारात्मक करू शकाल.

आणि अर्थातच त्यामागून शांतता आणि समाधान येतंच.

आता या काळज्यांचं कसं करायचं?

काळजी आणि चिंता या दोघी अगदी सख्ख्या बहिणींसारख्या असतात. मनाच्या या दोन वेगवेगळ्या अवस्था असल्या तरी दोन्ही काल्पनिक भीतीवर आधारलेल्या असतात आणि दोन्ही बऱ्याच वेळा निरर्थक असतात.

काळजी ही विशिष्ट व्यक्तीबद्दल घटनेबद्दल वाटते. तिचं स्वरूप निश्चित असतं. परंतु चिंता ही फार व्यापक असते. ती एक मन व्यापून टाकणारी भावना असते त्यामुळे काळजीसारखी ती ताबडतोब संपत नाही.

दोन्हींसाठी उपाय सर्वसाधारणपणे सारखेच आहेत.

काळजी ही नेहमी 'असं झालं तर?' 'तसं तर होणार नाही?' या प्रकारची म्हणजे भविष्यातील घटनांची वाटते. आत्ता समोर घडणाऱ्या घटनेची काळजी वाटत नाही. आपल्याला वाटणारी काळजी ही एक प्रकारची भीतीच आहे आणि ती काल्पनिक आहे हे बऱ्याच काळजीवाहू व्यक्तींना मान्य नसतं. त्यांना वाटतं, 'मी करत असलेली काळजी अगदी योग्य आणि रास्त आहे. आत्तासुद्धा

अशी घटना घडू शकते.'

परंतु शास्त्रीय व्याख्येप्रमाणे काळजी आणि चिंता या दोन्ही भविष्याबद्दलच्याच भावना आहेत. या दूर करण्यासाठी खूप सोपे आणि प्रभावी उपाय आहेत. ते असेच शोधून काढलेले आहेत की त्यामुळे आपण आपोआप भविष्यकाळचा विचार करायचं सोडून सगळं लक्ष वर्तमानकाळावर केंद्रित करतो.

काळजी हटाव मोहीम

बऱ्याचशा काळज्या या वृथाच निर्माण झालेल्या असतात. त्यात विवेकाचा पूर्ण अभाव असतो. अशा काळज्या, तीव्र डोकेदुखीवर आपण करतो तितक्या तातडीने उपाय करून संपवल्या पाहिजेत. पूर्ण नष्ट नाही झाल्या तरी त्याची तीव्रता नक्की कमी होऊ शकते.
त्यासाठी ३ पायऱ्यांची पद्धत आहे.
१) योजना २) काळज्यांची फेररचना ३) वर्तमानकाळाकडे लक्ष

योजना (आखणी)

काळज्या या नेहमी भविष्यकाळाबद्दल असतात. अमुक एक घटना घडेल की नाही घडणार? म्हणजे त्यांचा संबंध माहीत नसण्याशी असतो. अज्ञानाशी असतो. काय घडणार आहे याची आपल्याला जसजशी माहिती होत जाते तसतशी आपली काळजी कमी कमी होत जाते. (घडणारी घटना फारशी आनंददायक नसली तरीसुद्धा.)

समजा आपल्या मनात शंका आली की या चुकीबद्दल बॉस आपल्याला ओरडणार तर नाही? मग आपण काळजी करायला लागतो. जेव्हा कळतं, की बॉस याबद्दल नक्की रागावणार आहे, तेव्हा काळजी हळूहळू कमी होते. एखादे वेळी हात दुखतो म्हणून X-ray काढायला आपल्याला दवाखान्यात नेत असतात. तेव्हा आपल्याला काय निघतंय कुणास ठाऊक? म्हणून खूप काळजी वाटत असते. मग X-ray मध्ये कळतं की मनगटाचं हाड फ्रॅक्चर झालंय. तेव्हा काळजी कमी व्हायला लागते.

यावरून काय दिसतं? एखादी गोष्ट कळली, त्याबद्दल माहिती झाली की काळजी कमी होते. म्हणजे माहिती किंवा ज्ञान हे आपल्याला वाटणारी काळजी कमी करते. यासाठी लोक आधीच माहिती करून घेतात आणि त्या माहितीच्या आधारे योजना आखतात.

उत्तम चालणाऱ्या कोणत्याही उद्योगधंद्यात योजना या फार काटेकोरपणे आखल्या जातात. योजना आखणं ही एक कलाच आहे. अगदी आवश्यक

अशी कला आहे. योजना केल्यामुळे ऊर्जेचं नियोजन केलं जातं. संसाधनांचा योग्य वापर होतो. आणि आपल्या तसंच इतरांच्या अपेक्षांचा मेळ साधता येतो.

काम करताना लोकांनी आनंदाने आणि शांततेने करावं यासाठी अपेक्षांचे व्यवस्थापन करणं हा एक फार खडतर भाग असतो. तुम्हाला तुमच्या ऑफिसमध्ये किंवा कारखान्यात याचं प्रत्यंतर येत असेल. ज्या लोकांना माहिती असतं की आपल्याकडून काय अपेक्षित आहे, आपली कारकीर्द कशाप्रकारे घडत जाणार आहे याची रूपरेषा माहीत असते, त्यांच्या मनात प्रमोशनबद्दल नसत्या चिंता निर्माण होत नाहीत.

यासाठी नोकरीत असताना आपण नेहमी आपल्याकडून नेमकं काय काम करणं अपेक्षित आहे, नेमक्या कोणत्या जबाबदाऱ्या पेलणं अपेक्षित आहे याची या ठिकाणी कार्यक्षमता मोजण्याचे मापदंड कोणते आहेत याची आग्रहपूर्वक माहिती करून घेणं आवश्यक आहे.

गरीब गृहिणींची गोष्ट

एखादी गरीब ग्रामीण स्त्री असते. थोडा शेतीचा तुकडा. पाऊस पडला तर पीक येणार. इतर ठिकाणी रोजगाराच्या संधी कमीच. पदरात दोन पोरं, नवरा. तिची सर्वांत मोठी जबाबदारी म्हणजे सगळ्यांना वर्षभर पोटाला घालायचं.

एक वर्ष भरपूर पाऊस घेऊन येतं. रान हिरवंगार होतं, धान्य फळं, भाज्या यांचा सुकाळ असतो. दुसऱ्या वर्षी पाऊस कमी पडतो. रान धड पिकत नाही. सगळ्यांची पोटं तर भरायलाच पाहिजेत. सांगायचं कुणाला? पोरं लहान. परिस्थिती समजायच्याही वयाची नाहीत. अशा वेळी तिने किती काळजी करायला पाहिजे?

पण ती चिंतेत पडून बसून राहत नाही. गतसाली भरपूर पिकलेल्या भाज्या तिने कडकडीत उन्हाला वाळवून ठेवलेल्या असतात. फळांच्या फोडी, बटाट्याचे काप सगळं खारवून साठवलेलं असतं. कैऱ्या, लिंबे, मिरची, हळद याची लोणची घातलेली असतात. धान्याचीसुद्धा 'मागच्या हाताने केलेली' साठवण असते. या सगळ्याचा उपयोग करून ती एखादा मोसम सहज सगळ्यांची पोटं भरते. आहे की नाही उत्कृष्ट नियोजनाचा नमुना?

उपलब्ध संसाधनांचा यथायोग्य वापर आणि जोडीला अपेक्षांचं निर्मितीक्षम व्यवस्थापन. आपल्याकडे काय आहे आणि त्यातून काय साधायचं आहे यांचा चांगला मेळ घालता येणं यालाच म्हणायचं 'नियोजन'.

या गरीब गृहिणीसारखी माणसंच उद्योगधंद्यांच्या प्रमुखपदी असायला हवीत.

काळज्यांची पुनर्रचना

बहुतेक काळज्या आपल्या अंतर्मनात निर्माण होतात. त्या तर्कसंगत नसतात. आपल्याला माहीत असतं; हे सगळं फोल आहे याला कसलाही आधार नाही, असलं काही घडणार नाही. तरी आपण काळजी करतोच.

पण आपल्या अर्धजागृत अंतर्मनाकडून हवं ते काम कसं करून घ्यायचं हे आता तुम्हाला माहीत झालेलं आहे त्यामुळे काळज्यांना पळवून लावायला पुढील चार साधनांपैकी कोणतंही तुम्ही वापरू शकता.

१) मनश्चक्षूंनी पाहणं - स्वत:ला काळजीमुक्त झालेले पहा.
२) स्वीकार करणं - आपल्याला काळजी करायचे काही कारण नाही हे स्वीकारणे
३) स्वसंमोहन - तुम्ही काळजीमुक्त आहात हे स्वत:ला पटवणं
४) होकारार्थी विचार करणं - मी काळजीतून मुक्त झालो आहे असं रोज स्वत:ला सांगणं.

वर्तमानाची काळजी घ्या

सर्व काळज्या आणि चिंता या भविष्याबद्दल असतात म्हणजेच जे साध्या अस्तित्वात नाही त्यावर आधारलेल्या असतात. शिवाय आपल्याला ज्या घटनांची काळजी वाटत असते त्या सहसा कधीच प्रत्यक्ष घडत नाहीत. कधीच घडत नाहीत. अशा दृष्टिकोनातून जर त्या कारणांकडे पाहिलं तर काळजी करण्यासारखं त्यात काही उरतच नाही. होय की नाही?

पण त्याचं असं आहे की काळजी काही कुणी आवडीने करत नाही. आपल्याला सवय लागली की काळजी करावीच लागते. सक्तीने करावी लागते. मग आता या सक्तीची हकालपट्टी कशी करायची? सोपं आहे, आपलं १०० टक्के प्रयत्नांचं तंत्र वापरायचं. वर्तमानकाळातच राहून, शांती आणि समाधान मिळवण्याचा तो अगदी खात्रीचा मार्ग आहे.

हे शांतता उपाय बघा.	
१००% प्रयत्नांसाठी	पृष्ठ १५५
पुनरावृत्तीचा आनंद	पृष्ठ १५५
अर्धजागृत मनाची चार साधनं ...	पृष्ठ १०९

काळज्यांना पळवून लावण्यासाठी

- दीर्घ मुदतीच्या तसेच लहान लहान कामांचे पूर्वनियोजन करा. त्यामुळे आपल्याला किती वेळात काय साधायचंय हे नक्की माहीत असल्याने काळजी वाटत नाही.
- तुमची योजना लिहून काढा.
- थोडा वेळ दीर्घ श्वसनाचा आनंद लुटा.
- अर्धजागृत मनाच्या ४ साधनांपैकी कोणतेही एक साधन वापरून काळज्यांचं स्वरूप बदला. म्हणजे त्या एवढ्या भीतिदायक राहणार नाहीत.
- १०० टक्के प्रयत्नांचं तंत्र वापरून तुमचे सर्व प्रयत्न, सर्व लक्ष वर्तमानावर केंद्रित करा.

काळजीसाठी घ्या 'छोटासा ब्रेक'

वेळेच्या नियोजनामध्ये ब्रेक हे मौल्यवान रत्नच समजायला पाहिजे. पण वेळेचं नियोजन करणाऱ्या तज्ज्ञांना हे फार भयंकर वाटतं. त्यांच्या मतानुसार ब्रेकमुळे दिरंगाई करण्याची प्रवृत्ती वाढते. हे तज्ज्ञ विवेकवादी, डाव्या मेंदूचा वापर करणारे असल्यामुळे ते ही गोष्ट मान्य करत नाहीत. कारण यामध्ये आपण आपल्या अंतर्मनाला सामील करून घेत असतो.

आयुष्यात यशस्वी ठरलेल्या व्यक्ती कार्याचे व्यसन असणारे लोक (workoholics) आणि वेळ नियोजन तज्ज्ञ (Time-management-expert) यांचा असा ठाम विश्वास असतो की अवघड वाटणारी, अप्रिय वाटणारी कामं कधीही पुढे ढकलू नयेत. त्यांचं बरोबर आहे. पण काळजी आणि चिंता या वेगळ्या वर्गात मोडतात. ती कामे थोडीच आहेत?

आता काळजी, चिंता यांना काही काळासाठी किंवा कधीकधी कायमसाठी पुढे ढकलण्यात किती मोठं शहाणपण भरलंय ते आपण पाहू.

ज्या भावना आपल्या अंतर्मनात निर्माण होतात आणि बऱ्याच प्रमाणात बुद्धीला न पटणाऱ्या असतात, त्यांना विवेकाचा पाया नसतो अशा या काळजी आणि चिंतांना पुढे कसं ढकलायचं?

या तंत्राला आपण नाव दिलंय 'छोटासा ब्रेक.' यामध्ये आपण आपल्या काळजी करण्याला वेळ ठरवून द्यायची. म्हणजे रोज ठरावीक वेळेला,

पंधरा मिनिटे ही काळजी करण्यासाठी म्हणून बाजूला काढून ठेवायची. रोज त्याच वेळेला, तेवढा वेळ काळजी करत बसायचं. या वेळात तुम्हाला वाट्टेल तेवढा कटू, नकारात्मक सगळा विचार तुम्ही करून टाकायचा. कारण तेवढ्या वेळात तुम्हाला दिवसभरातल्या सगळ्या काळज्या संपवायच्या आहेत. पुन्हा काळजी करण्याचा वेळ थेट याच वेळी.

म्हणजे दिवसभर निर्माण होणाऱ्या काळज्या तुम्ही राजरोसपणे या 'काळजी ब्रेक'पर्यंत पुढे ढकलायच्या. तो पर्यंत तुम्ही त्यांची यादी करायची, निर्णय घ्यायचा असेल तर त्याचा तपशील गोळा करून ठेवायचा आणि ती वेळ येईपर्यंत सगळं विसरून जायचं. मग ठरलेल्या वेळी एकाजागी बसून भरपूर काळजी करून घ्यायची.

किती साधं सोपं तंत्र आहे! तरी तुमच्या लक्षात येईल की रोज 'काळजी ब्रेक' संपताना तुमच्या दहापैकी नऊ काळज्या नाहीशा झालेल्या असतील.

यातही सगळ्यात चांगली गोष्ट म्हणजे 'आपण काळजी ब्रेक' हे तंत्र वापरायचं आहे हा निर्णय फक्त आपण घ्यायचा. बाकी सगळे प्रयत्न आपलं अर्धजागृत मन करतं.

'काळजी ब्रेक' साठी
• एक वेळ आणि जागा निश्चित करा, जिथे तुम्ही दररोज सकाळी 'काळजी सत्र' घेऊ शकाल. • दिवसभरात निर्माण होणाऱ्या काळज्या, चिंता, वैताग, हताशपणा सगळं या वेळेसाठी राखून ठेवा. त्यांची यादी बनवा. तपशील गोळा करून ठेवा आणि ती वेळ येईपर्यंत सगळं विसरून जा. • 'काळजी ब्रेक'मध्ये तेवढ्या वेळेपुरतं तुमचं पूर्ण लक्ष या सगळ्या नकारात्मक गोष्टींवर केंद्रित करा. • ती वेळ संपली की ताबडतोब तिथून उठा. तुमच्या समस्यांवर विचार करायचं तत्क्षणी थांबवा. • तुम्हाला हव्या त्या पद्धतीने काळज्या दूर होतील, समस्या सुटतील. स्वत:च्या अंतर्मनावर विश्वास ठेवा.

स्वतःची अपॉइन्टमेंट घ्या

या 'चिंतोपंत' आणि 'काळजीताई' ना पळवून लावायचं एक स्मार्ट तंत्र आहे बरं का!

कामाच्या ठिकाणी निर्माण झालेल्या विवेकशून्य काळज्या आणि रात्रीची झोप उडवणाऱ्या व्यर्थ चिंता यांना 'कसं पाहून घ्यायचं' याची ही युक्ती आहे. हे तंत्र तीन प्रकारे काम करतं. तुमच्या अंतर्मनाला आवाहन करतं, दु:खदायक गोष्टींना पुढे ढकलतं आणि तंत्र वापरण्यापूर्वीच तुमचे छोटे-छोटे प्रश्न, शेपूट पायात लपवून पळून जातात.

तुम्ही असं करायचं, स्वत:शी एक भेटीची वेळ ठरवायची. त्या भेटीच्या वेळीच तुम्ही त्या काळजीकडे लक्ष देणार आहात असं सांगायचं.

जेव्हा एखादी काळजी निर्माण होईल, तेव्हा तिच्याकडे विशेष लक्ष देऊ नका. फक्त कागदावर लिहून ठेवा. आणि म्हणा. मी उद्या दुपारी ३ वाजता हिच्याकडे बघेन. सगळ्या काळज्या अशाप्रकारे लिहून वेळ द्या. रात्री कशाची काळजी वाटली तरी अशीच जवळच्या वहीत लिहून अपॉइन्टमेंट घ्या.

ही सवय आपण अशाप्रकारे लावून घ्यायची की जणू काही तो एक रोजचा धार्मिक नियमच झाला पाहिजे. (पोथी वाचन, देवापुढे दिवा लावणे यासारखा)

यामुळे असं घडतं, की तुमच्या पसंतीचा, तुम्ही निश्चित केलेला वेळ तुम्ही या काळजीसाठी देता. रात्रंदिवस काळज्यांशी झुंजत राहत नाही. आणि त्या त्या प्रश्नांची उत्तरं शोधण्यासाठी तुमची पूर्वतयारीही झालेली असते. तुमची अपॉइन्टमेंटची वेळ होण्याआधी तुमच्या अंतर्मनाने त्या समस्येचं उत्तरसुद्धा शोधून ठेवलेलं असतं. आणि त्याच्यावर विश्वास ठेवून तुम्ही बिनधास्तपणे तुमचं नेहमीचं कामकाज करू शकता.

हे शांतता उपाय बघा.
अर्धजागृत मनाची चार साधनं ..... पृष्ठ १०९
तुमची शांत जागा ..... पृष्ठ २७६

स्वत:ची अपॉइन्टमेंट घेण्यासाठी
१) कामाच्या ठिकाणी किंवा रात्री काही चिंता-काळज्या निर्माण झाल्या की त्या कागदावर उतरवून ठेवा. त्यांचा विचार करण्याची वेळ पुढे लिहा आणि स्वत:ला सांगून ठेवा. २) भेटीच्या वेळेपर्यंत या सगळ्याचा विचारही करू नका. ३) भेटीच्या वेळेत मात्र सर्व शक्तीनिशी, काळजी निर्माण करणारी समस्या सोडवण्याचा प्रयत्न करा. ४) वेळ संपताच तो विचार थांबवून तत्क्षणीच तेथून निघून जा. ५) तुम्हाला हवं तसं उत्तर तुमचं अंतर्मन काढून देईल हा विश्वास असू द्या.

'अधिक उणे' ची पद्धत (+ -)

या पुस्तकातल्या बऱ्याच तंत्रामधे 'लिहा' 'लिहून काढा' 'लिहून ठेवा' असं वाचायला लागतं ना! या स्वसाहाय्य तंत्रामध्ये ते आवश्यक असतं. याचं कारण असं आहे की एक माहिती लिहिण्यासाठी आपण आपल्या दोन संवेदनांचा वापर करतो. दृष्टी आणि स्पर्श. शिवाय स्वत:चे शब्द वापरायचे असल्याकारणाने आपण अगदी काटेकोरपणे शब्द, वाक्यरचना याकडे लक्ष देत असतो. याचा परिणाम असा होतो की आपल्या जाणिवेवर ही सगळी माहिती अगदी ठळकपणे कोरली जाते. दुसरा फायदा हाही होतो की तुम्ही काय निर्णय घ्याल त्याचा कायमचा पुरावा तयार होतो.

जेव्हा तुम्ही मनातल्या मनात एखादा प्रश्न घोळवत बसता त्या वेळी आपल्याला माहीत असलेले, नसलेले वेगवेगळे मनावरचे प्रभाव पुढे येतात. आपण अनेक प्रकारे एकाच वेळी त्या प्रश्नाकडे पाहू लागतो त्यामुळे ती समस्या अधिक जटिल, आवाक्याबाहेरची वाटायला लागते प्रत्यक्षात ती तशी नसते.

परंतु जेव्हा आपण तो प्रश्न लिहून काढतो तेव्हा आपल्याला त्याचा जास्त काळजीपूर्वक विचार करावा लागतो. आणि बऱ्याच वेळा लिहून काढताना त्यातली भयानकता सुद्धा कमी जाणवायला लागते.

या अधिक-उणे पद्धतीमुळे आपली काळजी विरून जाते. या पद्धतीचा मुख्य आधारभूत विचार असा आहे की 'पुष्कळ काळज्या या एखादी

घटना घडावी या अपेक्षेतून निर्माण होतात. प्रत्यक्षात घटना घडलेली नसते.' आपली काळजी खरी ठरेल का? हे शोधून काढणे हाच या पद्धतीचा मुख्य उद्देश असतो.

समजा, तुम्हाला अशी काळजी वाटते की कदाचित तुमची नोकरी जाईल आणि घराच्या कर्जाचे हप्ते तुम्ही फेडू शकणार नाहीत. तुमच्या कागदावर खालच्या बाजूला ही काळजी लिहून ठेवा. कागदाच्या वरच्या बाजूला ही काळजी दूर करण्याचा तोडगा लिहून ठेवा. शब्द सकारात्मक आणि खरे असावेत. त्याखाली ठळक रेषा काढा. 'मला अमुक पगाराची कायम नोकरी आहे त्यामुळे मी माझ्या गृहकर्जाचे हप्ते फेडू शकतो.'

आता पुढच्या पानावर हेच शब्द वरच्या बाजूला लिहा. पण खालच्या बाजूला काळजीचे शब्द लिहू नका. मध्यभागी एक रेघ ओढा. डाव्या बाजूला उणे (-) आणि उजव्या बाजूला (+) लिहा. आता डाव्या बाजूला (-) सदरात तुमची काळजी वाटण्याची कारणे किंवा कर्जफेडीला येणारे

अडथळे लिहा. उजवीकडे (+) सदरात सर्व चांगल्या संधीच्या शक्यता लिहा. त्या पानावर वरच्या बाजूला लिहिलेल्या उद्दिष्ट साध्य करण्यासाठी लागणाऱ्या सगळ्या संसाधनांची आणि गुणांची यादी लिहून काढा. तुमच्याही नकळत, पहिल्या पानावर. खाली लिहिलेली काळजी तुम्हाला फारशी महत्त्वाची वाटेनाशी होईल. अनाठायीसुद्धा वाटेल.

हे तंत्र वापरून पहा. त्याचा परिणाम पाहून तुम्ही चकित व्हाल!

हे शांतता उपाय बघा.
१००% प्रयत्नांसाठी ..... पृष्ठ १५७

> ### अधिक उणे (+ -) पद्धत
>
> १) वही उघडा पहिल्या पानावर खाली तुमची काळजी लिहा.
> २) त्याच पानावर वरच्या बाजूला काळजी दूर केल्यावर तुम्ही काय साध्य करू इच्छिता ते लिहा.
> ३) दुसऱ्या पानावर वरच्या बाजूला तुमचं साध्य लिहा. मग पानाच्या मधोमध रेघ ओढा.
> ४) रेषेच्या डाव्या बाजूला साध्याकडे जाताना येणाऱ्या अडचणी लिहा.
> ५) रेषेच्या उजव्या बाजूला साध्य मिळवण्यासाठी लागणाऱ्या गुणधर्माबद्दल, क्षमतेबद्दल लिहा.
> ६) त्यानंतर १०० टक्के प्रयत्नाचे तंत्र वापरून साध्य मिळविण्याचा प्रयत्न करा.

मोठ्या प्रश्नांची काळजी करा

एक माणूस होता. त्याने स्वतःचं एक तत्व शोधून काढलं होतं. त्याप्रमाणे त्याने दोन नियम केले. ते दोन नियम तो नेहमीच पाळत असे. त्यामुळे त्याच्या आयुष्यात शांतता आणि समतोल कायम राहिले.
१) लहान लहान प्रश्नांपायी झोप गमावू नये.
२) सर्व प्रश्नांना लहान समजावं.

अशा प्रकारचे नियम आपणही पाळू शकतो. आपल्याही ते उपयोगी पडतील कारण अशा प्रकारचे ठोकताळे आपल्या मनात असतातच आणि आपला त्यांच्यावर विश्वासही असतो.

'मोठ्या प्रश्नांमुळे मोठ्या काळज्या आणि मनाला जास्त त्रास' हे सत्य आहे. ते स्वीकारावंच लागतं. 'लहान सहान काळज्या या क्षुल्लकच असतात. आपण त्यांच्यासाठी एवढी मनःशक्ती खर्च करावी अशी त्यांची लायकी असते का?' हे सुद्धा कुणालाही पटण्यासारखंच विधान आहे.

पण एक गोष्ट मात्र आपल्या समजुतींच्या पोतडीत नसते. ती म्हणजे 'आपण मोठ्या काळज्यांचंच रूपांतर लहान काळज्यांमध्ये करू शकतो.' तुम्ही म्हणाल 'हे कसं शक्य आहे?' आहे. शक्य आहे फक्त ते स्वीकारलं पाहिजे. जर तुम्ही मोठ्या काळज्यांकडे किरकोळ काळज्या म्हणून पाहू शकलात ना, तर तुम्ही त्या सहजपणे नाहीशा ही करू शकाल. ते कसं करायचं? बघा हं! कुठे तरी एका जागी निवांत बसा.

डोळे मिटा. आता अशी कल्पना करा की तुम्ही ७० वर्षांचे झाला आहात. तेव्हा तुम्ही कसे दिसाल, कसे चालाल जगाकडे कोणत्या दृष्टीने बघाल काय उद्योग करत असाल ते डोळ्यांपुढे आणा. जेव्हा तुम्हाला खरंच ७० वर्षांचे झाल्यासारखं वाटायला लागेल तेव्हा मग या तुमच्या आत्ताच्या काळज्या आठवा.

बघा गंमत! त्यांचं महत्त्वच एकदम कमी होऊन जाईल.

हे शांतता उपाय बघा.
अर्धजागृत मनाची चार साधने ..... पृष्ठ १०९
१०० टक्के प्रयत्नांसाठी ..... पृष्ठ १५५

मोठ्या गोष्टींची काळजी करण्यासाठी

१) ६० सेकंद स्थिर दीर्घ श्वसनाचा आनंद लुटा.

२) डोळ्यांपुढे एक मोठा रूपेरी पडदा आणा. त्यावर चित्र पहा. तुम्ही सत्तर वर्षांचे झाला आहात. कसे दिसत आहात, काय पोशाख आहे कसे चालत आहात, जगाकडे कोणत्या दृष्टीने पाहत आहात हे सर्व डोळ्यांसमोर आणा.

३) स्वत:ला त्या चित्रात प्रवेश करताना पहा.

४) तुम्हाला वाटायला लागलं की आपण खरंच ७० वर्षांचे झालोत की मग तुमच्या आजच्या प्रश्नाकडे पहा. काहीच विशेष वाटत नाही ना त्याचं?

५) हाच विचार मनात ठेवा आणि आजच्या काळजीला विरून जाऊ द्या.

तुमच्या नाकाचा उपयोग करा

आपल्या मनात बऱ्याच वेळा एक अनामिक भीती, काळजी किंवा चिंता असते. नक्की काय ते आपण सांगू शकत नाही पण काहीतरी अनिष्ट घडणार आहे असं सतत मनात वाटत राहतं.

अशा प्रकारच्या चिंतांचं निराकरण करण्याची एक सुंदर, सुगंधी पद्धत आहे. तिच्यात सुगंधी तेलांचा वापर केला जातो. सुगंधोपचार (अरोमाथेरपी) हे नाव ऐकलेलंच असेल तुम्ही. चिनी वनौषधींचा वापर या उपचारात जास्त केला जातो. अरोमाथेरपीकडे लोक आता 'शास्त्र' म्हणून पाहू लागले आहेत.

सुगंधोपचार शास्त्र म्हणजे माणसांच्या मन:स्थितीवर आणि वागणुकीवर वेगवेगळ्या सुगंधाच्या होणाऱ्या परिणामांचा अभ्यास. अलीकडे सर्वच क्षेत्रात काम करणाऱ्या लोकांना सुगंधोपचाराचे फायदे कळू लागले आहेत. विशेषत: ज्या पद्धतीने त्यात ताणतणाव कमी करून आराम दिला जातो, ते लोकांना फार आवडते.

काही विशिष्ट सुगंधामुळे अगदी स्पष्टपणे मानसिक परिणाम झाल्याचे दिसते. विशेषत: थकवा घालवून, ताजेतवाने होण्याच्या दृष्टीने. या विषयाच्या संशोधनातून असा निष्कर्ष निघाला की काही तेलांच्या सुगंधामुळे आपल्या मेंदूमध्ये Serotonin हे रसायन अधिक प्रमाणात स्रवू लागतं. माणसाचा 'मूड' चांगला ठेवणं हे या रसायनाचं काम असतं. त्यामुळे निराशा, हतबलता जाऊन आपल्याला बरं वाटायला लागतं.

लिंबाचं तेल आणि पेपरमिंटचं तेल यांचा वास मज्जासंस्थेला उत्तेजित करतो. आणि माणसं झपाट्याने कामाला लागतात. चंदन-कापूर यांचा वास मन प्रसन्न करतो. शिवाय त्याने सद्‌विचारही जागे होतात. याचा अनुभव प्रत्येकाला मंदिरात गेल्यावर येतो.

रोझमेरी तेल आणि लिंबाचं तेल यांच्या मिश्रणाचा वापर एकाग्रता वाढवण्यासाठी केला जातो.

गुलाब, मोगरा, चाफा, लव्हेंडर, पारिजातक, बकुळ, जाई-जुई अशा फुलांचे सुवास मन प्रसन्न करतात. पॅचौली (Patchouli) च्या सुगंधाने चिंता कमी होऊन मूड सुधारतो. जायफळाच्या सुगंधाने तणावाचे आपल्या शरीर-मनावर झालेले दुष्परिणाम दूर होऊन शांत झोप लागते. यू डी कोलन, अर्ल ग्रे चहा, जाईचं तेल, संत्र्याचं तेल यांच्या सुगंधात शरीराला शांतवून मन उल्हसित करण्याचा अद्‌भुत गुण आहे.

गुलाबतेलाच्या वासामुळे राग शांत होऊन माणसं 'अनुराग' आळवू लागतात. चंदन तेलाच्या सुगंधाने चिंता दूर होऊन माणसं सात्त्विक भावना अनुभवतात. म्हणूनच ध्यान धारणा, पूजा, हवन यात मुक्तपणे चंदनाचा वापर केला जातो. टाल्कम पावडर आणि साबण यातही चंदनी सुगंध क्रमांक एकवर असतो.

सुगंधोपचारात वापरल्या जाणाऱ्या काही सुगंधांमध्ये एकापेक्षा जास्त गुण असतात. म्हणजे काही तेले ही माणसाला उत्तेजितही करतात आणि त्याचवेळेला शरीर शिथिल करून आरामही देतात. अशा तेलांना Adaptogens म्हणजे शरीराचा 'समतोल राखणारे' असं म्हणतात.

काही तेलांमध्ये त्यांच्या वापरण्याच्या मात्रेप्रमाणे गुणधर्म बदलत जातात. उदा- Patchourli च्या तेलाचा परिणाम तुम्हाला सचेत करण्यापासून झोपवण्यापर्यंत बदलत बदलत जातो. किती तेल वापरता त्यावर ते अवलंबून असतं. काही सुगंधामुळे नशा येते. उदा. मोहाची फुले अशी तेले गर्भवतींनी वापरू नये असे म्हणतात.

या तेलाचा वापर करण्यासाठी 'सुगंधोपचार तज्ज्ञ' बनण्याची गरज नाही. वापरायचं, परिणाम पाहायचा आणि वेगवेगळी मिश्रणं आपणच करायला सुरुवात करायची.

सुरुवातीला गुलाब तेल, संत्र्याचं तेल, लिंबाचं तेल, कापूर द्रव, लवंग तेल, ब्राह्मी-माका तेल, वेलदोड्यांचा अर्क, चंदन तेल वापरून पाहायला हरकत नाही.

खरं म्हणजे भारतीय जीवनपद्धतीत, प्राचीन काळापासून विविध सुगंधाच्या परिणामांचा अतिशय यथायोग्य असा वापर केला गेलेला आहे. सुगंधी तेलाचे मर्दन, उटण्याचा मंद रेंगाळणारा सुगंध, गरम पाण्याच्या वाफेबरोबर दरवळून सुखावणारा चंदनी साबणाचा वास, देवापुढे लावलेल्या उदाचा-धुपाचा मंगल सुगंध, देवाला वाहिलेल्या फुलांचा सात्त्विक सुगंध. केसात माळलेल्या मदनबाण-मरव्याचा धुंद सुगंध, स्वयंपाकघरातून येणारा तूप-जिरे, हिंग, आले-लसूण, कांदा कोथिंबीर यांचा भूक वाढवणारा वास, पक्वान्नातला केशर, वेलची, जायफळाचा हलकीशी सुस्ती आणणारा सुगंध, मेंदीचा शांत करणारा वास, उन्हाळ्यात शांत करणारा वाळ्याचा सुगंध, सर्दी झाल्यावर आईने लावलेल्या निलगिरी तेलाचा गंध, बाळाच्या अंगाला येणारा वेखंडाचा मंद सुगंध, हे सगळे अनुभवाने सिद्ध झालेले सुगंधोपचारच होते. यातलेच काही आपल्या आवडीनुसार आणि सोयीनुसार आपण पुन्हा सुरू करू शकतो.

आपल्याला आवडणाऱ्या, मूड चांगला ठेवणाऱ्या शुद्ध तेलाचे चार थेंब रुमालावर टाकावेत. अंघोळीच्या पाण्यात घालावेत. साध्या तेलात मिसळून झोपताना केसांना लावावेत. असा विविध प्रकारे या तेलांचा वापर करता येईल. कामावरून दमून घरी आल्यावर अंघोळीच्या गरम पाण्यात लव्हेंडर तेलाचे पाच थेंब टाका. त्या वासाने तुमचा थकवा तर जाईलच पण काही किरकोळ दुखत असेल, डोकं चढलं असेल तर तेही उतरून तुम्ही पुन्हा ताजेतवाने व्हाल. आजही केमिस्टकडे (मोठ्या प्रमाणावर घेतल्यास स्वस्त पडणारं) गुलाबपाणी मिळतं.

चुरचुरणाऱ्या, दमलेल्या डोळ्यांवर, उन्हातून आल्यावर या गुलाबपाण्याची घडी ठेवली तर गारव्यामुळे आणि सुगंधामुळे, त्रासबिस विसरून माणसं चक्क झोपी जातात. त्यासाठी गुलाबपाणी नेहमी घरात ठेवणं चांगलं.

हे शांतता उपाय बघा.

शांततेचा गंध ..... पृष्ठ २६९

तुमची शांत जागा ..... पृष्ठ २७६

शांततेचा आवाज ..... पृष्ठ २६८

स्वभाव बदला (आरामशीर व्हा)

आपण सुरुवातीलाच पाहिलं. माणसं मुख्यत: दोन प्रकारच्या स्वभावांची असतात. 'चळवळ्या स्वभावाची. किंवा 'आरामशीर' स्वभावाची त्यापैकी 'चळवळी माणसं' ही जरा गंभीर, महत्वाकांक्षी, वेळेविषयी जागरूक, एखाद्या गोष्टीने झपाटलेली, जास्त अंतर्मुख असतात. साहजिकच स्वत: निर्माण केलेल्या ताणांचं प्रमाण यांच्यामध्ये जास्त असतं. या उलट 'आरामशीर माणसं' ही आयुष्य सहजपणे जगतात. तब्येतीत काम करतात. फारशी झपाटून जात नाहीत. बहिर्मुख असतात. इतरांशी खूप संवाद साधत असतात. त्यामुळे त्यांच्यावर कमी ताण येतात. त्रासही कमी होतो.

नेहमी आनंदी राहावं, आपल्याला बरं वाटत राहावं म्हणून या 'आरामशीर' व्यक्तींसारखं वागण्याचा आपण प्रयत्न केला पाहिजे. कुठलेही प्रश्न जरा सहजतेने घ्यायचे. एकदमच डोक्यात भिनवून घ्यायचे नाहीत.

तुम्ही म्हणाल, "आमची कार्यक्षमता, कामाचा उरक? त्यांचं काय होणार?"

तज्ज्ञांचा अभ्यास असं दर्शवतो की 'आरामशीर' व्यक्तींमध्ये महत्त्वाकांक्षा आणि सतत काम करण्याची क्षमता जरी कमी असली, तरी ते चांगले नेते, व्यवस्थापक संपर्क अधिकारी होऊ शकतात. ते जे काम करतात, ते चांगलं करतात. त्यामुळे आपण आणखी थोडं आरामशीर व्हायला काहीच हरकत नाही.

आता काही युक्त्या बघू या. या युक्त्या तुमच्या अंतर्मनाला काही काळ 'आपण एकदम आरामशीर व्यक्ती आहोत' असं वाटायला लावतील.

'आरामशीर' असल्याचं सोंग घ्या

या बाबतीत असंच करायला हवं. सुरुवातीच्या प्रकरणातील 'आरामशीर'

हे शांतता उपाय बघा.

शांत श्वसन ..... पृष्ठ ९७

मनश्चक्षूंनी दृश्य अनुभवण्यासाठी .....पृष्ठ ११२

स्वीकार करा. ..... पृष्ठ १२३

बिनघड्याळाची बतावणी ..... पृष्ठ १२७

व्यक्तीच्या वागणुकीचा अभ्यास करा. मनश्चक्षूंनी बघणे आणि स्वीकार करणे या तंत्राचा वापर करून तुम्ही 'आरामशीर' व्यक्ती आहोत असं स्वतःला पटवा. एकदा तुमच्या अंतर्मनाची तशी खात्री झाली की तुम्ही आपोआप आरामशीर व्यक्तीप्रमाणे वागायला लागाल. मग फक्त आजूबाजूच्या इतरांना तसे वाटायला लावणे एवढाच भाग शिल्लक राहतो.

आरामाचा ब्रेक घ्या

तुम्ही 'चळवळे' असल्यामुळे फार कष्टमय जीवन जगता, काम गंभीरपणे करता. तुमच्या खूप महत्त्वाकांक्षा आहेत. रात्री उशिरापर्यंत काम करत बसता. ऑफिसातलं काम घरी आणता. रात्रीसुद्धा कामाचाच विचार करता. तुम्हाला सगळ्या जबाबदाऱ्या पेलाव्या लागतात. मग विचार न करून कसं चालेल? हो की नाही?

त्या आरामशीर तब्येतीत जगणाऱ्या लोकांकडे पहा जरा! ते कामाकडे सुद्धा किती सहजपणे पाहतात. खरं तर त्या दृष्टिकोनाला समतोल दृष्टिकोनच म्हटलं पाहिजे. शनिवार-रविवार, सुटीच्या दिवशी किंवा रोज संध्याकाळीसुद्धा ते मौज मजा करत असतात. कामाची काळजी करताना दिसत नाहीत. वेळेचं तर त्यांना काही दडपणच नसतं. पण तरीसुद्धा नेमून दिलेलं काम ते करतातच.

त्यांनी शांत राहून आरामात काम संपवायचं आणि तुम्ही मात्र ताण सहन करतच राहायचं हे काही बरोबर नाही. म्हणून खास तुमच्यासाठी हे साधं तंत्र शोधून काढलं आहे. याच्यामुळे तुम्ही कधीतरी क्वचित का होईना, तुमच्या आरामशीर मित्रांसारखी जगण्याची मजा घेऊ शकाल. प्रथम तुम्ही अशी मजा घेण्याचं ठरवा. मग आपल्या कल्पनेतल्या रजतपटावर मनश्चक्षूंनी स्वतःचं चित्र पहा. आपण शांत असलो की कसं दिसतो, हसत असतो, निवांत बसतो, काय काय ऐकतो, पाहतो अनुभवतो सगळे तपशील भरा. त्या चित्रात एक माणूस दाखवा. तो सगळ्यांशी संवाद साधतोय, अगदी Social Animal पण त्याचा वेष थोडा गबाळा आहे. स्लिपर्स घालून फिरतोय. घड्याळ लावायचं विसरलाय. पेन शोधतोय असा. आता पुढे सांगितलेलं तंत्र वापरा. त्या Social Animal ला

> **हे शांतता उपाय बघा.**
> आतला संवाद सुधारण्यासाठी ... पृष्ठ २०१
> तुम्ही कितपत संवेदनाक्षम आहात? ....
> पृष्ठ ९

डोळ्यांसमोर आणा आणि 'आरामशीर' लोक ज्या वेळेचं दडपण नसलेल्या भावना अनुभवतात त्याचा तुम्हीही आनंद घ्या.

आरामशीर ब्रेकसाठी

- 'चळवळ्या' आणि 'आरामशीर' वागणुकीतल्या फरकांचा अभ्यास करा.
- स्वतःच्या वेळापत्रकात रोज एक तास राखूनच ठेवा. त्या वेळात आरामशीर व्यक्तीसारखं वागायचा प्रयत्न करा.
- आरामशीर व्यक्तीत असणारे पण तुमच्यात नसणारे गुण शोधून काढा. उदा. सावकाश चालणे, कामाव्यतिरिक्त इतर गोष्टीत रस घेणे, ऑफिसची वेळ संपताच काम थांबवणे, दिवसात एक किंवा दोनच भेटी ठरवणे वगैरे.
- राखून ठेवलेल्या वेळेत आरामशीर व्यक्तीचे गुण स्वतःमध्ये असल्यासारखे वागा. बघा. Dead line ची भीती वाटेनाशी होते. आपल्याजवळ खूप वेळ आहे असं वाटायला लागतं. एक काम एका वेळी करण्यातला आनंद मिळवता येतो. एकदम छान आरामशीर वाटायला लागतं.
- एक तासानंतर दोन मिनिटे थांबून एक तास आरामशीरपणे वागल्यामुळे आपण कसे मस्त सैलावलो आहोत याचं निरीक्षण करा.
- दररोज असा एक तास घालवायला लागा. एक ठरावीक कृती रोज करायला लागलात की तुमचं अर्धजागृत अंतर्मन आपोआप तुमच्याकडून 'आरामशीर'पणे वागून घेईल.'

मजा करत काम

अस्सल चळवळी माणसं नेहमी गंभीर असतात. आपल्यालाच आता या सगळ्या जबाबदाऱ्या पेलायच्या आहेत या जाणिवेमुळे ती गंभीर होतात. हे लोक कामही गंभीरपणे करतात. आपल्या महत्त्वाकांक्षेकडे गंभीरपणे पाहतात. मुख्य म्हणजे कामाच्या ठिकाणी टिंगलटवाळी, हसणंखिदळणं यामुळे त्यांच्या कपाळाला आठ्या पडतात.

याच्या उलट आरामात काम करणाऱ्यांना थोड्या हसण्याखिदळण्याचं, थोड्याशा गंमतीचं काही वाटत नाही. तेही त्यात भाग घेतात. त्यांना

माहीत असतं ठरावीक काम तर आपण करतोच आहोत मग काही वेळ मजेत घालवायला काय हरकत आहे?

चळवळ्या गंभीर लोकांनीसुद्धा या थोडा ताण कमी करणाऱ्या हसण्याखिदळण्याच्या सवयी लावून घ्यायला हव्यात. त्यांना खूप चांगलं वाटायला लागेल. मजा करायची. मजा करताना आपल्यावरच्या ताणाची आठवण येत नाही. आयुष्यातला सर्वात जास्त काळ आपण कामात घालवतो. हा वेळ गमती करत, हसत घालवला पाहिजे. तरच ताण दूर ठेवून आपण शांत होऊ शकू. 'काम तर करायचं आहेच पण कण्हत कण्हत की गाणी म्हणत?' हे जाणीवपूर्वक ठरवायला हवं.

काम आणि थट्टामस्करी आपलं दैनंदिन काम करता करता आपण एक खेळ खेळायचा. स्वत:शीच आपल्या कामाच्या ठिकाणी घडणाऱ्या विनोदी गमतीदार, करमणूक करणाऱ्या वैतागवाण्या गोष्टी शोधून त्यावर हसायचं. उदा.

एखादा लठ्ठंभारती विमा एजंट आपलं वजन प्रत्येकासमोरच्या खुर्चीत टाकत हिंडू लागला की तुम्हाला हसू येईल. कारण तुम्ही त्याच्या जागी चुरमुऱ्याचं पोतं कल्पिलेलं असतं! काही ग्राहक नेहमीच तावातावाने भांडत येतात. त्यांच्या विनोदी हालचाली पाहून हसा. शिपायाचे आणि साहेबाचे संवाद ऐकून हसा, शोधलेत तर असे बरेच विनोद सापडतील.

चळवळ्यांची राणी, महत्त्वाकांक्षा

ऑफिसमध्ये काही जण अंगात वारं शिरल्यासारखे भराभर सगळीकडे जात-येत असतात. कामं उरकत असतात. ते स्वयंप्रेरित, वेळेचं कठोर भान ठेवणारे असतात. त्यांच्याजवळ खेळ, विश्रांती, थट्टा मस्करी असल्या थिल्लर आणि चिल्लर गोष्टींसाठी वेळ नसतो. हे अस्सल चळवळे लोक.

तुम्ही असे असाल तर लक्षात घ्या. तुमचं हे वागणं अतिमहत्त्वाकांक्षेमुळे झालेलं आहे. महत्त्वाकांक्षा असणं वाईट नाही. ती तुमची उत्तम दासी बनू शकते पण तीच महत्वाकांक्षा तुमची राणी बनली, तर मात्र तुमचा फार छळ करते.

स्वत:साठी अवघड अवघड जबाबदाऱ्या घ्यायच्या, त्या कमी वेळात पूर्ण करण्यासाठी झटत रहायचं. मग कधी तुम्ही जिंकता आणि कधी थकून वैतागून मध्येच प्रयत्न सोडून देता. दोन्हीपैकी कोणतंही घडलं तरी तुम्ही शांत राहणार नाहीच. जिंकणं किंवा हरणं दोन्ही गोष्टी शांततेपासून फार दूर असतात.

महत्त्वाकांक्षा ही भावना मुळात ताण निर्माण करणारी नाही. उलट ती बळ देते, समृद्ध बनवते. महत्त्वाकांक्षेमुळे कामाला एक प्रयोजन, एक दिशा मिळते. पण जेव्हा आपली उद्दिष्टे निश्चित नसतात आणि आपण महत्त्वाकांक्षा धरतो, ही फार धोकादायक युती होते. तुमच्याकडे शक्ती-स्फूर्ती असते, तुम्ही कष्ट करता पण स्वत:च उद्दिष्ट साध्य केल्याचं समाधान तुम्हाला मिळू शकत नाही.

हे शांतता उपाय बघा.
जीवनातल्या प्राथमिकतांचा तक्ता ..... पृष्ठ ८६
दीर्घकालीन सृजनशील योजना ..... पृष्ठ १६८
कार्यवाहीच्या तीन पायऱ्या ..... पृष्ठ १६९
शक्य आहे, अशाच गोष्टींवर नियंत्रण ठेवा. ..... पृष्ठ १५७

म्हणून महत्त्वाकांक्षेमधून तुम्हाला शांतता आणि समाधान मिळवायचं असेल तर तुमची उद्दिष्टे, ध्येय अगदी स्पष्ट पाहिजे.

संवाद आतला आणि बाहेरचा

जेव्हा आपण विचार करतो तेव्हा आपला मनाशी संवाद सुरू असतो. त्याला आतला संवाद किंवा आतला आवाज म्हणतात. आपण सगळेच थोडेफार याच्या आधाराने काम करत असतो. काहीजण याच्यावर जरा जास्त अवलंबून असतात. दिवसातून बऱ्याच वेळा आपण स्वत: काही काही बोलत असतो. पण त्याला संवाद म्हणणं चुकीचं ठरेल.

आपल्या आतून एक आवाज येतो, 'त्या अमुक पत्राला तुला आज उत्तर लिहायलाच पाहिजे.' किंवा 'आजपासून तुला व्यायाम सुरू करायलाच पाहिजे.' नाहीतर 'आज मुलीच्या बाईंना भेटायला शाळेत गेलंच पाहिजे.''

कधीकधी तर आपण असं बडबडतोसुद्धा. ''आज हे फायलिंग संपलं नाही तर काही खरं नाही.'' ''चला टेबल आवरायलाच पाहिजे.''

चळवळी माणसं असं सर्वांत जास्त करतात. स्वत:ला कधी एका क्षणाची देखील उसंत ते देत नाहीत. त्यांच्या 'आतला संवाद' केलंच पाहिजे, जायचं आहे, ताबडतोब, लगेच, आत्ता, इथल्या इथे अशा शब्दांनी भरलेला असतो. प्रत्यक्ष बोलताना किंवा 'बाहेरचा संवाद' ही तसाच. 'आजच्या आज कपडे लॉन्ड्रीतून धुवून आणले पाहिजेत.' 'नऊ वाजेपर्यंत स्टेटमेंट झालंच पाहिजे.' 'जेवायच्या आधी बँकेचं काम केलंच पाहिजे' 'नव्या बॉसशी जुळवून घेतलंच पाहिजे.'

बघा हं! असं बोलून स्वत:ला काय संदेश देतात ते.

हे सगळे 'च' वापरून केलेले शब्दप्रयोग आहेत ना त्यांना 'दडपण आणणारे शब्दप्रयोग आणि सूचना' असं नाव आहे. आपण त्यांना 'दडपे वाक्प्रचार' म्हणू.

मुळात या छोट्या छोट्या सूचना सतत अधूनमधून टोचल्यासारखी आठवण करून देत असतात की व्हायला पाहिजे तेवढं काम तुझ्याकडून होत नाही. तुला अजून काम करायला पाहिजे. आणखी... आणखी.

हे मनातले शब्द दडपण निर्माण करणारे आहेत. त्यांच्यामुळे ताण येतो. या शब्दांमुळे जिला अंतच नाही अशी कार्यक्रमपत्रिका (अजेंडा) आपल्यासमोर फडफडत राहते आणि मुख्य म्हणजे सतत जास्त-जास्त काम करत राहिलं पाहिजे ही जाणीव जागृत राहते.

त्यामुळे असं होतं, की आपण काय केलंय, त्याचे परिणाम काय होत आहेत, ते पाहून समाधान मिळवायची संधीच मिळत नाही कारण दुसरं काही तरी काम करायचं बाकी असतंच. म्हणून आपल्याला वेळच नसतो!

या वाक्याचा 'चळवळ्या' व्यक्तींना राग येईल, पण वस्तुस्थितीच अशी आहे की या 'दडप्या' वाक्प्रचारावरच चळवळे लोक पोसले जातात. त्यांची अस्वस्थता तेवत ठेवणारं हेच इंधन असतं. त्यांच्या व्यर्थ टेन्शन घेण्याच्या, चिंता करण्याच्या सवयींना हे वाक्प्रचार खतपाणी घालतात. पण यावरही उपाय आहे. आपण आतल्या आणि बाहेरच्या संवादासाठी वेगळे शब्द शोधू या, जेणेकरून चुकीच्या शब्दांमुळे येणारं दडपण कमी करता येईल. शब्द असे निवडायचे की जे तुम्हाला शांत वाटण्यासाठी मदत करतील.

स्वत:च्या आवडीबद्दलचे, आनंद मिळण्याबद्दलचे, शांततेबद्दलचे असे शब्दप्रयोग वापरायला सुरुवात करा. बघा. तसंतसं वाटायला लागेल तुम्हाला.

याची पहिली पायरी, शब्द बदलणे.

'असं करायलाच पाहिजे.' 'मी गेलंच पाहिजे' या ऐवजी 'मला आवडेल हे करायला' 'मी जाणं पसंत करतो' असे शब्द वापरा. आपोआप तुमच्या दृष्टिकोनात बदल व्हायला लागेल. सांगा स्वत:ला 'मी नऊ वाजेपर्यंत स्टेटमेंट पूर्ण करणार आहे.' 'लंचपूर्वी हे काम संपवून टाकतो.' 'नव्या बॉसशी जुळवून घेतलेलं बरं असं मला वाटतं.'

लगेचच फरक जाणवेल पहा.

जर तुम्हाला वाटलं की हा 'च' चा हुक सोडवल्यामुळे मोकळं वाटतंय, तर आणखी सौम्य मृदु शब्द वापरायला सुरुवात करा.

'केलंच पाहिजे'च्या जागी 'करणं शक्य आहे' वापरून पहा.

'मी ठरवलं तर हे स्टेटमेंट नऊपर्यंत पूर्ण करणं शक्य आहे' 'लंचपूर्वी बँकेचं काम करणं शक्य आहे' 'ठरवलं तर बॉसशी जुळवून घेणं सहज शक्य आहे.'

हे शांतता उपाय बघा.	
होकारार्थी विचारांसाठी	पृष्ठ ११५
आरामशीरपणाचे सोंग घ्या.	पृष्ठ १९५

असे वेगवेगळे शब्दप्रयोग आपण स्वत:साठी शोधून काढू शकतो. त्यांच्यामुळे आपल्या 'आतल्या संवादात मोकळेपणा येतो ताण रहात नाही. त्यामुळे निश्चिंत तर वाटतंच. पण आपली कर्तव्यकर्मे करायला हुरूप येतो'.

आतला संवाद सुधारण्यासाठी

- तुमच्या मनातली आणि व्यवहारातली भाषा नीट ऐका. (आतला आणि बाहेरचा संवाद)
- 'केलंच पाहिजे' 'व्हायला हवं' यांच्या ऐवजी 'करणार आहे' 'झालेलं मला आवडेल' असे शब्द वापरा.
- दडपण आणखी कमी करण्याकरता 'ठरवलं तर मी करू शकतो' 'मला वाटलं तर होऊन जाईल आज' वापरून पहा.
- ही सौम्य भाषा विचार करताना आणि बोलताना दोन्हीही वेळेला वापरायचं ठरवा.

स्वत:च स्वत:चे मापदंड ठरवा

(Bench marks) बेंचमार्किंग ही नव्वदच्या दशकातली आणखी एक, आकर्षक नसूनही भुरळ पाडणारी फॅशन. यात एका ठरावीक उत्पादनाला किंवा सादरीकरणाला भडकपणे जगातलं सर्वोत्कृष्ट उत्पादन ठरवलं जातं. (World's Best Book, Worlds Best Picture) आणि मग त्याच्याशी तुमच्या उत्पादनाची तुलना केली जाते. उघडच आहे की फार थोडेजण त्या पातळीपर्यंत पोचतात. समजा, भगिरथ प्रयत्नांनी तुम्ही तिथपर्यंत पोचलात तरी दडपण कायमच राहातं.

कारण मग तुमचं उत्पादन हे इतरांचे Bench Mark ठरतं. आणि त्याच्याशी इतरांची तुलना होते. अशी ही स्पर्धा अखंड चालू राहते. त्याला अंतच नसतो.

या मूल्यमापनाच्या स्पर्धेत उतरलेला प्रत्येक जण त्या प्रक्रियेचा बळी ठरतो. तो एकतर वर वर चढत राहतो; नाहीतर एकदम बाजूलाच फेकला जातो. शांती-समाधान मिळवण्याचा आणि स्वाभिमान टिकवण्याचा हा रस्ता असूच शकत नाही.

ज्याला स्वाभिमान कायम खतपाणी घालून फुलवायचा आहे, जे करतो त्यातून समाधान मिळवायचे आहे, त्याने जगात धुमाकूळ घालणाऱ्या या World's Best Practice-Benchmarking च्या मूर्खपणाकडे लक्ष देऊ नये. कारण ते एक ढोंगच असतं.

आपण स्वत:च स्वत:च्या उत्पादकतेच्या पातळ्या ठरवाव्यात. स्वत:चे मापदंड ठरवावेत. कोणते उच्चांक गाठायचेत किंवा पार करून पुढे जायचंय ते ठरवून घ्यावं. स्वत:ची गती स्वत: ठरवावी.

आणि याचा पुढचा भाग असा आहे, की जे काय तुम्ही स्वीकाराल त्यात तुमचे १०० टक्के प्रयत्न ओता. काम करण्यात पूर्ण मग्न व्हा. त्यामुळे तुमचं चित्त विचलित होणार नाही आणि ठरवलेलं उद्दिष्ट चांगल्या प्रकारे साध्य करू शकाल.

असं स्वत:ला संपूर्ण झोकून देऊन काम केलंत तर तुम्हाला उत्तम फळ मिळेल. जेणे करून कष्ट करूनसुद्धा तुम्ही शांत, आनंदी राहाल.

हे शांतता उपाय बघा.	
१००% प्रयत्नांसाठी	पृष्ठ १५५
जीवनातील प्राथमिकतांचा तक्ता	पृष्ठ ८६
नकाराची ताकद	पृष्ठ १३८

स्वत:शी गप्पा मारा

तुम्हाला असं वाटतं का की 'मी या कर्तव्याचा गुलाम झालो आहे.' 'मला उत्तमात उत्तम काम करावं म्हणून उगाचच सक्ती केली जाते.' असं वाटत असेल तर अधूनमधून स्वत:शी गप्पा मारत जा. त्याचा फायदा होईल. बोलताना ताण दूर करणारे शब्द,

हे शांतता उपाय बघा.	
शांत श्वसन	पृष्ठ ९७
होकारार्थी विचारांसाठी	पृष्ठ ११५
तुमची शांत जागा	पृष्ठ २७६
पुनरावृत्तीचा आनंद	पृष्ठ १५५

होकारार्थी विधाने, सकारात्मक भाषा वापरायची. तुम्हाला माहिती आहेच. अशा शब्दांची वारंवार पुनरावृत्ती करत राहिलं तर हळूहळू आपल्या अर्धजागृत मनावर त्याचा प्रभाव पडतो. आणि आपोआप तसं घडायला सुरुवात होते. तुम्ही जसे शब्द आणि भावना निवडाल तशीच फळे मिळतात. म्हणून आरामशीर सकारात्मक शब्द निवडा म्हणजे तुम्हीही तसेच व्हाल. (इच्छा तशी फळे)

यशाच्या लोकप्रिय संकल्पना धुडकावून द्या

नोकरी व्यवसाय करताना मनाचं आरोग्य कसं शाबूत ठेवायचं याचं एक गुपित आहे. ते कोणतं?

आपण जेव्हापासून शाळेत जायला लागतो ना, त्या दिवसापासून (हल्ली तर त्याच्याही आधीपासून) तुम्ही नेहमी परीक्षेत यशस्वी झालं पाहिजे हे तुमच्या मनावर पक्कं बिंबवलं जातं. त्याच्या बरोबर नकळत आयुष्यभरासाठी एक मोठं दडपणच तुमच्या मनावर टाकलं जातं.

पुष्कळ लोक स्वत:ची लायकी आपण नोकरीत किती वर चढलो किंवा चढू शकलो नाहीत त्यावरून ठरवतात. हे तुम्हाला माहीत असेलच नोकरीत बढती मिळाली नाही तर त्यांच्या आत्मसन्मानाला इजा होते. ते सतत दुखावलेले, तणावाखाली राहतात. निराश होतात.

आपण मात्र मुळीच या कल्पनेला बळी पडायचं नाही. बढत्या मिळाल्या नाहीत तरी काहीच फरक पडत नाही. कुणी तुम्हाला त्याबद्दल शिक्षा थोडीच देणार आहे?

उलट यशस्वी असण्याच्या या लोकप्रिय कल्पनेला दूर ठेवलंत तर तुम्ही कितीतरी निवांत होऊन आरामात जीवन जगाल. परंतु त्याचबरोबर 'आपण अपयशी ठरलो' असा पराभूत भावही तुमच्या मनात यायला नको. तो आला तर त्यामुळे तुम्ही खचून जाल आणि मग वेगळा ताण निर्माण होऊ शकेल.

रूढार्थाने ज्याला यश म्हणतात ते तर नाकारायचं; पण पराभूतपणाची भावनाही येऊ द्यायची नाही.

हे कसं साधायचं?

तुमची यशस्वी होण्याची व्याख्या काय आहे? यावर ते अवलंबून आहे. तुम्ही कधी असा विचार केला आहे का? सगळं जग तर म्हणतं, असं असं पास होणं, पहिलं येणं, नोकरीत उच्चपद मिळवणं म्हणजे यशस्वी होणं. पण मला स्वत:ला काय वाटतंय? मला काय

मिळवायचं आहे?
मी कशाला यश मानतो?
बहुतेक जणांनी असा विचार आयुष्यात कधीच केलेला नसतो. तुम्ही पण नाही केलात ना? परंतु आपल्याकडे यावरही तोडगा आहे.
आपण सुरुवातीला केलेला प्राथमिकतांचा तक्ता! तो तयारच आहे. त्यावरूनच आपण ठरवू शकतो. आयुष्याचा सर्वांगांनी विचार करताना आपण यश मिळवणं कशाला म्हणतो? कदाचित त्यात तुमच्या नोकरीचा काही संबंधसुद्धा नसेल.
एक सुजाण नागरिक असणं, किंवा उत्तम कुटुंबप्रमुख असणं, उत्तम जोडीदार, आदर्श पिता असणं हे तुम्हाला यश वाटत असेल. स्वतः ज्ञानसंपन्न असणं हे तुमचं यश असेल. नोकरी सांभाळून मुलांवर उत्तम संस्कार करणं हे तुम्ही यश मानत असाल किंवा आयुष्यात कुचीपुडी नृत्यात पारंगत होणं ही सुद्धा तुमची यशाची कल्पना असू शकते. भरपूर लोकसंग्रह करण्यात ही तुमचं यश सामावलेलं असू शकतं. हे तुमचं तुम्हीच चांगलं ठरवू शकता. आपलं यश कशात आहे हे एकदा निश्चित केलंत की जगाने, समाजाने निश्चित केलेल्या यशस्वीपणाच्या कल्पना धुडकावून लावण्याची स्वतःला परवानगी द्या. तेवढे निर्भय व्हा. उडवून लावा सगळे काय समजतात ते. स्वतःबद्दल तुम्हाला काय वाटतं ते सर्वांत महत्वाचं.
आणि त्यानंतर तुम्हाला जो यशाचा मार्ग वाटतो त्यावर १०० टक्के प्रयत्नाने वाटचाल करत रहा. यश तर मिळेलच पण असाधारण समाधान, शांतता मिळेल.

हे शांतता उपाय बघा.

जीवनातील प्राथमिकतांचा तक्ता ..... पृष्ठ ८६
दीर्घकालीन सृजनशील योजना ..... पृष्ठ १६८
एकवटलेल्या जबाबदाऱ्या ..... पृष्ठ १५९
नकाराची ताकद ..... पृष्ठ १३८
१००% प्रयत्नांसाठी ..... पृष्ठ १५५

शांत होण्यासाठी थोडा वेळ बाजूला काढा

ऑफिसमध्ये जरा आजूबाजूला नजर टाकली तर आपले काही सहकारी कायम घाईत असलेले दिसतात. अपॉइन्टमेन्टस, मीटिंग्ज शेवटच्या मिनिटापर्यंत धावपळ गडबड अंतिम तारीख गाठण्यासाठी आटापिटा सारखं काही ना काही चालूच.

नेहमीच धांदलीत राहायची सवय झाल्यामुळे अशा लोकांच्या शारीरिक हालचालीत काही 'घायकुतीस आल्यासारख्या' लकबी दिसतात. ते घाईघाईने

बोलतात, भरभर चालतात. जलद छोटे छोटे श्वास घेतात, पट्‌कन बसतात, झट्‌कन उठून चालू लागतात. कुठल्याच एका शारीरिक अवस्थेत फार वेळ नसतात. त्यांच्या सगळ्या हालचाली उरकल्यासारख्या होऊन जातात. हे लोक एका जागी बसले तर सारखे चुळबुळ करत राहतात. बोटांनी कशावर तरी तबलाच वाजवतील, सारखे पाय हलवतील, मांडी बदलतील, उगीच पॅन्टचे-शर्टचे खिसे चाचपत राहतील. वस्तू बाहेर काढतील, पुन्हा आत ठेवतील. चष्मा सारखा करतील, केसांवरून उगाच हात फिरवतील. अशा सगळ्या निरर्थक हालचाली.

ही सगळी तणावाखाली असणाऱ्या अस्वस्थ माणसाची लक्षणे आहेत.

'आरामशीर' माणसांची लक्षणे याच्याविरुद्ध असतात. ते संथपणे बोलतात. दीर्घ श्वासोच्छ्‌वास करतात, ठोस पावले टाकतात. त्यांच्या हालचाली आत्मविश्वासपूर्ण असतात. हे लोक सुस्तही असतात, ते लोळू शकतात. खिडकीतून बाहेर पहात राहतात आणि सर्व वेळ बाह्य जगातच असतात. आणि कामाच्या बाबतीत, घायकुती माणसं करतात तेवढंच काम आरामशीर माणसंही करत असतात.

तेव्हा आरामशीर बनण्याच्या या आणखी काही पद्धती वाचा.

आयडलिंग

(Idling) आयडलिंग माहिती आहे ना तुम्हाला? आपली गाडी (car) न्युट्रलवर आणून अगदी कमीत कमी गतीने चालवायची. इंजिनाच्या दृष्टीने हा सगळ्यात आरामशीर आणि इंधन वाचवणारा प्रकार. आपण माणसेही हे आयडलिंगचे तंत्र वापरू शकतो.

माणसाची काम करण्याची क्षमता आणि सवयी यांच्या सर्वेक्षणात्मक अभ्यासातून असं लक्षात आलेलं आहे की ठरावीक काळापर्यंत माणूस न थांबता ठरावीक वेगाने आणि क्षमतेने काम करू शकतो. नंतर मात्र तो ढेपाळतो. त्या वेळी त्याला विश्रांतीची आवश्यकता असते. याला 'कार्य-विश्रांती-चक्र' (Rest-Activity-cycle) म्हणतात.

प्रत्येक माणसाचं कार्य-विश्रांती-चक्र वेगवेगळं असतं. प्रत्येकाची विश्रांतीची गरजही वेगवेगळी असते. सर्वसामान्य माणसाचं कार्य-विश्रांती-चक्र हे दीड ते दोन तास कामानंतर वीस मिनिटे विश्रांती असं असतं. कामाच्या ठिकाणी या कार्य विश्रांती चक्राचा मान ठेवला गेला पाहिजे. जिथे हा मान ठेवला जात नाही, तिथे आरोग्याचे आणि कार्यक्षमतेचे प्रश्न निर्माण व्हायला सुरुवात होते.

हा २० मिनिटांचा विश्रांतीचा काळ म्हणजे तुमचा Idlingचा काळ होऊ शकतो.

Idling म्हणजे काय करायचं? धावत कॅन्टीनमध्ये जाऊन एक चहा मारायचा? टी.व्ही. रूममध्ये जाऊन थोडी क्रिकेट मॅच बघून यायची? का आपलं ऑफिसच्या खर्चाने मित्राशी फोनवर गप्पा मारून घ्यायच्या? नाही. ही खऱ्या अर्थाने विश्रांती नाही.

एका ठिकाणी शांत बसायचं आणि दीड-दोन तासात कामाचा जो काही ताण तुम्हाला पडला, तो कल्पनेने काढून, फेकून द्यायचा. आणि मग ठरवून आरामशीर माणसासारख्या निवांत बेफिकीर हालचाली करायच्या. संथ चालणं, सावकाश बोलणं, लांब-लांब श्वास घेणं.

हे शांतता उपाय बघा.
आरामशीरपणाचे सोंग घ्या. .....पृष्ठ १९५
आरामाचा ब्रेक घ्या. ..... पृष्ठ १९६
शांततेचा आवाज ..... पृष्ठ २६८

असा जर तुम्ही दर दोन तासांनी शारीरिक गतिमंदतेचा ब्रेक घेतलात तर दिवसाच्या शेवटी तुमच्या लक्षात येईल की आपण अजिबात थकलोच नाही!

Idling साठी

- सलग दीड ते दोन तास काम केल्यानंतर २० मिनिटांचा संथ ब्रेक घ्या.
- त्या वेळात ठरवून हालचालींचा वेग कमी करा. सावकाश बोला. अगदी नैसर्गिकपणे आपण बोलता त्याहूनही सावकाश बोला. हात-पाय हलवायचे तेही अगदी तोलून मापून. जाणीवपूर्वक प्रत्येक क्षणाचा उपयोग करा.
- सर्व हालचालींची गती कमी करा. संथ चाला. सावकाश बोला. विचारही अगदी सावकाश करा.
- २० मिनिटांनंतर पुढच्या संपूर्ण दिवसाला तोंड द्यायला तुम्ही तयार असाल.

थोडा ताण घ्या

ताण कोणताही असला तरी वाईटच. अशी एक लोकप्रिय गैरसमजूत आहे. पण तसं नसतं. ताण दोन प्रकारचे असतात. नकारात्मक आणि सकारात्मक. यातला सकारात्मक ताण (Eustress) हा तब्येतीसाठी चांगला असतो.

आयुष्यात आपण काही रोमहर्षक क्षणांचा अनुभव घेतो, त्या वेळी हा सकारात्मक ताण निर्माण होतो. आपण जत्रेतल्या प्रचंड पाळणाचक्रात बसतो, प्रेयसी किंवा प्रियकराला प्रथम भेटतो, आपल्याला पहिली बढती मिळते, पहिलं अपत्य जन्माला येतं, आपण एखादी स्पर्धा जिंकतो या सर्व प्रसंगी आपल्या मनावर सकारात्मक ताण येतो.

आपल्याला आनंद तर होतोच पण याने आपलं आयुष्य समृद्ध होतं आणि त्यानंतर खूप हलकं ताणरहित वाटतं. तुमचा नोकरी-व्यवसाय जर खूप ताण देणारा, शिणवणारा असेल; किंवा आहे त्या जबाबदारीचा खूप जास्त ताण घ्यायचा, अति काळजी करायची अशी सवय तुम्हाला लागली असेल तर मुद्दाम अशा सकारात्मक ताण देणाऱ्या गोष्टींची पेरणी आपल्या कार्यक्रमात अधूनमधून करायला पाहिजे.

आपल्याला अचानक मिळणारे कामाचं फळ किंवा अनपेक्षित धनलाभ हे या दृष्टीने खूप सकस, सकारात्मक ताण आहेत, असं इतरही काही आपण शोधून काढू शकतो.

या तक्त्याचा आधार घेतलात तर तुम्हाला थोडं मार्गदर्शन मिळू शकेल.

सकारात्मक ताण	नकारात्मक ताण
१) तुम्हाला नोकरीत महत्त्वाचे पद मिळाले.	१) नोकरीवरून काढण्याची नोटीस मिळाली.
२) व्यवसायात एक मोठा प्रकल्प करायला मिळाला.	२) तुमचे टेंडर पास झाले नाही.
३) अचानक प्रेम जमले.	३) सहकाऱ्यांशी वाद झाला.
४) तुमच्या संघाने जवळ जवळ सामना जिंकलाच आहे. फक्त काही क्षणांचा अवधी आहे.	४) तुमचा चेक न वटता परत आला.
५) तुमच्या छोट्या मुलाबरोबर तुम्ही पतंग उडवत आहात-गोट्या खेळत आहात.	५) तुमच्या पत्नीला असाध्य रोग झाला.
६) तुमच्या आवडत्या कलाकाराला तुम्ही प्रत्यक्ष पाहिलं.	६) अपत्याला परीक्षेत अपयश आले.

सकारात्मक ताण	नकारात्मक ताण
७) तुमच्या विद्यार्थ्यांचा जागतिक पातळीवर सन्मान झाला. ८) खूप वर्षांनी भेटलेल्या मित्रमंडळींबरोबर रात्र जागवली.	७) सिग्नल तोडल्याबद्दल पोलिसाने पकडून दंड केला. ८) दूरच्या ठिकाणी बदली झाली. एकटंच जावं लागलं. ९) स्वत:च्या मुलीचं जमलेलं लग्न मोडलं.

पाच मिनिटं सहलीला जाऊन या

समजा तुम्ही या पुस्तकातल्या अगदी सगळ्या तंत्रांचा वापर सुरू केलात. १०० टक्के प्रयत्न केलेत, तुमचं कार्यावर चांगलं नियंत्रण आलं. असं सगळं झालं तरीसुद्धा तुम्हाला अडकल्यासारखं, गुंतल्यासारखं वाटतच राहतं.

होतं असं कधीकधी, सगळ्यांनाच होतं, कुणीही झालं तरी सतत आपलं आठवड्यामागून आठवडे काम करत राहायचं म्हणजे वैतागणारच. अशा वेळेला 'आरामशीर' माणसांनासुद्धा दडपणाखाली असल्यासारखं वाटायला लागतं.

हीच वेळ असते थोडी उसंत घेण्याची. एखादा शनिवार-रविवार गावाला जाऊन यायचं, कधी तरी गिरीभ्रमण, निसर्गभ्रमणाला जायचं एखादा पूर्ण दिवस समुद्रकिनाऱ्यावर घालवायचा, बागेत फिरायला जायचं अशी उसंत घेतली की तोच तो पणाच्या चक्रातून थोडं सुटल्यासारखं वाटतं. त्यासाठी ही थोडी विश्रांती, थोडा बदल प्रत्येकाला आवश्यक असतो. पण सध्या तुम्हाला असा ब्रेक घेणं शक्य नाही का? काही हरकत नाही. पुढे केव्हातरी बाहेरगावी जाता येईल. परंतु आता एक सोपी युक्ती तर आपण नक्कीच करू शकतो.

अशी धम्माल करताना कसं वाटतं हे तर तुम्हाला माहिती आहेच. चला तर मग. डोळे मिटून बसा. डोळ्यांपुढे तुमच्या आवडत्या सहलीचं दृश्य आणा. कल्पनेनेच त्यात शिरा. त्यातली प्रत्येक अनुभूती पूर्वीच्याच उत्कटतेने अनुभवायचा प्रयत्न करा. थोड्याच वेळात तिथले रंग तुम्हाला दिसू लागतील. आवाज ऐकू येतील. फुलांचे सुगंध यायला लागतील. तुमचा मूडच बदलून जाईल.

याला फक्त पाचच मिनिटं पुरेशी आहेत. केव्हाही गरज वाटेल तेव्हा

प्रत्यक्ष उसंत घेण्यासाठी वेळ काढू शकत नसाल तर हे ‘पाच मिनिटे गावाला जाऊन येणं’ फायदेशीर ठरतं.

दुधाची तहान ताकावर भागवायची आहे, पण तहान भागवणं हे सर्वांत महत्त्वाचं.

हे शांतता उपाय बघा.

शांत श्वसन ..... पृष्ठ ९७

अधिक उणे (+−) ची पद्धत.... पृष्ठ १९१

५ मिनिटे गावाला जाऊन येण्यासाठी
१) दोन मिनिटे दीर्घ श्वसनाचा आनंद घ्या.
२) स्थिरता आल्यावर डोळ्यांपुढे मोठा रुपेरी पडदा आणा.
३) पूर्वी आपण पाहिलेलं अतिशय रम्य ठिकाण पडद्यावर आणा. अक्षरशः मनाने इथलं सर्व सोडून तिथे पळून जा.
४) त्या चित्रातल्या दृश्यात प्रवेश करा. तिथल्या रंग-गंध-स्पर्शाचा आनंद लुटा. पाण्याचा, हवेचा थंड स्पर्श, पक्ष्यांचे आवाज, फुलापानांचे रंग सगळं प्रत्यक्ष अनुभवा.
५) हे चित्र मनात फ्रिज करून ठेवा.
६) आता निवांत बसा. सकारात्मक भावना आपोआप तुमच्या मनावर प्रभाव पाडतील. तुम्ही ताजेतवाने व्हाल.

फिरता फिरता शोधून काढा

तुम्हाला जर कुणी सांगू लागलं की ‘अरे, अर्धा तास बागेतून चक्कर मारली ना, की आपल्या मनातले पुष्कळ ताण आणि काळज्या कमी होतात.’ तर तुम्ही खांदे उडवून म्हणाल ‘माहीत आहे!’

माहिती सगळ्यांनाच असतं हो! पण अमलात आणतं का कुणी? आपण असं कारण सांगून देतो की आमच्या ऑफिसच्या जवळ अशी कोणतीच बाग किंवा बगिचा नाही. पण हे तरी तुम्हाला नक्की माहिती आहे?

कधीकधी असं होतं की बदली होऊन, दुसऱ्या गावाहून एक जण येऊन तुमच्या ऑफिसमध्ये रुजू होतो. काही महिन्यानंतर तो तुमच्या उपनगरातल्या अनेक सुंदर सुंदर ठिकाणांविषयी सांगू लागतो. आणि आपल्याला वाटतं अरेच्या! दहा वर्षांत कधी मला कसं हे माहीत झालं

नाही?

कधीतरी आपण आपल्याच गावातल्या एका रस्त्याने काही कामानिमित्त जातो आणि चकितच होतो! केवढाल्या इमारती आणि दुकानांची तर रांगच तयार झालेली असते. छान हॉटेल्स निघालेली असतात. मला कसं माहीती नाही?

अहो, तुम्ही तुमच्या कामात इतके गुंतून गेलात, आपल्या छोट्या सुरक्षित घरकुलात इतके गुरफटून राहिलात की अगदी आपल्या घराच्या किंवा ऑफिसच्या शेजारी असणाऱ्या सौंदर्याची, बागेची दखल सुद्धा घेतली नाहीत. म्हणजे नाकाशी असलेला सुगंधही तुम्ही हुंगला नाहीत. मग दूरचं काही कसं माहीत होणार?

आता असं करायचं. छोटासा शोध घ्यायचा. आपल्या कामाच्या ठिकाणापासून अगदी जवळ असलेली एखादी बाग, मंदिर-मस्जिद, चर्च किंवा सुंदर ऐतिहासिक ठिकाण शोधून काढायचं. तुम्हाला आश्चर्य वाटेल. बऱ्याच वेळा अशी ठिकाणं चालत जाण्यासारख्या अंतरावर असतात. तुम्ही त्या ठिकाणी भटकायला जा. व्यायामाला नाही, बाकी कशालाच नाही. फक्त फिरायला. ते वातावरण शोधून घ्या. सुंदर मुक्त वातावरणात मोकळे श्वास घ्या. एका बाजूने तुमचे ताणतणाव काळज्या, मनातून काढता पाय घेतील आणि तुम्ही पुन्हा 'माणूस' व्हायला लागाल.

प्रत्यक्ष आनंद देणाऱ्या निसर्गरम्य ठिकाणी प्राणवायूने युक्त अशा शुद्ध हवेत फिरण्याचा, आपल्या मनातल्या ताणतणावावर फार चांगला परिणाम होतो. ताणाच्या पातळीत जाणवण्याइतका फरक पडतो.

हे जर दिवसाकाठी थोडा वेळ जरी तुम्ही केलंत ना, बघा कसं शांत वाटायला लागेल.

बदल करत रहा

तणाव जन्य समस्यांची माणसाला सवयच होत असते. तसं होऊ नये म्हणून आपला जो ठरावीक दिनक्रम असतो (Routine) त्या व्यतिरिक्त काहीतरी वेगळं नवीन करण्याचा नेहमी प्रयत्न असावा. मधल्या सुटीत रोज खात-पीत बसण्यापेक्षा कधी चक्कर मारून आलं, कोणतं प्रदर्शन पाहून आलं; ट्रेनमधून जाताना पाच मिनिटे ध्यान केलं, बाथरूममध्ये थोडा वेळ प्राणायाम केला किंवा लांबलचक स्टेटमेंट बनवताना कानाला हेडफोन्स लावून गाणी ऐकली तरी हे वेगळंपण आपण आणू

शकतो.

तुम्ही कोणताही बदल करा. काहीही करा. फक्त ते दिनक्रमापेक्षा थोडं वेगळं असावं. कामाचे दिवस हे एकमेकांच्या xerox प्रती नसाव्यात. एवढं पाहिलं, तरी काम भागेल. तुम्ही जर याबाबतीत योग्य, संतुलित दृष्टिकोन ठेवलात तर स्वत:ला शांतवण्याच्या प्रक्रियेत त्याचा खूपच फायदा होईल.

हे शांतता उपाय बघा.	
शांततेचा आवाज	पृष्ठ २६८
गुस्सा थूक दो	पृष्ठ २१९

सुरक्षितता ही मनाची अवस्था आहे

दिवसेंदिवस नोकरीत काय, धंद्यात काय गुंतागुंत अनिश्चितता वाढतच चालली आहे. आपल्या कामातल्या कौशल्यात सतत सुधारणा करत राहिलं नाही, तर जसजशी वर्षे जातील तसंतसं ते निकामी होत जातं. त्यामुळे असुरक्षितता निर्माण होणं समजू शकतं. आणि जोपर्यंत मनात असुरक्षितता आहे तोवर शांतता मिळणं अशक्य. तसं पाहिलं तर झपाट्याने बदलणाऱ्या आजच्या जगात कुणीही जास्त दिवस स्वत:च्या नोकरीबाबत निश्चिंत राहू शकणार नाही.

पण भावनिकदृष्ट्या स्वत:ला सुरक्षित वाटून घेणं हे तुमच्या हातात आहे. म्हणून सुरक्षितता ही मनाची अवस्था आहे हे लक्षात ठेवायचं.

मनाने सुरक्षितता स्वीकारा

पृष्ठ १२९ वर दिलेल्या 'स्वीकार करण्यासाठी' या चौकटीत दिल्याप्रमाणे तंत्र वापरून तुम्ही स्वत:च स्वत:ची सुरक्षितता वाढवून घेऊ शकता. अशा पद्धतीने स्वत:ला पूर्णपणे शांत आणि सुरक्षित वाटून घेण्याची कृती ही तुमच्या दिनक्रमाचाच भाग बनवा.

तुम्हाला जसं वाटायला हवंय, तसंच वाटतंय असं समजायला लागा. हे सोंग आणणं आहे ना, ते आपल्या अंतर्मनाला खूप आवडत असतं. ते लगेच आपण सांगू तसं सोंग घ्यायला तयार असतं. त्यामुळे प्रत्यक्षात तुम्हाला कसं का वाटत असेना, त्याने काही फरक पडत नाही. आपल्याला खूप शांत, सुरक्षित वाटतंय असं समजत राहा. 'आपल्या कार्यक्षमतेबद्दल आपण उत्कृष्ट काम करू शकतो याबद्दल स्वत:ला पूर्ण आत्मविश्वास आहे' असं स्वत:ला समजावत राहा. 'परिस्थिती आपल्या पूर्ण नियंत्रणात आहे आणि अशा प्रकारची

परिस्थिती पुढे जरी आली तरी आपण डगमगणार नाही.' असं स्वत:ला बजावत राहा. 'अशा प्रकारच्या शांततेची आणि सुरक्षिततेची मला नेहमीची सवय आहे' असं वाटून घ्या. सोंग करताना पुढे-मागे पाहायची काय गरज आहे?

लोक आपल्याला किती शांत, खंबीर समजतात. अशीही कल्पना करा. ताबडतोब तुम्हाला सुरक्षित वाटायला लागेल.

हे शांतता उपाय बघा.	
स्वीकार करण्यासाठी	पृष्ठ १२३
आरामशीर असल्याचं सोंग घ्या.	पृष्ठ १९५
आरामाचा ब्रेक घ्या.	पृष्ठ १९६

सुरक्षिततेचा मंत्र जपा

एखाद्या व्यसनमुक्ती केंद्रात रुग्णांना खूप चांगली चांगली आशादायक गाणी म्हणायला सांगतात. ती दररोज म्हणायची असतात त्यामुळे त्यांच्या अंतर्मनाला भीती आणि असुरक्षितता यावर विजय मिळवायला मदत होते.

लहान मुलांच्या मनात, पुढील कविता म्हणताना किती सुंदर भावना निर्माण होतात!

'देवा तुझे किती सुंदर आकाश, सुंदर प्रकाश सूर्य देतो
सुंदर चांदण्या, चंद्र हा सुंदर, चांदणे सुंदर पडे त्याचे
सुंदर वेलींची, सुंदर ही फुले तशी आम्ही मुले देवा तुझी.'
किंवा समर्थ रामदास स्वामींचा हा श्लोक पहा,
'मना श्रेष्ठ धारीष्ट्य जीवी धरावे, मना बोलणे नीच सोशीत जावे
स्वये सर्वदा नम्र वाचे वदावे, मना सर्व लोकांशी रे नीववावे.'
आता ही वाक्ये पहा–
मला माझ्या कुशलतेबद्दल पूर्ण खात्री आहे.
ठरवलं तर मी काय वाटेल ते काम करू शकते.
माझ्या मनाला कसं शांत निवांत वाटतंय.
भोवतालचं वातावरण कसं साधं, सुंदर, सुरक्षित आहे! मी तृप्त आहे.
मी त्या सुख-शांती, तृप्तीमध्ये सगळ्यांना सामील करून घेईन.
सगळे मिळून काम करण्यात आनंद आहे.
सकारात्मक विधानांचा मनावर चांगला परिणाम होतो. एखादा

होकारात्मक वाक्यसमूह
पुन:पुन्हा म्हटल्याने
अंतर्मन तो आज्ञा समजून
स्विकारतं. शिवाय आपण

> **हे शांतता उपाय बघा.**
> होकारार्थी विचारांसाठी ..... पृष्ठ ११५
> सकारात्मक शब्द ..... पृष्ठ १७६

जितके सकारात्मक आणि सहजसुंदर शब्द निवडू तितकं आपलं वागणंही सकारात्मक आणि सहजसुंदर होऊन जाईल.

दिवास्वप्न

लहानपणापासून आपल्याला असं सांगण्यात आलेलं असतं की 'दिवास्वप्न म्हणजे आळशी, कृतिशून्य लोकांनी वेळ घालवण्यासाठी केलेला उद्योग असतो. स्वत:च्या कल्पनेचे लाड करून घ्यायचे बाकी त्यात काही अर्थ नाही. शिक्षकांच्या किंवा शिस्त लावणाऱ्यांच्या मते ती स्वत:ची फसवणूक असते किंवा निव्वळ वेडपटपणा.'

पण या सगळ्या चुकीच्या कल्पना आहेत. योग्य पद्धतीने केला, तर दिवास्वप्न पाहणे हा सकारात्मक, समृद्ध करणारा मनाचा व्यायामच आहे. प्रत्येकाने हा नेहमी केला पाहिजे.

प्रत्येक कार्यक्षम माणसाच्या दिनक्रमात विश्रांतीसाठी काही वेळ ठेवलेला असतो. विश्रांतीची आदर्श कल्पना म्हणजे हा वेळ २० मिनिटे असावा आणि त्या वेळात, आपल्या डाव्या मेंदूच्या कृती म्हणजे पृथक्करण, तर्कशुद्ध कृती भाषा या थांबवून उजव्या मेंदूच्या कृती म्हणजे निर्मिती, अंत:स्फूर्ती भावना यांना वाव द्यावा. म्हणजे काय करायचं? तर दिवास्वप्ने पाहायची.

तुम्ही करून बघा. दर दीड किंवा दोन तास काम केल्यानंतर २० मिनिटे दिवास्वप्ने बघायची. हळूहळू तुम्ही एक शांतपणे काम करणारे सक्षम कर्मचारी बनाल. जर तुम्ही पुढचा विचार करून आणि एखादी इच्छा मनात धरून दिवास्वप्न पाहिलंत, तर ते तुम्हाला तुमची इच्छा पूर्ण करायला मदत करील. या ठिकाणी तुम्ही शांततेसाठी आणि सुरक्षिततेसाठी दिवास्वप्नाचा वापर करून घेऊ शकता. आपण शांत झालेलो आहोत. सुरक्षित आहोत असं दिवास्वप्न बघायचं. काही वेळाने आपल्याला खरंच शांत आणि सुरक्षित वाटायला लागतं.

काही रक्कम बाजूला काढून ठेवा

बऱ्याच जणांची अशी समजूत असते की आपण नोकर. आपल्या काय

हातात आहे? मालक सांगतील तसं करायचं. आपल्याला निवड करायला कुठे वाव आहे?

बरोबर आहे. ती माणसे नोकरीवर अवलंबून असतात. जी मिळेल ती करायची. आवडीचा प्रश्नच नाही. त्यामुळे नेहमी दडपणाखाली असतात.

पण नेहमी असंच असण्याची काहीच गरज नाही. तुम्ही पण आपल्या आवडीचं काम निवडू शकता. त्यासाठी एक उपाय आहे. त्याने तुम्ही ताण येऊ न देता स्वत:च्या आवडीची नोकरी शोधू शकता. उपाय सगळ्यांना जमेल असं नाही, परंतु ज्यांना जमेल त्यांनी अवश्य करावा. एक ठरावीक रक्कम बाजूला काढून ठेवायची. पहिली नोकरी लागली की त्यातून दरमहा बचत करत करत रक्कम साठवायची. आपल्या मनाशी खूणगाठ बांधून ठेवायची. 'आता माझ्याकडे थोडे पैसे जमवलेले आहेत. एखादे दिवशी वैताग आला तर खुशाल देईन सोडून ही नोकरी. दुसरं आवडीचं काम बघेन. तोपर्यंत खर्चासाठी आहेत की जमवलेले पैसे!'

अशा तऱ्हेने हल्ली बरेच तरुण आपल्याला आवडणारं काम शोधून काढतात.

◆

१९. जेव्हा समाजाचा प्रश्न असतो

> कामाच्या ठिकाणी आपले सहकारी, वरिष्ठ आणि हाताखाली काम करणारे लोक यांच्याबरोबरचे नातेसंबंध जपणे अत्यंत गरजेचे असते.

कोणतेही काम करताना तुमचे सहकारी, वरिष्ठ, कनिष्ठ यांच्याशी चांगले संबंध प्रस्थापित करणं हे फार जरुरीचं असतं. आजूबाजूला काम करणारे कर्मचारी, सुपरवायझर, इतर विभागाचे प्रमुख यांच्याशी जर आपले संबंध बिघडले तर ते दु;खाचं, अशांतीचं कारण ठरतं. 'जळात राहून माशाशी वैर करू नये.' म्हणतात त्यात नक्कीच तथ्य आहे.

तुम्ही कितीही पक्के मुत्सद्दी असलात तरी एखादा अधिकार गाजवणारा सुपरवायझर, हाताखालच्या लोकांशी बिलकूल न बोलणारा बॉस, एखादा असहकार करणारा सहकारी किंवा भांडखोर कर्मचारी यांच्याबरोबर काम करणं तसं सोपं नसतं. त्यांना आपल्या पद्धतीने काम करायला लावणं तर खूपच कठीण.

पण हे सगळं नीट जमवून आणण्याचेही मार्ग आहेत. त्यातल्या प्रत्येक मार्गासाठी तुम्ही ठामपणे वागण्याची गरज असते. थोडा फार आग्रहीपणा लागतो.

आग्रहीपणा

यापूर्वीच आपण पाहिले की जगातल्या सर्व व्यक्तींचे स्वभावाच्या दृष्टीने तीन वर्गात विभाजन करता येते.

१) आग्रही व्यक्ती २) आक्रमक व्यक्ती ३) भिडस्त व्यक्ती.

यातल्या प्रत्येकाच्या वर्तणुकीचे विशिष्ट प्रकार पाहायला मिळतात. ढोबळ मानाने ते बरोबर आहेत. यापैकी एका प्रकारात आपण बसतो, हेही बरोबर आहे.

पण आपण कोणत्याही प्रकारात मोडत असलो तरी कायम तसंच राहण्याची काय गरज आहे? आपल्याला नको असणाऱ्या आक्रमक किंवा माघार घेण्याच्या वृत्ती कमी करून, स्वत:तला आग्रहीपणा आपण वाढवू शकतो.

आता 'आग्रहीपणा' म्हणजे तरी काय? त्याचा कसा फायदा होतो ते आपण पाहू.

पुष्कळ जणांना वाटतं की मोठा आवाज, हुकमत गाजवणारं व्यक्तिमत्व आणि बोलण्यातला मनमोकळेपणा म्हणजे आग्रहीपणा. पण या गोष्टींचा आग्रहीपणात तसा फार कमी वाटा असतो.

आग्रहीपणाची लिखित व्याख्या पाहिली, तर एखादी महत्त्वाची गोष्ट मिळविण्यासाठी निश्चय करणे आणि मग ठामपणे त्याचा पाठपुरावा करून ती प्राप्त करणं अशी केलेली आहे. परंतु प्रत्यक्ष व्यवहारात त्याचा जास्त संबंध संवाद साधण्याशी येतो. स्वत:ला काय पाहिजे, कशाची गरज आहे स्वत:ला काय वाटतं याची, सरळ आणि स्पष्ट कल्पना संबंधितांना करून देणं म्हणजे आग्रहीपणा. पृष्ठ १४ वरच्या तक्त्यावरून तुमच्या लक्षात आलेलं असेल आग्रही लोकांचं वागणं हे आक्रमक किंवा भिडस्त लोकांपेक्षा खूपच शांत आणि स्थिर वाटतं.

पण या बाबतीत एकेक गमतीदार विरोधाभास पाहायला मिळतात. काही लोक कामाच्या ठिकाणी एकदम अनाग्रही असतात. भिडस्तपणे वागतात. वास्तवात ते खूप आक्रमक स्वभावाचे असतात. तर काही जण खरोखर आक्रमक असून स्वत:ला आग्रही समजत असतात. अर्थातच आग्रही लोक साध्य करतात त्याच्या निम्म्यानेही हे मिळवू शकत नाहीत आणि मग वैफल्यग्रस्त होऊन बसतात.

यानंतर येतात आपले चलित व्यक्तिमत्वाचे चळवळे लोक. यातही पुष्कळ जण भिडस्त असतात. जेव्हा आपण त्यांना तसं सांगतो, तेव्हा ते घाईघाईने आग्रही लोकांसारखं वागायला जातात आणि शेवटी जमलं नाही की निराश होऊन परत मूळ स्वभावानुसार वागू लागतात.

त्यामुळे आपण आग्रही आहोत असा आग्रह धरून काही उपयोग होत नाही. पुन्हा एकदा इथे हे लक्षात घ्यायला पाहिजे की हे व्यक्तिमत्त्वाचे प्रकार जे वर्णन केलेले आहेत ते फक्त वेगवेगळ्या वर्तणूक प्रवृत्ती लक्षात येण्यासाठी. कोणतीही व्यक्ती पूर्णपणे एकाच प्रकारची असू शकत नाही. सर्व प्रवृत्तींचं कमी अधिक मिश्रण प्रत्येकात झालेलं असतं.

आपण स्वभावत: जरा कमी आग्रही असलो तर हा गुण कामाच्या ठिकाणी थोडा वाढवण्यासाठी काय करायचं ते शिकून घ्यावं म्हणजे शांतचित्त होण्यासाठी त्याची मदत होईल.

आग्रहीपणा वाढवण्यासाठीची पुष्कळ तंत्रे या पुस्तकात मिळतील. त्यांचा वापर करून लगेच काही कुणी उंदरांचा सिंह किंवा शेळीचा वाघ होणार नाही. परंतु जेव्हा मतांची गुंतागुंत होईल तेव्हा तो वाढवलेला आग्रहीपणा तुमच्या मदतीला येईल आणि तुम्ही ज्या गोष्टी महत्वाच्या समजता त्या प्राप्त करायला तुम्हाला सोपे जाईल.

हे पुस्तक वाचून लगेच ताबडतोब तुम्हाला तुमची वाट सापडेल. असं होणारही नाही कदाचित. परंतु तुम्हाला शब्द सापडतील, काही मुद्दे गवसतील. आपली दखल घेतली जावी, आपल्याकडे लक्ष वेधलं जावं, यासाठी काय करावं ते समजेल. बऱ्याच जणांना एवढं समजलं, तरी शांत, स्थिरचित्त होण्याकडे त्यांची वाटचाल सुरू झाली असं समजायला हरकत नाही.

अवघड व्यक्तींना कसं सांभाळायचं?

तुम्ही कामावर जाता तिथल्या इतर लोकांच्या वागणुकीवर नियंत्रण ठेवण्याचा प्रयत्न करणं म्हणजे वेळ वाया घालवण्यासारखं आहे. स्पष्टच सांगायचं तर तसा प्रयत्न करणं हे इथे गैरलागूच आहे. पण एकमेकातले संबंध सांभाळणं हा मात्र कामाच्या ठिकाणचा एक आवश्यक भाग आहे. तुमचे संबंध वरिष्ठांबरोबरचे, कनिष्ठांबरोबरचे किंवा सहकाऱ्यांबरोबरचे असे कोणत्याही पातळीवरचे असोत ते सांभाळण्याच्या पद्धती सारख्याच आहेत.

पण एक लक्षात ठेवले पाहिजे की त्या पद्धतींचा अवलंब करूनही तुम्ही इतरांवर फारसा प्रभाव पाडाल याची खात्री देता येत नाही. हां. एक गोष्ट मात्र नक्की होईल. या पद्धतीने वागल्यामुळे तुमचे व्यावसायिक नातेसंबंध तुम्ही अधिक सुलभतेने सांभाळू शकाल. जर तुमचं काम तुम्ही शांतपणे करू इच्छित असाल आणि जे काम करता त्यातून तुम्हाला समाधान मिळवायचं असेल, तर खालील गोष्टी करा.

अवघड माणसांना सांभाळण्याच्या पद्धतीच्या ३ पायऱ्या आहेत.

१) तुमच्या कामातून तुम्हाला नक्की काय मिळवायचं आहे ते ठरवा.

२) ते मिळवण्यासाठी योजना करा.

३) योजना यशस्वी करण्याच्या कामी स्वतःला झोकून द्या.

सुरुवातीला तुम्ही हे निश्चित करायला पाहिजे की तुम्ही काम कशासाठी करत आहात, आणि काम केल्यानंतर आपल्याला काय मिळावं अशी तुमची अपेक्षा आहे? हे एकदा निश्चित केलंत की

कामाच्या ठिकाणी काही अवघड व्यक्ती तुम्हाला फारशा महत्त्वाच्या वाटेनाशा होतील.
त्यानंतर 'दीर्घ मुदतीची सृजनशील योजना' हे तंत्र वापरून तुमचे ध्येय गाठण्यासाठी योजना तयार करा. यामध्ये तुमचे ध्येय गाठण्याच्या मार्गात अडथळे ठरणाऱ्या व्यक्तींना कसं दूर ठेवायचं त्याची योजना करा.
आणि नंतर स्वत:ला कामात झोकून द्या. संपूर्ण बुडवून घ्या. या पद्धतीने काम केलंत तर तुमच्या लक्षात येईल की या परस्परसंबंधांकडे आपण एका वेगळ्याच, जरा तटस्थ अशा दृष्टीने पाहू लागलो आहोत. उदा - समजा तुम्ही ठरवलं असेल की हे काम करण्याचा आपला हेतू 'माणसं जोडणे' 'माणसांशी नाती दृढ करणे' तर आपल्या एखाद्या आळशी सहकाऱ्याच्या आळसाकडे तुम्ही कनवाळूपणे दुर्लक्ष कराल. आणि संपत्ती जमवणे हा जर तुमचा मुख्य हेतू असेल तर त्याच माणसावर तुमची वक्रदृष्टी वळेल.
समजा तुमचा एक 'कुचकामी' बॉस आहे. तुमचा काम करण्याचा हेतू कंपनीमध्ये अत्युच्च पदावार पोहोचणं हा असेल तर तुम्ही त्या माणसाकडे स्पर्धेच्या दृष्टीने पाहाल. तुमचा हेतू फक्त अत्यंत प्रामाणिक कर्मचारी म्हणून नोकरी करण्याचा असेल तर तुम्ही त्याच्याकडे जेवढ्यास तेवढे म्हणजे तटस्थपणे पाहाल.
आता तुमच्या लक्षात आलं असेल की कामाच्या ठिकाणी 'अवघड' वाटणारी माणसे खाली दिलेल्या प्रकारांपेकी एखाद्या प्रकारात मोडत असली पाहिजे.
१) तुमचं ध्येय गाठायला तुम्हाला मदत करू शकणारी माणसे.
२) तुमचं ध्येय गाठण्याच्या रस्त्यात आडवी येणारी माणसं.
३) तुमच्या ध्येयाशी काही घेणं-देणं नसणारी माणसं.

पहिल्या प्रकारातल्या तुम्हाला मदत करणाऱ्या माणसांना तुम्हाला सांभाळून घ्यावं लागेल. दुसऱ्या प्रकारातली आडवी येणारी माणसं

हे शांतता उपाय बघा.
जीवनातील प्राथमिकतांचा तक्ता ..... पृष्ठ ८६
दीर्घकालीन सृजनशील योजना ..... पृष्ठ १६८
कार्यवाहीच्या तीन पायऱ्या ..... पृष्ठ १६९
जे हवं ते कसं मिळवाल? ..... पृष्ठ २२०
१००% प्रयत्नांसाठी ..... पृष्ठ १५५

मार्गातून हटवली पाहिजेत. किंवा त्यांना निष्प्रभ केलं पाहिजे. आणि तिसऱ्या प्रकारच्या तटस्थ माणसांचा फारसा विचार करण्याचं कारण नाही.

'अवघड' माणसे सांभाळण्यासाठी
• आयुष्यातला प्राधान्य तक्ता वापरून तुम्हाला तुमच्या कामामधून काय मिळवायचं आहे ते ठरवा. • दीर्घ मुदतीच्या सृजनशील योजनेद्वारा आपलं ध्येय गाठण्याची योजना तयार करा. यात ध्येयाच्या मार्गात आडवं येणाऱ्या माणसांशी कसे संबंध ठेवायचे याचा विचार आवश्यक आहे. • तुमची योजना लिहून काढा. • तुम्ही जे काही करत असाल त्यात स्वत:ला १०० टक्के झोकून द्या. • तुम्हाला अवघड वाटणाऱ्या लोकांचे वर्गीकरण करा. • कामाच्या ठिकाणी सांभाळायला सोप्या असणाऱ्या माणसांशी संबंध वाढवून आनंदात रहा.

गुस्सा थूक दो

जेव्हा तणावाची परिस्थिती येते तेव्हा राग येणं, संतापणं, ही आपली पहिली सर्वसामान्य प्रतिक्रिया असते. विशेषत: जर आपण वैफल्यग्रस्त किंवा निराश असलो, तर जास्तच चिडचिड करतो.

लहान मुलं आणि प्राणी खूप मोकळेपणी राग व्यक्त करून टाकतात. मुलं रडतात; तर प्राणी त्यांना त्रास देणाऱ्यावर हल्ला करतात. परंतु मोठी माणसं शब्दांनी राग व्यक्त करतात. आणि भडकल्यानंतर ते जे शब्द बोलतात त्यामुळे मूळची परिस्थिती जास्तच चिघळते आणि संबंध विकोपाला जातात.

तर अशा रागावर मात करण्याचा योग्य आणि फायदेशीर उपाय कोणता?

राग तर प्रत्येकाला येतोच त्यावर आपलं फारसं नियंत्रण नसतं. परंतु त्याच्यामुळे स्वत:चं होणारं जे नुकसान आहेत ते आपण कमी करायचा प्रयत्न करू शकतो. कसा?

राग यायला लागला की उठा आणि चालू लागा. चाला. भराभर चालत

राहा. चांगली १५-२० मिनिटे चाला. चालता चालता आजूबाजूला दिसणाऱ्या प्रत्येक वस्तूची मनात तपशीलवार नोंद घ्या.

पहिली १० मिनिटे कटू बोलणी, अपमान, टोमणे किंवा जे काही घडून गेलं असेल ते तुमच्या मनात फेर धरून नाचत राहील. पुढची पाच मिनिटे तुम्ही हळूहळू शांत होत जाल. कारण तो क्षणिक भडका संपून तुमचं मन नेहमीच्या अवस्थेकडे येऊ लागेल. तुमच्या प्रतिक्रिया हळूहळू सौम्य होत जातील. तुम्ही परत याल तेव्हा आपोआप वातावरणाचा राग रंग ओळखून जपून बोलणं सुरू कराल.

जे हवं ते कसं मिळवाल?

व्यवसायात आणि नोकरीत सतत वापरला जाणारा लोकांना सध्याचा सर्वात आवडता शब्द म्हणजे 'स्पर्धा' 'competition' 'चढाओढ'.

बाजारपेठांची स्पर्धा, नोकरी शोधणाऱ्याची स्पर्धा, कंपन्यांची स्पर्धा, खात्यां मधली स्पर्धा आणि व्यक्तिगत स्पर्धा. जसंजसं आपल्या आजूबाजूचं विश्व स्पर्धात्मक होत चाललंय त्या प्रमाणात आपल्यापैकी प्रत्येकाला अधिकाधिक आग्रही वागण्याचं आव्हान पेलावं लागणार आहे.

तुम्हाला माहीतच आहे. कामाच्या ठिकाणी भिडस्तपणा किंवा आक्रमकपणापेक्षा आग्रही वागणूक ही सहजसोपी आणि आरामदायक असते. पण आग्रही वागणुकीचा एक याहूनही मोठा फायदा आहे. कामाच्या ठिकाणी वैफल्य येण्याचं जे सर्वांत मोठं कारण आहे, 'आपण काय करतो त्यावर आपलं काहीच नियंत्रण नाही.' असं वाटत राहणं; त्यावर आपण आग्रही वागणुकीने मात करू शकतो. त्यासाठी आग्रहीपणा अंगी बाणवण्याचा प्रयत्न करायला पाहिजे.

पण नुसतं आग्रहीपणाने वागून तुम्हाला पाहिजे ते मिळवता येईल याची खात्री नसते. (तसं झालं तर आयुष्य फार सोपं होऊन जाईल) पण एक गोष्ट मात्र नक्की. आपल्याला काय हवं आहे ते इतरांना कळतं आणि त्याचा आपल्याला फायदा होऊ शकतो.

स्वत:ला काय हवंय याची नक्की माहिती करून घ्या

या पहिल्या पायरीवर बरेच लोक अडखळतात. आपल्याला काय हवंय हेच त्यांना ओळखता येत नसतं. धूसर, अस्पष्ट, अस्तित्वात नसलेल्या आदर्शांच्या मागे धावण्यात ते कितीतरी शक्ती, बुद्धी, वेळ, निर्मितीक्षमता वाया घालवत असतात.

बघा हं! 'मला श्रीमंत बनायचंय' हे फारच ढोबळ साध्य झालं. पण

'वयाची पस्तिशी उलटायच्या आत स्थावर-जंगम मिळून एक कोटी रुपयांची इस्टेट करण्याचं मी ठरवलं आहे.' हे अगदी नेमकं उद्दिष्ट. तेव्हा अशा प्रकारे नेमकं उद्दिष्ट निश्चित करून, योजना आखा आणि उद्दिष्ट कसं साध्य करायचं त्याची रूपरेषा निश्चित करा. हे सगळं कागदावर लिहून काढा. असं एकदा केलंत ना की पहा, तुमच्या सहकाऱ्यांपेक्षा तुम्ही नेहमी एक पाऊल पुढे राहाल.

आता लक्षात आलं ना, आपल्याला हव्या असणाऱ्या गोष्टी जर आग्रहीपणाने वागून मिळवायच्या असतील तर प्रथम काय हवं आहे हे नेमकं ठरवणं, ही त्याची पहिली पायरी असायला पाहिजे.

काय मागणं रास्त आहे ते ठरवा

एखादी विनंती मान्य होईल की नाही याची काहीच कल्पना नसताना, विनंती करणं काही सोपं नसतं. त्याचप्रमाणे तुमचे हक्क काय आहेत हेच माहीत नसलं, तर ते मिळवण्यासाठी तुम्ही कसे काय उभे राहणार?

आग्रहीपणाने वागताना जे हक्क असतात, ते एकमेकातल्या नातेसंबधावर किंवा स्नेहसंबंधावर आधारलेले असतात. किंवा साद आणि प्रतिसाद या स्वरूपाचे असतात. म्हणजे हे हक्क परस्परावलंबी असतात. ते नेहमी जोडीनेच येतात. त्यातले काही असे असतात.

१) तुम्हाला जे हवं ते मागून घेण्याचा हक्क.
२) मागितलेल्या वस्तू देण्यास नकार देण्याचा हक्क.
१) संबंध वाढवण्याचा हक्क २) एकटं राहण्याचा हक्क.
१) दृढ विश्वास ठेवण्याचा हक्क २) विश्वास न ठेवण्याचा हक्क.
१) यश मिळवण्याचा हक्क २) अपयशी होण्याचा हक्क.

तेव्हा, तुम्ही आग्रहीपणाने वागायचं ठरवलंत तर हे सगळे हक्क, शिवाय माणसाचे सर्वसाधारण मूलभूत हक्क तुम्हाला मिळतील. त्याचबरोबर दुसऱ्याच्याही याच हक्कांचा विचार सतत तुम्हाला करावा लागेल.

म्हणून हे हक्क जाणून घ्या, वापरा, इतरांनाही ते वापरायला प्रोत्साहित करा आणि जेव्हा हे हक्क डावलले जात आहेत असं वाटेल तेव्हा सरळ ते मिळवण्यासाठी संघर्ष करा.

हे शांतता उपाय बघा.
नकाराची ताकद ..... पृष्ठ १३८
छानपैकी नकार देण्यासाठी ..... पृष्ठ १४१
नियंत्रण ठेवणं शक्य आहे,
अशा गोष्टींवरच नियंत्रण ठेवा ..... पृष्ठ १५७

तुमच्या मनातलं बोला

कामाच्या ठिकाणी सर्वांत महत्त्वाचा हक्क म्हणजे आग्रहीपणाने वागण्याचा हक्क. आग्रही असणं म्हणजे नुसतं हक्क मिळवण्यासाठी प्रयत्न करणं नव्हे. विधायक बदल करण्यासाठी वाटाघाटी करणं, विधायक विचार मांडणं आणि अनुरूप स्नेहसंबंध निर्माण करणं हेही त्यातच येतं.

आग्रही असण्यासाठी तुम्हाला एक कसब शिकून घ्यावं लागतं. ते म्हणजे तुमची विनंती किंवा मत हे स्पष्ट, सकारात्मक, समोरच्याला समजेल अशा शब्दात मांडता आलं पाहिजे. हे प्रभावीपणे करण्यासाठी तीन मुद्दे आहेत.

१) तुम्हाला नक्की काय साध्य करायचं आहे ते माहीत असलं पाहिजे.

२) स्वत:ला काय म्हणायचं आहे ते सकारात्मक पद्धतीने सांगता आलं पाहिजे.

३) कुठे थांबायचं ते कळलं पाहिजे.

यापैकी पहिल्या मुद्द्याची चर्चा या पुस्तकात आधीच आलेली आहे. त्या पद्धतीने साध्य नक्की करून कागदावर लिहून काढा.

दुसरा मुद्दा सकारात्मक शब्दात म्हणणे मांडण्याचा. बऱ्याच वर्षापूर्वी एका मोठ्या संगणक कंपनीने आपली विक्री वाढवण्याच्या उद्देशाने नकारात्मक संवाद साधणारे शब्द वापरलेले होते.

FUD - Fear, Uncertainty, Doubt

भीती, अनिश्चितता, संशय

संगणक ग्राहकांनी काहीतरी संकट येईल या भीतीने इतर स्पर्धक कंपन्यांचे संगणक विकत घेऊ नयेत, त्यांना परावृत्त करावे, हा त्या मागे उद्देश होता. अनेक वर्षे त्या कंपनीच्या उत्पादनाचा खप तेवढाच राहिला. वाढला नाही. नंतर त्यांच्या लक्षात आलं की नकारात्मक संदेशामुळे अंतिमत: तुमचा फायदा होऊ शकत नाही.

जाहिरात क्षेत्रातल्या कुणाही दिग्गजाला विचारलंत तर तो सांगेल की सकारात्मक शब्दांमुळे, सकारात्मक संदेशामुळे अधिक जलद परिणाम मिळतात. होकारार्थी संदेश लिहायला लेखकांना काही फारशी मजा वाटत नाही किंवा त्यात ते फारसे रंग भरू शकत नाहीत पण त्यांचा फार जलद परिणाम होतो कारण ते लोकांना लौकर समजतात. एखादा विक्रेतासुद्धा तुम्हाला हेच सांगेल.

ज्या ठिकाणी खोलवर मतपरिवर्तन करायचं असतं, मनश्चक्षुपुढे दृश्य साकार करणं, Visualisation, स्विकार करणं (Afirmation) संमोहन, Hypnosis, मानसोपचार Psychotherapy या सगळ्यांकरता सकारात्मक भाषा आवश्यक असते. फक्त सकारात्मक भाषा वापरूनच तुम्ही या उपचारात यशस्वी होऊ शकता.

तुम्ही आग्रहीपणाने वागता तेव्हासुद्धा सकारात्मक भाषा असंच चांगलं काम करते. एक साधं, सकारात्मक, रचनात्मक विधान हे अनेक नकारात्मक विधानांपेक्षा जास्त विधायक परिणाम घडवू शकते.

त्यामुळे तुमच्या किंवा ऐकणाऱ्याच्या मनाला जपण्यासाठी म्हणून आडवळणाने, मृदु शब्दात बोलण्यापेक्षा साधे, सकारात्मक शब्द निवडा. प्रत्येक वेळेला त्याचाच जास्त परिणाम होईल. तुम्ही बोलताना जर आक्रमकपणे किंवा नकारात्मक बोललात तर ताबडतोब तोडून टाकणारं उत्तर मिळतं; आणि तो विषय तिथेच संपवून टाकला जातो. मग तो विषय तुम्हाला पुन्हा सुरू करावा लागतो. हा नाटकीपणा नाही हे सिद्ध करण्यासाठी प्रयत्न करावे लागतात. आणि तेच सगळं फार नाटकी वाटतं.

आपलं म्हणणं आपण संदिग्ध शब्दात आणि आडवळणाने सांगितलं तर उत्तरही तसंच संदिग्ध मिळतं. पण तेच म्हणणं आपण साध्या सकारात्मक शब्दात, प्रतिसादाची अपेक्षा करत मांडलं, तर समोरच्याला त्याकडे दुर्लक्ष करणं शक्य होत नाही आणि ताबडतोब वाटाघाटीची प्रक्रिया सुरूच होऊन जाते.

तिसरा मुद्दा आहे थांबण्याचा

हा आग्रहीपणाचा नियम किंबहुना स्पर्धात्मक जगात टिकून राहण्यासाठीचाच नियम आहे, की 'कुठे थांबायचं हे तुम्हाला कळलं पाहिजे.'

पोलीस एखाद्या गुन्ह्याचा तपास करत असतात, तेव्हा त्यांच्याकडे असलेलं सगळ्यात शक्तिशाली साधन कोणतं? गुन्हे अन्वेषणातली हुशारी की कायद्याचं ज्ञान? त्याहूनही प्रभावी असं साधन त्यांच्याकडे असतं. ते म्हणजे चौकशीसाठी ताब्यात घेतलेल्या माणसाचं तोंड.

वकिलाने सांगून ठेवलेलं असतं. साक्षीसाठी उभे राहिल्यावर या चार पैकीच एक उत्तर द्यायचं. 'होय' 'नाही' 'मला माहीत नाही' आणि 'याचे उत्तर देऊ शकत नाही' यापेक्षा वेगळं उत्तर दिलंत तर गोत्यात याल. आणि खरंच तसं होतं.

(सकारात्मक भाषेची ताकद)

बऱ्याच लोकांना, दुसऱ्याला एखादी गोष्ट पटवून देताना किंवा समजावताना कुठे थांबावं ते कळत नाही.

एखादा यशस्वी विक्रेता आणि सामान्य विक्रेता यात काय फरक असतो? त्यांच्या पटवून देण्याच्या कौशल्यावर फार काही अवलंबून नसतं. साधारण थोडंफार कौशल्य असणारा माणूसही काही ना काही विकू शकतोच. परंतु उत्तम विक्री करण्यासाठी याहून अधिक काहीतरी लागतं. थोडं गप्प बसणं आणि जोडीला थोडंसं मार्गदर्शन.

सर्वसाधारण विक्रेत्यांची सर्वांत मोठी चूक कोणती असेल तर त्यांना बोलणं केव्हा थांबवायचं हे कळत नाही. एकदा आपण काय विकतोय, ते कसं आहे याची माहिती सांगितली. आणि समोरच्याने थोडा प्रतिसाद दिला की विक्रेत्याने गप्प बसायला पाहिजे. त्यानंतर बोललेला प्रत्येक शब्द विक्री वाढवण्यापेक्षा त्यावर अनिष्ट परिणामच करत राहतो.

आग्रहीपणाने वागतानासुद्धा असंच करायला हवं. तुम्हाला काय मिळवायचं आहे हे ठरवायचं काय म्हणायचंय ते थेट सकारात्मक शब्दात भाषेत सांगायचं आणि गप्प बसायचं.

आता हे उदाहरण पहा.

ऑफिसमधलं कुणीतरी तुम्हाला सांगतं की 'तू लठ्ठ आहेस.'

हा शेरा किती क्रूर, मन दुखावणारा होता हे तुम्हाला त्याला सांगायचं आहे. कसं सांगणार?

अ. फारच दुःख देणारं वाक्य आहे!

ब. किती वाईट वाटतंय मला हे ऐकून! समजा तू लठ्ठ असतीस आणि कुणी असं बरळलं असतं तर तुला काय वाटलं असतं?

क. फार वाईट वाटतंय मला हे एकताना. काय करू? १३ वर्षांचा होतो तेव्हा आईवडील अपघातात मरण पावले. तीन लहान भावडांना माझ्यावर टाकून निघून गेले. त्यांचं करता करता स्वतःच्या तब्येतीकडे लक्ष द्यायला मला वेळच मिळाला नाही.

आता बोलण्यातला फरक बघा.

अ. प्रकारच्या उत्तराने ऐकणाऱ्याची कल्पनाशक्ती कामाला लागते. किती वाईट वाटलं? खरंच इतकं मी वाईट बोललो का? काय त्रास झाला? वगैरे तुमच्या प्रत्येक शब्दाचा परिणाम होतो.

ब. प्रकारच्या उत्तरात तुम्ही एका प्रश्नाचा समावेश केला. ऐकणारा त्याचे उत्तर शोधायला लागतो. त्यात आपले पहिले वाक्य

विसरले जाते.

क. प्रकारच्या उत्तराने समोरच्या माणसावर अजिबात परिणाम होत नाही. उलट तुमचं बोलून संपल्यावर आणखी एक टोला लगावण्याच्या मन:स्थितीत तो असतो.

म्हणून आग्रही व्हायचं असेल, तर आपल्याला काय साधायचं आहे ते ठरवून, सकारात्मक थेट शब्दात बोला.

हे शांतता उपाय बघा.

दीर्घकालीन सृजनशील योजना ..... पृष्ठ १६८
सकारात्मक शब्द ..... पृष्ठ १७६
नकाराची ताकद ..... पृष्ठ १३८

मनातलं बोलण्यासाठी

१) काय साधायचं, मिळवायचं आहे ते निश्चित ठरवा. वेगवेगळी योजनांची तंत्रं वापरा. सगळं लिहून काढा.
२) आपलं म्हणणं मांडताना, सकारात्मक, विधायक शब्दात, नेमकेपणाने थेट भाषेत मांडा.
३) एकदा स्पष्टपणे म्हणणं मांडलं की गप्प बसा. भाषण देण्याचा, तक्रार करण्याचा किंवा भाषा सौम्य करण्याचा मोह आवरा.

विक्रीशास्त्रातला ३० सेकंदाचा कोर्स

तुम्ही म्हणाल, ''शांत स्थिरचित्त होण्याच्या पुस्तकात आता हा विक्री कोर्स कुठून आला?'' साधं कारण आहे.

मालाचा खप वाढवणं विक्री करणं आणि कामाच्या ठिकाणी जे हवं ते मिळवणे या तिन्हींसाठी सारख्याच तत्त्वानुसार काम करावं लागतं. ती तीन तत्त्वं म्हणजे

१) ग्राहकांच्या गरजेप्रमाणे तुमच्या कृती असल्या पाहिजेत.
२) तुमच्या प्रस्तावात सकारात्मक शब्द असले पाहिजेत.
३) तुम्हाला समोरून प्रतिसाद मिळाला पाहिजे.

हीच तत्त्वं वापरून आपल्याला श्रीमंत आणि यशस्वी होता येतं. या ठिकाणी आपण स्थूलमानाने या तत्त्वांचा अभ्यास करणार आहोत. किमती ठरवणं, उत्पादन, स्पर्धेतील स्थान टिकवणं वगैरे तपशिलात जाणार नाही आहोत.

ग्राहकांच्या गरजेप्रमाणे तुमच्या कृती ठरवा

या ठिकाणी ग्राहक हा शब्द एक प्रतीक म्हणून वापरला आहे. त्या ठिकाणी गिऱ्हाईक, खरेदीदार, तुमचा बॉस (ज्याला तुमचं म्हणणं पटवायचं आहे तो कुणीही) कोणताही शब्द चालेल.

ज्या वेळी तुमचं म्हणणं किंवा प्रस्ताव समोरच्याला स्वीकारायला लावायचा असेल तिथे विक्रीशास्त्राच्या तत्त्वांचा अंतर्भाव करता येतो. यात यशस्वी होण्यासाठी आपण ग्राहकाच्या दृष्टिकोनातून विचार केला पाहिजे.

केव्हाही आपल्याकडे एखादी विनंती तक्रार किंवा दृष्टिकोन असेल आणि ते इतरांना पटवून द्यायचं असेल तेव्हा स्वत:च्या बाजूने न मांडता ग्राहकाच्या बाजूने मांडायला पाहिजे. त्याच्या दृष्टीने त्यात फायदा आहे ते बघायला पाहिजे. (पण बहुतेक जण स्वत:च्याच बाजूने मांडतात)

समजा तुम्हाला बदली पाहिजे आहे.

तुम्ही सरळ उठून म्हणून शकता की 'माझी अमुक खात्यात काम करायची इच्छा आहे' म्हणून. पण अशा विनंत्या धुडकावून लावायला सोप्या असतात.

इतरांच्या गरजेनुसार केलेल्या विनंत्या सहसा धुडकावून लावायला अवघड असतात. 'तुम्ही मला मार्केटिंग खात्यात टाका ना. बघा सहा महिन्यात आपल्या कंपनीचं मार्केटिंग कसं सुधारून टाकतो ते!' हीसुद्धा विनंतीच आहे, पण मान्य व्हायला सोपी.

तुम्ही 'त्यांच्याकरता त्यात काय फायद्याचं आहे' हे जितक्या स्पष्टपणे आणि आग्रहानं ठासून सांगाल तितकी तुमची विनंती लवकर मान्य होऊ शकेल.

तुमचा प्रस्ताव सकारात्मक असू द्या

प्रस्तुत पुस्तकामध्ये याविषयी बरीच चर्चा अगोदरच झालेली आहे. वर्तणुकीवर प्रभाव पाडण्याकरता; बदल करण्याकरता सकारात्मक सूचना आणि भाषा हा सर्वांत महत्त्वाचा घटक असतो. व्यापारातही तसंच असतं.

जाहिरात क्षेत्रातले आणि विक्रीक्षेत्रात काम करणारे काही लोक याला विरोधही करतील. पण ते अज्ञानामुळे. नकारात्मक म्हणजे उलट्या दिशेने ग्राहकांच्या विचारांना चालना दिली तर बाजारात यश मिळणारच नाही, कारण ते मनुष्यस्वभावाच्या विरुद्ध आहे.

'×× सनस्क्रीन लोशन लावा. नाहीतर तुम्हाला कॅन्सर होईल.' या वाक्याचा वाचणाऱ्याच्या मनावर अनुकूल परिणाम होणार नाही. पण 'आमचे सनस्क्रीन वापरा. कॅन्सरला दूर ठेवा.' हे खूप प्रभावी ठरेल.

राजकारण सोडलं तर कोणत्याही व्यापारीक्षेत्रात नकारात्मक प्रचारामुळे यश मिळू शकत नाही. कधीकधी उलटी मानसिकता (Reverse Psychology) किंवा स्पर्धेला धक्का मारण्याचे तंत्र वापरून (Knocking the Competition) वापरून काही प्रमाणात यश मिळते. पण अशा युक्त्यांचाही व्यापारी हेतू, सकारात्मकच असतो. कधीकधी एखादा उद्योगपती, आपल्या प्रतिस्पर्ध्याला हाणून पाडण्यासाठी नकारात्मक प्रस्ताव आणतोही. राजकारणात तर नेहमी असं केलं जातं. मध्यंतरी बऱ्याच विमा कंपन्यांनी असा प्रयत्न करून अपयश घेतलं. त्यामुळे सध्याच्या यशस्वी विमा कंपन्या 'सकारात्मक भाषेतून फायदा' यावरच लक्ष केंद्रित करताना दिसतात.

उदा - 'सुरक्षित जीवन, मनाची शांतता.'

जर तुम्हाला यशस्वी व्हायचं असेल तर सकारात्मक प्रस्ताव द्या आणि तो अनुरूप भाषेत सादर करा.

होकारार्थी प्रतिसाद मिळवा

कोणत्याही दळणवळणाच्या साधनाप्रमाणे व्यापारालासुद्धा दोन दिशा असतात. घेणाऱ्याच्या किंवा उपभोक्त्याच्या प्रतिसादाखेरीज व्यापाराचं अस्तित्वच असू शकत नाही तेव्हा हा प्रतिसाद आपण मागून घेतला पाहिजे. 'समोरचे खूप हुशार आहेत. संवेदनाक्षम आहेत. ते नक्की प्रतिसाद देतील.' असं नुसतं

हे शांतता उपाय बघा.	
जे हवं ते कसं मिळवायचं?	
	पृष्ठ २२०
सकारात्मक शब्द	पृष्ठ १७६

म्हणून चालणार नाही. तुम्हाला कसा प्रतिसाद पाहिजे ते तुम्ही स्पष्टपणे सांगायला पाहिजे. आणि मग तो मिळण्याची वाट पाहिली पाहिजे.

विक्रीशास्त्राचा ३० सेकंदाचा कोर्स
१) सगळ्या कृती, विधाने ही ग्राहकांच्या गरजेनुसार त्यांच्या दृष्टिकोनातून करा.
२) तुमच्या प्रस्तावातला सकारात्मक भाग शोधा (तो सकारात्मक भाषेत मांडा)
३) तुमच्या कृती तुमचे प्रस्ताव हे होकारात्मक प्रतिसादाची मागणी करणारे असू द्या. तुम्हाला नेमका काय प्रतिसाद हवा ते स्पष्ट करा.

वरील तीन तत्त्वे, तुमच्या कामाच्या ठिकाणी वाटाघाटी करताना वापरा. जे पाहिजे ते बऱ्याच प्रमाणात मिळवू शकाल.

वाटाघाटी करण्याची कला

सकारात्मक, विधायक परिणामासाठी धडपडणे हे आग्रहीपणाचे एक लक्षण आहे. यात नेहमी दुसऱ्या पक्षाशी (पार्टीशी) संबंध येतो. दुर्दैवाने कधी कधी समोरच्याचा दृष्टिकोन आपल्यासारखा नसतो. ते लोक सकारात्मक विचारांचे नसतात. किंवा तुम्हाला या कामातून काय मिळवायचं आहे त्याच्याशी त्यांना काही देणघेणं नसतं. त्यांना राजी करून घेणं आवश्यक असतं. त्यामुळे आग्रहीपणा अंगी बाणवण्यासाठी महत्त्वाचा ठरणारा गुण म्हणजे वाटाघाटी करण्याची कला.

आपल्या आजूबाजूला आपण पाहतो. काही लोक वाटाघाटी करण्याचा फक्त प्रयत्न करतात तर काही त्यात वाकबगार असतात. काही वेळा तर एखाद्या फर्ममध्ये सगळेच्या सगळे कर्मचारी उत्तम 'वाटाघाटीकार' असतात.

पण वाटाघाटी करणे हा जर तुमच्या दैनंदिन जबाबदारीचाच भाग असेल तर 'शांततेनं काम करा' पुस्तक वाचण्यापेक्षाही थोडी जास्तच तयारी तुमच्या अनुभवातून झालेली असेल.

या पुस्तकापुरतं बघायचं तर वाटाघाटी म्हणजे मतभेद मिटवून हवं ते प्राप्त करण्याचे वेगवेगळे मार्ग, वेगवेगळ्या पद्धती होत. या पद्धतींमध्ये गिऱ्हाईकाला पटवणं (विक्री करणं) समस्या सोडवणं (या प्रश्नावर दोघे मिळून कसा मार्ग काढायचा), जुलूम जबरदस्ती आणि सूचना अशा पद्धती आहेत.

या वाटाघाटींमध्ये लोकांशी चाणाक्षपणे संबंध जोडणे नोकरीच्या अटी निश्चित करणं, कोणती कामे किती मुदतीत संपवायची ते ठरवणं (Deadlines) अशाच प्रकारची कामे असतात. त्यामुळे वाटाघाटी करणं हे काही फारसं कठीण काम नसतं.

खाली दिलेल्या ५ टप्प्यात काम केलं तर तुमच्या कामाच्या ठिकाणच्या जवळपास सर्व व्यक्तिगत आणि स्नेहसंबंधाबद्दलच्या वाटाघाटी तुम्ही यशस्वीपणे करू शकता.

१) तुमची कार्यनिष्पत्ती निश्चित करा.
२) सकारात्मक रहा.

३) तुम्ही त्याचं म्हणणं लक्षपूर्वक ऐकत आहात असं समोरच्याला कळू द्या.
४) काही बक्षीस देण्याची तयारी ठेवा (Incentive)
५) आपल्या म्हणण्याला चिकटून रहा.

कार्यनिष्पत्ती निश्चित करा

या पुस्तकात पुन:पुन्हा आलेले तेच शब्द आहेत हे. योजना तंत्रांचा वापर करून तुमच्या कामातून तुम्हाला नक्की काय मिळवायचं आहे ते निश्चित करा. वाटाघाटीतून काय साध्य करायचं आहे तेही ठरवा. तुमचं साध्य स्पष्ट आणि साधं असेल तर ते फायद्याचं होईल. ते मिळवण्याच्या दृष्टीने प्रस्ताव मांडून वाटाघाटी सुरू करा.

सकारात्मक व्हा

वाटाघाटींसाठी साधी, सकारात्मक, विधायक भाषा हे सगळ्यात शक्तिशाली अस्त्र आहे. कोणत्याही नकारात्मक संदेशापेक्षा हे फार जलद काम करतं. आणि चांगला परिणाम घडवून आणतं. स्वत:ची भाषा शब्द काळजीपूर्वक निवडा. स्वत:ची हुशारी दाखवण्याचा, चमकदार विधाने करण्याचा, इतरांच्या खर्चाने स्वत:चे घोडं दामटण्याचा मोह टाळा.

तुम्ही लक्षपूर्वक ऐकत आहात हे समोरच्याला कळू द्या

सराईतपणे वाटाघाटी करणे हा ज्यांचा व्यवसायाचा भाग आहे ते तुम्हाला सांगू शकतील की समोरच्या माणसाचं बोलणं लक्षपूर्वक ऐकून घेणे ही एक मोठी कलाच आहे.

माझ्याइतकं चांगलं काम दुसरा कुणी करेल, असं का बरं वाटलं तुम्हाला?

तुम्हाला असं वाटेल की, 'आपल्याला काय साधायचं ते नक्की आहे. पूर्ण एकाग्रतेने आपण त्या कामाला लागलो आहोत. मग मधेच इतरांचे शेरे, मत कशाला ऐकत बसायचं? ते टाळलं पाहिजे.'

पण तसं नसतं. समजा तुम्ही बॉसच्या बोलण्याकडे लक्ष दिलं नाही तर तुमचं कोणतंच काम पट्कन पुढे जाऊ शकणार नाही. सहकाऱ्यांच्या बोलण्याकडे दुर्लक्ष केलंत तर

असा निष्कर्ष तुम्ही कसा काढलात?

विचारांच्या देवाणघेवाणीचे सगळे मार्गच बंद होऊन जातील.

परंतु या शहाणपणापेक्षा ऐकून घेण्यामुळे दुसराही एक फायदा होतो. जेव्हा आपण एखादा प्रश्न विचारलेला असतो आणि त्याच उत्तर फक्त 'हो' किंवा 'नाही' मध्ये देता येत नाही अशावेळी समोरच्या व्यक्तीच्या बोलण्यावरून त्याची प्रतिक्रिया काय आहे याचा अंदाज घेता येतो. 'का' 'केव्हा' 'कुठे' 'कसं' किंवा 'कोण' या शब्दाने सुरू होणारे प्रश्न असतात.

उदा. हा निष्कर्ष तुम्ही कशावरून काढलात?

माझ्यापेक्षा चांगलं काम दुसरा कोणी करेल असं का वाटलं तुम्हाला? नीट लक्ष देऊन ऐकण्याने समोरच्या पार्टीचा युक्तिवादसुद्धा कमी कमी होत जातो. तुम्ही त्यांचा प्रत्येक मुद्दा लक्ष देऊन ऐकत आहात आणि तसं दर्शवता आहात असं पाहिल्यानंतर पुढे आणखी खूप जोरदारपणे मुद्दे मांडायचं त्यांना कारणच उरत नाही.

त्याहीपुढे जाऊन, तुम्ही समोरच्या माणसाचं बोलणं व्यवस्थित ऐकत असलात. त्याच्या भावना नीट समजावून घेत असलात तर पुढचे काही अडथळे निर्माण होण्याआधीच नाहीसे होतात. उदा- समोरच्या व्यक्तीच्या बोलण्याच्या घाईवरून तुमच्या लक्षात आलं, की त्यांच्यामागे कामाची खूप गर्दी आहे, तर 'आता मी फारच बिझी आहे.' असं त्याने सांगण्याअगोदरच तुम्ही म्हणू शकता. "माझं म्हणणं ऐकायला तुम्ही वेळ काढलात याबद्दल आभारी आहे. मला कल्पना आहे, या आठवड्यात तुम्ही खूपच बिझी असणार आहात."

तेव्हा तुम्हाला जर ऑफिसमधल्या चर्चा, वाटाघाटी सुरळीत सुरू ठेवायच्या असतील तर समोरच्याचं म्हणणे नीट ऐकून घेण्याची सवय लावून घ्या. आणि तुम्ही ऐकत आहात हे त्याला कळू द्या.

बक्षीस देण्याची तयारी ठेवा

वाटाघाटी म्हणजे तरी काय? ती देवाणघेवाणच असते. एकाच वेळी तुम्हाला समोरच्या व्यक्तीकडून आणि समोरच्या व्यक्तीला तुमच्याकडून काहीतरी मिळवायचं असतं.

त्यामुळे तुम्ही जेव्हा एखादा प्रस्ताव मांडता, तेव्हा त्यात अटींबरोबरच समोरच्याला काहीतरी (offer) देऊ केलेलं असलं पाहिजे. त्याला एखादा

फायदा द्यायचा किंवा सूट द्यायची तयारी पाहिजे.

समोरच्याचा फायदा

तुम्ही हे शब्द ऐकलेच असतील ना? 'win-win' 'You win I win' (तुम्ही जिंका-मीही जिंकतो) प्रत्येक यशस्वी वाटाघाटीमध्ये हे घडतच असतं. एकही अपवाद नाही. वाटाघाट किंवा चर्चा यशस्वी व्हायची असेल तर दोन्ही पक्षांना असं वाटलं पाहिजे की आपलं थोडं तरी म्हणणं मान्य झालं आहे. आपल्याला यातून काहीतरी मिळालं आहे.

त्यामुळे आपलं उद्दिष्ट साध्य झाल्यानंतर समोरच्यालाही काही समाधान कसं मिळेल हे पाहणं, हे तुमच्यापुढचं आव्हान असतं. त्याला म्हणतात 'जर-तर' तंत्र.

उदा- जर तुम्ही मला तुमचा नवा कॉम्प्युटर वापरायला दिलात तर मी तुमचं काम जास्त लवकर करून देऊ शकेन.

तेव्हा समोरच्या पार्टीला कुठला फायदा द्यायचा हे घरूनच ठरवून जा म्हणजे तुमच्या वाटाघाटी जास्त यशस्वी होतील.

तडजोड

वाटाघाटी करताना दुसरी एक गोष्ट मनात पक्की ठरवून गेलं पाहिजे ती म्हणजे तडजोडीची. तुम्हाला जे मिळवायचं आहे, त्यासाठी काय सोडायला तुम्ही तयार आहात? वाटाघाटी करण्यात तरबेज असलेले लोक अगोदरच आपण काय काय सोडायला तयार आहोत त्याचा घरूनच विचार करून जातात आणि मग चर्चेला बसतात.

चिकाटी सोडू नका

चिकाटी हा वाटाघाटीमधला सर्वात महत्त्वाचा आवश्यक भाग आहे.

आपल्या कामातून आपल्याला काय मिळवायचं आहे हे निश्चित असेल आणि त्याकरता या वाटाघाटीतून काय साध्य करायचं ते आपण नक्की करून घेतलं, तर आपोआप आपण आपल्या म्हणण्याला चिकटून राहतो.

चर्चेला बसण्यापूर्वी तुमचे साध्य कागदावर लिहून घ्या. हे लिहिताना तुम्ही जेवढे ठाम असाल तेवढं चांगलं. तुमच्या मनात कोणत्याही प्रकारची 'द्विधा' नको. आपल्या विचारावर ठाम असल्यामुळे असं होईल की समोरच्याने कोणतेही मुद्दे उपस्थित केले, चर्चेला कसंही वळण दिलं, कसेही फाटे फोडले, तो कितीही कसबी आणि मुरब्बी असला तरी तुम्हाला चर्चा पुन्हा पूर्वपदावर आणता येईल. समजा, तुमचं उद्दिष्ट फक्त एका वाक्याचंच असेल तर त्यावर फिरून

फिरून परत येणं आणि सविस्तर बोलणं तुम्हाला अवघड जाईल. कारण प्रत्येक वेळेला पहिल्यापासून सुरुवात करून तुम्हाला तेच तेच वाक्य बोलावं लागेल. तुमचा मुद्दा समोरच्याला मान्य होईपर्यंत.

थोडक्यात सांगायचं म्हणजे ती वाटाघाट नसेलच. पण बऱ्याच वेळा कामाच्या ठिकाणी अशी काही परिस्थिती उद्भवते की यांचा युक्तीसारखा वापर करता येतो.

खाली जे प्रसंग सांगितले आहेत, त्या वेळेला त्या एकाच वाक्याची पुनरावृत्ती करणं उपयुक्त ठरतं.

१. जेव्हा चर्चा भलत्याच (असंबद्ध) विषयात प्रवेश करते.
२. जेव्हा तुम्ही एखाद्या मुरलेल्या, लबाड माणसाशी वाटाघाटी करता.
३. जेव्हा तुम्ही मूर्ख माणसाशी चर्चा करता.
४. जेव्हा तुम्हाला स्वत:च्या वाटाघाटीतल्या तरबेजपणाबद्दल खात्री नसते.
५. जेव्हा तुमचे हक्क कुणी डावलू लागतो.

पुनरावृत्ती ही बोथट झालेल्या सुरीसारखी असते. तिच्यामुळे तुमची चर्चा उत्तम होईल असं नाही; पण अडीअडचणीला ती कामाला येते. फक्त चर्चा सुरू करण्यापूर्वी तुमचं साध्य निश्चित असलं की झालं.

चर्चा कुणाशी? पुरुषांशी की स्त्रियांशी?

स्त्रिया आणि पुरुष हे चर्चेकडे वेगवेगळ्या दृष्टीने पाहतात. त्याबद्दल काही ढोबळमानाने केलेले नियम खाली दिले आहेत. ते सर्वसामान्य नियम आहेत. त्यातले तुमच्या बाबतीत कोणते लागू पडतात ते पाहून घ्या.

संभाषण करताना पुरुष स्पष्टपणे बोलून, उघड-उघड प्रतिपक्ष घेतात, समोरच्या व्यक्तीच्या बोलण्यात मध्येच हस्तक्षेप करतात. त्याला बाजूला सारत स्वत:चे म्हणणे मांडायला लागतात. आव्हान देतात आणि उत्तराला प्रत्युत्तर देतात.

या उलट स्त्रियांचा कल सामंजस्याने विवेकबुद्धीला स्मरून विधाने करण्याकडे असतो. त्या माहितीची देवाण-घेवाण करतात. समोरच्या माणसाचं म्हणणं स्त्रिया शांतपणे ऐकून घेऊ शकतात.

पण चर्चेच्या वेळी शांतपणे ऐकत बसणाऱ्यांचा तोटा होऊ शकतो. त्यापेक्षा स्वत: मनाशी ठरवलेलं वाक्य सतत ऐकवत राहावं, अगदी स्वत:चा मुद्दा मान्य होईपर्यंत.

काही ठिकाणी चर्चेला मिश्र गट असतो. त्यात स्त्री-पुरुष दोन्ही असतात पण बऱ्याच ठिकाणी फक्त पुरुष किंवा फक्त स्त्रियाच प्राधान्याने समोर चर्चेला

असतात. अशा वेळेला त्यांची मानसिकता माहीत असणे आवश्यक असते.

हे शांतता उपाय बघा.
दीर्घकालीन सृजनशील योजना ..... पृष्ठ १६८
सकारात्मक शब्द ..... पृष्ठ १७६
नकाराची ताकद ..... पृष्ठ १३८

वाटाघाटीची कला

- तुमचे उद्दिष्ट ठरवा. विशिष्ट योजनातंत्र वापरून धोरण निश्चित करा. एका साध्या वाक्यात तुमचे उद्दिष्ट किंवा साध्य लिहून काढा.
- सदा सर्वकाळ सकारात्मक विधायक भाषा वापरा.
- समोरच्या व्यक्तीला, आपण त्यांचं म्हणणं लक्षपूर्वक ऐकत असल्याचे जाणवून द्या. त्यांचा दृष्टिकोन समजावून घ्या.
- तुम्हाला तुमचे साध्य मिळाल्यास समोरच्याला त्याबद्दल काय द्यायला तयार आहात? कोणती तडजोड करू शकता हे सगळं चर्चेला बसण्यापूर्वीच मनोमन निश्चित करून घ्या.
- चिकाटी सोडू नका. ठरवलेलं एक साधं वाक्य सतत आठवत राहा. त्यापासून विचलित करणारे सगळे पर्याय खोडून काढा.

शांतपणे स्वसंरक्षण करा

आग्रही होण्यासाठी सर्वांत शेवटचा महत्त्वाचा मुद्दा म्हणजे स्वत:चे हक्क मिळवण्यासाठी कसे उभे ठाकायचे? आता 'उभे ठाकणे' हा जरा भांडणाचा पवित्रा वाटला तर त्याचा अर्थ आक्रमकपणाने वागणे असाच घेतला पाहिजे असं नाही. परंतु कुणी जर आक्रमक होत असेल तर स्वत:चे संरक्षण करण्यासाठी ठामपणे उभं राहायलाच पाहिजे. शांतपणे स्वसंरक्षणाचे हे तंत्र अशाकरता तयार केलं आहे की स्वत:च्या मनाची शांती ढळू न देता आक्रमक लोकांपासून आपण स्वत:चा बचाव करू शकलो पाहिजे. म्हणजे समोरच्या व्यक्तीचा आवेश, तिचा आक्रमकपणा यांचाच उपयोग करून आपला हेतू साध्य करायचा. कामाच्या ठिकाणी ज्या वेळी तुम्ही स्वत:चे हक्क मिळवण्याचा प्रयत्न करता, किंवा टीकेचा सामना करता त्या वेळी या 'शांतपणे स्वसंरक्षण' तंत्राचा खूप उपयोग होऊ शकतो.

स्वतःच्या हक्कांचे रक्षण

कामाच्या ठिकाणी आपल्याला मिळायला हवेत असे मूलभूत हक्क कोणते ते आपण पृष्ठ २३३ वर पाहिले. या व्यतिरिक्तही बरेच हक्क आहेत पण ते त्या त्या ठिकाणाप्रमाणे आणि व्यवसायाप्रमाणे वेगवेगळे असतात.

जेव्हा तुमच्या हक्कावर अतिक्रमण केले जाते तेव्हा दोनच पर्याय असतात. एकतर काही न करता नुसतं बघत बसायचं किंवा मग त्या हक्कांचा मान राखला जावा, यासाठी आग्रह धरायचा. मनाच्या शांततेसाठी यातला दुसरा मार्ग अनुसरावा. प्रकरण चिघळून त्याचा त्रास होण्याआधी त्याचा बंदोबस्त केलेला बरा.

ते कसं करायचं? याच्या ५ पायऱ्या आहेत.

१) तुमचे हक्क कोणते ते माहीत करून घ्या.
२) तुम्हाला काय मिळवायचे आहे ते ठरवा.
३) हक्क भंग झाल्यामुळे काय अनुभवत आहात त्या भावना व्यक्त करा.
४) दुसऱ्या पार्टीवर टीका-टिप्पणी करणं टाळा.
५) तोंडाला कुलूप घाला.

वरीलपैकी १) आणि २) आपल्याला माहीत आहेतच.

३) प्रथम या हक्कांचं उल्लंघन झाल्यामुळे तुम्हाला काय वाटतंय ते स्पष्ट शब्दात व्यक्त करा. वस्तुस्थिती काय आहे काय घटना घडल्यात हे सगळं माहीत असलं तरी जेव्हा तुम्ही त्याबद्दलच्या भावना व्यक्त करता तेव्हा ते प्रत्यक्ष मानवतेच्या पातळीवर येतं. कुणाचं वागणं कसं बरोबर/चूक अशा चर्चेच्या काल्पनिक पातळीवर राहत नाही.

आपल्या भावना व्यक्त करताना, 'कसं वाटलं' ते नेमक्या शब्दात सांगा. पाल्हाळ लावू नका. समोरच्या पक्षाला ताकीद दिल्यासारखे किंवा टीका केल्यासारखे शब्द वापरू नका. नेमका मुद्दा सांगून झाला की तोंडाला कुलूप घाला. जिभेला टाका मारा.

व्हायचा तेवढा परिणाम झाला असेल तरी (कमी झाला असेल तरीसुद्धा) तुमची तक्रार नोंदवली जाण्यासाठी मध्ये वेळ जाणं आवश्यकच आहे.

टीकेला तोंड देणं

टीकेला तोंड देण्याचा चांगला मार्ग जर आपल्याला सापडला तर कामाच्या ठिकाणी ताण येऊ न देता, एकरूप होऊन आपण काम करू शकतो.

ज्या वेळेला टीका ही नकारात्मक भाषेत केली जाते तेव्हा ती माणसाच्या

मनाला लागते. जर सकारात्मक आणि विधायक भाषेत केलेली असेल तर मग आपण त्याचा विचार करू शकतो.

आपला अहंकार फार फोफावलेला नसेल आणि अंगात आक्रमक प्रवृत्ती जास्त नसेल तर सकारात्मक भाषेत केलेल्या टीकेकडे आपण 'चला काहीतरी शिकायला मिळालं. त्रुटी दूर करून सुधारायची संधी मिळाली.' अशा दृष्टीने पाहू शकतो.

॥ निंदकाचे घर, असावे शेजारी ॥

॥ होती पापे दूर क्षणोक्षणी ॥

पण नकारात्मक टीका पचवायला जास्त प्रयत्न करावे लागतात, बळही जास्त लागतं. बारीकसारीक दोष काढण्याच्या लोकांच्या खोडी आपण बदलू शकत नाही. कामाच्या ठिकाणी टीकाकारांना तोंड देणं तर आपल्याला भागच आहे. त्यासाठी तसं कौशल्य आत्मसात करावं कसं?

त्याच्याही ३ पद्धती आहेत.

१) घुसणे २) बतावणी करणे ३) वार चुकवणे

घुसणे

टीकेपासून बचाव करण्याच्या तंत्रापैकी 'घुसणे' हे सर्वांत आक्रमक तंत्र आहे. यात टीका करणाऱ्यावर हल्ला करायचा नसतो, त्यांच्या वागण्यावर ताशेरे ओढायचे नसतात किंवा धमक्याही द्यायच्या नसतात.

या तंत्राद्वारे आपण फक्त त्यांच्या टीकेला आव्हान देतो. अधिक सूक्ष्मपणे सांगायचं तर त्यांच्या तसली टीका करण्याच्या अधिकारालाच आव्हान देतो.

या ठिकाणी हे लक्षात ठेवणं गरजेचं आहे की टीकेला आव्हान द्यायचं आहे. तिच्यापासून बचाव करायचा नाही. समोरच्या व्यक्तीच्या लक्षात आणून द्यायचं आहे की काय क्लृप्त्या लढवणं चालू आहे ते मला कळलेलं आहे आणि वेळ आली तर मी त्या थांबवू शकतो. बचाव करायचा प्रयत्न केला तर समोरच्या पार्टीच्या टीकेचंच समर्थन केल्यासारखं होईल.

प्रथम नकारात्मक टीका कोणती हे ओळखायला पाहिजे. बोचरी नकारात्मक टीका आपल्याला अंत:स्फूर्तीनेच जाणवते. अशा प्रकारची टीका ही नेहमी सामान्यीकरण, आज्ञा, तुलना, कमी लेखणं, खालच्या पातळीची जाणीव करून देणे अशा गोष्टींनी अवगुंठित केलेली असते किंवा त्यांच्याआडून केली जाते.

नकारात्मक टीकेला कसं तोंड द्यायचं त्याचे काही नमुने पहा.

पद्धत	टीका	तुमची प्रतिक्रिया
सामान्यीकरण	१) तुम्ही नेहमी असा घोळ करता २) बायकांचं असंच असतं	आणखी कधी केला होता मी घोळ? (निश्चित विचारून घ्या) कशावरून म्हणता तुम्ही हे?
आज्ञा	१) तुम्ही करून टाकायला पाहिजे २) का नाही करत अमुक?	करीन मी. मला वाटलं की करीन. नाही वाटलं तर करणारही नाही. (माणूस म्हणून तुमच्या हक्कांची जाणीव करून द्या.) (वरिष्ठांशी बोलताना) त्यासाठी काय करावं लागेल, सर?
तुलना	१) तुमच्या जागी मी असतो तर... २) बाकीचे सगळे करतात तुम्हीसुद्धा करायला पाहिजे	पण तुम्ही नाही आहात, माझ्या जागी मीच आहे. (तुमच्यासारखे तुम्हीच हे दाखवा) करत असतील, माझ्या कुवतीनुसार मी करते.
कमी लेखणे	१) तुला जमेल ना? २) तुला काही विशेष वाटणार नाही म्हणा.	(कमी लेखताहेत हे ओळखा.) १) न जमायला काय झालं? मी पूर्ण सक्षम आहे. २) नाही कसं? मला ही इतरांच्या गुणाचं कौतुकच वाटतं
पदाची किंवा पातळीची जाणीव करून देणे	तुमच्या लेव्हलच्या माणसाने असं वागणं बरोबर नाही	माझ्या लेव्हलच्या माणसाने? म्हणजे? नक्की काय म्हणायचं आहे तुम्हाला? (त्यांनाच त्यांचे म्हणणे सिद्ध करायला लावा.)

अशा प्रकारच्या अनेक टीका असू शकतात. त्यांची उत्तरे आपल्या क्षमतेनुसार द्यायची.

समजा तुम्हाला नकारात्मक टीका समजली आणि लगेच उत्तर सुचेल तर देऊनच टाका. पण नाही सुचलं तर त्याचं दडपण घेऊ नका. कधीही तुम्हाला वाटेल तेव्हा उत्तर देऊ शकता. त्याची वेळ तुम्ही ठरवाल ती.

तुमच्या मनाला शांत वाटण्यासाठी, एकदा ते उत्तर देऊन तरी टाकायचं, नाहीतर ती टीका पूर्णपणे विसरून जायची. सारखं सारखं मनातल्या मनात तेच आठवून दु:खी होण्याने काहीच साधत नाही.

बतावणी करणे

बॉस किंवा वरिष्ठांसाठी हे तंत्र वापराल तर ते त्यांना नि:शस्त्र करून सोडतं. त्यांच्या टीकेचं समर्थन त्यांनाच करायची वेळ येते. पण याच्यामुळे संभाषण बंद पडत नाही. उलट नव्याने चर्चा सुरू होते त्यामुळे त्यातून काय बाहेर पडेल त्याबद्दल तुम्हाला सतर्क रहावे लागते.

पहिलं जे घुसण्याचं तंत्र आहे त्यापेक्षा या माहिती नसण्याची बतावणी करण्याच्या तंत्रात वेगळेपणा आहे. यातून काहीतरी सकारात्मक विधायक असं निष्पन्न होतं. त्यामुळे आपल्यालाच आपली वागणूक बदलावी लागते.

टीकाकारांना आव्हान द्यायचं नसतं.

टीका	प्रतिक्रिया
१) संघभावना वाढवण्यासाठी तुला अजून बराच वाव आहे.	काय करायला पाहिजे बरं मी त्यासाठी?
२) हे तुझं कामच नाही, ऑफिसचं काम तुला अजिबात नीट जमत नाही	कोणत्या अर्थाने म्हणता? कशात सुधारणा करायला हवी आहे?

वार चुकवणे

नीट निरीक्षण केलंत तर तुमच्या असं लक्षात येईल की तुमच्यावर टीका केली जाते, त्यात काहीतरी तथ्यांश असतोच.

या तंत्रामध्ये तोच भाग घेऊन त्यात सुधारणा करून अधिक खरा आणि स्विकारार्ह होईल असं बघायचं असतं.

म्हणजेच या तंत्रामध्ये आपण ती टीका स्वीकारतो आणि त्यामधला आक्षेपार्ह भाग काढायचा प्रयत्न करतो.

टीका	प्रतिक्रिया
१) काय गचाळ काम केलंस तू सगळे आकडे निष्काळजीपणे लिहिलेत. तुझे तुलाही वाचता येणार नाहीत.	खरं आहे तुमचं. कालपर्यंत होतंच ते काम गचाळ. पण आज त्यात जरा सुधारणा केली आहे. बघा ना.
२) मला तुझी ही वेळेबद्दलची बेपर्वाई आवडत नाही. मीटिंगला उशीर ऑफिसला उशीर. कुठे असतोस ते सांगूनही जात नाहीस.	झाला खरा मागच्या दोन मीटिंग्जला उशीर. मला पण आवडलं नाही ते. पण आज मी घड्याळ घेणार आहे म्हणजे उशीर नाही होणार.

'शांतपणे स्वसंरक्षण' करताना इतरांच्या सवयी बदलण्याचा प्रयत्न करायचा नाही पण ते जी नकारात्मकता पसरवत असतात ती दूर करून टाकायची.

त्यासाठी असं करायचं की तुमची प्रतिक्रिया व्यक्त करायची आणि लगेच ते सगळं डोक्यातून काढून टाकायचं. ते डोक्यातून आणि मनातून गेल्यानंतर तुम्ही शांत, स्थिरचित्त होण्याच्या मार्गावर परत येऊ शकता.

छळाला तोंड कसं द्यावं?

आता तुम्ही वाचणार आहात ते प्रकरण म्हणजे रोजच्या कामाच्या जागी आपल्याला जो काही लहान-मोठा विरोध, त्रास होत असतो. त्यातून आपल्या पद्धतीने वाट कशी काढायची याचा वस्तुपाठ आहे. परंतु कधीकधी या विरोधाला, अन्यायाला, भेदभावाला छळाचं स्वरूप येतं. ते जरा जास्त गंभीर असा तणाव निर्माण करतं.

छळ म्हणजे काय? समोरच्या माणसाचं तुम्हाला दुखावणारं, घाबरवणारं किंवा अपमानित करणारं वागणं.

आणि भेदभाव म्हणजे काय? जात, वय, लिंग, रूप, व्यंग, वैवाहिक स्थान यावर आधारलेल्या चांगल्या वाईटाच्या, उच्चनीचतेच्या कल्पना मनात ठेवून तुम्हाला इतरांपेक्षा कमी दर्जाची वागणूक देणे.

या दोन्ही गोष्टी अत्यंत क्लेशदायक ठरू शकतात.

काही वेळा एखादी व्यक्ती किंवा गट सत्तेचा गैरवापर करत असेल तर

तिथे भेदभाव, छळ होतो. एरवी सत्तेचाही संबंध नसतो.

छळाचे विविध प्रकार असतात. मनाला दुखावणारे लज्जित करणारे विनोद करायचे, टोमणे मारायचे, दमदाटी करायची किंवा सरळ शारीरिक गैरवर्तन करायचं.

या सर्व बाबतीत मर्यादांचे उल्लंघन करून तुमच्या हक्कांना धक्का पोचवला जातो त्यामुळे कामाच्या ठिकाणी अशी वागणूक अजिबात सहन करू नये. आपल्या देशात अशी वागणूक कायद्याने गैर ठरवलेली आहे. असं वागणाऱ्यांवर कोर्टात खटला भरला जाऊ शकतो. अगदी टोकाचा त्रास सहन करावा लागत असेल तर खटला भरणं हाच एक उपाय त्यासाठी योग्य ठरतो.

परंतु सर्वसाधारणपणे असे छळाचे गुन्हे हे अडाणीपणा, निर्दयपणा, उद्धटपणा यातून होत असतात त्यामुळे तुमच्यापुरता तुम्ही तो त्रास कमी करून घेऊ शकता.

समजा तुमच्या कंपनीत किंवा ऑफिसमध्ये तुमचा अशाप्रकारे छळ सुरू झाला तर काय करणार तुम्ही?

प्रथम तुम्ही ध्यानात घ्या की हा त्रास लगेच बंद झाला पाहिजे. तो तुमचा हक्क आहे. त्यात काही प्रश्न नाही.

त्याच्या पुढच्या कृती मात्र छळणाऱ्याची ताकद गुन्ह्याचं गांभीर्य आणि तुमचा आत्मविश्वास यावर अवलंबून असतात.

१. छळणाऱ्याला छळ थांबवायला सांगा

तुम्ही आग्रही स्वभावाचे असाल, तुम्हाला आत्मविश्वास असेल तर तुमची पहिली कृती, छळणाऱ्याला छळ थांबवायला सांगणे ही असेल. त्याला ठामपणे सांगायचं, "तुमचं वागणं गैर आहे. मला त्याचा त्रास होतो आहे." म्हणजे तुमच्या हेतूबद्दल संदिग्धता राहायला नको आणि नंतर तसं वागणं बंद करायला त्याला सांगा. कदाचित त्याला याचं आश्चर्य वाटेल. आणि त्याच्याकडून जर हेतुपूर्वक तसं वागलं जात नसेल तर तो त्यात सुधारणा करेल.

२. तुमची तक्रार पुढे न्या

समजा त्याचं तसंच वागणं चालू राहिलं किंवा त्याला ठणकावून सांगायला तुम्हाला जमलं नाही तर मग तुम्ही तुमची तक्रार तुमचे सुपरवायझर किंवा ऑफिसर असतील त्यांच्याकडे न्या. तुमच्यात होणाऱ्या अन्यायाचं परिमार्जन करणं त्यांच्यावर बंधनकारक असतं. पण समजा तुमचा छळ करणारा तुमचा

वरिष्ठच असेल किंवा छळ करणाऱ्याला सामिल असेल तर खालीलपैकी कुणाकडेही तुम्ही तक्रार घेऊन जा.

- सुपरवायझरचा वरिष्ठ
- मानव संसाधन व्यवस्थापक (Human Resource Manager)
- महाव्यवस्थापक (General Manager)
- मुख्य कार्यकारी अधिकारी (C.E.O)
- संचालक मंडळाचे सदस्य - कामगारांचे हित पाहण्याची यांच्यावर कायदेशीर जबाबदारी असते.
- कामगार संघटनेचे नेते
- अन्यायाविरुद्ध लढणाऱ्या देशातल्या कोणत्याही संघटनेचे कार्यकर्ते
- पत्रकार

यापैकी काही जण तरी तुमच्या तक्रारीची दखल घेऊन अन्यायाला वाचा फोडून तो दूर करायला मदत करतील.

वरिष्ठांना कसं सांभाळाल?

वरिष्ठांना सांभाळणं फार गरजेचं असतं. ते जर तुम्हाला जमलं, तर तुमचं मानसिक आरोग्य सांभाळलं जातं. नशीब उघडायला मदत होते आणि पुढे मागे बॉसची जागा आपल्याला मिळण्याचीही संधी मिळू शकते.

> हे प्रकरण नीट वाचा. त्यामुळे तुमचं मानसिक आरोग्य सांभाळलं जाईल. नशीब उघडेल आणि कदाचित पुढेमागे बॉसची जागाही तुम्हाला मिळून जाईल.

सार्वजनिक क्षेत्रातल्या (Corporate Sector) काही यशस्वी उच्चपदस्थांच्या वर्तणुकीचं निरीक्षण करून काही ठोकताळे काढले आहेत. ते यासाठी फार उपयुक्त ठरतील. ते सर्व लोक जरी खूप वरच्या पदाला पोचले होते तरी हे ठोकताळे मात्र सर्वसामान्य कामगारांनासुद्धा उपयोगी पडण्यासारखे आहेत. हे वापरून शिपायापासून मुख्य अभियंत्यापर्यंत कुणाशीही तुम्ही चांगला संवाद साधू शकता.

ही तंत्रे वापरल्याने शांतता मिळवायला प्रत्यक्ष मदत होणार नाही पण तुमच्या कामातून जे मिळवायचं आहे ते तुम्ही मिळवू शकाल आणि तुम्हाला त्रास देणारे प्रसंग कमी होतील. कामाच्या ठिकाणी तुमचं सर्वात मोठं दडपण म्हणजे 'तुमचा बॉस' याच्यावरच या तंत्राचा रोख आहे.

सतत स्वत:च्या अधिकाराची जाणीव ठेवून वागणारे सुपरवायझर्स, विभागप्रमुख आणि इतर अधिकारी हे या दडपणाचं सर्वात मोठं कारण असतात. आपल्या हाताखाली काम करणाऱ्या कर्मचाऱ्यांना आज्ञेत ठेवायच्या मुद्द्यावर ते फार आग्रही असतात आणि त्यांच्याशी कुणाला संवादही साधू देत नाहीत.

मग काय करायचं?

यावर एक मार्ग असा आहे की आपणच नफा वाढवण्याबद्दल, उत्पादन वाढीबद्दल, कार्यक्षमता वाढवण्याबद्दल विचार करून आपल्या कल्पना, सूचना बॉसला सांगायच्या. 'मी त्यात अमुक करू शकतो' हेही सांगायचं. पण जर तुमच्या सूचनांकडे दुर्लक्ष केलं गेलं, तर त्यातून निराशा, वैफल्य याच भावना निर्माण होऊ शकतात.

मग यावर उपाय काय? बॉसला स्वत:प्रमाणे वागायला कसं लावायचं? त्याच्यावर नियंत्रण कसं ठेवायचं?

त्याचं थोडक्यात उत्तर आहे 'शक्य नाही.'

कधीतरी तसं होईलही. पण नेहमीसाठी? 'अशक्य!'

नियंत्रण म्हणाल, तर तुम्ही फक्त स्वत:वरच ठेवू शकता. पण तुम्ही कुणासाठी काम करता, त्यांचा विचार करून तुम्ही शांत रहायचं.

आपलं म्हणणं ऐकायला लावण्याची कला

थोडेसे प्रयत्न केले तर, तुम्ही ज्यांच्यासाठी काम करता त्यांना तुम्हाला काय हवं आहे, कशाची गरज वाटते ते समजू शकतं आणि मग कदाचित ते तुमच्या विनंतीला मानही देतात.

फक्त तुम्ही तुमचं म्हणणं कशा रीतीने मांडता यावर पुष्कळसं अवलंबून आहे. काही साध्या युक्त्या वापरल्यात तर तुम्ही तुमचं म्हणणं मांडत असताना प्रत्येक जण निश्चित लक्ष देऊन ऐकेल.

थोडासा आधी विचार करून ठेवलात तर तुमचं म्हणणं अत्यंत प्रभावीपणे मांडणं तुम्हाला नक्की जमेल.

लहानशी जरी विनंती, किंवा सूचना असली तरी ती ऐकावी, समजून घ्यावी आणि त्यावर कृती करावी अशी आपली अपेक्षा असते आणि आपलं व्यक्तिमत्त्व जर तेवढं प्रभावी नसेल तर त्यासाठी तयारीच करणं भाग आहे.

एक साधं सूत्र आहे. तुम्हाला एखादं मोठं भाषण द्यायचं असो की नुसती पगारवाढ मागायची असो हे सूत्र वापरायला तुम्ही सुरुवात करा.

तुम्हाला आश्चर्य वाटेल, ऑफिसमधले सगळे तुमच्याकडे नीट लक्ष द्यायला लागतील.

या सूत्राचे सहा टप्पे आहेत.

- माहिती करून घ्या
- योजना आखा
- प्रभावीपणे बाजू मांडा
- सराव करा
- समजून चाला
- विचारा
- तोंड बंद करा

माहिती करून घ्या

प्रत्येक सूत्राप्रमाणे याही सूत्रात तुम्हाला काय साध्य करायचंय याची नीट माहिती करून घ्या. ठरवून घ्या. लिहून काढा.

योजना आखा

एखादे काम कसं करायचं, कसं पूर्ण करायचं ते ठरवण्यासाठी तुम्ही दिवसचे दिवस, कधीकधी महिनेही घालवलेले असतात पण केवळ संक्षिप्त स्वरूपात, स्पष्टपणे आणि अधिकारवाणीने ते इतरांसमोर मांडता न आल्याने, ऐकणारे त्याकडे काही सेकंदातच दुर्लक्ष करतात किंवा ऐकण्याचे नाकारतात.

असं होऊ नये म्हणून लहानात लहान सूचना मांडतानासुद्धा एक विशेष कार्य समजून mission पूर्ण तयारीनिशी पार पाडावं.

कामाच्या ठिकाणी एक मोठी चूक आपण नेहमी करतो. आपल्या कल्पना, विचार आणि प्रयत्न यात आपल्याइतकाच इतरांना रस आहे असं समजतो. तसं नसतं. अगदी आपले सर्वात जवळचे सहकारी सुद्धा क्वचितच आपल्या प्रयत्नात मनापासून सहभागी झालेले आढळतात.

आपल्याला वाटतं, मीही एखादी कल्पना-योजना व्यवस्थित लिहून सादर केली तर सगळेजण ती वाचून समजावून घेतील. ही आपली दुसरी चूक असते. लक्षात घ्या. सध्याचं युग हे माहितीच्या अतिरेकाचं युग आहे. कामाच्या ठिकाणी अगदी जरुरीचं असेल तेवढंच लोक वाचत असतात.

आपल्या वरिष्ठांशी संवाद साधण्यासाठी तुम्ही काय करता यापेक्षा प्रथम त्यांचं लक्ष वेधून घेणं हेच महत्त्वाचं आहे. त्यांनी तुमची दखल घेतली तरी पुरे. (काळजीपूर्वक ऐकणं म्हणजे फारच जास्त झालं)

लोकांनी तुमची दखल घ्यावी यासाठी थोडे व्यवहारी डावपेच लागतात.

प्रभावीपणे बाजू मांडा

आपल्या योजनातंत्राचा वापर करून तुमच्या कल्पना कशा मांडता येतील ते ठरवा. अशा प्रकारची पुस्तकंही ग्रंथालयात मिळतात. ती वाचा हवी तर. पण लक्षात ठेवा. तुम्ही संपूर्ण केलेला विचार कसा मांडायचा याचं फक्त हे तंत्र आहे. कल्पना कशा साकार करायच्या याचं हे तंत्र नव्हे. त्याची तंत्र वेगळी असतात.

ग्रंथालयात जाऊन शोधत बसण्याइतका वेळ नसेल, तर यशस्वीपणे सादरीकरण Presentation करण्याचा किंवा कुठल्याही परिस्थितीत लोकांनी तुमचं म्हणणं ऐकून घ्यावं इतपत तयारी करण्याचा हा मूलमंत्र.

१) हे सादरीकरण करण्यामागे तुमचा काय हेतू आहे हे उपस्थितांना सांगा.
२) प्रस्तावना विस्तार आणि समारोप असे भाग पाडून, उपस्थितांना तुम्ही तयार केलेलं तुम्हाला काय म्हणायचं आहे, ते म्हणणं नीट समजावून सांगा.
३) जर अधिक औपचारिक सादरीकरण करायचं असेल तर काही तक्ते वगैरे दृश्य साधनांची मदत घ्या. (तक्त्यांचे मथळे ४ ते ६ शब्दांचे सहज वाचता येणारे असावेत. कॉम्प्युटरचा वापर टाळा.)
४) सांगून झालेल्या माहितीचा गोषवारा पुन्हा सांगा.
५) श्रोत्यांना काही प्रश्न विचारून प्रतिसाद मागा.

सराव करा

तुम्हाला माहीत आहे की आपण हे सादरीकरण कोणत्या हेतूने करतो आहोत. काय काय सांगणार आहोत, कोणत्या दृश्य साधनांचा वापर करणार आहेत, मग पुन्हा गोषवारा सांगणार आहोत आणि श्रोत्यांना प्रश्न विचारून प्रतिसाद मागणार आहोत.

याच्यापुढची पायरी महत्त्वाची आहे. तुम्ही अगदी सराईत सादरकर्ते असाल तरी. वर सांगितलेल्या प्रत्येक टप्प्याचा अगदी व्यवस्थित सराव करायचा. प्रत्येक शब्द, कृती, विनंती, शरीरभाषा सगळ्याचा सराव करायचा. जेवढं म्हणून कौशल्य पणाला लावता येईल तेवढं लावायचं.

हा सरावासाठी सराव नाही. खात्री करून घेण्यासाठी सराव आहे.

कारण तुम्ही सादर करणार आहात याहीपेक्षा तुम्ही कसं सादर करणार आहात हे फार महत्त्वाचं आहे. जर तुम्ही काय बोलताहात हे तुम्हाला पक्कं ठाऊक असेल आणि ते तुम्ही खात्रीपूर्वक मांडत असाल तर बाकी सगळ्याचा

सराव करायचा. जेवढं म्हणून कौशल्य पणाला लावता येईल तेवढं लावायचं.

समजून चाला (स्वीकार करा)

तुम्ही काय सांगणार आहात, कसं सांगणार आहात, हे तुम्हाला माहीत आहे. तुम्ही त्याचा चांगला सरावही केलेला आहे.

आता तुम्हाला आणखी एक गोष्ट करायची आहे. तुम्ही एक अधिकारी व्यक्ती आहात असं समजा. तुम्हाला स्वत:च्या म्हणण्याविषयी पूर्ण आत्मविश्वास आहे. तुम्हाला हवं ते तुम्ही मिळवूनच दाखवता.

पान १०७ वरचं 'स्वीकार करण्यासाठी' हे तंत्र वापरा.

त्याचा शेवटचा मुद्दा नीट ध्यानात ठेवा. तुम्ही स्वत:ला जे आहात असं समजू लागला असाल तसंच इतरांनाही समजावं असं वागा.

(हे त्यांच्या फायद्यासाठी नसून तुमच्या फायद्यासाठी आहे.)

आता तुम्ही इतरांना पटवण्यासाठी प्रभाव पाडण्यासाठी अधिकारी व्यक्ती म्हणून तयार झालात.

श्रोत्यांना प्रश्न विचारा (प्रतिसाद)

बरेच लोक आपण आत्ता वाचलं त्याप्रमाणे सगळे कष्ट व्यवस्थित घेतात आणि शेवटच्या क्षणी अडखळतात, लटपटतात.

एकतर त्यांना वाटत असतं, की 'आपलं बोलणं इतकं जड होतं, की कुणालाच ते फारसं समजलेलं नाही.'

त्याहून महत्त्वाचं म्हणजे श्रोत्यांकडून प्रतिसाद, प्रतिक्रिया अपेक्षित आहेत हे त्यांनी सांगितलेलं नसतं.

हे सगळं वाचल्यानंतरही पुष्कळ जण प्रत्यक्ष वेळ आली की चाचरतीलच. 'तुम्हाला कसं वाटलं?' हे ते श्रोत्यांना विचारू शकणारच नाहीत. परंतु प्रतिक्रिया विचारणं फार आवश्यक आहे. तुम्ही श्रोत्यांना काही ना काही प्रश्न विचारून प्रतिक्रिया विचारून घ्या. स्पष्टपणे विचारा. त्यांना काही शंका तर नाहीत ना? तुमचं म्हणणं व्यवस्थित कसलाही घोटाळा न होता त्यांच्यापर्यंत पोचलं आहे ना, याची खात्री करा.

तोंडाला कुलूप घाला (गप्प रहा)

आपलं काम लोकांसमोर खूप चांगल्या पद्धतीने मांडणारे वाकबगार सादरकर्तेसुद्धा ही एक गोष्ट नेहमीच विसरतात किंवा कानाआड टाकतात.

'चांगले विक्रेते' मात्र हे अंत:स्फूर्तीने करतात. उदा. जपानी व्यावसायिक हे तंत्र पद्धतशीर अमलात आणतात. ते वाटाघाटीच्या तंत्राचा भाग म्हणून

वापरतात किंवा फक्त परिस्थितीनुसार तसं वागत असतील. पण त्याचा चांगला परिणाम होतो. तुमच्या बाबतीतही होईल.

ती गोष्ट म्हणजे गप्प राहणे.

तुम्ही तुम्हाला पाहिजे असणारा प्रतिक्रियेबद्दलचा प्रश्न श्रोत्यांना विचारलात की खाली बसा. तुम्हाला मोह होईलही. खुलासा करण्याचा चुकीची दुरुस्ती करण्याचा, बॉसवर इम्प्रेशन मारण्यासाठी काही बोलण्याचा; पण तो आवरा. जिभेला टाळं लावा. गप्प बसा.

मध्ये काही मिनिटांची शांतता गेली तरी जाऊ दे. तुमचं बोलून झालेलं आहे. आता इतरांनी त्यावर बोलायचं आहे.

तुम्हाला कदाचित असं वाटत असेल की जे वरच्या पदावर पोचलेत त्यांना असं काही करण्याची गरज नसेल (कुशलतेने हाताळणे छाप पाडणे वगैरे) कारण त्यांच्या हातात अधिकार असतात. शिवाय ते या सगळ्याच्या पलीकडे गेलेले असतील. पण तसं नसतं. तीही माणसंच असतात. कुणी त्यांना विनंती करून प्रश्न विचारला तर त्यांना उत्तर द्यावंच लागेल.

समजा तुम्हाला पाहिजे असणारा प्रतिसाद त्यांनी दिला नाही तरी ते एक प्रकारे बेचैन होतील आणि त्यांना तुमच्या विनंतीची दखल घ्यावी लागेल.

हे शांतता उपाय बघा.	
दीर्घकालीन सृजनशील योजना	पृष्ठ १६८
स्वीकार करण्यासाठी	पृष्ठ १२३
जे हवं ते कसं मिळवाल?	पृष्ठ २२०

आपले म्हणणे ऐकायला लावण्यासाठी.

- तुम्हाला कामातून काय मिळवायचे आहे ते निश्चित करा. लिहून काढा.
- तुम्हाला जे सादर करायचं आहे ते एक कार्य समजून कसे पार पाडायचे याची सविस्तर योजना तयार करा. सादरीकरणाची तंत्रे शोधून काढा. तुमचे म्हणणे थोडक्यात पण नेमकेपणाने कसे मांडता येईल त्या तंत्राचा अवलंब करा.
- तुमच्या सादरीकरणाची ठरवलेली प्रत्येक पायरी, सविस्तर करून पहा. तुम्हाला आत्मविश्वास येईपर्यंत सराव करा.

- तुम्ही स्वत: एक निष्ठावान अधिकारी व्यक्ती आहात, तुम्हाला स्वत:च्या सांगण्याबद्दल पूर्ण आत्मविश्वास आहे असं समजा. तसाच इतरांना तुमच्याबद्दल वाटेल असं वागा.
- त्यांना नंतर प्रतिक्रिया नोंदवायच्या आहेत याची जाणीव प्रेक्षकांना द्या त्यांना प्रश्न विचारा.
- यानंतर मात्र तुम्ही गप्प रहा. इतरांना बोलू द्या.

Slip Streaming

आत्तापर्यंत आपण जे जे माहिती करून घेतलं त्या सगळ्यामध्ये तुमच्या स्वत:च्या काही ना काही प्रयत्नांचा समावेश होता. आता जरा सोपी पद्धत पाहू या.

तुम्हाला आवडत असेल तर स्वत: काहीच न करता, शांतता कशी प्राप्त करायची ते पहा. (Passive Calm)

तुम्ही जर टी.व्ही.वर मोटारींच्या किंवा मोटारसायकलीच्या शर्यती पहिल्या असतील तर तुम्हाला Slip Streaming हे तंत्र माहीत असेल. यामध्ये तुम्ही तुमची कार, युक्तीने पुढच्या कारच्या Slip Stream मध्ये घुसवता (पुढे नेणाऱ्या हवेच्या झोतात) त्यामुळे त्या कारच्या गतीबरोबर तुमची कार कोणतीही ऊर्जा खर्च न करता पुढे खेचली जाते. (फुकट टोइंग)

शांतता प्राप्त करण्यासाठीसुद्धा तसंच करता येतं.

शांततेचा कित्ता गिरवणे (Modelling Calm)

कित्येक दशकांपासून मानसोपचारामध्ये हे कित्ता गिरवण्याचे तंत्र (Modelling) वापरले जात आहे. वर्तणुकीत बदल करण्यासाठी नवी कौशल्ये शिकवण्यासाठी भीती आणि भयगंड यांच्यावर इलाज म्हणून हे तंत्र वापरले जाते.

अलीकडे खेळाडूंचे मानसशास्त्र (Sports Psychology) आणि मानसोपचाराची विविध घराणी (Psychotherapy Schools) यामध्ये हे तंत्र फार लोकप्रिय झालेले आहे.

कधीकधी या तंत्राचा स्वसंमोहनाबरोबर वापर करून त्याची परिणामकारकता वाढवली जाते.

कित्ता गिरवणे हे नावाप्रमाणेच अगदी सरळसोट असते. तुम्ही एक आदर्श व्यक्ती डोळ्यांसमोर ठेवायची आणि ठरावीक प्रसंगी ती जशी

वागेल तसंच तुम्ही वागायचा प्रयत्न करायचा. (कित्ता गिरवायचा) क्रिकेट खेळताना तुम्हाला बॅटिंग सुधारायचं असेल तर सतत सचिन तेंडुलकरचं बॅटिंग पाहत राहायचं. तो तुमचा आदर्श असेल.

तुम्ही जर निराशावादी, घाबरट कारकून असाल तर तुमच्या डोळ्यांपुढे एखाद्या स्थिरचित्त, आत्मविश्वास असणाऱ्या, उत्तम वाक्पटू असणाऱ्या कार्यकारी अधिकाऱ्याचा आदर्श असला पाहिजे.

आपल्या देशात परंपरेने चालत आलेली गायनाची घराणी, अभिनयाची स्कूल्स निर्माण झाली तो या 'कित्ता गिरवण्याच्या' (Modelling) तंत्राचाच आविष्कार होता.

आता कित्ता गिरवताना तुम्ही फक्त सचिनच्या बॅट धरण्याची, फटका मारण्याची नक्कल करून चालेल का? किंवा आपण आदर्श मानलेला तो स्मार्ट अधिकारी जे शब्द वापरते ते पाठ करून भागेल का? त्या त्या व्यक्तीच्या प्रत्येक कृतीचे विचाराचे, पैलूचे अनुकरण तुम्ही करायला पाहिजे.

तो कसा श्वसन करतो ते पहा. कोणत्या गतीने बोलतो त्याची नोंद घ्या. तो हाताची घडी कशी घालतो, पायावर पाय टाकून कसा बसतो कसा चालतो या सगळ्या बिनमहत्त्वाच्या गोष्टींची मनातल्या मनात नोंद करून घ्या.

आणि जेव्हा प्रत्यक्ष मैदानावर तुम्ही स्वत:ला सचिन समजून खेळू लागता किंवा स्वत:ला तो आदर्श अधिकारी समजून वागू लागता, तेव्हा तुमचं अर्धजागृत अंतर्मन कामाला लागतं. जागृत मन काही करत नाही.

हे शांतता उपाय बघा.

शांत श्वसन	पृष्ठ ९७
मनश्चक्षूंनी पाहण्यासाठी	पृष्ठ ११२
स्विकार करण्यासाठी	पृष्ठ १२३
आरामशीर असल्याचं सोंग घ्या.	पृष्ठ १९५
मनाने सुरक्षितता स्वीकारा	पृष्ठ २१४
बिनघड्याळाची बतावणी	पृष्ठ १२७

जर तुम्हाला असा 'स्थिरचित्त शांत' माणूस आदर्श म्हणून शोधता आला, तर त्याचा कित्ता गिरवून तुम्हीही तसेच होऊ शकाल हा शांत होण्याचा सर्वांत जलद, सुलभ (आणि बिनविरोध) मार्ग आहे. तुमच्या आदर्श व्यक्तीने आयुष्यभर शोध घेत शिकत तपश्चर्या करून शांती प्राप्त केलेली असते. तुम्ही मात्र सरळ

येता आणि काही वेळाच्या एकाग्रतेच्या बळावर त्याची विद्या आयतीच पळवून नेऊ शकता.

शांतीचा आदर्श

- शांततेचा 'अर्क' असणारा माणूस आदर्श म्हणून निवडा.
- त्या व्यक्तीच्या वागणुकीच्या सर्व बारीकसारीक तपशिलांची नोंद घ्या.
- एका शांत ठिकाणी जाऊन ५ मिनिटे स्थिरश्वसनाचा आनंद घ्या.
- थोडी स्थिरता आल्यावर डोळे मिटा डोळ्यांसमोर एका मोठ्या रजतपटावर तुमच्या आदर्शाची मूर्ती पहा.
- आता ते हसतात कसे, बोलतात कसे, त्यांच्या चालण्याची गती, श्वसनाचा वेग, भावमुद्रा, आवाज, हालचाली, बसण्याची पद्धत, लकबी, नजर सगळा बारीकसारीक तपशील त्या चित्रात भरा.
- आता स्वत:ला त्याच्या जागी कल्पून सर्व तपशील भरा. (हे काम तुमचे अंतर्मन करील.)
- जेव्हा तुम्ही तुमच्या रोजच्या कामाला लागाल तेव्हा त्याच्यासारखे वागा, चाला, बोला सगळं त्याचंच अनुकरण करा.
- इतरही आपल्याकडे त्याच भावनेने पाहत आहेत असं समजा.

शांततेशी युती करा - (मैत्री करा, संघटन करा)

खरं म्हणजे असं लिहिणं बरोबर नाही, पण शांती प्राप्त करण्याचा हा फार सोपा मार्ग आहे. यामुळे शांती टिकूनही राहू शकते. आपण फक्त शांती प्राप्त केलेल्या लोकांच्यात मिसळायचं. त्यांच्या सहवासात राहायचं. शांती आपल्याकडेही येते. जसे ताणतणाव संसर्गजन्य आहेत ना, तशी शांती पण संसर्गजन्य असते.

शांत स्थिरचित्त लोकांच्यात मिसळा. तुम्हीही शांत होऊ लागाल. 'आरामशीर' लोकात मिसळा तुमच्यातही ते गुण येतील. याच्या उलट टेन्शन घेणाऱ्या

हे शांतता उपाय बघा.	
तुम्ही कितपत संवेदनाक्षम आहात?	पृष्ठ ९
आरामशीर असल्याचं सोंग घ्या.	पृष्ठ १९५
आरामाचा ब्रेक घ्या.	पृष्ठ १९६
मजा करत काम	पृष्ठ १९७

लोकांपासून दूर रहा. तुम्ही जर 'चळवळ्या' स्वभावाचे असाल, तर अशा लोकांपासून जितके दूर राहाल तितके चांगलं.

एकदा का तुम्ही शांत, आरामशीर स्थिरचित्त झालात की मग तुमच्या तणावग्रस्त सहकाऱ्यांनाही तुम्ही ही शांतीची देणगी देऊ शकाल.

शांततेच्या प्रभावाखाली रहा

हे एक छोटंसं सुंदर तंत्र आहे ते सभा आणि संघटना अशा ठिकाणी उपयोगी पडतं. त्याचा दुहेरी परिणाम होतो. तुम्ही स्वत: शांत होता आणि त्यामुळे इतरही हळूहळू शांत होऊ लागतात.

तुम्ही कधी पाहिलंय का? एखादाच चिंताक्रांत घाईगडबडीत असलेला किंवा संतापलेला माणूस अख्ख्या जमावाला अस्वस्थ करू शकतो? खोलीमध्ये एक माणूस जरी खूप तणावाखाली असला तर तो त्या खोलीतल्या सर्व माणसांना तणावाखाली आणू शकतो. एक माणूस भडकला, की तो हॉलभर माणसांना भडकवू शकतो. राजकीय किंवा धार्मिक नेते म्हणवणाऱ्या लोकांची भाषणे ही याचं उत्तम उदाहरण आहे.

परंतु जगात न्याय आहे. त्यामुळे याच्या उलटही घडू शकतं. जसा तणावग्रस्त माणूस ताण पसरवतो तसा शांत-स्थिरमाणूस शांतताही पसरवू शकतो. एखाद्या खूप चिडलेल्या, रडणाऱ्या बाळाला आपण मायेने, मृदू स्पर्शाने मृदू शब्दांनी शांत करतो. तसंच एखाद्या टेन्शनमध्ये असणाऱ्या किंवा चिडलेल्या माणसालासुद्धा शांतपणे श्वास घेत सावकाश बोलत आणि अगदी स्थिरपणा दाखवत आपण शांत करू शकतो.

एखादा मनुष्य अत्यंत शांत, संयमित, मोकळ्या (ताणरहित) हालचाली करत समोर उभा असेल तर हळूहळू तिथे जमलेली सर्व माणसे तशीच शांत, संयमित होऊन जातात.

तुमची ही शांत शरीरभाषा तुम्ही जरा जास्त अतिशयोक्त स्वरूपात दाखवली तर आणखी जोरदार परिणाम होतो. अगदी शांत वाटेल त्याहीपेक्षा जास्त सावकाश बोला. तुमचा श्वास अत्यंत संथपणे चालू द्या. हालचाली खूपच कमी करा. आणि बघा. आश्चर्य वाटेल इतक्या त्वरेनं अवघं वातावरण शांत होऊन जातं.

समजा एकाच खोलीत एक शांत मनुष्य आणि दुसरा तणावग्रस्त मनुष्य बसले आहेत. तर काय होईल ते नक्की सांगणं अवघड आहे.

कदाचित तणावग्रस्त मनुष्य आक्रमक असल्यामुळे त्याचा शांत माणसावर परिणाम होईल. पण त्याने जर प्रयत्न केला तर बाकी अख्खी खोली उद्ध्वस्त झाली तरी तो स्वत: शांत राहू शकेल. ज्यावेळी हे तंत्र व्यावसायिक ग्रुपला सांगितलं जातं, त्या वेळी कधी कधी त्यांचा विचित्र प्रतिसाद येतो.

"छे छे! आम्हाला शांतता नको आहे. आम्हाला लोक सक्रिय हवेत. सतत आयुधे सज्ज करून लढायच्या तयारीत असलेले. 'सुटा' म्हटलं की सुटणारे.' असा प्रतिसाद हा नेहमी तणावग्रस्त, त्रासलेल्या माणसाकडून येतो. हेच असतात तणावाचा फैलाव करणारे जंतू! स्फूर्ती मिळवण्यासाठी Adrenaline ची गरज नसते. फक्त प्रोत्साहन

> हे शांतता उपाय बघा.
> आरामशीर असल्याचं सोंग घ्या. .....
> पृष्ठ १९५
> शांततेचा आवाज .....
> पृष्ठ २६८

देण्याची, चालना देण्याची गरज असते. (Motivation) आणि चालना देण्याचे काम जसे ताणामुळे होते तसेच ते शांततेमुळेही होत असते.

◆

२०. जेव्हा बदल होतात

> ज्यावेळी विजेवर चालणारा रेफ्रिजरेटर (*फ्रिज*) नवीन आला, त्या वेळी प्रचंड आरडाओरडा झाला. त्याच्या वापरामुळे कर्करोग आणि नपुंसकत्व येऊ शकतं, असाही दावा काही जणांनी केला. मायक्रोवेव्ह, रंगीत टी.व्ही., डिजिटल फोन, मोबाइल फोन या सगळ्या वस्तू प्रचारात येऊ लागल्या, तेव्हा त्यांच्याविरुद्ध असाच आरडाओरडा झाला. याचं कारण अज्ञात गोष्टी माणसाच्या मनात नेहमीच भय निर्माण करतात.

आजकाल नोकरीत काय धंद्यात काय सगळ्यामध्ये निश्चित असणारी गोष्ट कोणती असेल तर ती म्हणजे 'बदल'. बदल हे सारखे होतच असतात. ते केव्हा होतील, कसे होतील हे माहीती नसतं आपल्याला आणि जेव्हा बदल होतात तेव्हा आपल्या सुखाच्या कल्पना पार हादरून जातात. पण बदल थोपवण्यासाठी आपण काहीच करू शकत नाही. त्या बदल होण्यावर आपला काही प्रभाव पडेल हीही शक्यता नसते.

'तुमची बदलाबद्दलची प्रतिक्रिया' हे या समीकरणातलं अनित्य अक्षर (क्ष, य वगैरे variable) असतं. त्यामुळे ते बदलतं असतं.

समाजातलं आपलं स्थान टिकवण्यासाठी काही रटाळ गोष्टी सातत्याने करत राहावं लागतं. हे माहीत असूनही आपल्या सामाजिक स्थानाला धक्का पोचला तर असुरक्षित वाटू लागतं. मनावर ताण येतो.

ज्या वेळी विजेवर चालणारा रेफ्रिजरेटर (फ्रिझ) नवीन आला तेव्हा त्याबद्दल खूप आरडाओरड झाली. त्याच्या वापरामुळे कर्करोग आणि नपुंसकत्व येऊ शकतं असाही काही जणांनी दावा केला. मायक्रोवेव्ह, रंगीत टी.व्ही. डिजिटल फोन या सगळ्या वस्तू प्रचारात येऊ लागल्या तेव्हा यांच्याविरुद्ध

असाच आरडाओरडा झाला. याचं कारण ज्याबद्दल काही माहिती नसते, त्या गोष्टी आपल्या मनात भीती उत्पन्न करतात. आणि एकदा संभाव्य तोट्यांचा विचार करायला लागलो की फायदे होण्याच्या शक्यताच आपल्याला दिसेनाशा होतात.

यात नवीन काही नाही. प्रस्थापित कल्पना हलवून सोडणारा एखादा बदल झाला की घबराट पसरतेच. हे युगानुयुगं चालत आलेलं आहे.

औद्योगिक क्रांतीच्या सुरुवातीला अनेकांनी भाष्य केलं होतं की यामुळे समाजव्यवस्था मोडकळीस येईल. जेव्हा स्वयंचलित इंजिनाचा (Locomotive) शोध लागला तेव्हाही अशीच भीती व्यक्त करण्यात येत होती. जेव्हा विजेचा सर्रास वापर सुरू झाला किंवा स्वयंचलित वाहने (Automobiles) पेट्रोल-डिझेल यांनी वाहतुकीचा चेहरामोहराच बदलून टाकला, तेव्हासुद्धा लोक घाबरून, नाही नाही ते बोलत होते.

जेव्हा स्त्रियांना मतदानाचा हक्क दिला गेला, तेव्हा तर जगातील कोट्यवधी लोकांना असं वाटत होतं की आता संस्कृती पूर्ण लयास जाईल पण तसं घडलंच नाही.

याच्या उलट, यातल्या प्रत्येक बदलाबरोबर आपल्या जगात सकारात्मक सुधारणा होत गेल्या. आणि सगळ्या लोकांना खास करून 'कोत्या' मनोवृत्तीच्या लोकांना हे कबूल करावं लागलं की या बदलांमुळे माणसाचं जगणं अधिक सुलभ आणि समृद्ध झालेलं आहे. वैद्यकीय सुविधांमध्ये खूपच वाढ झाली. घोड्यावरून किंवा बग्गीतून फिरण्याऐवजी आता आपण विमानाने काही तासात अर्ध्या जगाची सफर करू शकतो. साथीच्या रोगांवर नियंत्रण ठेवू शकतो. (फोन, ईमेल, चॅटिंग) असे अनेक फायदे झालेत आणि होत राहतील. त्याला अंतच नाही.

आपल्या व्यवसायाच्या ठिकाणीसुद्धा ज्याच्यावर सतत चर्चा होत असते ते बदल म्हणजे वाढती स्पर्धा, माहितीतंत्रज्ञान. यांचेही खूप फायदे आहेत.

या व्यतिरिक्त आपलं राहणीमान झपाट्याने सुधारलं आहे.

प्रदूषणमुक्त वातावरण, पर्यावरणाची जाणीव ही भूतकाळात कधीच इतकी प्रगल्भ नव्हती. किंबहुना ती अस्तित्वातच नव्हती. गेल्या काही शतकांमध्ये माणसाची आयुमर्यादा दुपटीने वाढली आहे.

जगातल्या जवळजवळ सर्व देशांमध्ये जुलमाविरुद्ध आवाज उठवला जातो. वंशवादाचा निषेध केला जातो. गुलामगिरी नष्ट झाली आहे. आपले नेते आपण निवडून देतो. स्त्रियांना बऱ्याच ठिकाणी समान संधी मिळते. कितीतरी चांगले बदल झालेले सांगता येतील.

कामाच्या ठिकाणी झालेल्या बदलांचेसुद्धा आपल्याला बरेच फायदे झालेत याचे किती तरी पुरावे सापडतात. हवामानाच्या कमालीच्या चढउतारांना तोंड देत काम करण्याऐवजी वातानुकूलनाची सोय, फरशी ऐवजी गालिचे; अवजड वस्तू उचलून वाहनात चढवणे यामुळे 'स्लिपडिस्क' होण्याऐवजी जॅक हॅमर्स, फोर्क लिफ्ट्स यांचा वापर, प्रत्येक वेळी चुकीची दुरुस्ती करताना रिटाइप करण्याऐवजी work processor चा उपयोग, अनेक दिवस अज्ञानात राहण्याऐवजी अतिशय त्वरेने माहितीचे दळणवळण, असं बरंच काही :

विशेष म्हणजे हे सर्व फायदे इतके नियमित मिळतात की पूर्वीच्या शारीरिक, मानसिक आणि नैतिक गैरसोयी आणि त्रास पुन्हा उद्‌भवण्याची शक्यताच नाही.

असं जर आहे तर आपण प्रत्येक बदल होण्याच्या वेळी आपण इतके सैरभैर का होतो? आपल्यातले काही मूलतत्त्ववादी लोक बदलांचा तिरस्कार करतात. (अशा लोकांचा हल्ली फार सुळसुळाट झाला आहे.) त्यांचा प्रभाव आपल्यावर पडतो. ते सतत भूतकाळाचं कौतुक करत बसतात आणि सध्या जे बदल होत आहेत त्यातले दोष हुडकून डांगोरा पिटत असतात.

हे सगळे नकारात्मक काम करणारे लोक असतात. मग ते पत्रकार असोत राजकारणी असोत, रानटी टोळ्यांमधले असोत नाहीतर धर्मोपदेशक असोत. त्यांना सृजनशीलता, कला यांच्याशी काही देणं घेणं नसतं. समाजासाठी ते फारसं काही चांगलं करतही नसतात. अशांकडे दुर्लक्षच करणं चांगलं. ते त्याच लायकीचे असतात.

बदलांकडे सकारात्मक दृष्टीने पहा. आणि त्यातल्या फायद्यांचा लाभ उठवा. बदल झाल्याशिवाय प्रगती होत नाही हे लक्षात ठेवा. आपलं भलं होण्यासाठी आपण बदल अंगीकारलेच पाहिजेत. बदलांचा उपयोग आपल्या फायद्यांसाठी व्हावा, आपलं जीवनमान सुधारावं, काम सुलभ व्हावं आणि एकंदरीत आपण सुखी व्हावं यासाठी त्यांचा जास्तीत जास्त उपयोग करून घ्या. स्वत:चं कल्याण करून घेण्यासाठी बदलांचा वापर करा. म्हणजे बदल झाले तरी तुम्ही सैरभैर न होता शांत राहाल.

बदलांची यादी करा

'जगात सगळं कसं छान छान आहे!' हे वाक्य बोलायला छानच वाटतं. पण तुमचा त्यावर विश्वास बसतो का? नाही ना? मग तोवर त्या वाक्याला काय अर्थ आहे? जोपर्यंत आपल्याला एखादी गोष्ट

वर्णन केल्याप्रमाणे आहे असं वाटत नाही, तोपर्यंत तुमच्यापुरती तरी ती तशी नसतेच.

काही जणांना जगामध्ये ज्या वेगाने बदल होताहेत त्याची भीती वाटते. या भीतीवर मात करण्यासाठी एक व्यायाम आहे. या व्यायामाद्वारे आपण एक गोष्ट निश्चित करतो की होणारा बदल आयुष्यामध्ये स्वत:ला फायदेशीर आहे की नाही. एकदा ते निश्चित झालं, की मग आपली भीती साधार आहे की निराधार आहे ते तुम्हाला ठरवता येईल.

त्यासाठी कागद पेन्सिल घ्या. कागदावर मधोमध रेघ ओढून दोन रकाने करा. डावीकडे + आणि उजवीकडे –

+ च्या रकान्यात सर्व फायदेशीर बदल लिहून काढा.

– च्या रकान्यात ज्यामुळे तोटे झाले ते बदल लिहा.

तुमच्या लक्षात येईल की दोन्हीकडे सारखीच संख्या आहे. आता – च्या रकान्यामध्ये लिहिलेल्यांपैकी सर्वसाधारण मानवी आयुष्यात येणारे मुद्दे खोडा.

उदा. - दहा वर्षांच्या वैवाहिक जीवनानंतरचा घटस्फोटाचा मुद्दा खोडा.

महागाई इन्कमटॅक्स याबद्दलचे मुद्दे खोडा.

तुमचं वाढतं वजन, वाढत्या वयाबरोबर होणारे बदल हे खोडा.

घसरलेली कौटुंबिक मूल्ये, सामाजिक मूल्यांचा ऱ्हास हे सर्व खोडा.

(हे सगळं सतत चालू असतं आणि राहणार आहे.) फक्त इतके दिवस तुमचं त्याकडे लक्ष नव्हतं.

आता प्रामाणिकपणे बघून सांगा. यादीत फक्त +ve मुद्दे आणि फार थोडे -ve मुद्दे राहिले की नाही?

(याउलट झालं तर या पुस्तकात दिलेल्या तंत्रामधून तुम्हाला आवश्यक ते तंत्र शोधून काढा.)

हे शांतता उपाय बघा.

अधिक उणे (+ –) ची पद्धत ..... पृष्ठ १९१

स्वत:चे लाड करा ..... पृष्ठ २९५

या तंत्रामुळे लगेच तुम्ही शांत व्हाल असं नाही पण एकूण बदलाबद्दलच असणारी भीती कमी करण्यासाठी तुम्हाला दिशा सापडेल.

बदलांची यादी
● एका कागदावर + आणि – असे दोन रकाने करा. ● + रकान्यात तुमच्या आयुष्यात आनंद आणणारे बदल लिहून काढा ● - रकान्यात तुमच्या आयुष्यात दु:ख त्रास आणणारे बदल लिहा. ● त्यानंतर – रकान्यातले सर्वसाधारण मानवी आयुष्यात घडणारे बदल खोडून टाका. मग - रकान्यातले जनरल तक्रारीच्या स्वरूपातले मुद्दे खोडा ● यादीचे अवलोकन करून स्वत:ची खात्री पटवून द्या की बदलामुळे आयुष्यात सुधारणा आणि सुख जास्त येते. तोटे कमी असतात. त्यामुळे बदलांना घाबरून दूर ठेवण्यापेक्षा त्यांना कामाला लावा. त्यांचा वापर करून घ्या.

शांतीसाठी कोणत्याही वयात प्रयत्न करू शकतो

हे वाचून तुम्हाला वाटेल, या लेखकाचं काय जातंय असं लिहायला? लिहितोय आपला बदलाच्या फायद्यांवर निबंध! पण ज्याचं वय ५५ वर्षांच्यापुढे आहे, त्यांनी कसे पचवायचे हे आमूलाग्र बदल?

बऱ्याच लोकांना असं वाटतं की वय वाढत जाण्याचा एक अपरिहार्य तोटा असा असतो, की पन्नाशीच्या पुढे, साठीपर्यंत एक असुरक्षिततेची भावना हळूहळू सरपटत तुमचा ताबा घेत जाते.

'आता या वयात नवीन काही शिकायचं म्हणजे... आता फार उशीर झालाय त्याला.'

'अहो, यात पारंगत होता होता आयुष्याची पन्नाशी उलटली. आता याच्यानंतर कामाच्या नवीन पद्धती शिकायच्या? कसं जमायचं?'

'या वयात नोकरी गेली तर संपलंच! ५५ च्या पुढे कोण ठेवतंय आम्हाला कामाला?'

'मी सांगतो. त्यांना अननुभवी तरुण पाहिजेत कामाला. स्वस्तातही मिळतात आणि नवी तंत्रे शिकतात झट्कन!'

अशा प्रकारची वक्तव्ये आपल्या ऑफिसमध्ये, ट्रेनमध्ये प्रवासात किंवा कुठेही आपण नेहमी ऐकत असतो. त्यातली काही तर आपण स्वत:च बोललेली असतात. पण ७० वर्षांच्या आजोबांनी बोललं काय आणि तुम्ही बोललात काय असुरक्षिततेच्या बाबतीत असलं काही बोलण्यात काही अर्थच नसतो.

सध्या रोजच्या दिवसाला माणसाचं आयुष्यमान वाढत चाललं आहे. त्यामुळे 'साठ वर्षाचे होईपर्यंत काम करा आणि निवृत्त व्हा' ही कल्पना आता बुरसटलेली वाटते. साठाव्या वर्षी निवृत्तीची कल्पना आता कालबाह्य ठरत चालली आहे.

हल्ली बरेच जण पंचावन्नच्या पुढे नव्या संधी, नवे व्यवसाय शोधतात, आणि त्यांच्या आयुष्यातलं सर्वांत समाधान देणारं कामाचं पर्व सुरू होतं. त्या वयाला ते म्हणतात, 'The Third Age of Employment'

एका गृहस्थांनी वयाच्या छप्पनाव्या वर्षी लिहायला सुरुवात केली. आज ते जगातले एक प्रसिद्ध लेखक म्हणून ओळखले जातात. वय वर्षे शहात्तर आणि तरीही उत्साह कायम आहे त्यांचा.

दुसऱ्या एका बाईंनी उच्चपदावर काम करत असताना नोकरी सोडली आणि निसर्गोपचाराचा अभ्यास सुरू केला. आज त्या एक मोठं, प्रसिद्ध निसर्गोपचार केंद्र चालवतात.

बरेच लोक निवृत्तीनंतर पुन्हा शिक्षण सुरू करतात, एका गृहस्थांचं उदाहरण अत्यंत स्फूर्तिदायक आहे. वयाच्या ७५ व्या वर्षापर्यंत त्यांनी ऑफिसमध्ये काम केलं. त्यानंतर आता त्यांना ठिकठिकाणच्या मोठ्या कंपन्याकडून संगमरवरी शिल्पाकृती करण्यासाठी बोलावणी येत असतात.

आणखी एक जण ६० व्या वर्षापर्यंत एअरफोर्समध्ये होते. त्यानंतर १२ वर्षे होऊन गेली. अजूनही सरकारचे गुप्तहेर म्हणून काम बघतात. एका सद्गृहस्थांनी वयाच्या साठाव्या वर्षापर्यंत शिक्षकाची नोकरी गेली. त्यानंतर कायद्याच्या परीक्षा दिल्या. त्यात मेडल मिळवलं. सध्या कोर्टात वकिली करतात.

एका बाईंनी वयाच्या अठ्ठावन्नाव्या वर्षापर्यंत नोकरी केली. मुलाला वाढवलं. नंतर त्याच्या मुलीला वाढवलं. आता ७६ व्या वर्षी, आपल्या नातीच्या मुलाचं संगोपन करण्यासाठी तिच्याजवळ परदेशात जाऊन राहिल्या आहेत.

अशी कितीतरी उदहरणे सापडतात. एकूण काय, आव्हानं स्वीकारून ती यशस्वी करून दाखवण्यासाठी वयाचा अडथळा होत नसतो. तुम्ही जर ५५-६० च्या वयोगटात असाल आणि तुम्हाला असुरक्षित किंवा दडपण आल्यासारखं वाटत असेल तर दर क्षणाला निर्माण होणाऱ्या नवनवीन संधींकडे लक्ष द्या. बेरोजगारांचा प्रश्न वाढते

आयुष्यमान, वृद्धांच्या समस्या, आराम आणि करमणुकीची वाढती लालसा याबद्दल तुम्ही जे काय ऐकत असाल, ते विसरून जा. तुम्ही घ्यायला तयार असाल तर संधी असतातच हे लक्षात ठेवा.

हे शांतता उपाय बघा.

जीवनातल्या प्राथमिकतांचा तक्ता ..... पृष्ठ ८६

दीर्घ मुदतीची सृजनशील योजना ..... पृष्ठ १६८

१००% प्रयत्नांसाठी ..... पृष्ठ १५५

यशाच्या लोकप्रिय संकल्पना धुडकावून द्या. ..... पृष्ठ २०३

ज्यामध्ये आत्मविकास आणि कामाचं साधन दोन्ही मिळेल, अशा दृष्टीने संधी शोधायच्या. कदाचित आत्ताचा क्षणच असा असेल की आपली महत्त्वाकांक्षा घासून पुसून, तुम्ही नव्या सुंदर कारकिर्दीचा विचार सुरू कराल, उत्तर आयुष्याकरता.

बदल चांगल्याकरता

आत्तापर्यंत या प्रकरणात आपण फार मोठा बदल झाल्यामुळे ज्या समस्या निर्माण होतात किंवा निर्माण व्हायची भीती असते त्यावर लक्ष केंद्रित केलं. आता आपण त्याहून मोठ्या समस्येकडे पाहणार आहोत. ती म्हणजे 'अगदी छोटा बदल.'

तुम्हाला ती पिंजऱ्यातल्या वाघाची गोष्ट माहिती आहे का? एकदा एका वाघाला एका छोट्या पिंजऱ्यात ठेवलं. तो आतल्या आत खूप अस्वस्थ व्हायचा आणि पिंजऱ्यातल्या पिंजऱ्यात पुढे मागे हलत राहायचा. फिरण्याइतकी तिथे जागाच नव्हती. अशी काही वर्षे गेली. पुढे काही दयाळू लोकांनी त्याला चांगल्या निसर्गरम्य ठिकाणी हलवलं. तिथे आजूबाजूला गवत होतं, झाडं होती, नदी वाहत होती, भरपूर मोकळं मैदान होतं. पण त्या वाघाला काही त्याचा आनंद घेता येईना. तो आपला तिथे पिंजऱ्याएवढ्या जागेतच पुढे-मागे, पुढे-मागे करत राहिला. भोवतालचा मोकळा निसर्ग त्याला परिचित वाटत नव्हता!

वर्षानुवर्षे त्याच ठिकाणी काम करत राहून लोकांचं असंच होतं. ते सवयीचे गुलाम बनतात. अनुभव आणि दृष्टिकोनाच्या अधिकाधिक संकुचित होत जाणाऱ्या वर्तुळात गोल-गोल फिरत राहतात. हे सगळं त्यांना अनुत्पादक बनवतं. ते स्वत:च्याच पायावर धोंडा पाडून घेतात. शिवाय त्यामुळे त्यांच्यावर खूप ताणसुद्धा येत राहतो.

तुमचे दृष्टिकोन विस्तारण्यासाठी 'बदल चांगल्याकरता' हे तंत्र मदत करते. तेही अगदी सहज.

आपली रोजची कामं असतात ना, तीच थोड्या वेगळ्या पद्धतीने करण्याचा प्रयत्न करायचा. असे छोटे छोटे बदल शोधून काढल्यामुळे आपल्या मनावरचा ताण वाढवणारं, सवयीचं चक्र भंग पावतं, मोडतं. आणि हे निरुपद्रवी, छोटे छोटे बदल आश्चर्यकारकपणे आपल्या मनावरचा ताण कमी करतात.

अशा प्रकारचे बदल तुम्ही सहज करू शकता. बघा हं!

(१) एखादे दिवशी लंच टाइमला रोजच्या तुमच्या ऑफिसच्या कॅन्टीनमध्ये न जाता, दोन गल्ल्या पलीकडे असलेल्या स्नॅकबारला भेट द्या. जाता येता निरीक्षण करा. बघा लोक कसे वेगवेगळ्या पद्धतीने जगतात. केवळ दोन गल्ल्या पलीकडे किती वेगळं जग आहे!

(२) कधीतरी ऑफिसमध्ये खूप वैतागवाणा दिवस जातो. अशा वेळी रोजच्या रस्त्याने घरी न जाता, वेगळ्या वाटेने घरी जा. आजूबाजूचे निरीक्षण करा. वाटेत एखाद्या बगिचात किंवा मंदिरात घटकाभर विसावून मग घरी जा. कधी बाजारात चक्कर टाका. बघा उत्सवासाठी लागणाऱ्या वस्तूंनी, रंगीबेरंगी फळांनी भाज्यांनी दुकाने कशी सजली आहेत ती!

(३) रोज गाडी घेऊन ऑफिसला जात असलात तर कधी बसने जा. रोज बसने जात असलात तर एखादे दिवशी ट्रेनने जाऊन पहा. बघा त्यात काय समस्या असतात. ऑफिस जवळ असेल, तर चालत जायलाही हरकत नाही.

(४) क्वचित् एखादा तास लवकर जाऊन ऑफिसचे टेबल, ड्रॉवर्स आवरा. फायली जरा व्यवस्थित क्रमवार लावा.

(५) सहकाऱ्याला मदत आणि कामात बदल म्हणून शेजाऱ्याचे काम करून बघा.

(६) रोज बरोबर ११ ला आणि ३.३० ला चहा घेत असलात तर मधेच एखादे दिवशी १०.३०ला आणि २.२०ला घेऊन पहा.

(७) ऑफिसला नेण्याची बॅग बदला.

सगळ्यात महत्वाचं म्हणजे, तुम्ही हे बदल जाणीवपूर्वक, रुटीन मोडण्यासाठी करायचे आहेत आणि ते केल्यावर कसं चांगलं वाटतं ते पूर्णांशाने अनुभवायचं आहे. त्यामुळे तुमचा दृष्टिकोन हळूहळू विस्तारत

जाईल. तुम्ही भोवतालचं विशाल जग डोळे उघडून पाहू लागाल. आणि तुमचा अनुभव वाढेल. त्याचबरोबर तुमचं संकुचित विश्वही हळहळू मोठं होत जाईल.

बाहेरचं जग पाहिल्यामुळे तुम्हाला कळून येईल की तुमच्या समस्या या फार छोट्या आहेत. जगात यापेक्षा खूप मोठे प्रश्न लोकांना सतावत असतात. आणि त्यामुळे तुमची भीती, निराशा कमी होत राहील.

असं तुम्ही दिवसातून अनेक वेळाही करू शकता. आपले ताणतणाव कमी करण्याचा हा किती स्वस्त आणि मस्त मार्ग आहे!

हे शांतता उपाय बघा.	
बदल करत रहा.	पृष्ठ २१०
थोडा ताण घ्या.	पृष्ठ २०६

◆

२१. ताणामागची शारीरिक कारणं

> तणावमुक्त, शांत-शिथिल होण्यासाठी काही अत्यंत आनंददायक असे शारीरिक व्यायाम करता येतात. शारीरिक समस्यांचं निराकरण बहुतांशी शारीरिक उपायांनीच होऊ शकतं.

शारीरिक समस्यांचं निराकरण शारीरिक उपायांनीच होऊ शकतं. म्हणून आपण तणावमुक्त, शांत, शिथिल होण्यासाठी काही आनंददायक शारीरिक व्यायामांचा विचार करू.

आपल्याला माहीत आहे की मनावर ताण येण्याचं मुख्य कारण तुमच्या विचारात असतं. शरीरात नाही. त्यामुळे आत्तापर्यंत आपण माहीत करून घेतलेली सर्व तंत्रे ही आपला दृष्टिकोन, भावना, समज आणि आपलं अर्धजागृत मन (Subconscious) यांच्यावर परिणाम करण्यासाठी शोधून काढलेली होती.

आता या शारीरिक समस्या काय असतात?

१०० वर्षांपूर्वीच्या काळात आपल्या ताणाची कारणे शोधून काढायला सांगितली असती तर यादीत सर्वांत वरच्या बाजूला आपण शारीरिक त्रास लिहिले असते. आवाजाचा त्रास, धोकादायक किंवा अपायकारक कामे करावी लागणं, अपुरी जागा, उजेड आणि वायुविजन पुरेसे नाही वगैरे. शिवाय त्यात नैसर्गिक घटकांची भर पडली असती. ऊन, वारा, पाऊस, दमटपणा वगैरे.

पण आता परिस्थिती आणि संकल्पना सुधारल्या आहेत. बऱ्याच जणांना वातानुकूलित ऑफिसात बसून काम करावं लागतं. पायाखाली कार्पेट असतं स्वच्छ, थंड पाणी, चहा-कॉफी-शीतपेयं, टेलिफोन, इंटरनेट उपलब्ध असतं. म्हणजे लाडच चाललेले असतात. त्यामुळे पूर्वी कामाच्या ठिकाणी असलेली त्रासदायक परिस्थिती आता राहिली नाही. तरीसुद्धा आपली कामाची ठिकाणं खूप ताणतणाव निर्माण करणारी असू शकतात.

ऑफिसचं बाह्यरूप कितीही आकर्षक असलं, तरी त्या ऑफिसचं वातावरण कर्मचाऱ्यांच्या मनाला आणि पर्यायाने शरीराला इजा पोचवू शकतं.

वेगवेगळ्या कारखान्यात काम करणाऱ्या, मोठ्या हॉस्पिटलमध्ये काम करणाऱ्या किंवा लहान हॉटेलच्या कर्मचाऱ्यांना आजही अठराव्या शतकातल्या कामगाराप्रमाणे शारीरिक त्रास ही सहन करावा लागतो. पूर्वीच्या काळी राजे महाराजांचे, सावकारांचे दिवाणजी, मुन्शीजी असत. त्यांना ज्याप्रमाणे सर्व खाती वह्या सांभाळून, काटेकोरपणे मान मोडून काम करताना त्रास होई; तशाच प्रकारच्या तक्रारी संपूर्ण दिवस संगणकाच्या पडद्यापुढे काम करणारे आजचे कर्मचारीही करतात. दुकानं वातानुकूलित झाली, तरी तिथे काम करणाऱ्या विक्रेत्यांना अजून त्याचप्रकारचे कष्ट पडतात.

वरती एकदम झगमगाट असेलेलं 'चकाचक' असं ज्वेलर्सचं दुकान असतं. येणारी गिऱ्हाईकं ते पाहूनच अर्धी खूश होतात! पण खाली तळघरात, ते दागिने घडवणारे, पॉलीश करणारे, दुरुस्ती करणारे कसबी कामगार कोंदटलेल्या वातारणात डोळ्यांना थकवत मान मोडून काम करतात आणि जेवायच्या वेळीसुद्धा तिथेच एका बाजूला घरून आणलेला डबा खातात. घरी जातना 'Security Checking' होतं ते वेगळंच!

या सर्वांसाठी या पुस्तकात काही ना काही उपाय सापडेल.

इमारतीची शांती करा

आपण बऱ्याचदा ऐकतो– "अहो ती वास्तूच तशी आहे. तिथे वास्तव्य करणारे नेहमी धुसफुसत राहतात. कधी शांत राहू शकत नाहीत."

या विषयावर बरंच संशोधन करण्यात आलेलं आहे. त्याचे काही निष्कर्ष सांगण्यासारखे आहेत.

बहुतांश इमारतीमध्ये दोष देण्यासारखं काहीही आढळलं नाही. काही ठिकाणी थोड्या लोकांना रासायनिक किंवा बुरशीजन्य विषारी पदार्थांचा त्रास होत होता.

दुसरं एक कारण म्हणजे काही वातानुकूलन यंत्रातून हळू पण गुरगुरल्यासारखा एक आवाज सतत येत असतो. ध्वनिप्रयोगशाळेत अशा मंद आवाजातल्या विशिष्ट ध्वनिलहरी ऐकवून, मेंदूच्या विशिष्ट भागावर होणाऱ्या परिणामांचा अभ्यास करण्यात आला. त्यातून असं सिद्ध झालं की विशिष्ट कंपनसंख्येच्या ध्वनिलहरी अथवा संगीत लहरी ऐकवून तुम्ही एखाद्या माणसाला विशिष्ट भावावस्थेत नेऊ शकता. आणि त्या प्रभावाखाली तो तशाप्रकारच्या कृती करू लागतो. संताप, वैताग, सुस्ती या भावना किंवा तंद्री लागल्यासाखी अवस्थाही अशाप्रकारे निर्माण करता येते. या संगीतलहरी ५ ते १२ HZ च्या असतात. आणि बरोबर तेवढ्याच तीव्रतेची या वातानुकूलन यंत्रांची 'गुरगुर' असते. त्यामुळे

भडकणे, आळसावणे, सुस्ती येणे, तंद्री लागणे असे परिणाम तिथे काम करणाऱ्या कर्मचाऱ्यांवर होऊ शकतात.

परंतु सगळ्यात जास्त त्रास या फ्ल्यूरोसेंट लाइटिंगचा (ट्यूब लाइट) होतो. यामध्ये प्रकाश कसा निर्माण होतो? अनेक वेळा प्रकाशाची चालू-बंद, चालू-बंद अशी वेगात उघडझाक करून त्यातून हा प्रकाश निर्माण होतो. साधारणपणे एका सेकंदाला १०० ते १२० वेळा ही उघडझाक होत असते. त्यामुळे अनेक लोकांच्या पाहण्याच्या क्षमतेवर, शारीरिक समतोलावर (Equilibium) सुद्धा अनिष्ट परिणाम होतो.

ट्यूबलाइट हटाओ

ऑफिसची बिल्डिंग दोषी असो वा नसो. तुमच्या डोळ्यांचे आरोग्य संभाळण्यासाठी आणि ताण कमी करण्यासाठी तुम्ही तुमच्यापुरता एक छोटा बदल करू शकता.

आपण कामाला बसतो, तिथली ट्यूबलाइट बंद करायची. तिचा स्टार्टरच काढून ठेवायचा. त्या ऐवजी दुसरा टेबललँप लावून काम सुरू करायचं. प्रथम २-४ वेळा बिलिंग मेंटेनंसचे लोक नवीन स्टार्टर आणून बसवतील. मग त्यांच्या लक्षात येईल की मुद्दामच कुणी तरी तो काढतंय. त्यावेळी विनंती करू तुम्हाला साधा बल्ब मिळू शकेल. अशा तऱ्हेने 'ट्यूबलाइट हटवली' या आनंदाने तुम्ही निम्मे शांत व्हाल.

शांततेचे विद्युत्‌भारित कण

विद्युत्वादळे होण्यापूर्वी आणि झाल्यानंतर हवेमध्ये सुंदर विद्युत्‌भारित कणांचा भरणा होतो. हे ऋण विद्युत्‌भारित कण असतात. (–ve ions) उन्हाळ्याचा दिवसात, दुपारच्या वेळी जेव्हा गरम हवेचे प्रचंड झोत, मोठ्या शुष्क भूभागावरून सरकत जातात, त्या वेळी हवेत धन विद्युत्‌भारित कण भरले जातात. (+ve ions) काही लोक असं मानतात की अशा वेळी त्या ठिकाणी हिंसाचार वाढतो तसेच मनोरुग्णांचे मानसिक असंतुलन पराकोटीस पोहोचते. म्हणजेच साध्या शब्दात 'वेड्यांचा वेडेपणा वाढतो.'

ऋणविद्युत्‌भारित कणांमुळे हवा शुद्ध होते. आपल्याला श्वासोच्छ्वासाला मदत होते आणि एकाच वेळी आपल्याला शांत तरीही उत्साहित वाटतं. असा परिणाम होण्याची दोन कारणे आहेत. पहिलं कारण असं की ऋण विद्युत्‌भारित कणांचा थेट आपल्या मूडवर मन:स्थितीवर परिणाम होतो. कसा? तर त्यांच्यामुळे मेंदूतील Serotonin या

मज्जारसायनाचा स्राव वाढतो. Serotonin चे काम माणसाची निराशा दूर करणे त्याला शांत करणे आणि हलकीशी झोप येऊन ताजेतवाने वाटणे हे असते.

दुसरे कारणं असं की ऋण विद्युत्भारित कण हवेचे शुद्धीकरण करतात. हवेतले धूलिकण विद्युत्भारित होऊन खाली पडतात. म्हणून आपल्याला त्या हवेत उत्साहित वाटतं. रेकॉर्डिंग स्टुडिओत आणि कॉम्प्युटर रूममध्ये कृत्रिम Ionisers बसवतात. त्यामुळे तिथल्या संवेदनाक्षम यंत्रसाधनांचे धुळीपासून संरक्षण होते.

बाजारात मिळणारा एखादा साधा स्वस्त –ve Ioniser आणला तरी तो ऑफिसमधले संगणकाचे पडदे, ट्यूबलाइट्स आणि इतर इलेक्ट्रॉनिक उपकरणातून निर्माण होणारे धन विद्युत्भारित कण (+ve Ions) नष्ट करून आश्चर्यकारक परिणाम घडवून दाखवतो.

फक्त तो Ioniser आणून लावायचा. थोड्याच वेळात तुम्ही सुलभतेने श्वासोच्छ्वास करू लागाल. हवा स्वच्छ, थंड झाल्याचे दिसून येईल. दृष्टीने आणि स्पर्शाने देखील, त्यामुळे तुम्हाला 'फ्रेश' वाटेल. मूड सुधारेल. उत्साहाने कामाला लागाल.

वास्तू शांत करण्यासाठी

- ऑफिसमध्ये तुमच्या टेबलाजवळच्या ट्यूबलाइटचा स्टार्टर काढून टाका. तुम्ही अंधारात बसाल.
- मग उजेडासाठी साधा बल्ब असलेला टेबल लॅम्प लावा.
- आता निरोगीपणाचा आनंद अनुभवत शांतपणे काम करा.
- ऑफिसमध्ये Ioniser बसवून घ्या.

आवाजाचे बटण बंद करा

वातावरणातली शांतता हा मनाच्या शांततेकडे जाण्याचा महामार्ग आहे. तुम्ही जर कधी खऱ्या अर्थाने शांत, नीरव ठिकाणी गेलेला असाल (पाण्याखाली, वाळवंटात, आवाजनिरोधित खोलीत) तर प्रथमच इतकी शांतता अनुभवल्याने पहिल्यांदा तुमचा जीव घाबरला असेल पण नंतर शांततेचा किती चांगला परिणाम होतो ते तुम्हाला जाणवलं असेल. एकदा ती शांतता तुम्हाला आवडायला लागली. 'बाप रे! एकही आवाज नाही!' ही भावना जाऊन किती शांतता आहे! ही भावना आली

की हळूहळू तुम्ही त्यातला आनंद घ्यायला लागता. त्यामुळे या पुस्तकातल्या तंत्रांचा अवलंब जर तुम्ही शांत वातारणात केलात, तर अधिक परिणामकारक ठरू शकतो. तुम्हाला जर शांत, तणावमुक्त व्हायचं असेल तर शांततेचा शोध घ्या. ती स्वत:मध्ये झिरपून घ्या. त्यात बुडून जा. शक्य असेल तेवढा वेळ तिला चिकटून रहा.
परंतु अशी शांतता, पुष्कळ कामं एकाच वेळी चाललेल्या तुमच्या नोकरीच्या ठिकाणी कशी मिळू शकणार? सकृतदर्शनी हे कठीण वाटतं. पण तसं ते मुळीच कठीण नाही. अत्यंत गडबड गोंगाटाने गजबजलेल्या ठिकाणीसुद्धा तुम्ही जर दीर्घ श्वसनाचा सराव करत राहिलात, स्वत:च्या श्वसनाच्या आवाजावर लक्ष केंद्रित करू शकलात तर तुम्ही शांतता मिळवू शकता.
अगदी एखाद्या ठिकाणी खूप आरडाओरडा, धिंगाणा चाललेला असेल, रॉक संगीत तुमचे कान किटवून टाकत असेल, त्यावेळीसुद्धा तुम्ही स्वत:च्या श्वासोच्छ्वासाचा आवाज ऐकू शकता. फक्त तुम्ही तसं ठरवून त्यावर लक्ष केंद्रित केले पाहिजे.
असं काही वेळा केलं की तुम्हाला तो आवाज ऐकू येऊ लागतो आणि एकदा आवाज ऐकू यायला लागला, की शांतता मिळवायला कितीसा वेळ लागणार?

हे शांतता उपाय बघा.	
शांत श्वसन	पृष्ठ ९७
तुमची शांत जागा	पृष्ठ २७६
शांततेचा आवाज	पृष्ठ २६८

स्वत:ची जागा निर्माण करा

समजा उंदराच्या एका समूहाला एका अगदी लहान पिंजऱ्यात कोंडलं, तर हळूहळू ते पिसाळतात आणि एकमेकांना जीवे मारायचा प्रयत्न करायला लागतात. सर्व प्राण्यांना आणि माणसांना व्यवस्थित वाढ होण्यासाठी आणि शांततेने जगण्यासाठी, स्वत:ची अशी जागा लागते. जितकी जागा कमी, तितका ताण जास्त.
१९८० नंतर जी ऑफिसेस निघाली त्यांच्या रचनेमध्ये, प्रत्येक कर्मचाऱ्यासाठी असलेली जागा कमी कमी होत आलेली आहे. त्यामुळे गेल्या दहा वर्षांत जास्तीत जास्त लोक कमीत कमी जागेत काम करताना आपण पाहतो. ऑफिसच्या जागेची भाडी वाढत आहेत. नव्या तंत्रज्ञानातून निर्माण झालेल्या मशिनरीला काही फार जागा लागत नाही.

मग कशाला पाहिजे जास्त जागा? त्यामुळे ही पद्धत वाढतच जाणार. कामाच्या ठिकाणचा ताण उत्तरोत्तर वाढण्याची यासारखी उत्कृष्ट कृती नसेल दुसरी!

मोकळ्या विस्तीर्ण जागेमध्ये शांत व्हायला सोपं पडतं. खोलीच्या कोपऱ्यात बसण्यापेक्षा मध्यावर बसून, गर्दीत बसण्यापेक्षा गर्दीच्या बाजूला बसून, लिफ्टमध्ये गर्दीत उभं राहण्यापेक्षा मोकळ्या बागेत उभं राहून स्वत:ला लवकर शांत करता येते.

समजा तुमच्या लक्षात आलं की ऑफिसमध्ये तुम्हाला दिलेली जागा कमी कमी होत, तुमचे सहकारी फारच जवळ आले आहेत. तर तुम्ही काय कराल? अर्थातच सामानाच्या मांडणीचे काही बदल त्यासाठी करावे लागतील. तुम्हाला कामासाठी लागणाऱ्या उपकरणांना जितकी कमी जागा लागेल तितकी तुम्हाला स्वत:ला मोकळेपणी वावरायला जागा राहील. त्यासाठी लहान आकाराचे संगणक (लॅप टॉप, पाम टॉप), टायपिस्टसाठी विशिष्ट खुर्च्या, फायलींच्या कपाटाऐवजी इलेक्ट्रॉनिक फायलिंग, जमिनीवर मांडण्याऐवजी भिंतीवर फिक्स केलेली रॅक्स असा बदल करता येईल.

पण तुम्हाला कामाच्या ठिकाणी खरोखर मोकळं मोकळं वाटायला हवं असेल तर त्यासाठी आजूबाजूच्या वस्तूंवर नव्हे, तुमच्या मनात काय आहे त्यावर काम करायला पाहिजे. तुमचं लक्ष जितकं जास्तीत जास्त तुमच्या कामात असेल, तितकं कमीत कमी लक्ष तुम्ही आजूबाजूच्या अडथळ्यांकडे द्याल. (हे वाचून तुमचा बॉस खुश होईल)

अशा पद्धतीने हातातल्या कामावर अधिकाधिक लक्ष केंद्रित करण्यासाठी दोन पायऱ्या चढायच्या.

हे शांतता उपाय बघा.	
शांत श्वसन	पृष्ठ ९७
१०० टक्के प्रयत्नांसाठी	पृष्ठ १५५
शांततेचा आवाज	पृष्ठ २६८

पहिली पायरी

दीर्घ स्थिर श्वसनाची. श्वासोच्छ्वासाचा आवाज ऐकत ऐकत शांततेचा शोध घ्यायचा. काही मिनिटांनंतर आजूबाजूच्या जगातले ताण, अडथळे, दडपणे आपोआप दूर होतील. तुम्ही तुमच्या स्वत:च्या जगात प्रवेश कराल. शांत, स्थिरचित्त, अविचल, शिथिल. तुमची पूर्ण चित्तवृत्ती हाती असलेल्या कामावर केंद्रित करण्यासाठी तयार.

दुसरी पायरी - १०० टक्के प्रयत्नाची

पुन्हा एकदा ही एकाग्रतेचीच प्रक्रिया आहे. तुमचं पूर्ण लक्ष एका वेळी एकाच कामावर केंद्रित करायचं, पूर्ण शक्ती तिथेच लावायची. प्रत्येक क्षणाचा आनंद घ्यायचा. सर्व बारीकसारीक तपशील मनात साठवायचा.

परिणाम स्वरूप ते तेवढं काम हेच तुमचं त्या वेळेपुरतं अवघं विश्व बनून राहतं. अतिशय शांततेने, कुठलाही ताण न येता, काम पूर्ण करण्याचा हा परिणामकारक मार्ग आहे. मुख्य म्हणजे यामुळे तुमच्या आजूबाजूचं वातावरण, त्यातल्या वस्तू, व्यक्ती सगळंच बाजूला राहू शकतं. त्याचं महत्त्वच कमी होतं.

या पद्धतीने काम करायला लागलात ना तर एखाद्या खोक्यात काम करतानासुद्धा तुम्हाला ॥ हे विश्वाचे अंगण, आम्हा दिले आहे आंदण ॥ अशी मनोवस्था अनुभवता येईल.

हे शांतता उपाय बघा.	
शांत श्वसन	पृष्ठ ९७
१०० टक्के प्रयत्नांसाठी	पृष्ठ १५५
शांततेचा आवाज	पृष्ठ २६८

स्वतःची जागा निर्माण करण्यासाठी

- ५ मिनिटे दीर्घ श्वसनाचा आनंद घ्या. स्वतःच्या श्वासोच्छ्वासाचा आवाज ऐकत रहा. या आवाजाने तुमचे मन भरून जाऊ दे. आता तुम्हाला शांत वाटेल. काही मिनिटातच तुम्ही तुमच्या शांत -शिथिल (Relaxed) दुनियेत प्रवेश कराल.
- आता स्थिर झाल्यावर तुमचे १०० टक्के प्रयत्न तुमच्या कामामध्ये घाला. एका वेळी एकच काम करा. जितकं लक्षपूर्वक, जागरूकतेने, कुशलपणे ते करता येईल तितकं करायचा प्रयत्न करा.
- उत्तेजित करणाऱ्या सगळ्या बाह्य गोष्टी म्हणजे टी.व्ही., फोन, रेडिओ वगैरे बाजूला ठेवा.
- तुमच्या कामात तुम्ही पूर्णपणे मग्न होईतोवर ही प्रक्रिया चालूच ठेवा. मग ते काम आपोआप पूर्ण होईल आणि तुम्हाला शांत, मोकळं वाटायला लागेल.

कामाचे ठिकाण तणावमुक्त करा

काही काही कामाची ठिकाणं कायमची तणावग्रस्त असतात. हॉस्पिटलचा आकस्मिक विभाग, वृत्तपत्र कचेऱ्या (Dead Line ग्रस्त), गजबजलेली सरकारी खात्यांची कार्यालये अशी कितीतरी मोठी यादी देता येईल. अशा ठिकाणीसुद्धा आजूबाजूचे वातावरण कितीही तणावग्रस्त असेल आणि त्यामुळे तिथली कामे कितीही अवघड बनलेली असली तरी स्वतःला शांत करण्याचे तेच तंत्र वापरता येतं.

इतरांनाही जर शांत व्हायची इच्छा असेल तर पूर्ण वातावरणच थोडं तणावमुक्त करण्याच्या काही युक्त्या आहेत. त्यामुळे लोक बधिर किंवा गप्प होत नाहीत, पण त्यांच्या मज्जासंस्थेवरचा ताण थोडा कमी होतो आणि कामाच्या ठिकाणचं वातावरण सुधारल्यामुळे सर्वांना बरं वाटतं.

शांततेचा आवाज

तुम्हाला अनुभव आलाच असेल की संगीताचा, आपल्या भावनिक अवस्थेवर खूप परिणाम होतो. (म्हणून तर चित्रपट जगतात संगीताला एवढं महत्त्व आहे).

फॅशन व्यवसायातील दुकानामध्ये दिवसभर उडतं संगीत (पॉप म्युझिक) वाजत असतं. तिथे काम करणाऱ्या कर्मचाऱ्यांमध्ये कायम टिकणारी उत्तेजित अवस्था निर्माण होऊ शकते. त्यामुळे त्यांना गंभीर स्वरूपाचे तणावजन्य विकार होतात. काही तज्ज्ञांचं असं म्हणणं आहे की नुसतं दिवसभर उडतं संगीत ऐकत राहिलं (त्यात लक्ष न देता) तरी अप्रत्यक्ष धूम्रपानासारखाच घातक परिणाम होतो. Passive listening = Passive smoking परंतु संगीत जसं उत्तेजित करू शकतं तसं शांतही करू शकतं. जर संगीताचा संवेदनशीलतेने वापर केला तर संपूर्ण आसमंत शांत करण्याचा परिणाम तुम्ही साधू शकता.

फार पूर्वीपासून रोगनिवारक उपचारतज्ज्ञ जाणतात की संगीतामुळे ऐकणाऱ्याच्या शरीरावरदेखील विविध प्रकारचे परिणाम होतात. हृदयाचे, ठोके किंवा श्वसनाची लय यासारख्या अनैच्छिक क्रियावर तर परिणाम होतातच पण त्वचेकडून विजेचा झटका बसल्याप्रमाणे प्रतिक्रिया येणे, रक्तदाब, संप्रेरकांची पातळी, रोगप्रतिकारक शक्ती, मेंदूच्या लहरी (Brain Waves) यावरही परिणाम होतात. कुणाला शिकण्यामध्ये काही असमर्थता असेल (Learing Disability) त्यासाठी संगीताचा उपयोग होऊ शकतो.

काही विशिष्ट स्वरलहरी जर पुन:पुन्हा ऐकल्या तर शरीर शिथिल होतं. (Relaxation) आणि काहींच्या मुळे एक प्रकारची गाढ तंद्री लागणे किंवा समाधी अवस्थेत जाणं असे परिणाम होतात हे सर्वश्रुतच आहे. परंतु असा परिणाम करणाऱ्या स्वरलहरी, सहज कुणालाही निर्माण करता येण्यासारख्या नसतात. त्या ऐकूही येत नाहीत. आपण त्याला संगीत म्हणू शकत नाही.

तसं काय; ठरवलं तर आपण ते स्वर हार्मोनिअमवर सगळ्यांना वाजवून दाखवू. त्यामुळे कदाचित ते झोपतीलही. पण असं केल्यामुळे श्रोते त्यातलं सुख अनुभवू शकणार नाहीत. त्यांना तो आनंद मिळणार नाही. त्यासाठी संगीतातली अक्कल असावी लागते. साधना करावी लागते.

हे शांतता उपाय बघा.

शांततेशी मैत्री करा. ..... पृष्ठ २४९

शांततेचा कित्ता गिरवा. ..... पृष्ठ २४७

कोणत्याही प्रकारचं संगीत तुम्ही निवडा. फक्त त्यात शब्द नसले पाहिजेत. आणि अगदी कमीत कमी आवाज ठेवूनसुद्धा त्यामुळे ऐकणाऱ्याला शांत वाटलं पाहिजे. असं असेल तरच कोणत्याही अडथळ्याशिवाय निखळपणे आणि नितळपणे श्रोते त्याची दखल घेतील.

शांततेचा गंध

आपल्या कामाच्या ठिकाणी शांतता पसरवण्याचा एक इंद्रियांना सुखावणारा मार्ग म्हणजे वेगवेगळ्या तैलकांचा वापर. त्यासाठी वेगवेगळे सुगंध वेगवेगळ्या परिस्थितीत कसे उपयुक्त ठरतात ते जाणून घेणे आवश्यक आहे. या विविध तेलांची मिश्रणे करून वापरणे इष्ट असते. प्रत्येक वेळी जास्तीत जास्त २ किंवा ३ तेलांचेच मिश्रण करून वापरावे. तुम्हाला कोणत्या प्रकारचा परिणाम साधायचा आहे आणि तुमच्या नाकाला त्यांचा गंध कसा वाटतो, यावरून मिश्रण कोणकोणत्या तेलाचे किती प्रमाणात करायचे ते ठरवावे. खाली नमुन्यादाखल विशिष्ट परिणाम साधणाऱ्या तेलाची नावे दिली आहेत. त्यातून तुम्ही निवडू शकता.

१) संत्र्याचे तेल - ताण हलका होतो, उत्साह येतो, निराशा दूर होते.
२) रोझमेरी तेल - मेंदूचा रक्तपुरवठा वाढतो - स्मरणशक्ती, एकाग्रता.
३) लिंबाचे तेल - सुस्पष्टपणे विचार करून निर्णय घेण्यासाठी. (Mental

Clarity)

४) गुलाबाचे तेल - राग मावळून, मूड सुधारण्यासाठी (Attractive, Romantic Feel)

५) निलगिरी तेल, पेपरमिंट तेल - थकवा जाऊन ताजेपणा येतो. स्फूर्ती येते.

६) लवंग तेल - एकाग्रता, स्मरणशक्ती वाढते, वेदनाशामक.

७) चंदन तेल, कापूर अर्क - चिंता, भय, निराशा दूर होते, शांत वाटते. धैर्य आणि शांतता मिळते म्हणून ध्यानासाठी उपयुक्त. मनात सात्त्विक विचार जागृत होतात.

८) Eau de cologne, Eearl Grey मरगळ दूर होऊन शांत, तरीही उत्साहित वाटते.

आता यातून एकाच वेळी मन शांतही होईल आणि उत्साहही वाढेल अशा प्रकारचे तेलांचे मिश्रण करणे हे आव्हानात्मक काम तुम्हाला करावे लागेल. याबद्दल तुम्ही अंतःप्रेरणेने निर्णय घ्यायला हरकत नाही, कारण तुमच्या मनातल्या सूक्ष्म भावभावनांवर परिणाम करण्यासाठीच तुम्ही हे सगळं करणार आहात.

एका चिनीमातीच्या बाष्पपात्राचा वापर तुम्ही यासाठी करायचा आहे. (Vaporizer) त्यातल्या उथळ

बशीमध्ये गरम पाणी घालायचं, चार थेंब तेलाचे टाकायचे आणि त्यात एक छोटी मेणबत्ती लावून ठेवायची. आणि मग शांत बसून तो सुखद अनुभव घ्यायचा.

अशा प्रकारे तेलांची वाफ हुंगण्यामुळे तुमच्यावर आणि आजूबाजूच्या लोकांवर नक्कीच शांत प्रसन्न परिणाम झाल्याखेरीज राहणार नाही.

हे शांतता उपाय बघा.
तुमच्या नाकाचा उपयोग करा ..... पृष्ठ १९२
तुमची शांत जागा ..... पृष्ठ २७६
गात्रांना सुखविणारा तणावमुक्तीचा मार्ग ..... पृष्ठ २८५

शांतता प्राशन करा

समजा, तुम्ही जिथे काम करता तिथे ताणाने उच्चांक गाठलेला आहे. सगळे लोक तणावग्रस्त आहेत. काम संपवण्याच्या अंतिम मुदती डोक्यावर बसलेल्या आहेत. ताण वाढतोय, सगळे जण एकमेकांवर चिडचिड करत आहेत. आणि अशा वेळी तुमच्यावर जबाबदारी टाकली की दररोज ठरावीक वेळेला सर्वांना असे खाद्यपदार्थ पुरवायचे की त्यांची टेन्शन्स कमी होऊन ते थोडे सैलावू शकतील. त्यासाठी तुम्हाला खालील पदार्थ दिले आहेत.

- मैदा (शक्तीचा ऱ्हास होतो)
- बारीक शुभ्र साखर (रिफाइंड) - (प्रथम उत्साह येतो नंतर वैफल्य येते.)
- वनस्पती तूप (आरोग्यास घातक - वैफल्य आणणारे)
- कृत्रिमपणे पदार्थ टिकवण्यासाठी वापरायचे पदार्थ (Preservatives) - (सर्व तऱ्हेचे नकारात्मक परिणाम होतात.)
- कॅफिनयुक्त गरम - गार पेये. उदा - चहा, कॉफी, कोका कोला. (मनावरचा ताण वाढतो, अस्वस्थता येते)
- सिगरेट, तंबाखू, सुपारी - (कमी-जास्त प्रमाणात व्यसन लागते)

अशा प्रकारे घातक पदार्थांची तुम्ही कदापिही निवड करणार नाही. या जन्मात तर नाहीच नाही. बरोबर आहे ना?

पण हेच सगळे पदार्थ, आपल्या ऑफिसमधले सगळे लोक, मधल्या सुटीत आणि इतरही वेळेला भरत राहतात आपापल्या पोटात; आणि असं वर्षानुवर्षे चालतं.

आता हे काही पर्यायी पदार्थ पहा. हे जर तुम्ही लोकांना उपलब्ध करून दिले तर त्यांच्या चहा- भजी - सॅन्डविच किंवा कॉफी बिस्किटे या दैनंदिन क्रमात बदल म्हणून ते लगेच स्वीकारतील. या पदार्थांचं व्यसन लागत नाही. सवय कितपत लावून घ्यायची ते तुमच्या प्रयत्नावर अवलंबून असतं.

घातक पदार्थांना पर्याय म्हणून हे पदार्थ वापरू शकता हा एक फायदा. पोषकता आणि मनाला शांत ठेवणे असे इतर फायदेही यात आहेतच.

ताण देणारे, वाढवणारे पदार्थ	शांत ठेवणारे पर्यायी पदार्थ
(१) कॉफी	वनस्पतींचा काढा (Herbal Tea) कॅफिन फ्री चहा किंवा कॉफी गवती चहा (दूध-साखरेशिवाय)

ताण देणारे, वाढवणारे पदार्थ	शांत ठेवणारे पर्यायी पदार्थ
(२) चहा	वनस्पतींचा काढा (Herbal Tea) Chamomile चहा, टोमॅटो सूप सर्व प्रकारचे फ्रूट टी (अननस, सफरचंद, लिंबू वगैरे) गरम पाणी + लिंबू + मध, थंड पाणी (माठातले) लस्सी, कोकम सरबत, पन्हे
(३) बिस्किटे किंवा कुकीज वगैरे	ताजी फळे, गव्हाच्या कोंड्यासहित ब्रेड (Whole Wheat Bread) कच्च्या भाज्यांची कोशिंबीर (सॅलड)
(४) बाजारातले तयार अन्नपदार्थ	ताजी फळे, सुकामेवा
(५) कोका कोला, पेप्सी, बाटलीबंद शीत पेये	थंड पाणी, मिनरल वॉटर, शुद्ध फळांचे रस
(६) तंबाखू, सिगारेट	प्राणवायू

जेव्हा जेव्हा शक्य असेल तेव्हा तेव्हा त्वरित उत्तेजित करणारे पदार्थ म्हणजे चहा - कॉफी, शीत पेये, साखर आणि चरबी वाढवणारे, बाजारातले तयार अन्नपदार्थ टाळावेत. या पदार्थांमुळे आपला मूड जरी तात्पुरता सुधारत असला तरी थोड्याच वेळात आपल्या मनावर ताण येतो आणि कामाविषयी अनिच्छा वाटू लागते.

जर तुम्हाला लवकरात लवकर शांत, स्थिरचित्त व्हायचे असेल तर उत्तेजक पेयांना 'इडापिडा' समजून दूर ठेवा. कॉफी प्यायची लहर आली तर वनस्पती चहा प्या. किंवा सरळ थंड पाण्याचा ग्लास तोंडाला लावा.

काम करताना मध्येच शेजारच्या गप्पांच्या अड्ड्यावर जावेसे वाटले तर पाच मिनिटे बाहेर मोकळ्या हवेत चक्कर मारून या.

चहाबद्दल दोन शब्द

आपण नेहमी चहा आणि कॉफी या दोन्हीना ढोबळमानाने 'उत्तेजक पेय'

या एकाच सदरात टाकून मोकळे होत असतो. पण ते दोन्ही सारखे नाहीत. चहाच्या नित्यसेवनामुळे काही आरोग्यविषयक फायदेही होतात. चहामध्ये 'टॅनिन' आणि 'कॅफिन' ही विषारी द्रव्ये असतात. ज्यांच्यामुळे शरीराचा फायदा होत नाही. तोटा होऊ शकतो. परंतु त्याचबरोबर चहाचे इतर गुणधर्म असे आहेत की कर्करोग, हृदयरोग यांच्यासारख्या गंभीर जीवघेण्या आजारांना चहामुळे प्रतिबंध होऊ शकतो.

त्यामुळे 'दगडापेक्षा वीट मऊ' या नात्याने कॉफी पिणाऱ्यांनी कॉफीऐवजी थोडा चहा प्यायला हरकत नाही. 'हर्बल टी' म्हणजे काढा आवडत नसेल तर वेगवेगळ्या फळांच्या स्वादाचे चहा निघालेत ते घेऊन बघावेत.

पाण्याबद्दल चार शब्द

तुम्ही एखाद्या तणावाला कसं तोंड देता, हे तुम्ही किती पाणी पिता यावर अवलंबून असतं. खूप कमी पाणी पीत असाल तर तुम्हाला लवकर आळस येतो. थकवा वाटतो आणि मनावरचा ताण वाढू शकतो. भरपूर पाणी पिण्यामुळे मन शांत राहण्यास मदत होते. शिवाय कमी जास्त होणारा रक्तदाब, हृदयविकार, चक्कर येणे, श्वसनाचे त्रास, अपचन, डोकेदुखी, दातांचे विकार, वाढत्या वयामुळे (वृद्धत्वामुळे) होणारे विकार हे सर्व दूर ठेवण्यास मदत होते.

तर मग आपल्याला निरोगी आणि शांत ठेवण्यासाठी किती पाणी लागतं?

- दिवसाला कमीत कमी आठ ग्लास पाणी प्यायला पाहिजे.
- उठल्याबरोबर दोन ग्लास आणि प्रत्येक जेवणाआधी एकेक ग्लास पाणी घ्या.
- दरवेळी चहा, कॉफी किंवा मद्य घेताना त्याच्या दुप्पट पाणी प्या.
- ऑफिसमध्ये टेबलावरच पाण्याची बाटली भरून ठेवा.
- वाइन ग्लासमधून पाणी प्या. म्हणजे चविष्ट लागेल.
- इतर पेयांऐवजी थंड पाणी प्या.
- चहा-कॉफीऐवजी गरम पाणी प्या.

पाणी पिण्याची सवय लावून घ्या. तुमचे आरोग्य आणि मन:शांती यात चांगली सुधारणा होईल.

शांततेशी सांगड घाला (Calm Association)

आपल्या मनावर असलेल्या ताणाचं प्रदीर्घ मुदतीपर्यंत, आपण एका विशिष्ट

पद्धतीने प्रगटीकरण करत असतो. आपण नकळत विशिष्ट जागा, विशिष्ट वर्तणूक किंवा कृती यांच्याशी तणावाची मनातल्या मनात सांगड घालून ठेवलेली असते.

उदा. मी कधीही माझ्या दंतवैद्याच्या दवाखान्यात गेलो की नर्व्हस होतो खरं म्हणजे ती किती छान सजवलेली जागा आहे. बरीचशी झाडं, सुंदर सुंदर मासे, मनाला आल्हाद देणारं मंद संगीत वगैरे वगैरे.

तुम्हाला आठवतं? शाळेत असताना मुख्याध्यापकांच्या ऑफिसमध्ये जाताना छातीत कसं धडधडायचं? मग ते आत बसलेले असोत किंवा नसोत. आपल्याला नियम मोडताना पकडलेलं असो किंवा नसो. एक प्रकारचा धाकच वाटायचा.

अशाच रीतीने काम करताना, आपल्या ठरावीक प्रकारच्या भावना या विशिष्ट जागांशी, विशिष्ट कार्यांशी, विशिष्ट वर्तणुकीशी संलग्न झालेल्या असतात. (कळत नकळत)

आपल्याला त्याची जाणीवही नसते. पण आपल्या आयुष्यात हे रोजच घडतं. आपण नकळत आपल्या मनाला ठरावीक जागांशी किंवा ठरावीक घटनांशी तणावपूर्ण वागणुकीची सांगड घालायला शिकवून ठेवतो. आणि मग त्याजागी गेलं किंवा त्या घटनेचा उल्लेख जरी आला तरी आपोआप आपली तणावपूर्ण प्रतिक्रिया उमटू लागते.

उदा.- एखादा दुकान चालवणारा धंदवाईक असतो. त्याचा धंदा कमी कमी होत चाललेला असतो. दररोज दुकानात आल्यानंतर संगणकावरची विशिष्ट फाईल उघडली की आपला दिवसेंदिवस नफा कमी होतोय, तोटा वाढतोय हे त्याच्या लक्षात येतं. आणि आता आपल्याला दुकान बंद करावं लागणार या विचाराने तो दुःखी होतो. असं करता करता संगणकावरची ती फाइल उघडण्याशी त्याचं मन नकळत, दुकान बंद होण्याची सांगड घालतं. आणि मग इतर कुठल्याही कारणासाठी जरी त्याने संगणकातील ती फाइल उघडली, तरी दुकान बंद करावे लागणार या जाणिवेने तो दुःखी होतो.

या नकळत होणाऱ्या प्रक्रियेला 'Programmed Conditioned Response' (PCR) असं म्हणतात. वरील उदाहरणात PCR ची नकारात्मक घटनेशी सांगड घातली गेली. अशाच प्रकारे सकारात्मक घटनेशी सुद्धा सांगड घातली जाऊ शकते.

समजा एकदा तुम्ही Toyota मधून जाताना खूप आनदंदायक अनुभव आलेला असेल तर पुढच्या वेळी कुणी तुम्हाला Toyota मधून येतोस का? म्हटले, तर आपोआप आनंद होतो. हा झाला सकारात्मक PCR.

आपण स्वतः स्वतःसाठी असे सकारात्मक PCR निर्माण करू शकतो. त्यामुळे आपले मानसिक आरोग्य सुधारून आपण शांत राहतो.

तुमची शांत जागा

एक पैसाही खर्च न करता अगदी थोड्या प्रयत्नाने तुम्ही PCR च्या साहाय्याने स्वतःची एक 'शांत जागा' निर्माण करू शकता. ती जागा म्हणजे तुमची खास 'विसाव्याची जागा' बनू शकते. सर्व सकारात्मक भावनांशी जोडलेली. तिथे फक्त गेलात तरी तुम्ही शांत होता. मनावरचा ताण हलका होतो.

उदा. ऑफिसमध्ये काम करताना सगळी ताण देणारी कामं तुम्ही तुमच्या टेबलापाशी बसूनच करता. मग दुसरी एखादी पर्यायी शांत जागा तिथे ऑफिसातच शोधून ठेवा. ऑफिसच्या रेकॉर्ड रूममध्ये नाहीतर कॅन्टीनमध्ये किंवा व्हरांड्यात, बाहेर बागेतल्या झाडाखाली कुठेही.

जागा कोणतीही असो. तुमचं काम काय? ती आरामशीर, सुखदायक घटनांच्या आठवणींशी संलग्न करून टाकायची (मनातल्या मनात) म्हणजे तुम्ही केव्हाही तिथे गेलात तरी तुम्हाला छान सैलावल्याची भावना होईल, शांत वाटेल आणि मनाला आधार मिळेल.

अशी एखादी जागा शोधून तिचं 'शांत आश्रयस्थानात' रूपांतर करायला काही आठवडे लागतील. कदाचित काही महिनेही लागतील. पण तुमच्या नोकरीचा एकूण कालावधी बघता हे वाट पाहणं काही फार नाही.

पहिले काही दिवस रोज, काहीही चांगलं घडलं, उत्साह वाढवणारी बातमी समजली की तिथे जात जा. तिथे जाऊन बसायचं आणि त्या चांगल्या भावनेची चव बराच वेळ चाखत राहायचं. पुन्हा जेव्हा मूड आनंदी असेल, खूश असाल, उत्साहात असाल त्या त्या वेळी तिथे जायचं आणि आनंद मनात घोळवायचा (सकारात्मक भावना) असं १०-१२ वेळा केलंत की नकळत तुमचं मन त्या जागेबरोबर सकारात्मक भावनांची सांगड घालील. तुमच्या अर्धजागृत अंतर्मनात त्या जागेची नोंद 'जिथे गेल्यावर तुम्ही शांत आणि आनंदित होता' अशी होईल. ही झाली तुमची 'शांत जागा' (Calm space)

ज्या वेळी तुम्हाला जरासं दडपण, टेन्शन येईल त्या वेळी तिथे जाऊन बसायचं तुम्हाला आपोआप हळूहळू शांत वाटेल. तुम्ही जितक्या जास्त वेळेला या

हे शांतता उपाय बघा.	
शांततेचा आवाज	पृष्ठ २६८
शांततेचे विद्युत्भारित कण	पृष्ठ २६३

शांततेनं काम करा! । २७५

जागेचा उपयोग शांत आणि आनंदित होण्यासाठी कराल, तितकी तुम्हाला त्या भावनेची जास्त सवय होईल. त्या भावनेशी तुमची सांगड अधिक घट्ट होईल. आणि तुम्ही जर नियमितपणे ती जागा वापरलीत तर तिची परिणामकारकता दिवसेंदिवस वाढत जाईल.

तुमची शांत जागा

- एका विशिष्ट जागा निवडा. इथे तुम्ही तुमचा सुख शांतीचा स्वर्ग निर्माण करणार आहात.
- प्रत्येक वेळी आनंदाची, सुखाची भावना झाली, मूड चांगला असला की त्या जागी जा. तिथे बसून खूप वेळ त्या आनंदाची चव घ्या.
- दहा-बारा वेळा तरी असे करा.
- त्या जागेशी तुमच्या शांत, सुखाच्या भावनांशी सांगड घातली गेली अशी तुमची खात्री पटली की ती जागा 'तुमची शांत जागा' झाली.
- जेव्हा तुम्हाला तणावपूर्ण, दडपणाखाली असल्यासारखं वाटायला लागेल तेव्हा त्या जागी जाऊन बसा. तुमच्या शांततेच्या आणि सुखाच्या भावना परतून तुमच्याकडे येतील.
- जेव्हा जेव्हा तिथे जाऊन बसाल, तेव्हा तेव्हा दीर्घ श्वसनाचा आनंद लुटा.

तोंड भरून हसत रहा

एखादा माणूस तणावाखाली आहे हे तुम्ही त्याच्याकडे एकदा पाहूनच सांगू शकता. दातावर दात पक्के रोवलेले, भुवया त्रासिक, जबडा आणि ओठ घट्ट मिटलेले, चेहरा गंभीर. ताण हा नेहमी तुमचा चेहरा आणि मन या भागात साचून राहत असतो.

एक परिणामकारक व्यायाम आहे. तो केला तर जेव्हा पाहिजे तेव्हा तुमचा ताण झटकून तुम्हाला आरामशीर वाटायला लागेल.

हा व्यायाम खूप साधा, सोपा, कुठेही करता येण्याजोगा, रात्री - दिवसा कोणत्याही वेळेला करू शकाल असा आहे. तुम्ही कितीही तणावाखाली असा, काम पूर्ण करायची तारीख कितीही जवळ आलेली असो.

हा व्यायाम म्हणजे तेच तुमचं डोळे किलकिले करून, पांढरे शुभ्र दात दाखवत हसणं.

शारीरिकदृष्ट्या, तणाव असताना चेहऱ्याच्या स्नायूंची जी स्थिती असते त्याच्याबरोबर उलट स्थिती हसताना होते. म्हणजेच तणाव दूर होण्यास मदत होते. पण हसण्याचा खरा चांगला परिणाम आपल्या मनावर होतो. हसणं म्हणजे आपली PCR असते.

हास्य हा अंतर्मनाचा एक खटका असतो. ज्या क्षणी तो खटका दाबला जाईल त्या क्षणी आपल्या मनातले आनंदाच्या केंद्राचे मज्जातंतू सचेत होतात आणि आनंद, सुख, बरे वाटणे या भावना आपल्या मनात येऊ लागतात. आयुष्यात आपण शिकलेली ही पहिली PCR (Programmed Conditioned Response) म्हणजेच 'आखीव आवडती प्रतिक्रिया' असते. अगदी तान्हेपणापासून आपण तिचा सराव करत आलेलो असतो. आणि तेव्हापासून ती आपल्यासाठी कार्यरत असते. जर हीच प्रतिक्रिया आपण आणखी पुढे नेली आणि मोठ्याने खळखळून हसण्यात तिचे रूपांतर केले तर त्यापासून मिळणारे फायदे कितीतरी पटींनी वाढतील.

हसण्यामुळे तुमचा रक्तदाब आटोक्यात राहतो आणि रक्ताभिसरणात वाढ होते. त्यामुळे तुमचे आरोग्य, मूड आणि तणावाची पातळी हे सर्व चांगलं ठेवण्यासाठी कामाच्या ठिकाणी अगदी विनोद शोधून शोधून हसत जा. हे तुम्ही मित्रांसाठी केलंत की त्यांनाही त्याचा फायदा होईल. वातावरणच जरा हसरे होईल. आणि मुख्य म्हणजे तुम्ही सगळ्यांना हवेसे वाटायला लागाल.

हसायचं कसं? हे तर कुणालाच शिकवायची गरज नाही. ते नैसर्गिकच आहे. जिवणी रुंदावली, गालाचे स्नायू उंचावले की आलंच हसू. याच हालचालींना आवाजाची जोड दिली की झालं खळखळून हसणं आणि फायद्यात अनेक पटींनी वाढ. तेव्हा ऑफिसमध्ये नेहमी खळखळून हसण्याच्या संधी शोधत रहा. जर नाहीच मिळाल्या तर स्वत: गमतीजमती करा. स्वत:ही हसा आणि इतरांनाही हसवा. सगळ्यांचाच फायदा करून द्या.

हे शांतता उपाय बघा.

चेहऱ्यावरचे ताणतणाव ..... पृष्ठ २८४

गात्रांना सुखविणारा तणावमुक्तीचा मार्ग ..... पृष्ठ २८५

तोंड भरून हसत रहा. ..... पृष्ठ २७६

हसत रहा मजेत रहा. ..... पृष्ठ २९९

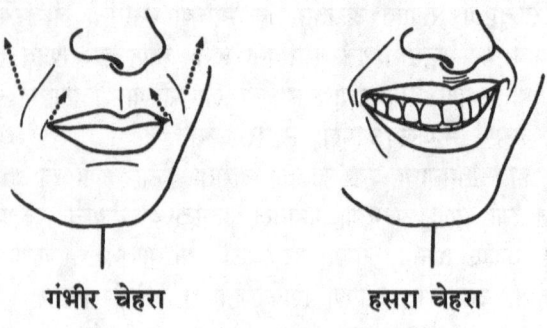

गंभीर चेहरा

हसरा चेहरा

दात विचकून हसण्यासाठी

- जेव्हा तुम्ही काम करत असता, तेव्हा तुमची करमणूक करणाऱ्या किंवा तुम्हाला हसवणाऱ्या गोष्टी शोधत रहा.
- जर कोणतीच घटना तुम्हाला हसवू शकत नसेल तर नुकत्याच घडून गेलेल्या विनोदी घटना आठवा. किंवा काहीतरी विनोदी कल्पना करत रहा.
- मग काय हसा, हसत रहा, हसवत रहा.

शांत शरीरात शांत मन - Calm Mind In Calm Body

आपल्याला पक्कं माहिती झालेलं आहे की बहुतेक ताणतणाव हे आपल्या डोक्यातूनच निर्माण होतात. आता आपण जरा आपल्या शरीराकडे लक्ष देऊ या.

आता आपण आपलं लक्ष विस्तारित करून, शरीर विज्ञानाकडे नेऊ. आपल्यातले जे लोक स्वत:च्या शरीराबद्दल जास्त जागरूक आहेत. त्यांचा तर आपण विचार करूच परंतु शांत होण्याला आणखी एक वेगळी चैतन्यपूर्ण मिती आपण देणार आहोत.

शांत होण्याचे जे शारीरिक मार्ग आहेत त्यातला प्रथम क्रमांकाचा मार्ग म्हणजे व्यायाम. शरीरात निर्माण होणारी अतिरिक्त 'तणावनिर्मिती रसायने' (Stress Chemicals) जाळून टाकण्याचा निसर्गानेच विकसित केलेला एक रामबाण उपाय.

परंतु व्यायामाहून कमी कष्टप्रद वाटणारी अशी दुसरीही तंत्रे आहेत, त्यांच्यामुळेही तेच फायदे मिळू शकतात. आता ज्या तंत्रांची आपण माहिती घेणार आहोत त्यांच्यामुळे दोन्हीपैकी एक होईल. एक तर नकारात्मक ताण नाहीसाच होईल किंवा ताण आणणाऱ्या शारीरिक प्रक्रिया आहेत त्या उलट व्हायला सुरुवात होईल.

सरळ शांततेकडे

इथे जसं वर्णन केलं आहे, अगदी तस्संच जर तुम्ही केलंत ना, तर फक्त काही मिनिटांत तुम्हाला एकदम शांत आणि प्रसन्न वाटायला लागेल. जिच्या मनावर ताण आहे ती व्यक्ती अगदी वेगळी ओळखता येते. उतरलेले खांदे, हनुवटी खाली झुकलेली, पाठीला पोक, हाताची घडी, बोटे एकमेकांत गुंतवलेली, आक्रसलेल्या भिवया, कपाळाला आठ्या, सगळे स्नायू आकसून घेतलेले, ताण असणारे आणि घट्ट. या उलट शांत, स्थिरचित व्यक्ती दिसते. ताठ खांदे, उचललेली हनुवटी, सरळ पाठ, हात मोकळे सरळ खाली सोडलेले, बोटे ढिली, सुटी, सगळे स्नायू आपापल्या जागी. ना आकसलेले, ना ओघळलेले.

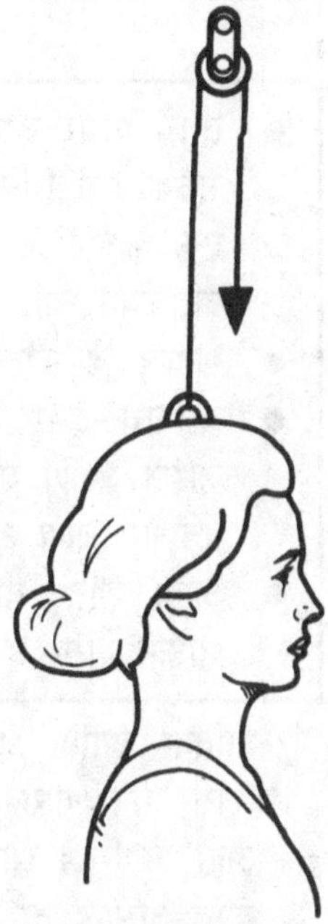

खरं म्हणजे तुम्ही अशा प्रकारची शांत व्यक्ती होण्यासाठी प्रयत्न केले पाहिजेत. नाहीतर निदान आपल्या तणावपूर्ण सवयी नाहीशा करण्याचा उलट कृती करण्याचा प्रयत्न करावा. खांदे ताठ ठेवावेत, हनुवटी वर उचलावी बसताना पाठ ताठ ठेवून बसावं. हात सरळ खाली सोडावेत. बोटे सहजभावाने राहतील तशी राहू द्यावीत. हात एकमेकांत गुंफायचं टाळावं.

हळूहळू तुम्हाला या स्थिर, शांत सवयी लागतील आणि मग तुम्ही तसेच व्हायला सुरुवात होईल.

आता बघा हं! तुमची पाठ भिंतीला लावून बसा. किंवा उभे रहा. थोडक्यात पाठ जितकी ताठ ठेवता येईल तितकी ठेवा. या स्थितीत स्थिर झालात की एक चकचकीत सोनेरी धागा घेऊन तो हूकने तुमच्या डोक्यात अडकवा. (अर्थातच कल्पनेने) आणि मग तो धागा वरवर नेत थेट छताला लावलेल्या चाकात अडकवा. मग हळूहळू तो धागा खेचायला सुरुवात करा. मणक्याला आणि स्नायूंना बसलेला पीळ हळूहळू

हे शांतता उपाय बघा.

शांत श्वसन	पृष्ठ ९७
शांततेचा आवाज	पृष्ठ २६८
मनश्चक्षूंनी पाहण्यासाठी	पृष्ठ ११२

सुटल्यासारखा वाटू लागेल. धागा खेचणे चालूच ठेवा. आता तुम्हाला तुमचे शरीर हळूहळू वर उचलल्यासारखे वाटू लागेल. ते अनुभवा. चांगले इंचभर शरीर जमिनीच्या वर उचलल्याची भावना येऊ द्या.

यामुळे तुमचे शरीर कधीच नव्हते इतके ताठ होईल. शरीराला अभूतपूर्व हलकेपणा जाणवेल. यानंतर थोडा वेळ शांत, दीर्घ श्वसन करा.

सरळ शांततेकडे

- तुमचे शरीर जास्तीत जास्त ताठ ठेवून बसा. किंवा उभे रहा. सुरुवातीला भिंतीला टेकून बसणे चांगले.
- एक काल्पनिक सोनेरी धागा, हूक लावून डोक्याच्या वरच्या भागावर अडकवून घ्या.
- छताला बांधलेल्या एका चाकावर हा धागा टाका.
- धाग्याचे दुसरे टोक ओढत रहा. सर्व शरीर ताठ होईल. ताणले जाईल आणि एखादा इंच वर उचलले जाईल. त्या वेळी शरीराला पडणारा ताण अनुभवा. अगदी मज्जारज्जूपर्यंत.
- आता शांत, दीर्घ श्वसन करत रहा. संपूर्ण ताण शरीरातून निघून जाऊन शरीर हलके आणि सैल होईपर्यंत.

शांतता आणि घाम

'शरीर थकवणारा व्यायाम हा 'ताण' नावाचे विष उतरवणारा उतारा आहे' हे सिद्ध झालेले आहे. जर तुम्ही नियमितपणे धावणे, ॲरोबिक्स करत असाल तर तुम्हाला हे माहीतच असेल. नियमित चालणाऱ्यांना, सायकलिंग करणाऱ्यांना किंवा पोहणाऱ्यांना, सूर्यनमस्कार घालणाऱ्यांना याची माहिती असते.

आपल्या मज्जासंस्थेमध्ये, तणावजनक संप्रेरकाचे स्राव नियंत्रित करणारा एक भाग असतो. तो भाग शारीरिक व्यायामामुळे सचेत होतो. त्यामुळे तुमच्या चित्तवृत्ती तर शांत होतातच परंतु आयुष्यात केव्हाही येणाऱ्या तणावाशी तणावपूर्ण परिस्थितीशी मुकाबला करण्याची तुमची ताकद वाढते. तुम्ही खंबीर बनता. जर तुम्हाला इतर काही शारीरिक समस्या नसतील तर आठवड्यातून पाच वेळा अर्ध्या तासाचा व्यायाम हा तुमच्या शांतता आणि स्वास्थ्यासाठी आदर्श असतो. तुमच्या नाडीचा जास्तीत जास्त वेग जितका असेल त्याच्या ७० टक्के नाडीचा वेग, व्यायाम करतांना (२५ ते ३० मिनिटे) राहिला पाहिजे.

नाडीचा जास्तीत जास्त वेग कसा ठरवाल? (हा प्रत्येकाचा वेगळा असतो)
समजा तुम्ही ४० वर्षांचे आहात.
प्रथम तुमचे वय २२० मधून वजा करा.
म्हणजे दर मिनिटाला १८० नाडीचे ठोके
हा तुमचा जास्तीत जास्त नाडीचा वेग आहे.

  २२०
– ४०
―――
  १८०

व्यायामाने वेळी तुमच्या नाडीचा वेग या वेगाच्या
७० टक्के असायला हवा.
म्हणजेच १८० × ७०% = १२६ ठोके प्रतिमिनिट
हा तुमच्या व्यायामाचे वेळी असणारा नाडीचा वेग.
(मनगटाच्या आतल्या बाजूला अंगठ्याच्या खाली बोटाची टोके ठेवून ६० सेकंदात पडलेले नाडीचे ठोके मोजणे; ही नाडीचा वेग मोजायची पद्धत आहे.)

सगळ्यात सोपा आणि सगळ्यात परिणामकारक व्यायाम म्हणजे चालण्याचा. आठवड्यातून ४ ते ५ वेळा अर्धा ते पाऊणतास चालावं. एकटं चालावं किंवा कुणाच्या सोबतीने चालावं. याच वेळात तुम्ही तुमचा दिवसभराचा कार्यक्रमही ठरवू शकता.

नियमित व्यायाम करत राहिल्यामुळे, दिवसेंदिवस आपल्याला शांत आणि उत्साहित वाटू लागतं. जणू एक नवीनच व्यक्ती तयार होते. परंतु एक सावधगिरीची सूचनाही या ठिकाणी लक्षात ठेवली पाहिजे. जर तुम्ही खूपच जास्त व्यायाम केला किंवा कुणाशी तरी स्पर्धा करत राहिलात तर हाच व्यायाम तणावाचे कारण होऊ शकतो.

तुम्हाला जर शांत - स्थिर व्हायचे असेल तर माफक प्रमाणात व्यायाम करा आणि त्याचा आनंद घ्या.

हे शांतता उपाय बघा.

शांततेचा आवाज ..... पृष्ठ २६८
फिरता फिरता शोधून काढा. ..... पृष्ठ २०९

शांतता आणि घाम
तुमचा व्यायामाचा कार्यक्रम आखण्यासाठी खालील यादीचा उपयोग करा. यातील कोणताही व्यायाम आठवड्यातून ३ ते ५ वेळा करा. (१) ३० ते ४५ मिनिटे झपाझप चालणे. (२) २५ मिनिटे पळणे. (३) २५ मिनिटे पोहणे. (४) ४५ मिनिटे सायकल चालवणे. (५) २५ मिनिटे ॲरोबिक्स करणे. (६) ३० ते ४५ मिनिटे नृत्य करणे. व्यायामाचे वेळी तुमच्या नाडीचे ठोके कमाल मर्यादेच्या ७० टक्के राहतील हे कटाक्षाने बघा.

तुमचा जबडा आणि शांतता

ज्या वेळी तुमच्या मनावरचा ताण हा डोकं आणि चेहरा यात एकवटून राहतो. त्या वेळी त्याचा परिणाम जबड्याच्या स्नायूंवर स्पष्टपणे दिसून येतो. तुम्ही दात घट्ट आवळून धरले की जबड्याचे स्नायू ताठरतात. जेव्हा एखादी व्यक्ती संताप आवरून धरण्याचा प्रयत्न करते त्यावेळी या जबड्याच्या स्नायूंची पंपासारखी होणारी हालचाल स्पष्ट दिसते. जेव्हा तुमचे दात घट्ट मिटलेले आणि जबड्याचे स्नायू ताठरलेले असतात तेव्हा मग तुमच्या मनावरचा ताण शरीराच्या इतर भागामध्ये पसरू लागतो. त्यामुळे पाठ आणि खांदे ताठणं, डोकं दुखणं, कंबर दुखणं आणि एकूणच दडपणाखाली असल्यासारखं वाटणं ही लक्षणे उद्‌भवतात.

चिरोप्रॅक्टिक (Chiropractic) नावाची एक उपचार पद्धती आहे. ते उपचारक असं मानतात की पाठीच्या कण्याचे काही जुनाट त्रास असलेले रुग्ण नेहमी जबडे घट्ट आवळून धरतात.

यालाच 'दातखिळ बसणे' असे म्हणतात. ही दातखिळी उचकटण्यासाठी लोखंडाचा कलथासुद्धा पुरेसा होत नाही. पूर्वीच्या काळी, रूढींची बंधने फार कडक होती तेव्हा लोकांची अशी दातखिळी बसलेली पाहायला मिळत असे.

जबडे सैल ठेवण्यासाठी दोन सोपे बिनखर्चाचे उपाय आहेत.

जीभ दाबायची

पहिला उपाय तुमच्या खालच्या जबड्याचे स्नायू ढिले करण्याकरता आहे. आकृतीमधील 'ब' बिंदू ह्या उपायात जीभ टाळ्यावर घट्ट दाबून धरायची असते. (वरच्या पुढच्या दातांच्या मागे) असं कितीही वेळ आपण सहज करू शकतो. तुम्ही जोपर्यंत असं जिभेने थोडं दडपण आणून धरू शकाल तोपर्यंत तुमचा खालचा जबडा सैलावेल. आणि मग कानशिलाचे स्नायूही ताणमुक्त होतील.

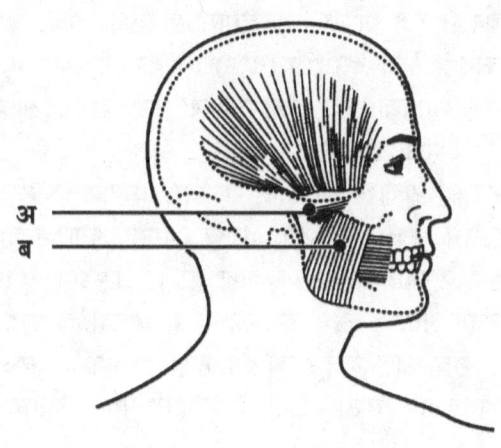

दोन बोटांची जादू

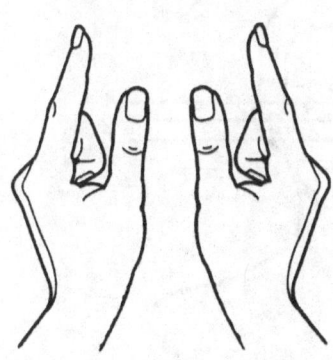

तुमचा जबडा आणि कान यांच्या मधल्या स्नायूजवळ एक खळगा असतो. आकृतीतील 'अ' बिंदू. जर तुम्ही टेन्शनमध्ये असाल तर तो भाग खूप मऊ लागेल. तिथे दोन्ही बाजूंना दोन तर्जन्यांनी दाब द्या. उच्छ्वासाचे वेळी दाब द्या. श्वास घेताना दाब काढा. असं अनेक वेळा केलंत तर तुमच्या जबड्याचे स्नायू सैलावतील.

चेहऱ्यावरचे ताण तणाव

जेव्हा तुम्ही कामामध्ये अक्षरश: भरडले जात असता तेव्हा तुमचे सगळे ताणतणाव खांदे, डोकं आणि चेहरा यामध्ये साचतात.

खांद्यावरचा ताण दोन प्रकारे घालवता येतो. मसाज करून किंवा खांद्याचे व्यायाम करून. ते पुढे येणारच आहे.

चेहऱ्यामधला ताण घालवण्यासाठी, चेहऱ्यावरचे ॲक्युप्रेशरचे पॉइंट्स दाबून उपयोग होतो. हा दाब देण्याच्या दोन पद्धती आहेत. एक तर तुम्ही सरळ बोटाने दाबू शकता. (उच्छ्वास सोडताना दाबा, श्वास घेताना दाब काढा) किंवा दुसरी पद्धत म्हणजे बोटांनी त्या बिंदूभोवती गोलाकार मसाज करायचा. त्या वेळी आपली बोटे वरच्या आणि बाहेरच्या दिशेने फिरली पाहिजेत.

डोळ्यांच्या भोवती, नाकाच्या भोवती, गालांवर, कानशिलापाशी असलेले ॲक्युप्रेशर पॉइंट्स लगेच सापडतात आणि आराम देण्याच्या दृष्टीने फार महत्त्वाचे आहेत. सुरुवातीला त्यांची जागा बरोबर सापडायला त्रास वाटतो पण नंतर अंत:स्फूर्तीनेच तुम्हाला ते सापडतात. एखादा नाही सापडला तर त्याचे काही वाटून घ्यायचे नाही. कारण हे सगळं आपल्याला आराम देण्यासाठी आहे. ॲनॉटॉमीची परीक्षा थोडीच देतोय आपण?

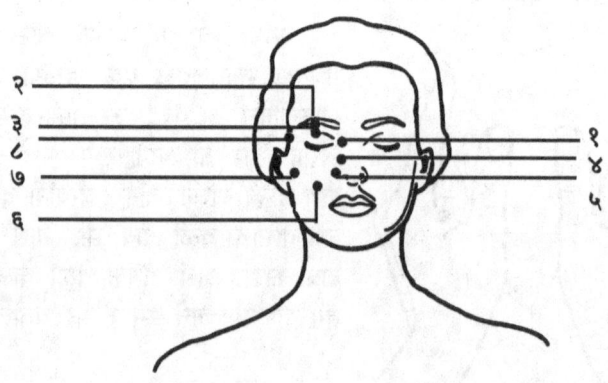

आपल्या डोळ्यांभोवती आकृतीत दाखवल्याप्रमाणे ३ पॉईंट्स असतात. १ ते ३
नाकाजवळ दोन पॉईंट्स असतात. ४ व ५
गालावर दोन पॉईंट्स असतात. ६ व ७
कानशिलावर ८ हा पॉईंट असतो.

तुम्हाला कसं वाटत आहे? ते या पॉईंटवर अवलंबून असतं. जेव्हा आपल्या मनावर दडपण येतं तेव्हा नैसर्गिकपणेच आपला हात तिथे पोचतो. अत्यंत खोल नैराश्य किंवा दडपण असेल तर पॉईंट ८ ला मसाज करत रहा.

स्वत:ला शांत करण्याकरता फक्त ह्या ॲक्युप्रेशर पॉईंट्सचा आपण उपयोग करायचा आहे त्यामुळे हवा तितका वेळ प्रेशर देऊन, यातील आनंद अनुभवा. आणि सर्व पॉईंट्स दाबून झाल्यावर १० मिनिटे शांत बसा. शांततेची भावना तुम्हाला वेढून टाकू दे.

> हे शांतता उपाय बघा.
> खांदे मोकळे करा. ..... पृष्ठ २८९
> सरळ शांततेकडे ...... पृष्ठ २८०
> तोंड भरून हसत रहा. ..... पृष्ठ २७६

गात्रांना सुखावणारा तणावमुक्तीचा मार्ग

आपलं टेन्शन पार झटकून टाकण्यासाठी, चमत्कारासारखी काम करणारी ही आनंददायी व्यायामांची छोटी मालिकाच आहे. हे व्यायाम करताना तुम्हाला कितीतरी सुख मिळेल.

यातले काही आपल्या ब्यूटी पार्लरमध्ये वापरले जातात. वेगवेगळे ब्यूटिशिअन जरी वेगवेगळ्या पद्धती वापरत असले तरी बहुतेक सगळ्या जणांचा रोख चेहऱ्याच्या याच भागांतील नसा मोकळ्या करण्याचा असतो.

हे व्यायाम करताना तुम्हाला तत्क्षणीच आनंदाचा अनुभव येतो. फेशियल करताना वाटतं तसं छान सैलावल्यासारखं वाटू लागतं. तुम्ही कधीच ब्युटीपार्लर मध्ये जाऊन फेशियलचा अनुभव घेतला नसेल तर जरूर घेऊन पहा.

हे व्यायाम प्रकार आराम वाटण्यासाठी

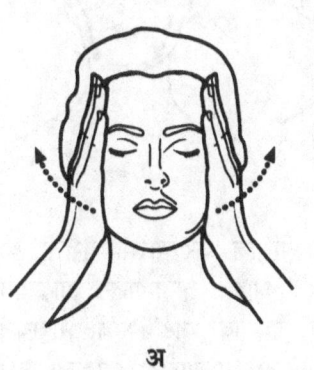

अ

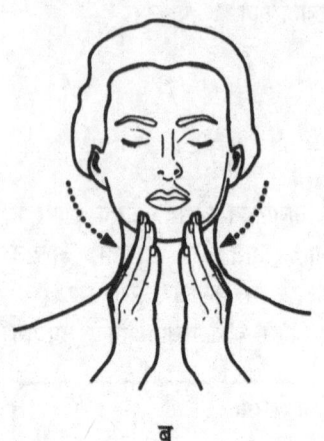

ब

आणि गात्रांना सुख देण्यासाठीच असतात. इथे सांगितल्यासारखं तंतोतंत करता आलं नाही तरी काळजी करू नका. बरं वाटेल त्याप्रमाणे करा.

प्रथम २ मिनिटे स्थिर दीर्घ श्वसन करा.

आता हाताचे दोन्ही तळवे (दोन्ही तळवे) दोन्ही डोळ्यांवर ठेवा. साधारण २० सेकंदानंतर हात काढून बोटांनी गालाचे स्नायू कानाकडे नेल्यासारखे करा. आणि तिथून वर डोळ्यांकडे न्या. याला म्हणतात. Face lift हे हळू हळू करत राहिलं, तर चेहऱ्याच्या स्नायूंवरचा ताण कमी होतो (आकृती 'अ') मग दोन्ही हातांची बोटे अगदी हलका स्पर्श करत कानापासून हनुवटीपर्यंत न्या. रेघ काढल्यासारखी पुन्हा हात उचलून कानापासून हनुवटीपर्यंत न्या. बघा त्वचेला किंचित झिणझिणल्यासारखं वाटेल.

(आकृती 'ब') तुम्हाला आनंद मिळत राहील तोपर्यंत ही कृती पुनः पुनः करत रहा. श्वसन शांतच असू द्या. मग एका शांत ठिकाणी जाऊन बसा आणि या कृतीतून आलेला शांतीचा अनुभव घेत रहा.

आणखी काही सुखदायक प्रकार

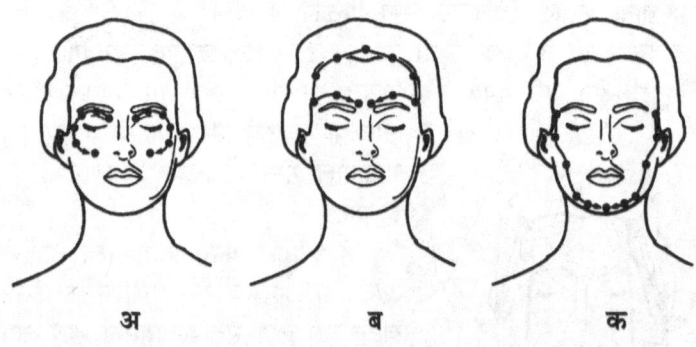

अ ब क

या आकृत्यांमध्ये दाखवलेल्या चेहेऱ्याचा मसाज करण्याच्या पद्धती या सर्वात जास्त, आपल्याला शांत करण्याचा पद्धती आहेत. तुम्ही फक्त आकृतीत दाखवलेल्या पॉईंट्सवर दाब देत देत स्वतःच्या चेहऱ्यावर बोटे फिरवत राहायचं अगदी १०० टक्के तेच पॉईट्स असं नाही धरलं तरी चालेल. तुम्हाला जसं

बरं वाटेल तीच तुमची पद्धत.

पहिल्या आकृतीत (अ) मध्ये दाखवलेले पॉइंट्स हे भुवया, डोळे या भागातला ताण दूर करण्यासाठी आहेत. यातले ॲक्युप्रेशरचे पॉईंटस् तुमच्या लक्षात आले असतीलच.

नाकाच्या वरच्या हाडापासून डोळे आणि भुवयांच्यामध्ये दाब देत देत गालावरून पुन्हा नाकपुड्यांपाशी असं अर्धवर्तुळ पूर्ण करत आणायचं.

आकृती 'ब' मध्ये कपाळाच्या स्नायूंवरचा ताण कसा ढिला करायचा ते दाखवलं आहे. कपाळाच्या सर्वात वरच्या मध्यबिंदू पासून दाब देत देत कानशिलापर्यंत यायचं आणि तिथून भिवयांच्या वरच्या बाजूला दाब देत देत भ्रूमध्यापर्यंत यायचं. असं दोन्ही बाजूंनी करायचं.

तिसरी आकृती 'क' तुमच्या चेहऱ्याची खालची बाजू आणि जबडा यांच्यामध्ये साचलेला ताण याने मोकळा होतो. कानशिलापासून सुरुवात करून गालाची हाडे, जबड्याची हाडे दाबत दाबत थेट हनुवटीच्या मधल्या खळग्यापर्यंत यायचं. दोन्ही बाजूंनी असंच करायचं.

या तिन्ही क्रिया अत्यंत हळुवार हातांनी आणि शक्य तेवढे त्वचेला सुख होईल अशा प्रकारे केल्या तर इतका आनंद मिळेल की मसाज करण्याचे प्रयत्न सार्थकी लागल्यासारखं वाटेल.

सगळ्यात सुखद स्पर्श

हा सुखद स्पर्श आपल्यापैकी प्रत्येकाने अनुभवलेला असतो. पण ऑफिसमध्ये त्याचा उपयोग करावा ही कल्पनाच आपल्या मनाला कधी शिवत नाही.

एक छोटासा रुमाल घ्यायचा (फेस टॉवेल) तो गरम पाण्यात बुडवायचा आणि पिळून आपल्या चेहऱ्यावर पसरायचा. खुर्चीवर मान मागे टाकून बसायचं. संथपणे श्वासोच्छ्वास करत रहायचं. हळूहळू ताण तणाव विरघळून जात असल्याची भावना होईल आणि तुम्ही ताजेतवाने व्हाल.

उन्हाळ्यात खूप उष्णतामान असेल, वीज नसल्यामुळे पंखे, वातानुकूलन बंद असेल तर हाच टॉवेल गार पाण्यात बुडवून चेहऱ्यावर ठेवलात, की बघा कसं अंतर्बाह्य 'कूल' वाटायला लागेल.

हे शांतता उपाय बघा.

प्रतिक्षिप्त क्रियेतून शिथिलीकरण ..... पृष्ठ २९२

शांततेचा आवाज ..... पृष्ठ २६८

नाकाचा उपयोग ..... पृष्ठ १९२

कामामुळे उद्भवणाऱ्या टेन्शनचे चढ आणि उतार

प्रत्येक व्यवसायामध्ये आणि नोकऱ्यांमध्ये वेगवेगळे, विशिष्ट प्रकारचे ताण उद्भवत असतात.

हॉस्पिटलमध्ये आणि आरोग्य सेवेत असणाऱ्यांना शारीरिक कष्टाबरोबर मानसिक ताण पडत असतो. शिक्षकांना दिवसभर उभे राहून शिकवण्याचा, विद्यार्थ्यांना शिस्त लावण्याचा, पेपर्सचे गठ्ठे - वह्यांचे ढीग वेळेवर तपासून देण्याचा असे ताण असतात. 'शिफ्ट' मध्ये काम करणाऱ्यांना प्रत्येक वेळी शिफ्ट बदलली की शारीरिक आणि मानसिक पातळीवर जुळवून घ्यावं लागतं. समाजापेक्षा वेगळाच दिनक्रम होऊन बसतो, ते सांभाळावं लागतं. आजकाल 'कॉल सेंटर्स' मध्ये काम करणाऱ्या मुलामुलींना रात्रभर काम करावं लागतं (कारण परदेशात दिवस असतो, तेव्हा आपल्याकडे रात्र असते) अशा वेळेला आरोग्याच्या तक्रारी आणि तणावजन्य सवयी (कॉफीपान, धूम्रपान) वगैरेंचा त्रास होतो.

समाजाची शांतता आणि सुव्यवस्था राखणाऱ्या पोलिसांना आणि सुरक्षाकर्मचाऱ्यांना सर्वात अधिक ताण पडतो सतत गुन्हेगारांशी संबंध येतो. अहोरात्र उभे राहून डोळ्यांत तेल घालून काम करावं लागतं. समाज सतत धारेवर धरत असतो. घरच्यांचा सहवास मिळत नाही. देशाची सीमा सुरक्षित ठेवणाऱ्या जवानांनाही अशाच प्रकारे शारीरिक, मानसिक ताण आणि असुरक्षितता वाट्याला येते. बंद पडणाऱ्या आजारी कंपन्यांच्या आणि कारखान्यांच्या कामगारांनाही आर्थिक अडचण मानसिक कुचंबणा, कौटुंबिक ताणतणाव यांचा सामना करावा लागतो.

तर अशा व्यवसायजन्य शारीरिक तणावांचे दोन प्रकार पडतात.

पहिला असतो. → वरून खाली जाणारा ताण - उतरता ताण

दुसरा असतो → खालून वर जाणारा ताण - चढता ताण

टायपिस्ट, कॅशिअर्स आणि मान मोडून काम करणारे कारकून, संगणकापुढे दिवसभर बसणारे कर्मचारी यांना काम करताना येणारे ताण त्यांच्या मानेमध्ये आणि खांद्यामध्ये साठायला सुरुवात होते. त्यामुळे प्रथम मानेची आणि खांद्याची दुखणी सुरू होतात. आणि नंतर ती हळूहळू पाठीचा कणा आणि पाय अशी खाली खाली उतरत जातात. हा झाला वरून खाली येणारा उतरता ताण किंवा ताणाचा उतरता क्रम.

ज्या लोकांना सतत उभं राहून काम करावं लागतं; शल्यक्रिया विशारद, डॉक्टर, नर्सेस, शिक्षक, दुकानातले विक्रेते, फेरीवाले, बल्लवाचार्य (chef) पोलीस, व्याख्याते अशा लोकांचा सगळा ताण पावले, पोटऱ्या, गुडघे या ठिकाणी साचून राहतो आणि मग त्यांना तिथल्या शारीरिक तक्रारी त्रास देऊ

लागतात. त्यानंतर हा ताण वर वर चढत कंबर, पाठ, खांदे इथे येतो. म्हणून या ताणाला खालून वर येणारा चढता ताण किंवा ताणाचा चढता क्रम आपण म्हणू शकतो.

शिवाय ध्वनिप्रदूषण, वायुप्रदूषण, जलप्रदूषण यांसारख्या सार्वत्रिक त्रासांचा सामना सर्वांनाच करावा लागतो. तो ताण वेगळाच.

हे सर्व लक्षात घेता आपल्या संपूर्ण शरीराच्या प्रत्येक अवयवावरच पडणाऱ्या ताणाचं निराकरण कसं करायचं हे पाहणं, शिकून घेणं फार आवश्यक आहे.

आपल्यापैकी खूपजण हल्ली कामामध्ये संगणकाचा वापर करतात आणि परिणामी विविध तणावजन्य विकारांचे बळी ठरतात.

सगळ्यात सार्वत्रिक आढळणारा त्रास म्हणजे मानेच्या आणि खांद्याच्या स्नायूंवर पडणारा ताण. त्यानंतर डोळ्यांवर पडणारा ताण. शिवाय जास्त वेळ संगणकासमोर बसल्यानंतर एकंदरीतच आपल्याला ताण पडल्याची भावना जाणवते ती वेगळीच.

खरं म्हणजे सर्व विजेची आणि इलेक्ट्रॉनिक उपकरणे कमी अधिक प्रमाणात शरीराला घातक असणारी किरणे उत्सर्जित करत असतात. टोस्टर, रेडिओ, टी.व्ही., मोबाइल, संगणक हे सर्व त्यात आलेच तेव्हा त्यांना शरीराजवळ जास्त वेळ न ठेवणे किंवा आपण जास्त वेळ त्यांच्या जवळ न थांबणे हे खरं शहाणपणाचे.

त्याचप्रमाणे एखादी शारीरिक क्रिया जर आपण सतत रोज अनेक वर्षे करत असलो आणि त्यामुळे होणारे दुष्परिणाम टाळण्यासाठी विश्रांतीच्या वेळी किंवा काम नसेल तेव्हा त्याच्या विरुद्ध क्रिया करण्याची काळजी घेतली नाही तर कालांतराने विशिष्ट स्नायू, सांधे किंवा हाडे कामातून जाण्याची निश्चिंती होते. मग तुम्ही खेळाडू असा टायपिस्ट असा नाहीतर डॉक्टर किंवा ट्रकड्रायव्हर असा.

परंतु टेबल-खुर्च्यांच्या संगतीत ज्यांना दिवसभर काम करावे लागते अशांना मात्र निश्चितपणे नियमित व्यायामाची गरज असते.

उदा.- खांदे मोकळे करण्याचा व्यायाम -

आपण जेव्हा खूप वेळ संगणकासमोर किंवा टेबलाजवळ खुर्चीवर बसून काम करतो तेव्हा मान, पाठ आणि खांदे अवघडून जातात आणि त्याचा परिणाम म्हणून आपल्याला थकल्यासारखं वाटतं, ताण जाणवायला लागतो.

आपल्या पाठीचे स्नायू इतर स्नायूंपेक्षा फारच कणखर असतात, ते न दुखता स्वत:च आकुंचन पावून घट्ट होऊन जातात. त्यामुळे उलट मानेच्या आणि कंबरेच्या स्नायूंवर जास्त ताण येतो.

यावरचा सोपा उपाय म्हणजे दर अर्ध्या तासाने काम थांबवून उभे राहून खांदे मोकळे करून घेणे. हात मोकळे सोडून दोन्ही खांदे मागच्या बाजूने दहा वेळा आणि पुढच्या बाजूने दहा वेळा फिरवून जागेवर आणावे. आणि त्यानंतर खांदे जास्तीत जास्त वर उचलून मग खाली सैल सोडावे. हे ही दहा वेळा करावे.

असं दररोज सातत्याने केलंत तर खांद्याचा त्रास कधीच जाणवणार नाही.

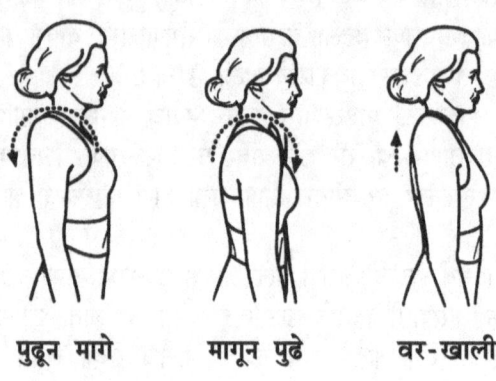

पुढून मागे   मागून पुढे   वर-खाली

दत्तमुद्रा किंवा बदकाची मान

हा मानेचा व्यायाम कुणी बघत नसताना केलेलाच बरा. कारण तो करणारा फार गंमतीदार दिसतो.

प्रथम सरळ उभे राहून आपली हनुवटी शक्य तितकी मागे नेऊन छातीला लावायचा प्रयत्न करायचा. १० सेकंद असंच ठेवून मग मान सरळ करायची.

आता मान पुढे काढायची आणि त्याच स्थितीत सावकाश डावीकडे आणि उजवीकडे फिरवून परत जागेवर आणायची. हे सर्व करताना खांदे ताठ सरळ ठेवायचे. वळवायचे नाहीत.

संगणकावर काम करताना दर अर्ध्या तासाने असं करत राहिलं तर मानेवर ताण येत नाही. आला असेल तर दूर होतो.

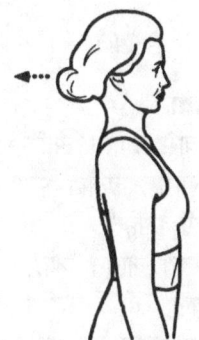

टेलिफोन डिरेक्टरीचा सदुपयोग

आता टाइपरायटर आणि टायपिंग झपाट्याने कालबाह्य होत चालले असले तरी संगणकाच्या 'की बोर्डवर' आपण टायपिंगच करत असतो. त्यामुळे ऑफिसमधल्या बाबू लोकांची आवडती युक्ती वापरायला काहीच हरकत नाही. मागील वर्षांच्या दोन टेलिफोन डिरेक्ट्ऱ्या एकावर एक ठेवायच्या. जास्त वेळ ठिय्या मारून टायपिंग करायचं असेल तर दोन डिरेक्ट्ऱ्यांची उंची ही पाय ठेवायला एकदम योग्य उंची त्यामुळे पाय भारावून सुजत नाहीत. काम आरामात संपतेच वर डिरेक्टरीचा उपयोग केल्याचं समाधान!

क्षितिजाकडे नजर लावा

हे संगणकाचे पडदे म्हणजे फार छळवादी. त्यांच्याकडे टक लावून बघत बसायची अगदी सक्तीच करतात. त्यातल्या गमतीजमती बघता बघता लवकरच आपले डोळे थकून जातात.

यावर उपाय म्हणजे दर १० मिनिटांनी डोळे खूप वेळा मिचकावायचे आणि दूरवर क्षितिजाकडे नजर लावायची. असे सारखं करणं तुम्हाला जमणार नसेल तर निदान पडद्यावरची नजर तर अधूनमधून हटवू शकतो ना आपण? मग तेच करायचं!

पहा, एवढ्याशा साध्या कृतीतून आपण किती फायदा मिळवू शकतो आणि किती अनिष्ट गोष्टी टाळू शकतो, हे अनुभवाने समजलं ना की खूप

हे शांतता उपाय बघा.

सरळ शांततेकडे ..... पृष्ठ २८०

शांततेचा आवाज ..... पृष्ठ २६८

इमारतीची शांती करा. ..... पृष्ठ २६२

आनंद होतो आपल्याला.

त्या निमित्ताने निसर्गाकडेसुद्धा नजर जाते आपली.

जास्तीत जास्त माहिती वाचवून ठेवा

संगणकाचा वापर करणाऱ्यांना नेहमी त्रास देणारी आणि त्यांची डोकेदुखी आणि हृदयाचे ठोके वाढवणारी अडचण म्हणजे, संगणकात साठवून न ठेवल्यामुळे निसटून जाणारी माहिती.

तेव्हा जास्तीत जास्त Saving ची सवय लावून घ्या. तसेच महत्त्वाची कागदपत्रे Back up करून ठेवत चला. ही शिस्त स्वत:ला लावून घेतल्यामुळे तुमची डोकेदुखी बऱ्याच प्रमाणात दूर राहील आणि कपाळाला हात लावत बसण्याची पाळी येणार नाही. 'कसं होईल? काय होईल?' ची धडधड तुमच्या हृदयाचे ठोके वाढवणार नाही.

अ

ब

प्रतिक्षिप्त क्रियेतून शिथिलीकरण

ज्यांना दिवसभर उभं राहून काम करावं लागतं, त्यांना कसा त्रास होतो याची सर्वांना माहितीच आहे. पावलं दुखतात, पोटऱ्यात गोळे येतात, पाय भरून येतात. हळूहळू कंबर, पाठ मान, खांदे अशा क्रमाक्रमाने दुखणं वर सरकतं. त्याला जोडूनच मानसिक ताणही वाढत जातो.

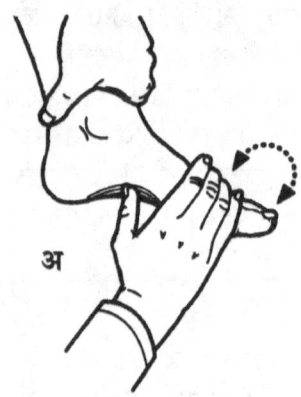

हा त्रास होऊ द्यायचा नसेल तर प्रथम पादत्राणांचा विचार केला पाहिजे. काम करताना पायात फॅशनेबल चपला बूट नसावेत. त्याऐवजी पायांना सुख देणाऱ्या पादत्राणांची निवड करावी. सिमेंटची लादी किंवा मार्बल, टाइल्स यांच्यापेक्षा रबराने किंवा गालिचाने, सतरंजीने आच्छादलेली जमीन कमी हानिकारक ठरते.

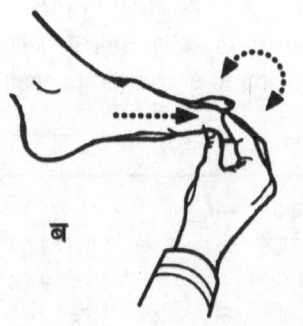

पायांना आराम देण्यासाठी आपण प्रतिक्षिप्त क्रियेचा चांगला वापर करून

घेऊ शकतो. याला म्हणतात Reflexology. यामध्ये पायावर विशिष्ट ठिकाणी दाब दिला किंवा ताणले असता, शरीराच्या अनेक भागातला ताण दूर होऊन रक्ताभिसरण सुधारते.

मधल्या सुटीत एका शांत ठिकाणी जाऊन बसायचं. पायातले बूट काढून पाय पसरायचे. खाली बसून उजवं पाऊल डाव्या मांडीवर घ्यायचं.

डाव्या हाताने उजव्या पावलाला उलट सुलट पीळ द्या. प्रत्येक बोट मुडपा आणि मोडून घ्या. मग डाव्या हाताची मूठ उजव्या तळपायावर दाबा. उजव्या हाताने पावलाची बोटे आवळा. हीच कृती काही वेळा करा. शेवटी हाताची बोटे अत्यंत हलके हलके घोट्यापासून बोटांपर्यंत वरून खालून फिरवत रहा. यामुळे पावलातील मज्जातंतूंची टोके सचेत होतील. अशीच कृती दुसऱ्या पायाचीही करा. यानंतर पाच मिनिटे दीर्घ श्वसन करा म्हणजे ही मोकळेपणाची, सैलावल्याची भावना तुमच्या संपूर्ण शरीरात पसरेल.

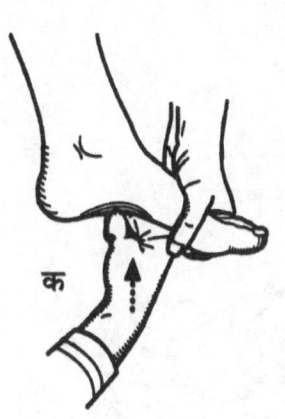

क

चेंडू खेळा, मोकळे व्हा

एक टेनिसचा बॉल घ्यायचा आणि बूट काढून त्यावर उभं राहायचं. पायाने चेंडू दाबायचा आणि पुढे-मागे असा तळव्यावर फिरवत राहायचं. आपल्या पायाच्या तळव्यात अनेक प्रेशर पॉइंट्स असतात. या खेळामुळे ते सर्व दाबले जाऊन मज्जातंतूंची टोके सचेत होतात आणि आपल्याला ताजेपणा वाटू लागतो.

हे शांतता उपाय बघा.
सरळ शांततेकडे ..... पृष्ठ २८०
शांततेचा आवाज ..... पृष्ठ २६८
गात्रांना सुखावणारा तणावमुक्तीचा मार्ग ..... पृष्ठ २८५

खाली डोकं वर पाय

ऑफिसमधून किंवा बाहेरून आल्यावर पाय पोटऱ्या मांड्या वगैरेंना आलेला शीण हलका करण्याचा हा हमखास उपाय आहे. करायचं काही नाही. फक्त पाठीवर झोपून दोन्ही पाय गुडघ्यात वाकवून खुर्चीवर ठेवायचे. (आकृती) १०

ते २० मिनिटे शांत पडून राहायचं. मान आणि पाठीखाली टॉवेलची घडी घेतली, तर मानेचे आणि पाठीचेही स्नायू चांगलेच मोकळे होतात. अशा अवस्थेत अस्वस्थता किंवा मळमळ वाटू लागली तर पाय त्वरित खाली घ्यावेत.

हे शांतता उपाय बघा.	
शांत श्वसन	पृष्ठ ९७
शांततेचा आवाज	पृष्ठ २६८
स्वअवसर	पृष्ठ १४९
आयडलिंग	पृष्ठ २०५

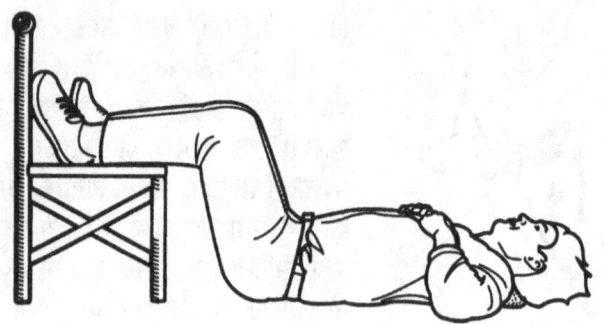

२२. जेव्हा आपली जीवनपद्धतीच ताणाला आमंत्रण देते

> शांत होणं आणि तणावमुक्त राहणं ही आपल्या जीवनाची एक शिस्त असली पाहिजे. जितक्या सहजभावाने तुम्ही आयुष्याकडे पाहाल तितकं ते सुसह्य होईल.

शांत बोलणं - वागणं, सहजभावाने वावरणं या जीवन सुसह्य करणाऱ्या रीतिभाती आहेत.

कामाच्या ठिकाणी ताण निर्माण होतो, त्याला काही प्रमाणात तुमच्या सवयी आणि जीवनपद्धतीसुद्धा जबाबदार असते. बऱ्याच लोकांना वाटतं की वैयक्तिक जीवनातल्या घटनांचा परिणाम कामावर व्हायचं काय कारण आहे? ते वेगळं, हे वेगळं!

बरोबर आहे. पण दोन्ही ठिकाणी वावरणारं शरीर आणि त्यातलं मन तर तेच आहे ना! परिणाम झाल्याशिवाय कसा राहील? घरी कुरबुरी झाल्या तर कामातही लक्ष लागणं दुरापास्त होऊन बसतं. अनेक लोकांना कामावर आल्यावरच घरच्या समस्या जास्त सतावत राहतात. असं होणं साहजिक आहे.

आपल्या सवयी अशा असतील तर त्यांचे होणारे दुष्परिणाम कसे कमी करायचे ते आता पाहू.

खूप सोपे उपाय आहेत. ते केल्यामुळे आपल्या सवयींमध्ये जगण्याच्या पद्धतींमध्ये खूप सुखदायक बदल घडू शकतात. आणि आपण इतरांनाही ते उपाय सुचवू शकतो.

स्वतःचे लाड करा

ताणतणाव ही काय खरोखर एवढ्या गंभीरपणे घेण्याची बाब आहे?

या टेन्शनमुळे जास्तीत जास्त लोक रोगाकडे ढकलेले जातात. 'जात

असतील.' गेल्या शंभर वर्षांमध्ये कधी जाणवला नाही एवढा ताण सध्या जाणवतो आहे. ठीक आहे. पण त्या गोष्टींचा त्रास करून घेण्याची काय गरज आहे?

सारखी काय त्याचीच चर्चा करायची? त्यामुळे तर तो ताण दुपटीने वाढत जातो. शांत राहायचं असेल तर प्रश्नाची उजळ बाजू पाहायला पाहिजे.

बघा हं! आपण मौजमजा करत असतो, तेव्हा हे टेन्शन आपोआप बाजूला पडतं की नाही? आयुष्य जितकं खेळकरपणे जगाल, तितका ताण कमी जाणवेल. शांत राहण्याची, संतुलित वागण्याची स्वत:ला शिस्त लावली की झालं.

आपण जितकी जास्त मजा करू, जितकं हसत राहू, तितकं मनाला बरं वाटतं. मेंदूमधून स्रवणारं Serotonin जास्त प्रमाणात स्रवतं. (हेच जीवरसायन आपल्याला वैफल्यापासून दूर ठेवतं.) आपल्या चित्तवृत्ती उल्हसित होतात. हालचाली मोकळ्या व्हायला लागतात.

आपण जेव्हा एखाद्या गोष्टीची मजा लुटतो तेव्हा आपण हे शांतीआनंदाचं चक्रच फिरवायला जणू सुरुवात करतो. म्हणून जे करताना मनाला आनंद मिळतो. ते तंत्र आपल्यासाठी सर्वांत योग्य असं समजायला हरकत नाही.

यामुळेच आपल्याकडे पूर्वापार चालत आलेलं मालिश हे स्नायूंना विश्रांती देण्याचं लोकप्रिय तंत्र आहे. वरवर पाहता ते अतिशय सुखासीन वाटतं. तसं ते आहेही. पण अगदी सखोल शिथिलीकरण आणि आठवडाभराची शांतता व स्वास्थ्य मिळत असेल तेही हॉटेलमधल्या ओल्या पार्टीच्या निम्म्या खर्चात, तर काय वाईट आहे? शिवाय हँग ओव्हरची कटकट नाही!

मालिश किंवा मसाजचे तब्येतीच्या दृष्टीने खूप चांगले फायदे निश्चितपणे मिळतात. शरीराच्या वेगवेगळ्या अवयवांना केला जाणारा रक्तपुरवठा सुधारतो. हृदयाच्या स्नायूंना चेतना मिळते. इतर स्नायूंना प्राणवायूचा पुरवठा चांगला केला जातो. आणि अशुद्ध विषारी द्रव्ये (Toxins) लवकर शरीराबाहेर टाकली जातात. हे झाले शारीरिक फायदे. परंतु मालिशचा मानसिक फायदा इतका छान होतो की त्याच्यासाठी कितीही खर्च आला तरी तो आपण केला पाहिजे.

मसाज केल्यानंतर एक अनोखा, अद्भुत अनुभव येतो. एकाच वेळेला चैतन्य आणि शिथिलता! त्वचेला सुरसुरी येते. स्नायू सैलावतात आणि

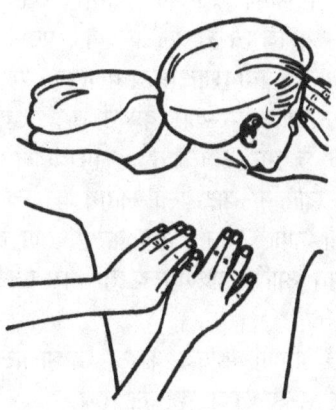

मन शांत होऊन जाते.
इतके सगळे फायदे मिळतात. त्यामुळे परवडत असेल, त्याने आठवड्यातून एकदा मसाज घ्यावाच.

आहार

|| आयु: सत्त्व बलारोग्य सुख प्रीती विवर्धना: ||
|| रस्या: स्निग्धा: स्थिरा हृद्या आहारा: सात्विक प्रिया: ||

भगवद्गीता (अध्याय सतरावा)

तुम्हाला माहितीच आहे की आपण जे अन्न खातो त्याचा परिणाम आपल्या भावनांवर, मन:स्थितीवर आणि शरीरावर होत असतो. काही पदार्थ सात्विक पदार्थ म्हणून ओळखले जातात. ज्यांच्या सेवनाने आपल्या व्यर्थ चिंता आणि अस्वस्थता दूर होऊन आपण स्थिरचित्त होतो.

आहारात साधारणपणे दोन प्रकारचे पदार्थ असतात.

आम्लधर्मी पदार्थ	अल्कधर्मी पदार्थ
↓	↓
मांस मासे, मैदा, साखर, चहा, कॉफी, प्रक्रिया केलेले पदार्थ	फळे, भाजीपाला, कडधान्ये, कोंड्यासहित पिठे

मनुष्य शांत आणि स्थिरचित्त राहण्यासाठी त्याच्या आहारात अल्कधर्मी आणि आम्लधर्मी पदार्थांचे प्रमाण ८०:२० इतके असायला हवे.

आपल्याकडे हल्ली 'पौष्टिक' पदार्थांना 'बोअरिंग' आणि 'निष्कृष्ट' पदार्थांना 'टेस्टी' म्हणण्याची फॅशन आहे. अर्थातच ही अगदी चुकीची समजूत आहे. जास्त प्रक्रिया करून (तळणे, मसाल्यात घोळणे, पाकात टाकणे इ. इ.)

चटकदार बनवलेले पदार्थ सौम्य चवीच्या पदार्थापुढे चविष्ट वाटतात. त्यामुळे लोक दर्जाकडे दुर्लक्ष करून जिभेचे चोचले पुरवणारे पदार्थ खाणे पसंत करतात.

अशा तऱ्हेने रासायनिक प्रयोगशाळेत जन्मलेल्या, सुपरमार्केटमध्ये लहानाचे मोठे झालेल्या आणि टी.व्ही.ने पुरस्कार करून वर चढवून ठेवलेल्या चवदार पदार्थांचे साम्राज्य आज जगभर सगळीकडे फोफावलेलं दिसून येतं. टी.व्ही. वरच्या जाहिराती पाहून लोकांना वाटायला लागतं की त्यात दाखवलेल्या वस्तू खरेदी करणं म्हणजे 'मॉडपणा' 'चैन' 'ऐश करणं' पण खरं पाहिलं तर त्यात अत्यल्प कल्पकता असते आणि पोषणमूल्ये तर नसतातच. ती अगोदरच नष्ट झालेली असतात.

खाण्याचं खरं सुख भोगणं म्हणजे केवळ जिव्हालौल्य पुरवलं जाणं नव्हे तर पदार्थ खाल्ल्यानंतर मनही तृप्त व्हायला हवं.

तसं पाहिलं तर गरमागरम बटाटेवडा आणि गरमागरम शिरा दोन्हीमुळे तोंडाला पाणी सुटतं आणि खाताना चांगलंच वाटतं. पण शिरा खाल्ल्यामुळे नंतर दिवसभर तुम्हाला तृप्त वाटत राहतं तसं बटाटेवडा खाऊन होत नाही. हा दोन्हीत फरक आहे.

बाटलीतलं थंड पेय आणि लस्सी दोन्हीमुळे तहानच भागते पण लस्सी प्यायल्यामुळे नंतरचे काही तास पोटात शांत वाटतं. उलट बाटलीतल्या पेयाने भगभग वाढते. हा तो फरक आहे.

त्यामुळे खाऊन पिऊन स्वत:चे लाड जरूर करून घ्यावेत पण असे पदार्थ खावेत ज्यामुळे 'पोटोबा' शांत राहील. (अल्कधर्मी आणि आम्लधर्मी पदार्थांचे ८०:२० हे प्रमाण नेहमी ध्यानात घ्यावे) अशा पदार्थांनी तोंडाची चव शाबूत राहते आणि पुन:पुन्हा त्याचा आस्वाद घेऊन सुद्धा शरीरावर दुष्परिणाम होणार नाहीत.

खेळत रहा

शारीरिक तंदुरुस्ती हा मानसिक शांततेच्या जवळ पोहोचण्याचा शॉर्टकट आहे. ज्याप्रमाणे सात्त्विक अन्न आपल्याला शांत ठेवतं. तद्वतच शरीर सुदृढ ठेवण्याकरता आपण जो व्यायाम करतो त्याचंही आहे. No Pains No Gains या म्हणीला इथे काहीही अर्थ नाही.

'व्यायामासाठी कष्ट घ्या आणि तंदुरुस्ती मिळवा' असं का समजायचं? व्यायामाचा सुद्धा आनंद घेऊ शकतो की आपण!

असाच खेळ निवडायचा की ज्याने शरीरातून घाम आणि मनातून नकारात्मक विचार बरोबरच बाहेर पडतील. वेगवेगळे खेळ खेळून

बघायचे. कोणता आपल्याला आवडतो आहे? तोच चालू ठेवायचा. समजा नाहीच आवडला कोणताही खेळ तर चालायला सुरुवात करायची.
चालणं कसं असतं, ऐच्छिक. स्वत:च्या ताब्यातलं. शिवाय चालता चालता इतर कितीतरी गोष्टी करता येतात. विचार करणं, कुणाशी गप्पा मारणं, गाणी ऐकणं, आजूबाजूच्या निसर्गाचं निरीक्षण. उद्याच्या कार्यक्रमाची रूपरेषा ठरवणं काहीही करू शकतो आपण. आणि एकीकडे व्यायामही चालूच.
सकाळीच उठून उगवत्या सूर्यासवे ४० मिनिटे चालून आलं ना की दिवस असा झकास जातो! समोर बघून चालत राहायचं आणि एकीकडे दीर्घ श्वसन करायला विसरायचं नाही.

स्नान? नव्हे वरदान!

आपल्या दैनंदिन जीवनातल्या काळज्या, कटकटी विसरण्याचं एक मस्त ठिकाण असतं आपल्या घरी. आपण तिथे दिवसा रात्री केव्हाही जाऊन आनंद घेऊ शकतो. बरोबर ओळखलंत बाथरूम, स्नानगृह.
थंडीच्या दिवसात पहाटे, अंगाला तेलाचा हात चोळून, गरम गरम वाफाळत्या पाण्याने अंघोळ केली तर काय सुख वाटतं महाराजा! निराशा, उदासी मरगळ यांची बिशादच होत नाही जवळ यायची. मन अस्वस्थ असेल, झोप येत नसेल, तर सर्वांग चोळून कोमट पाण्याने स्नान करून पहा.
आपोआप प्रसन्न वाटायला लागतं.
उन्हाळ्यात घामाने चिकट होऊन, ऑफिसमधल्या कटकटीने, लोकलमधल्या गर्दीने वैतागून घरी आल्यावर. थंड पाण्याने स्नान करताना त्यात थोडं गुलाबपाणी टाकावं. आपली संध्याकाळ एकदम टवटवीतच होऊन जाते.

हे शांतता उपाय बघा.

गात्रांना सुखावणारा तणावमुक्तीचा मार्ग ..... पृष्ठ २८५
शांत श्वसन ..... पृष्ठ ९७
शांततेचा गंध ..... पृष्ठ २६९
शांततेचा आवाज ..... पृष्ठ २६८

हसत रहा

ताण रोजच्या रोज प्रत्येकाला असतोच. पण तोच कशाला सारखा लक्षात ठेवायचा? त्यापेक्षा छोट्या छोट्या प्रसंगातले विनोद ओळखून

हसत राहावं. आपण हसावं, इतरांना हसवावं. म्हणजे वातावरण हलकंफुलकं राहतं. 'मी मजेत आहे' असं नेहमी स्वत:ला सांगावं. तीच मजेत राहण्याची सुरुवात असते.

◆

दीर्घकालीन शांततेसाठी

२३. दीर्घकालीन शांततेसाठी

आता आपण ज्या गोष्टींची माहिती घेणार आहोत त्यांच्यामुळे आपली चुकीची जीवनपद्धती आणि चुकीच्या सवयी यामुळे होणारे दुष्परिणाम दूर होऊन त्यांच्या जागी जगण्याची नवीन पद्धत आणि नव्या चांगल्या सवयी आपण लावून घेऊ शकतो.

ते सुरुवातीला एका माणसाचं सांगितलेलं उदाहरण लक्षात आहे ना तुमच्या? तो दोन तत्त्वे व्यवस्थित पाळायचा.

(१) किरकोळ प्रश्नांसाठी स्वत:ची झोप गमवायची नाही.

(२) सर्व प्रश्नांना किरकोळ समजायचं.

आता असं समजणं वाटतं तेवढं सोपं नाही. सगळ्यांना ते सहज जमेल असं नाही. पण आपण ते शिकून घेऊ शकतो.

प्रश्नांना किरकोळ समजायचं म्हणजे निष्ठुरपणे वागायचं, दुसऱ्यांच्या भावनांची कदर करायची नाही, बेपर्वा बनायचं असा त्याचा अर्थ होत नाही. आपल्या कामामध्ये १०० टक्के प्रयत्न करायचे नाहीत, कमी केले तरी चालतील असाही त्याचा अर्थ नाही. आपली नोकरी, आपला बॉस, आपले क्लायंटस्, आपले सहकारी यांना विशेष महत्त्व द्यायचं नाही, असंही नाही.

प्रश्नांना किरकोळ समजायचं म्हणजे कुठलीही समस्या आली तरी सहज सुटेल, 'आपण सोडवून टाकू' असा विश्वास मनात बाळगायचा. कितीही कठीण प्रश्न समोर येऊन ठाकला तरी.

हे साध्य करण्यासाठी वेळ द्यावा लागतो. प्रयत्न करावे लागतात. आपले दृष्टिकोण, सवयी, पद्धती, समजुती यांच्यात महत्त्वाच्या आणि आवश्यक असणाऱ्या तडजोडी कराव्या लागतात.

आपल्या आयुष्यात जर चिरस्थायी शांतता आणि स्थिरवृत्ती आणण्याची

असेल तर ६ सूत्रे फार महत्त्वाची ठरतात.

१. अंगीकार
२. ध्यान
३. योग्य आहार
४. नियमित व्यायाम
५. नि:स्वार्थी वागणूक
६. निकोप दृष्टिकोन

१. अंगिकार (स्वीकार)

'आपल्याला शांतपणे आयुष्य जगायचं आहे. जे करायचंय त्यातून शांती प्राप्त करायची आहे' याचा आपण अंगिकार केला पाहिजे. हे स्वीकारलं पाहिजे. ते एकदा स्वीकारलं की उरलेल्या ५ तत्त्वांवर लक्ष केंद्रित करायचं. ३ तत्वांवर करता आलं तरी पुरेसं ठरतं. हे जर आपल्याला जमलं, तर कामाच्या ठिकाणी वाट्टेल ती परिस्थिती आली तरी आपण न डगमगता तोंड देतो, देऊ शकतो.

आपल्या दैनंदिनं जीवनाचा भाग म्हणूनच हे स्वीकारायला हवं. म्हणजे अपेक्षेपेक्षा आपलं आयुष्य समृद्ध होऊन जातं.

२. ध्यान

जगातले लक्षावधी लोक असं मानतात की आनंदित संतुलित आणि आरोग्यपूर्ण आयुष्य जगायचं असेल तर ध्यान केलं पाहिजे. जे नियमित ध्यान करतात त्यांचा अनुभव असं सांगतो की ध्यान हे फार प्रभावी साधन आहे. त्यामुळे तुमच्या जीवनामध्ये आणि जगाकडे पाहण्याच्या दृष्टीमध्ये आमूलाग्र बदल होऊ शकतात.

नियमित ध्यान करण्यामुळे ताणतणाव चिंता आणि थकवा दूर होतो. दैनंदिन जीवनातील समस्यांना आपण खंबीरपणे तोंड देऊ शकतो. भावनिकदृष्ट्या कणखर होतो. एकाग्रता वाढते. परिणामी, आयुष्यात जास्त आनंद उपभोगू शकतो.

३. योग्य आहार

आपण जे अन्न खातो त्याचा आपल्या मनाच्या आणि शरीराच्या जडणघडणीवर परिणाम होत असतो. ठराविक अन्नपदार्थ हे निश्चितपणे सात्त्विक सिद्ध झालेले आहेत. त्यांच्या नित्य सेवनामुळे आपण दीर्घकालीन, चिरस्थायी शांतता मिळवू शकतो. ते पदार्थ कोणते, हे ह्या ठिकाणी महत्त्वाचे नसून त्यांचे परिणाम कसकसे होतात ह्या मागचं तत्व समजावून घेणं महत्त्वाचं आहे.

थोडक्यात खालील तक्त्यात दिल्याप्रमाणे आहार ठेवायचा प्रयत्न करा.

जास्त खा	कमी खा
भाज्या, फळे, पिष्टमय पदार्थ, आणि सालासकट धान्ये, कडधान्ये	चहा, कॉफी, मटन, साखर, मैदा, शेंगदाणे, काजू, पापड, लोणची, मुरांबे
पाणी - दररोज किमान आठ ग्लास	चहा, कॉफी, शीतपेये
जीवनसत्त्वे अ, ब, क, इ	प्रक्रिया केलेले पदार्थ
फळे, फळाचे रस (सकाळच्या न्याहारीला)	स्निग्ध पदार्थ
वनस्पतीजन्य प्रथिने उदा - मोडाची कडधान्ये	प्राणिजन्य प्रथिने

४. व्यायाम

व्यायाम केल्याने, तणावामुळे शरीरावर झालेले दुष्परिणाम नाहीसे होतात. दैनंदिन जीवनाशी झगडण्याचे सामर्थ्य येते. नियमित व्यायामाने आपला आत्मविश्वास वाढतो. आपल्याला अधिक शांत आणि समाधानी वाटायला लागतं.

५. निस्वार्थी वागणूक

आपल्याला दीर्घकाळ टिकणारं समाधान मिळवायचं असेल तर इतरांना मदत करण्याची संधी सतत शोधत राहायला पाहिजे. जे आपल्यापेक्षा कमी नशीबवान आहेत. त्यांना मदत करावी. त्यातून जे समाधान आपल्याला मिळतं त्याच्यामुळे, आत्मकेंद्रितवृत्तीमुळे आलेल्या चिंता, ताणतणाव पार पळून जातात.

इतरांना नि:स्वार्थीपणे मदत करण्याची सवय लावून घ्या.

तुमचे जे अकार्यक्षम सहकारी असतील त्यांची कामे तुम्ही करायची किंवा स्वत:च्या जबाबदाऱ्यांव्यतिरिक्त इतरांच्याही जबाबदाऱ्या डोक्यावर घ्यायच्या असा याचा अर्थ नाही. परंतु ज्यांच्या मानसिक आणि शारीरिक गरजा तुमच्यापेक्षाही जास्त आहेत त्यांना मदत केली पाहिजे. यातून आपला स्वाभिमान आणि समाधान मिळाल्याची भावना वाढीस लागते. आपण इतरांशी जास्त उदारपणे वागू लागतो. असं नियमित वागण्याचा प्रयत्न करावा म्हणजे शांती समाधान काही दूर राहणार नाही.

६. निकोप दृष्टिकोन

जीवनाकडे पाहण्याचा तुमचा दृष्टिकोन जितका आनंदी आणि सकारात्मक असेल तितकी तुमची मन:स्थिती शांत-समाधानी राहू शकेल. आणि जसेजसे तुम्ही शांत होत जाल तसतशी तुमची जीवनाकडे पाहण्याची दृष्टी आनंदी - सकारात्मक होत जाईल.

बरेच लोक असं मानतात, की सकारात्मक दृष्टिकोन आणि आशावाद हीच आपल्याला मिळालेली फळे आहेत. पण खरं तर आयुष्यात स्वत:साठी आणि इतरांसाठी उत्तमोत्तम, सुंदर सुंदर गोष्टी मिळवण्याचा तो आरंभबिंदू असतो. शांतता, समाधान, आरोग्य, स्नेहपूर्ण नातेसंबंध, लोकांशी सुसंवाद या सर्व सुंदर गोष्टी आपण सकारात्मक आणि आशावादी दृष्टिकोन ठेवल्यामुळे प्राप्त करून घेऊ शकतो.

वर सांगितलेल्या ६ तत्त्वांपैकी अंगीकार आणि त्याचबरोबर इतर कोणतीही ३ जरी तत्त्वे आपण अमलात आणू शकलो तरी जीवन शांततामय, आनंदी होऊन जाईल. सहाही तत्त्वे आचरणात आणू शकलात तर जीवन कित्येक पटींनी समृद्ध होईल.

ध्यानाविषयी थोडं चिंतन (शांततेचे तंत्र)

'ध्यान' म्हणजे आयुष्य समृद्ध करणारी अतिशय मोलाची शिकवण होय. बऱ्याच जणांना ध्यान म्हटलं की, काहीतरी विशेष गूढ, सर्वांना न जमणारी विद्या आहे असं वाटून ते घाबरून त्यापासून दूर पळतात. त्याच्याभोवती दुर्बोधपणाचं किंवा गहनपणाचं एक वलय निर्माण केलं गेलेलं आहे.

परंतु ध्यान हा तनामनाचा एक साधासा व्यायामच आहे. तुम्ही कोणत्याही धर्माचे, जातीचे असाल, कुठल्याही ठिकाणी राहत असाल तरी ध्यान करू शकता. त्यासाठी विशिष्ट धर्माचे पालन करण्याची किंवा विशिष्ट तत्त्वज्ञान समजून घेण्याची अशी कोणतीही गरज नसते. ध्यान किंवा मेडिटेशन म्हणजे एखादी गूढ विद्या किंवा चमत्कारही नव्हे.

माणसाच्या चंचल मनाला स्थिर करण्याचा, जागृत मनात सतत चालू असलेले विचार चक्र थांबवण्याचा, स्वत:च्या अस्तित्वावर लक्ष केंद्रित करण्याचा तो एक प्रयत्न असतो. एकदा आपलं मन स्थिर झालं की बाकीचे फायदे आपोआप होऊ लागतात.

> रोज सकाळी कामावर जाण्यापूर्वी ३० मिनिटे मसाज करा (*किंवा ध्यान केले तरी चालेल*).

ध्यानाचे शारीरिक परिणाम

नियमित ध्यानाचा सराव केल्यामुळे चांगल्या शारीरिक परिणामांची दैनंदिन मालिकाच सुरू होते.

आपल्या मेंदूमध्ये वेगवेगळ्या प्रकारच्या विचार लहरी (Brain Waves) निर्माण होत असतात. त्यांना अल्फा, बीटा, थीटा आणि डेल्टा अशी नावे दिलेली आहेत. त्यांची कार्ये अशी -

(१) अल्फा लहरी - सावधानता आणि एकाग्रता

(२) बीटा लहरी - मनश्चक्षूंनी पाहणं आणि स्नायूचं शिथिलीकरण

(३) थीटा लहरी - स्मृती आणि अंत:स्फूर्ती

(४) डेल्टा लहरी - झोप आणि झीज भरून काढणे.

ज्या वेळी आपण ध्यानावस्थेत असतो तेव्हा अल्फा, थीटा आणि डेल्टा लहरी वाढतात. त्यामुळे सावधपणा, एकाग्रता, स्मृती, अंत:स्फूर्ती, विश्रांती झीज भरून येणं हे सगळे गुण वाढीस लागतात.

ध्यानामुळे शरीराच्या चयापचयावर ही परिणाम होतो. ध्यान करताना, गाढ झोपेत असताना लागतो, त्याहीपेक्षा कमी प्राणवायू शरीराला लागतो. हृदयाचे ठोके आणि रक्तदाब आश्चर्य वाटावे इतके कमी होतात.

टेन्शन आल्यावर आपल्या रक्तातल्या आम्लतेच्या पातळीत वाढ होते. ही वाढलेली पातळी ध्यान करताना निम्म्याने खाली येते.

आपण जागृत शिथिलीकरण (Consious Relaxation) करतो त्यावेळी येते. त्यापेक्षा चौपट वेगाने ही आम्ल पातळी खाली येते.

चिंतेत असताना तणावाखाली असताना शरीरांतर्गत जे अनिष्ट परिणाम होत असतात. त्याच्या बरोबर उलट असे हे ध्यानाचे इष्ट परिणाम असतात.

अशा तऱ्हेने ध्यानामुळे शरीर आणि मन दोन्ही शांत होऊन आपल्या मनात सुसंवादी, कल्याणकारी, सद्भावना निर्माण होतात आणि स्थिरवृत्ती, चिरस्थायी शांतता याकडे आपली वाटचाल सुरू होते.

ध्यान कसे करावे?

ध्यानासाठी प्रथम आपलं मन स्थिर करण्याची आवश्यकता असते. माणसाचं मन मुळातच फार चंचल असतं. त्याला एका जागी बद्ध करून ठेवणं कठीण. त्यासाठी कुठल्याही एका गोष्टीवर आपलं लक्ष केंद्रित करायचं. बाकी सर्व गोष्टी विसरून जाण्याचा प्रयत्न करायचा.

एखादी देवाची मूर्ती, मेणबत्तीची ज्योत यावर लक्ष केंद्रित करायचं किंवा मनश्चक्षूपुढे एखादी प्रतिमा उभी करून त्यावर लक्ष केंद्रित करायचं. काही

जण एखाद्या आवाजावरही लक्ष केंद्रित करतात. मग तो संगीताचा स्वर असेल किंवा साधा आवाजही असला तरी चालेल. स्वत:च्या आवाजावरही लक्ष केंद्रित करता येतं. एकच शब्द सतत म्हणत राहायचा आणि त्या आवाजावर मन लावायचं. (नामस्मरण किंवा मंत्रजप) असं तुम्ही जेव्हा २० मिनिटे किंवा अर्धा तास सलग करता तेव्हा तुम्ही ध्यानावस्थेत जाता.

कोणताही एक शब्द निवडून तो म्हणत राहायचा. आपलं मन मधूनच दुसरीकडे धावायला लागतं. त्याला परत पकडून त्या शब्दावर आणायचं. असं दररोज करू लागलात की एके दिवशी लक्षात येईल की आपण विचलित न होता सलग अर्धा तास ध्यान लावून बसू शकतो. त्यानंतर तुम्ही जास्त चपळ आणि जागृत झाल्याचं तुमच्या लक्षात येईल.

ज्यांना 'ध्यानी' किंवा 'योगी' म्हणतात ते असे तासन्तास विनासायास बसू शकतात. त्यांचं आरोग्य कमालीचं सुधारतं. आणि चेहऱ्यावर वेगळं तेज येतं. ध्यानामुळे ज्ञानेंद्रियेसुद्धा अधिक कार्यक्षम झाल्याचा अनुभव येतो. स्पर्श, गंध, स्वाद, श्रवण, दृष्टी तीव्र होतात.

ध्यान लावण्यासाठी

- सैलसर कपडे घालून सुखावह (मध्यम) तापमानाच्या ठिकाणी बसावं. उजेड कमी करावा. १ मिनिट दीर्घ श्वसन करावे. डोळे मिटून श्वसनाचा आवाज ऐकत राहावा.
- कोणताही एक शब्द स्वत:शी उच्चारावा. त्यानंतर एकाच लयीत तो शब्द पुन्हा पुन्हा उच्चारत राहावा.
- आता उच्चार न करताही तो शब्द ऐकायचा प्रयत्न करा. ऐकू यायला लागेल. तोच शब्द तुमच्या आतून येतो आहे असं वाटेल. तो ऐकत रहा.
- मधून शब्द ऐकू येईनासा झाला (मन दुसरीकडे गेले) तर पुन्हा तो शब्द तोंडाने म्हणायला लागा.
- असं २० मिनिटे तरी करा. प्रथम जमलं नाही तरी निराश होऊ नका. पुन्हा प्रयत्न करा.
- ध्यान झाल्यावर पुन्हा २ मिनिटं काही न करता स्वस्थ बसा. नंतर वर्तमानात परत या. आता तुम्हाला तुम्ही अधिक जागृत, चपळ झाल्याचे अनुभवास येईल.

नेत्यांसाठी शांतता कार्यक्रम

- आठवड्यातून ५ वेळा चालण्याचा किंवा तत्सम व्यायाम करा.
- आठवड्यात एक दिवस बसून व्यवस्थित योजना आखा.
- कठोरपणे स्वत:चे प्रतिनिधी नेमा. (आपले काम इतरांवर सोपवा)
- चालण्याचा व्यायाम करताना योजनेचा आढावा घ्या.
- आठवड्यातून एक दिवस मसाज घ्या.
- आठवड्यातून काही वेळ इतरांसाठी द्या.
- आठवड्यातून एकदा तरी सामान्य जनतेशी संवाद करा.
- दररोज अर्धा तास तरी स्वत:साठी ठेवा.
- स्वअवसर.
- दीर्घ मुदतीच्या सृजनशील योजना.
- आरामशीर असल्याचं सोंग घ्या.
- आयडलिंग.
- माहितीचे विमोचन.
- शांतता आणि घाम.
- स्वत:चे लाड करा.
- थोडा ताण घ्या.

व्यवस्थापकांसाठी शांतता कार्यक्रम

- आठवड्यातून ३ ते ५ दिवस चालण्याचा किंवा इतर व्यायाम करा.
- आठवड्यातल्या एका दिवशी बसून संपूर्ण कामाची योजना आखा.
- चालताना योजनेचा आढावा घ्या.
- कठोरपणे प्रतिनिधी नेमा. (आपले काही काम इतरांवर सोपवा)
- दर महिन्याला एकदा मसाज करवून घ्या.
- आठवड्यातून एकदा इतरांसाठी काही करा.
- दररोज स्वत:साठी अर्धा तास ठेवा.
- स्वअवसर.
- दीर्घ मुदतीची सृजनशील योजना.
- आरामशीर असल्याचे सोंग घ्या.
- आयडलिंग.
- स्वत:च्या मर्यादा लक्षात घ्या.
- नकारातली ताकद.

- एका वेळी एकाच दिवसाचे काम करा.
- अवघड व्यक्तींना कसं सांभाळायचं?
- शांत कार्यक्रम पत्रिका. (अजेंडा)

उदयोन्मुख व्यक्तींसाठी शांतता कार्यक्रम

- आठवड्यातून ३ ते ५ वेळा चालण्याचा किंवा इतर व्यायाम करा.
- आठवड्यातून एक दीर्घ मुदतीचे योजना सत्र.
- चालताना योजनेचा आढावा.
- दर महिन्याला एकदा मसाज.
- आठवड्यातून एकदा इतरांसाठी काही करा.
- दररोज स्वत:साठी अर्धा तास काढा.
- स्वअवसर.
- तुमच्या मर्यादा लक्षात घ्या.
- वाटाघाटी करण्याची कला.
- तुमच्या मनातलं बोला.
- हवं ते कसं मिळवाल?
- नकाराची ताकद.
- नकार देण्याचा चांगला मार्ग.
- काम संपवण्याचा काळ स्वत: निश्चित करा.
- एका वेळी एकाच दिवसाचे काम करा.

नवोदितांसाठी शांतता कार्यक्रम

- आठवड्यातून ३ ते ५ वेळा चालण्याचा किंवा इतर व्यायाम करा.
- आठवड्यातून एकदा दीर्घ मुदतीच्या योजना आखण्याचे सत्र.
- चालताना योजनेचा आढावा घ्या.
- दिवसातून एकदा इतरांसाठी काही करा.
- स्वत:च्या मनातले बोला.
- हवं ते कसं मिळवाल?
- काम संपवण्याची वेळ स्वत: निश्चित करा.
- नकाराची ताकद.
- नकार देण्याचा चांगला मार्ग.
- १०० टक्के प्रयत्न.

- जीवनातल्या प्राथमिकतांचे गणकयंत्र.
- मनाने सुरक्षितता स्वीकारा.
- विक्री शास्त्राचा ३० सेकंदाचा कोर्स.

२४. मदतऽऽ!

कठीण प्रसंगी शांत राहण्यासाठी आणि बिकट प्रसंगातून बाहेर पडण्यासाठी अगदी साध्यासोप्या कृती असतात; पण त्या अतिशय अर्थपूर्ण आणि परिणामकारक ठरतात.

कठीण प्रसंगी शांत राहणं

आत्तापर्यंत आपल्या दैनंदिन जीवनात येणाऱ्या ताण-तणावांबद्दल आपण गंभीरपणे चर्चा केली असली तरी अकस्मात येणाऱ्या संकटाच्या प्रसंगाशी त्यांची तुलनाच होऊ शकत नाही.

दुःख, गंभीर, आजार, शारीरिक किंवा मानसिक आघात, नोकरीतून बडतर्फ करणं, अटक होणं हे खरोखरीचे कठीण प्रसंग. असा काही प्रसंग आला तर हे पुस्तक उघडून त्यातले तंत्र ते अमलात आणण्याइतके आपले डोके ठिकाणावर असण्याची शक्यता जवळजवळ नसतेच.

तरीही पुढे दिलेल्या छोट्या सूचना अशा वेळी पाळल्या तर तो प्रसंग, ते दुःख, तो त्रास थोडा हलका होईल आणि मुख्य म्हणजे त्यानंतरची अवस्था - आघातातून सावरण्याची. त्या वेळेला त्याचा उपयोग होईल.

कठीण प्रसंगी शांत राहण्यासाठी अगदी साध्या सोप्या पायऱ्या आहेत. परंतु त्या अतिशय अर्थपूर्ण आणि परिणामकारक आहेत.

कठीण प्रसंगी शांत राहण्यासाठी

- पायातले बूट काढून ठेवा.
- सिगारेट, मद्य, चहा, कॉफी पिण्याचे टाळा.
- शांतपणे दीर्घश्वसन करायला सुरुवात करा.

- डोळे मिटून स्वत:च्या प्रत्येक श्वासाचा आणि उच्छ्वासाचा आवाज नीट ऐकण्याचा प्रयत्न करा.
- कुणाची तरी मदत मागा.

कुणाकडे मदत मागायची?

मदत मागणं म्हणजे दुबळेपणा नव्हे. हे लक्षात असू द्या. आपला एखादा मित्र, आध्यात्मिक गुरू किंवा व्यावसायिक समुपदेशक घरातलं एखादं वडीलधारं माणूस यांच्याकडे अशा वेळी मदत मागावी.

अशा कुणा हितचिंतकाचा सल्ला घेणं हे संकटाच्यावेळी फार महत्त्वाचं ठरतं. कधीकधी त्याने आपला जीवही वाचतो. म्हणून अशी माणसं जोडणं चांगलं.

कुणाला मनातलं दु:ख सांगितलं की त्याने दिलेला सल्ला कसा असेल हा प्रश्नच फारसा महत्त्वाचा नाही. तुम्ही तुमच्या मनातलं दु:ख कुणाबरोबर तरी वाटून घेतलंत या कृतीनेच तुम्हाला पुढची कृती करण्याला बळ येतं.

अशी व्यक्ती कुणी जवळ नसेल तर टेलिफोन डिरेक्टरी मध्ये 'हेल्पलाइन'चे नंबर्स असतात. तिथे फोन केल्यास त्या त्या मानद संस्थाचे लोक तुमचं म्हणणं ऐकून आवश्यक ती मदत करतात.

Calm Centre (शांतता केंद्र)

१९९५ मध्ये पॉल विल्सन यांनी 'Calm Centre'ची स्थापना केली. यामध्ये मानसशास्त्रज्ञ, निसर्गोपचार तज्ज्ञ, लेखक, कलाकार, चित्रपट निर्माते, कवी असे सर्व एकत्र काम करतात.

www.calmcentre.com.

या वेबसाइटवर आपल्याला या शांतता केंद्राबद्दल संपूर्ण माहिती मिळू शकते.

◆

www.ingramcontent.com/pod-product-compliance
Lightning Source LLC
LaVergne TN
LVHW032007070526
838202LV00059B/6337
* 9 7 8 8 1 7 7 6 6 6 5 9 5 *